'फॉलो एव्हरी रेनबो' या इंग्रजी पुस्तकाचा मराठी अनुवाद

स्वप्नांचे इंद्रधनू...

भक्कम उद्योगांची उभारणी करणाऱ्या
२५ स्त्री-उद्योजिकांच्या प्रेरणादायी कहाण्या

लेखक
रश्मी बन्सल

अनुवाद
सुनीति काणे

मेहता पब्लिशिंग हाऊस

Please contact us at **Mehta Publishing House,** Pune 411030.
✆ +91 020-24476924 / 24460313 / Mob. No. 954500513
Email : production@mehtapublishinghouse.com
Website : www.mehtapublishinghouse.com

- *या पुस्तकातील लेखकाची मते, घटना, वर्णने ही त्या लेखकाची असून त्याच्याशी प्रकाशक सहमत असतीलच असे नाही.*

FOLLOW EVERY RAINBOW by RASHMI BANSAL

First Published in India by Westland ltd 2013.
61, Silverline Building,2 nd floor, Alapakkam Main Road,
Maduravoyal, Chennai - 600095.
Translated into Marathi Language by Suneeti Kane

स्वप्नांचे इंद्रधनू... / अनुवादित व्यक्तिचरित्रे

अनुवाद : सुनीति काणे
Email : author@mehtapublishinghouse.com

मराठी अनुवादाचे व प्रकाशनाचे हक्क : मेहता पब्लिशिंग हाऊस पुणे.

संस्थापक : सुनील अनिल मेहता

प्रकाशक : मेहता पब्लिशिंग हाऊस प्रा. लि.,
१९४१, सदाशिव पेठ, माडीवाले कॉलनी, पुणे ४११०३०.

मुद्रक : पार्कसन्स ग्राफिक्स

मुखपृष्ठ : रश्मी बन्सल व एकलव्य एज्युकेशन फौंडेशन यांच्या सौजन्याने

प्रकाशनकाल : ४ नोव्हेंबर, २०१३ / फेब्रुवारी, २०१५ /
पुनर्मुद्रण : जुलै, २०२३

किंमत : ₹ ४९५

P Book ISBN 9788184985122
E Book ISBN 9788184986815
E Books available on : amazonkindle Apple Books Google Play Books

निरपेक्ष प्रेमासाठी आणि पाठिंब्यासाठी
माझ्या सासूबाई ***संतोष बन्सल*** *यांना सादर अर्पण.*

"Climb every mountain,
Ford every stream,
Follow every rainbow,
Till you find your dream.

A dream that will need
All the love you can give,
Every day of your life
For as long as you live."

– from The Sound of Music
(Rodgers & Hammerstein)

"सर करा प्रत्येक शिखर
पार करा प्रत्येक निर्झर
मागोती जा प्रत्येक इंद्रधनूच्या
शोध घेत तुमच्या स्वप्नपूर्तीचा

"तुमच्या स्वप्नाला गरज आहे
तुमच्या अपरंपार प्रेमाची
करा प्रेमाची पखरण त्यावर
आयुष्यभर प्रत्येक दिवशी."

– 'साउंड ऑफ म्युझिक'
(रॉजर्स आणि हॅमरस्टाइन)

दोन शब्द

१९९३ साली 'आय.आय.एम.', अहमदाबाद येथून पदवी मिळवणारा वर्ग आगळावेगळाच होता. त्या वर्गात तीस विद्यार्थिनी होत्या; आणि त्यातील एक मी होते.

आमची कुमक जोरदार होती. आमच्या आधीच्या पंधरा जणांच्या वर्गापेक्षा आम्ही जास्त धिटुकल्या आणि जादा शहाण्या (आगाऊ!) होतो. आमच्या हॉस्टेलपुढून जाणाऱ्या मुलांच्या डोक्यावर आम्ही पाण्याच्या बादल्या बिनदिक्कतपणे उपड्या करायचो. आमच्या कॅम्पसमध्ये या प्रथेला 'डंकिंग' (डुबवणं) असं म्हणत असत.

मुलगे जेव्हा मेसमधील वार्ताफलकावर मुलामुलींच्या प्रणयाची चटकदार (काल्पनिक) वर्णनं असणारं 'ज्यूस' मॅगझिन टाचू लागले, तेव्हा आम्ही मुलींनी आमचं स्वतःचं मॅगझिन तयार केलं आणि त्यांची फटफजिती केली.

सन १९९३मध्ये पदवी मिळवल्यावर मला खातरी वाटत होती की, आम्ही मुलांहून तसूभरही उण्या नाही. मुलगा असो की मुलगी; आम्हाला सारखीच पदवी मिळाली होती. जगात यश मिळवण्याच्या दृष्टीनं आम्ही मुलांएवढ्याच सक्षम होतो.

पण ही मोठ्ठीच गैरसमजूत ठरली. स्त्रिया पुरुषांएवढ्याच समर्थ असतात, पण त्यांना परिस्थितीची अनुकूल साथ मिळणं आवश्यक असतं. कारण स्त्रिया नाजूक फुलासारख्या असतात आणि नीटपणे फुलून रंग-गंधांनी बहरण्यासाठी त्यांना योग्य वातावरण लाभणं गरजेचं असतं. नापसंतीच्या धगीमुळे स्त्री कोमेजून जाते. चीड-संतापाचा बर्फ तिला थिजवून टाकतो. मग त्यासाठी फार मोठी 'किंमत' मोजावी लागणार असेल, तर स्त्री स्वतःला आणि आपल्या महत्त्वाकांक्षेला तिलांजली देते.

तिचं कुटुंबही या गोष्टीला पसंतीची पावती देतं – कारण बरेचसे आधुनिक नवरे मनोमन पारंपरिक विचार जपत असतात की, 'स्त्रीची जागा पतीच्या शेजारीच असते.'

नवी क्रांती येऊ घातलीय; पण ती रक्तपात घडवणार नाहीये. कारण स्त्रिया ही क्रांती आपल्या पद्धतीनं घडवणार आहेत. आम्ही उत्कृष्टतेचा ध्यास धरून अडथळ्यांवर मात करणार आहोत. आम्ही निष्पाप विश्वासाच्या बळावर जग जिंकून घेणार आहोत. विचार आणि कृतींच्या नव्या पद्धती आम्ही दाखवून देणार आहोत. त्यामुळे जग अधिक बळकट बनलं, तरी अधिक मार्दवपूर्ण राहील.

म्हणून लोकहो! तुमच्या बोर्डरूम्सना (संचालकांच्या विशेष कक्षांना) कुलुपं ठोका आणि तुमच्या खास अशा हस्तिदंती मनोऱ्यांमध्ये चूपचाप बसून राहा. हव्यास, कमतरता यांनी भरलेलं जग आता भूतकाळात जमा होणार आहे.

उद्याची सकाळ स्त्रियांच्या नीतिमूल्यांच्या सुगंधानं दरवळणार आहे. उद्याची सकाळ असणार आहे; धैर्य, पारदर्शित्व आणि आकर्षक औचित्यानं परिमळलेली! हीच ती ऐतिहासिक संधी आहे, जी स्त्रियांनी काबीज करायला हवी!

जानेवारी २०१३, मुंबई **– रश्मी बन्सल**

अनुवादिकेचे मनोगत

वेगवेगळ्या लोकांची आगळीवेगळी कर्तृत्वं शब्दांकित करणं, ही रश्मी बन्सल यांची खासियत आहे. या मालिकेतलं 'फॉलो एव्हरी रेनबो' हे त्यांचं सर्वांत नवं पुष्प आहे.

वेगवेगळ्या लोकांच्या डोळ्यांपुढे वेगवेगळी स्वप्नं असतात; वेगवेगळे ध्यास असतात आणि ती स्वप्नं सत्यात उतरवण्याचे त्यांचे मार्गसुद्धा भिन्न प्रकारचे असतात. कधी केवळ हौस म्हणून हाती घेतलेला छंद वटवृक्षासारखा फोफावतो, तर कधी परिस्थितीच्या रेट्यातून तगून जाण्यासाठी केलेल्या प्रयत्नांमधूनच एखादा मोठा उद्योग उभा राहतो. कधीकधी व्यावसायिक उच्चशिक्षित अशी एखादी स्त्री स्वतंत्र उद्योगाच्या माध्यमातून आपली वेगळी ओळख निर्माण करते.

आपल्या उद्दिष्टांच्या इंद्रधनुष्याचा मागोवा घेत वेगवेगळ्या क्षेत्रांत आपली चमक दाखवणाऱ्या या २५ तेजस्विनींची कर्तृत्वं अधोरेखित करणाऱ्या या पुस्तकात रश्मी बन्सल यांनी प्रारंभीच उद्धृत केलेल्या 'साउंड ऑफ म्युझिक'मधल्या काव्यपंक्ती खूप काही सांगून जातात.

हे पुस्तक नव्या स्वरूपातल्या, कोमल; पण कणखर अशा स्त्रीशक्तीचं मनोहारी दर्शन घडवतं.

अशा पुस्तकाच्या लेखिकेला आणि ते पुस्तक मराठी भाषिकांपुढे अनुवादित स्वरूपात आणणाऱ्या 'मेहता पब्लिशिंग हाऊस'च्या श्री. सुनीलभाईंना माझे मनोमन सलाम. या पुस्तकाचा अनुवाद करणं हा मनाची श्रीमंती वाढवणारा आनंदानुभव होता. त्यासाठी या दोघांना मन:पूर्वक धन्यवाद!

सुनीति काणे

अनुक्रमणिका

लक्ष्मी

दुर्गा

सरस्वती

लक्ष्मी

या स्त्रिया आहेत 'गृहलक्ष्मी'. आपल्या कुटुंबीयांनाही आपल्या व्यवसायामध्ये आणून त्यांनी आपलं घर संपन्न आणि समृद्ध केलं आहे. कारण यशप्राप्ती केवळ स्वत:साठी केली जात नाही, तर ते यश कुटुंबीयांसोबत वाटलं गेल्यास त्याची गोडी द्विगुणित होते.

इतरांहून उजवी

मीना बिंद्रा

'बिबा'

वयाच्या एकोणचाळिसाव्या वर्षी, केवळ थोडी वरकड कमाई मिळवण्यासाठी नौदलातील पतीच्या या पत्नीनं व्यवसाय सुरू केला. आपल्या दोन पुत्रांच्या साहाय्यानं तिनं साध्याशा 'सलवार-कमीज'ला राष्ट्रीय स्तरावर विशेष ओळख मिळवून दिली आणि या ब्रँडची वार्षिक विक्री ३०० कोटी रुपयांवर नेऊन पोहोचवली!

लाखो लोकांनी रितु कुमारचं नाव ऐकलं असेल, पण फारच थोड्यांना 'रितु कुमार'नं बनवलेले कपडे विकत घेता आले असतील.

आज लाखो लोक तिनं बनवलेले कपडे परिधान करीत आहेत. 'बिबा' हा भारताचा सर्वांत सुप्रसिद्ध असा तयार पारंपरिक कपड्यांचा ब्रँड आहे. देशभरात, फक्त या ब्रँडचे कपडे विकणारी शंभर दुकानं आहेत.

या साऱ्याची सुरुवात झाली १९८२ साली. ८ हजार रुपयांच्या कर्जाऊ भांडवलावर मीनानं हा उद्योग सुरू केला, थोडी वरकड कमाई करण्याच्या हेतूनं.

दिल्लीच्या छतरपूर भागातील मीनाच्या साध्याशा ऑफिसात मी मीनाला भेटले. ती मोठ्या डेस्कमागे बसली होती. तिनं एक स्टायलिश काळा कुर्ता परिधान केला होता आणि फिकट बदामी रंगाची ओढणी घेतली होती.

मीना ही तुमच्या-आमच्या आईसारखीच आहे. त्या पिढीच्या भारतीय स्त्रिया सुशिक्षित होत्या; परंतु त्यांनी कधीही व्यवसायाचा विचारही मनात आणलेला नव्हता.

ती म्हणाली, ''एकोणिसाव्या वर्षी माझं लग्न झालं आणि पुढची वीस वर्षं मी मुलांच्या संगोपनात खर्च केली.''

वयाच्या एकोणचाळिसाव्या वर्षी तिनं घरबसल्या कपडे शिवून विकायला प्रारंभ केला.

ती घरबसल्या व्यवसाय करीत होती. तिच्या डोळ्यांपुढे व्यवसायाची कोणतीही रूपरेषा नव्हती; कोणताही विवक्षित असा विक्रीचा आकडा गाठायचं ध्येय नव्हतं; परंतु स्त्रियांची पसंती कोणत्या प्रकारच्या कपड्यांना आहे हे तिनं ताडलं होतं. स्त्रियांना हवे होते ऐटदार, खिशाला परवडतील असे 'सलवार-कमीज'.

ती खांदे उडवत म्हणाली, ''योग्य वेळेस, योग्य जागी व्यवसायाला प्रारंभ करता येणं, हा माझ्या नशिबाचा भाग होता. मला कधीही घराबाहेर पडून मालाची विक्री करावी लागली नाही.''

गिऱ्हाइकं आणि किरकोळ विक्रेते तिच्या तयार सलवार-कमीजसाठी मागणी नोंदवायला, तिच्या दाराशी रांगा लावू लागले.

असं असलं, तरी ते काही अगदी सोपं-सरळ नव्हतं. मीनाचे पती नौदलात नोकरीला होते आणि ही नोकरी बदलीची होती. त्यामुळे आपल्या व्यवसायासाठी मीनाला तब्बल सात वर्षं वेगळ्या गावात राहावं लागलं. हे सारं तिला एकटीला कसं काय निभावता आलं?

सुगृहिणी आणि सुज्ञ आई आपलं घर सहकार्याच्या बळावर चालवत असते. मीनानं आपल्या व्यवसायासाठीसुद्धा सहकार्याच्या तत्त्वाचाच अवलंब केला. तिनं तिच्या दोन मुलांची मदत घेतली.

तिच्या मोठ्या मुलानं – संजयनं, व्यवसायाची व्यापारविषयक आघाडी सांभाळली आणि 'बिबा'चा व्यवसाय गृहउद्योगापासून मोठ्या उद्योगधंद्यापर्यंत नेऊन पोहोचवला. तिच्या धाकट्या मुलानं – सिद्धार्थनं, हा व्यवसाय आणखी पुढे नेला आणि 'बिबा स्टोअर्स'चं जाळं देशभरात पसरवलं.

त्या सर्वांनी मिळून पारंपरिक वस्त्रांचा उद्योग वर्षाला ३०० कोटी रुपयांवर नेला.

ऐकायला मोठं गोड वाटतं! इतक्या सहजपणे हे घडलं असेल यावर विश्वास बसत नाही. परंतु तुम्हाला संधी हेरता आली आणि तुम्ही फक्त अडथळ्यांचा बाऊ केला नाहीत, तर आयुष्यात असंसुद्धा घडू शकतं.

तुम्हालाही आयुष्य असंच घडवता यायला हवं.

इतरांहून उजवी

मीना बिंद्रा

'बिबा'

मीना बिंद्रा दिल्लीत जन्मली आणि वाढली.

"मी मोठ्या एकत्र-कुटुंबात वाढले. आम्ही सहा भावंडं होतो – तीन भाऊ आणि तीन बहिणी. मी त्यांच्यात मधली होते."

मीनाच्या वडिलांचा व्यवसाय होता; परंतु ती केवळ नऊ वर्षांची असतानाच त्यांचा मृत्यू झाला. त्यांनी त्यांच्यामागे खूप मालमत्ता ठेवलेली होती. त्यामुळे तिची आई सर्व भावंडांना नीटपणे वाढवू शकली.

'मिरांडा हाउस' या नामवंत कॉलेजमधून 'इतिहास' या विषयात बी.ए.ची पदवी मिळवल्यावर मीनाचा विवाह झाला. ती त्यावेळेस साडेएकोणीस वर्षांची होती आणि प्रेमात आकंठ बुडलेली होती!

"माझे पती भारतीय नौदलात काम करत होते आणि ते माझ्याहून दहा वर्षांनी मोठे होते."

नौदल अधिकाऱ्याची पत्नी असलेली मीना देशभरात बदलीच्या गावी फिरली. दिल्लीहून मुंबई, मुंबईहून विशाखापट्टणम. ते कधीही तीन वर्षांहून अधिक काळ एका जागी राहिले नाहीत.

"माझा मुलगा संजय १९६५ साली जन्मला. सिद्धार्थचा जन्म १९७४ साली झाला. त्यामुळे लग्नानंतरची पहिली वीस वर्षं मी फक्त घर आणि मुलं सांभाळत होते."

जेव्हा मुलं मोठी झाली, तेव्हाच मीनानं कोणतातरी व्यवसाय करायचा विचार केला.

"माझा मोठा मुलगा बोर्डिंग स्कूलमध्ये होता. धाकटा शाळेत होता. पत्ते खेळण्यात वेळ घालवणं मला पसंत नव्हतं आणि नोकरी करण्याचा माझा पिंड नव्हे; हे मी जाणून होते."

मीनाला आवड होती वेगवेगळ्या तऱ्हेचे कपडे बनवण्याची. "मी शिवणाचं प्रशिक्षण घेतलेलं नव्हतं; परंतु वेगवेगळी प्रिंट्स आणि रंग यांची मला बऱ्यापैकी जाण होती. माझ्या काही साड्यांवर मी गंमत म्हणून ब्लॉक प्रिंटिंग केलेलं होतं."

परंतु व्यवसाय सुरू करताना गरज असते भांडवलाची. "मी माझ्या पतींशी बोलले आणि त्यांनी 'सिंडिकेट बँके'तून मला कर्ज मिळवून दिलं."

८ हजार रुपये ही काही फार मोठी रक्कम नव्हती, पण थोडं कापड विकत घेऊन एक शिंपी नोकरीवर ठेवायला तेवढे पैसे पुरेसे होते. आणि असं म्हणतात, की साहस करणाऱ्यांवरच नशीब आपली कृपादृष्टी ठेवतं!

"देवेश नावाच्या ब्लॉक प्रिंटरबरोबर कुणीतरी माझी ओळख करून दिली, तो माझ्या दृष्टीनं भाग्याचा दिवस होता. देवेश हा एक तरुण मुलगा होता. त्याला आपल्या कामाबद्दल प्रचंड उत्साह वाटत होता. त्याचा मोठा कारखाना होता."

दररोज सकाळी मीना टॅक्सीनं देवेशच्या कारखान्यात जात असे आणि दिवसभर तिथं वेगवेगळ्या कौशल्यपूर्ण प्रक्रिया आणि रंगसंगतींचे प्रयोग करून बघत असे.

"आम्हाला कापड छपाईच्या विविध तंत्रांचा वापर करण्याची हौस वाटत होती. बांधणी, खडी; जे काही आम्ही करून बघत असू, ते छानच दिसत असे."

चुकत-माकत, सुधारणा करत, मीनानं ४० सलवार-कमीज तयार केले. सारे अनौपचारिक प्रसंगी घालण्याजोगे आणि रास्त किमतीचे (२०० रुपयांपेक्षा कमी किमतीचे) होते. त्यातले काही शिवलेले होते, तर काही नव्हते.

"मी घरातच विक्री सुरू केली. ते सगळे विकले गेलेच; शिवाय माझ्याकडे आणखीही मालाची नोंदणी झाली."

या पहिल्या विक्रीतून ३ हजार रुपयांचा नफा झाला. नफ्यातून मीनानं आणखी कापड विकत घेऊन ८० सलवार-कमीज शिवले आणि तेही ताबडतोब विकले गेले!

"हे पाहून माझी उमेद वाढली. झालेल्या नफ्यातून मी आणखी कापड विकत घेत असे आणि आणखी सलवार-कमीज शिवत असे!"

हा म्हटलं तर व्यवसाय होता, पण रूढार्थानं व्यवसाय नव्हता. "आम्ही

भल्यामोठ्या फ्लॅटमध्ये राहत होतो. तिथे साऱ्यांनाच मुक्त प्रवेश होता. कोणी चहा पितंय... कोणी कॉफी पितंय, असं अनौपचारिक वातावरण असे. बायकांना येऊन गप्पाटप्पा करायला आवडत असे.''

त्या कपडे घालून पाहत आणि विकतही घेत. घरी गेल्यावर मत बदलल्यास 'मीना ते परत घेईल', असा त्यांना विश्वास वाटत असे.

''हा काही खराखुरा व्यवसाय नव्हताच. कपडे विकत घेणाऱ्या स्त्रिया माझ्या मैत्रिणी होत्या. त्या माझी गिऱ्हाइकं नव्हत्या!''

तोंडी प्रशंसा केली जात असे आणि सांगोवांगीने मीनाचे कपडे मुंबईच्या कुलाबा आणि कफ परेड भागात प्रसिद्ध पावू लागले. वर्षाखेरीस मीनानं तीन शिंपी कामावर ठेवले. 'बेंझर' आणि 'शीतल' अशा दुकानदारांकडून तिच्या मालाला मागणी येऊ लागली.

''मी बाहेर विक्री करू लागले, तेव्हा पावती-पुस्तकासाठी माझ्या मालाला नाव देणं गरजेचं ठरलं आणि मी माझ्या ब्रँडचं नाव ठेवलं, 'बिबा'.''

किरकोळ विक्री करणारे तिच्याजवळ मोठाल्या मागण्या नोंदवू लागले. ते एका वेळेस शंभर सलवार-सूट्सची मागणी करू लागले. त्यांना नवी डिझाइन्स आणि वेगवेगळ्या प्रकारची कापडं हवी होती.

प्रसन्न स्मित करीत मीना म्हणाली, ''मी टेरिकॉट आणि रेशमी कापडं वापरू लागले. उत्पादनसुद्धा वाढवलं.''

वेळ घालवण्यासाठी जोपासलेला छंद; छंद न राहता, 'बिबा' हा आता खराखुरा व्यवसाय बनू लागला होता. ईश्वरापेक्षाही जास्त जोरदार अशी कोणतीतरी शक्ती, या व्यवसायाला गती देत होती.

''मी विक्री वाढवण्यासाठी कधी विशेष असे प्रयत्न केले नाही. पण मला वाटतं, ती वेळच शकुनाची – शुभ होती. नवी दुकानं निघत होती आणि त्यांना तयार सलवार-कमीजची गरज होती. त्यांच्या कानी माझं नाव पडलं... म्हणून माझ्याकडे मोठ्या प्रमाणात मागण्या येऊ लागल्या.''

पण पहिल्या एक-दोन वर्षांत तिला किती फायदा झाला, हे मीनाला नीटसं आठवत नाही.

''माझा व्यवसाय नीट चालला होता, पण मला नेमका आकडा आठवत नाहीये... मी लाखो रुपये नाही, पण हजारो रुपये नक्कीच मिळवत होते.''

आणि लवकरच हजारांचे लाख झाले. कारण व्यवसाय सुरू होऊन तीन वर्षं झाल्यावर, १९८६ साली मीनानं केम्प्स कॉर्नरला १००० चौरस फुटांचं ऑफिस घेतलं. या ऑफिससाठीचे सारे पैसे 'बिबा'च्या कमाईतून उभे राहिले होते.

असं असलं, तरी अजूनही व्यवसायाबद्दलचा कोणताही नियोजन-आराखडा

“मला व्यस्त राहून थोडी वरकड कमाई करायची होती. म्हणून मी कपडे बनवायला सुरुवात केली.”

करण्यात आलेला नव्हता.

“मागण्यांचा ओघ सुरू होता आणि मी माझं स्वत:चं ‘बूटिक’ केम्प्स कॉर्नरला सुरू केलं होतं. जो माल बनत होता, तो विकला जात होता. त्यामुळे डोळ्यांपुढे कोणतंही उद्दिष्ट नव्हतं, काम वेळेत करून द्यायचा लकडा नव्हता. मला माझ्यावर कधीही, कसलंही दडपण जाणवलं नाही!”

अशा आरामशीर पद्धतीनंच हा व्यवसाय सुरू राहिला असता; परंतु या सुमारासच मीनाच्या मोठ्या मुलानं बी.कॉम.ची पदवी मिळवून व्यवसायाला हातभार लावायला सुरुवात केली.

“सुरुवातीला मी त्याला फारसं उत्तेजन दिलं नाही. मी म्हटलं, ‘तुला सलवार-कमीजमधलं काही ठाऊक नाही, तुला व्यवसायातलंसुद्धा काही माहीत नाही. प्रथम एम.बी.ए. कर; मग मी विचार करेन.’”

पण संजय नकार स्वीकारणारा नव्हता!

“माझ्यामते, सुरुवातीला त्यानं ही गोष्ट विशेष गांभीर्यानं घेतली नाही. पण आम्ही आमच्या स्वत:च्या ऑफिसात बस्तान बसवल्यानंतर तो ‘बिबा’च्या कामकाजात पूर्णवेळ लक्ष घालू लागला.”

आणि त्याची मदत मोलाची ठरली. कामगारांवर देखरेख, मालाची मागणी नोंदवणं, हिशोब ठेवणं यांसारख्या व्यवसायाच्या कंटाळवाण्या बाजू सांभाळायला त्यानं लगेचच सुरुवात केली. आता मीनाला फक्त कपड्यांच्या डिझाइन्सकडे पूर्ण वेळ लक्ष देता येऊ लागलं.

पुढली काही वर्षं ‘बिबा’चा विकास स्थिर गतीनं होत राहिला. कपड्यांमधील विविधता, आणखी काही विक्री – फक्त मुंबईतच नव्हे; तर देशभर! बंगळुरू, जयपूरसारख्या दूरदूरच्या गावचे किरकोळ विक्रेते ‘बिबा’कडे मालाची मागणी करू लागले.

१९९३ सालापर्यंत ‘बिबा’ भारतातील सर्वांत मोठा, पारंपरिक वस्त्रं घाऊक स्तरावर विकणारा ब्रँड बनला. दर महिन्याला त्यांची विक्री १०००-२००० सलवार-कमीजजवळ जाऊन पोहोचली.

“मला वाटतं, या सुमारास आमची वार्षिक विक्री ९ ते १० कोटी रुपयांची... (ती मान हलवते) नाही; त्या वेळेस आम्ही घाऊक दरानं विक्री करीत होतो. त्यामुळे हा आकडा कमी असेल. तो आकडा २ कोटींच्या घरात असावा.”

या व्यवसायात पैसा होता; परंतु ती मुख्य प्रेरणा नव्हती.

दरम्यान इतर गोष्टीसुद्धा मीनाला अनुकूल ठरू लागल्या. १९९०च्या दशकाच्या मध्याला, भारतातील अनेक शहरांमध्ये शाखा असलेलं पहिलं मोठं डिपार्टमेंटल स्टोअर – 'शॉपर्स स्टॉप' अस्तित्वात आलं. स्त्रियांच्या पारंपरिक पोशाखांसाठी तेसुद्धा 'बिबा'कडूनच माल नेऊ लागले. या अनुभवातून मीनाला अनेक धडे मिळाले.

"आम्हाला व्यावसायिकतेचे नियम अंगी रुजवावे लागले. कबूल केलेला माल, कबूल केलेल्या वेळेत पुरवणं आणि दर्जाची घसरण होऊ न देता उत्पादनाचा खर्च खाली आणणं, या गोष्टी आम्हाला शिकाव्या लागल्या."

ही गोष्ट सोपी नव्हती. अगदी सुरुवातीपासूनच 'बिबा' आपले कपडे इतरांकडून शिवून घेत आली होती.

"उत्पादनात काही समस्या उद्‌भवली, तर माझी पहिली प्रतिक्रिया असे, 'माझा काय दोष? माझे शिंपी असेच आहेत!'"

परंतु या समस्येवर तोडगा शोधणं गरजेचंच होतं. पूर्वनियोजन, कडी देखरेख आणि दर्जाबद्दलची जागरूक तपासणी या गोष्टींमुळे शिंपी अधिक कार्यक्षमतेने काम करू लागले. या बऱ्याचशा कामांकडे संजय पाहू लागला.

"मी व्यवसायात शंभर टक्के गुंतलेली नव्हते, तरी शंभर टक्के अलिप्तही नव्हते – हा संयुक्त उद्यम होता."

१९९३ साली 'बिबा'साठी १० कर्मचारी काम करीत होते आणि १०० शिंप्यांकडून काम करून घेतलं जात होतं. ते १०-२०च्या गटात काम करत असत आणि यातले अनेक गट फक्त 'बिबा'साठी उत्पादन करत असत. त्यामुळे सोपवलेलं काम त्यांना जबाबदारीनं पार पाडावं लागत होतं.

"शिंप्यांच्या एका गटाला आम्ही ५०० पंजाबी सूट्स शिवायला सांगितले की, आम्ही ते केव्हा तयार होतील याची तारीख विचारत असू.

"कबूल केलेली तारीख जवळ आली आणि शिंप्यांचं काम मागे पडलेलं दिसू लागलं, तर आम्ही त्यांना रात्रपाळीत काम करायला सांगत असू. परंतु वाढत्या मागणीला पुरेल एवढं उत्पादन वाढवणं हे मोठ्ठं आव्हान होतं आणि अजूनही ते मोठ्ठंच आव्हान आहे!

"पुरुषांचे शर्ट शिवायला 'असेंब्ली लाइन'[१] लावता येते; परंतु सलवार-कमीजसाठी एकाच सूटवर पाच-सहा वेगवेगळ्या कारागिरांना काम करावं लागतं.

---

१. असेंब्ली लाइन (Assembly line) – ही संकल्पना मोठ्या प्रमाणावर एकसारखे उत्पादन करणाऱ्या उद्योगांत वापरली जाते. उदा. विशिष्ट कार तयार करण्यासाठी असेंब्ली लावल्यास कमी वेळेत जास्त उत्पादन होते.

"भरीत भर म्हणजे कापडही मिलमध्ये बनलेलं नसतं; ते हातांनी विणलेलं असतं. त्यामुळे ते ठरावीक प्रकारचं नसतं.

"समजा, मी एका डिझाइनचं एक हजार मीटर कापड जयपूरहून मागवलं, तर ते पाच वेगवेगळ्या रंगच्छटांमध्ये येतं. अशा वेळेस मी मालाची मोठी मागणी कशी पुरी करणार?"

वेगवेगळ्या अडथळ्यांना तोंड देत; अडथळे पार करणं हीच कोणत्याही उद्योजकाची खरी परीक्षा असते आणि 'बिबा' या परीक्षेत उच्च गुणांनी उत्तीर्ण झाली आहे. २००० सालापर्यंत त्यांचं उत्पादन महिन्याला पाच हजार सूट्सपर्यंत पोचलं होतं.

मालाला मागणी येण्याबाबत चिंताच नव्हती. 'शॉपर्स स्टॉप'मागोमाग 'पँटालून्स'नंसुद्धा ठिकठिकाणी दुकानं उघडली आणि त्यांना अधिकाधिक मालाची गरज भासू लागली.

"आम्ही आमच्या प्रमुख शिंप्याला सांगू लागलो, 'आम्ही तुम्हाला जास्तीचं काम देतोय; तुम्ही जास्त माणसं कामावर का ठेवत नाही?' त्यामुळे आमच्याबरोबर त्यांचासुद्धा व्यवसाय वाढीला लागला आणि ते खूश झाले."

शिंप्यांना रोख वेतन हवं असे, तर दुकानं पैसे चुकवण्यासाठी मुदत मागत असत. ही मुदत सर्वसाधारणत: ३० ते ४५ दिवसांची असे आणि पैसे मिळायला त्यापेक्षा विलंब लागत नसे. त्यामुळे बँकेकडून ओव्हर ड्राफ्ट सुविधा न मागता, 'बिबा'आपला व्यवसाय करू शकत होती.

"आम्ही बाहेरून वित्तसाहाय्य घेतलं नाही – हे आम्ही योग्य केलं की अयोग्य; हे मला ठाऊक नाही. तसं साहाय्य घेतलं असतं, तर कदाचित आमची वाढ अधिक झपाट्यानं होऊ शकली असती."

मीनाचा धाकटा मुलगा सिद्धार्थ हार्वर्डमधून पदवी घेऊन २००२ साली 'बिबा'ला हातभार लावू लागला, तेव्हा कंपनीच्या प्रगतीचा पुढला टप्पा सुरू झाला. त्यावेळेपर्यंत 'बिबा'नं जरी व्यवसायात भक्कमपणे पाय रोवले असले आणि त्यांची वार्षिक विक्री २५ कोटींच्या घरात पोचली असली, तरी तो सुप्रसिद्ध 'ब्रँड' बनला नव्हता.

"सिद्धार्थला स्पष्टपणे दिसत होतं की, आपल्या मालाच्या किरकोळ विक्रीसाठी आपण आपली; स्वत:ची दुकानं उघडणं गरजेचं आहे."

"तयार सलवार-कमीज ही नवी कल्पना होती आणि दुकानदार या मालाचे उत्पादक शोधत होते. मला स्वत:ला कुठेही जावं लागलं नाही – लोकच माझा शोध घेत येऊ लागले."

''मला ठाऊक होतं की, माझ्या नवऱ्याची बदली झाली की, आम्हाला फ्लॅट रिकामा करावा लागणार आहे. मुंबईत जागा कुठे मिळणार? ती गोष्ट महाकर्मकठीण! पण मी पुरेसे पैसे मिळवले होते, त्यामुळे फ्लॅट विकत घेता आला आणि मला मुंबईत राहता आलं.''

'बिबा'नं आपल्या मालकीची पहिली दुकानं २००४ साली 'इनऑर्बिट' आणि 'सीआरटू' मॉल्समध्ये उघडली. सुरुवातीपासूनच या दोन्ही दुकानांनी उत्तम जम बसवला आणि महिन्याला १२-१५ लाखांची विक्री तेथे होऊ लागली.

''हे पाहून आमची उमेद वाढली आणि जिथे जिथे चांगला मॉल उभा राहतोय असं वाटलं, तिथे तिथे आम्ही दुकानं घेऊ लागलो. आपोआपच आमचं नाव सर्वमुखी होऊ लागलं.''

अर्थात अशा तऱ्हेनं उद्योग वाढवायचा, तर व्यवस्थापन आणि वित्त यांची भरभक्कम साथ असणं आवश्यक असतं. या गोष्टींमध्ये सिद्धार्थ लक्ष घालू लागला. पूर्ण कंपनीची पुनर्रचना करण्यात आली आणि २००६ साली किशोर बियानींनी ११० कोटींना 'बिबा'ची १० टक्के मालकी विकत घेतली.

''२००४ सालापासून आमची प्रगती विलक्षण जोमानं झाली,'' मीनानं कबुली दिली.

मार्च, २०१२मध्ये 'बिबा'ची वार्षिक विक्री ३०० कोटी रुपयांवर पोचली. कंपनीच्या मालकीच्या ९० दुकानांमधून ५० टक्के माल विकला जाऊ लागला. कंपनी अजूनही बाहेरून शिवणकाम करवून घेते; तरीसुद्धा व्यवस्थापकीय देखरेख आणि किरकोळ विक्रीसाठी कंपनीनं एक हजार कर्मचाऱ्यांची नियुक्ती केली आहे.

थोड्या वरकड कमाईसाठी सुरू केलेल्या व्यवसायानं केवढा मोठा पल्ला मारला आहे!

''मी व्यवसाय सुरू केला, तेव्हा मला याची कल्पनाही नव्हती; परंतु तुमची प्रगती होते, त्याबरोबर तुमचं क्षितिजही रुंदावत जातं. आता मला वाटतंय की, आम्ही कोणतीही उंची गाठू शकू; अगदी जागतिक ओळख असलेला ब्रँडसुद्धा बनू शकू!''

परंतु व्यवसाय सुरू केल्यावर वैयक्तिक आयुष्यात काही तडजोड करावी लागली का? मीना नम्रपणे म्हणाली की, हा अवघड समतोल राखण्यात तिला यश लाभलं आहे.

''मी व्यवसायाला सुरुवात केली, तेव्हा मी कधीही संध्याकाळी सहाच्या पुढे

काम केलं नाही. माझे पती नौदलात काम करत असल्यामुळे, आम्हाला संध्याकाळी अनेक ठिकाणी जावं लागत असे.''

मीनाला एका समस्येचा सामना करावा लागला – तिच्या पतींची नोकरी बदलीची असल्यामुळे, ते दिल्लीला गेले तरी तिला मुंबईत राहावं लागलं, परंतु त्यांनी तिला नेहमीच पाठिंबा दिला.

''मी दहा दिवस दिल्लीत राहत असे आणि उरलेला महिना मुंबईत! माझे पती १९९३ साली निवृत्त होईपर्यंत आम्ही अशी आठ-नऊ वर्षं काढली.''

त्यानंतर मीना दिल्लीला गेली आणि संजय मुंबईत राहिला. ''मी वरळी सी-फेसवर फ्लॅट विकत घेतला होता. संजयनं लग्न केलं आणि तो त्या फ्लॅटमध्ये राहू लागला. मी दिल्लीत ऑफिस उघडलं.''

उत्कृष्ट डिझाइन्सचा माल बनवणं, यावर मीनाचं सतत लक्ष असतं.

''मी माझ्या अंतर्मनाचा कौल घेते. मला साधी, आकर्षक, रोज वापरता येण्यासारखी डिझाइन्स आवडतात.''

आज 'बिबा' दरमहा ६० हजार ते ७० हजार पंजाबी-सूट्स बनवत असली आणि तज्ज्ञ व्यावसायिक उत्पादनाच्या सर्व अंगांकडे लक्ष देत असले, तरी मीना स्वत: डिझाइन्सकडे लक्ष देते. ''डिझाइन्सकडे पाहणारा आमचा वेगळा गट आहे, पण तरीसुद्धा मी त्यांना सूचना देते, रंगांची निवड करते. त्यानुसार नमुने बनवले जातात आणि मी शेवटची पसंतीची पावती देते.''

अर्थात डिझाइन्सवर वर्षभर आधी काम केलं जातं. एकदा का नमुने पसंत झाले की, घाऊक उत्पादनाची प्रक्रिया सुरू केली जाते. त्याबद्दल मीना संतुष्ट आहे.

''मला खूप लोकांकडून काम करून घ्यायला आवडत नाही आणि मी चांगली व्यवस्थापकसुद्धा नाही. खरं सांगायचं तर, माझ्या एकटीवरच सर्व जबाबदारी असती, तर मी व्यवसाय एवढा वाढवण्याच्या फंदातच पडले नसते!''

कुटुंबीयांच्या मदतीनं व्यवसाय चालविता येणं, हे मोठं वरदानच असल्याचं मीनाला वाटतं आणि तुम्ही जो व्यवसाय सुरू करताय; वाढवताय तो तुम्ही अखेरीस तुमच्या कुटुंबासाठी, कुटुंबीयांच्या मदतीनंच वाढवत असता.

''अर्थात त्यासाठी थोडी तडजोडसुद्धा करावी लागते,'' स्मितवदनानं मीना कबुली देते.

मीनाच्या पतींना व्यवसायात अजिबात गम्य नव्हतं. निवृत्तीनंतरसुद्धा ते

> ***''बेताचा उत्पादनखर्च, चांगला दर्जा आणि मालाचा वेळेवर पुरवठा या तीन गोष्टी यशस्वी व्यवसायासाठी अनिवार्य आहेत.''***

''मला वाटतं, स्त्रिया नेहमीच आपल्या कुटुंबाला प्राधान्य देत असतात. पुरुषाला कुटुंब महत्त्वाचं वाटत असलं, तरी कुटुंबाची काळजी त्याची पत्नी घेत असते. त्यामुळे तो व्यवसायाला प्राधान्य देऊ शकतो.''

प्रकल्पांसाठी सल्लागार म्हणून व्यस्त होते आणि पुस्तक-लेखनातसुद्धा व्यग्र होते. २०११ साली ते निवर्तले.

''ते व्यवसायात आले नाहीत, याचा मला आनंदच झाला,'' मीना प्रांजल कबुली देते.

तिच्या मुलांबरोबर तिनं कामांच्या स्पष्ट कक्षा आखून घेतल्या होत्या, आणि तरीसुद्धा वादविवाद आणि संघर्ष होतच असे.

''मला वाटत असे की, संजयचे विचार फारच पुरोगामी आहेत, तर त्याला वाटत असे की, मी बदलायला अजिबात तयार नाही. पण आम्ही नेहमीच मधला मार्ग काढत असू आणि आई म्हणून सरतेशेवटी मीच पडतं घेत असे!''

सिद्धार्थसुद्धा व्यवसायात उतरला, तेव्हा समीकरणं आणखी बदलली.

''व्यवसाय कशा प्रकारे पुढे न्यावा, याबद्दल मतभेद उद्‌भवले. अखेरीस त्यांनी वेगळं व्हायचं ठरवलं,'' मीना म्हणते.

२०१० साली संजयनं व्यवसायातला आपला हिस्सा विकला आणि त्यानं 'सेव्हनईस्ट' या ब्रँडखाली पारंपरिक वस्त्रांचं उत्पादन सुरू केलं.

''कुटुंबीय म्हणून आमची अजूनही जवळीक आहे. खरंतर वेगळे व्यवसाय सुरू करणं, ही चांगलीच गोष्ट आहे. कारण संघर्षात शक्तीचा फक्त अपव्ययच होत असतो,'' मीना म्हणते.

ऊर्जा पर्वत हलवते, त्याप्रमाणेच व्यवसाय करणाऱ्या मातांनाही चैतन्य पुरवते.

''माझ्यातली ऊर्जा तेवती राहावी म्हणून मी योगासनं, प्राणायाम करते आणि पोहोण्याचा व्यायाम करते.''

याखेरीज आध्यात्मिक विकासाचं एक बीज बावीस वर्षांपूर्वीच रुजलं.

''*आय ॲम दॅट* नावाचं निसर्गदत्त महाराजांनी लिहिलेलं पुस्तक माझ्या वाचनात आलं. प्रारंभी त्यातून मला फारसा बोध झाला नाही; परंतु 'आपण कोण आहोत?', 'आपल्या जीविताचं उद्दिष्ट कोणतं?' अशा प्रश्नांवर मी विचार करू लागले.''

मीनानं हे पुस्तक अनेकदा वाचलं. हळूहळू तिला त्यातला अर्थ उमगू लागला. त्यानंतर तिनं या लेखकाची इतर सर्व पुस्तकं विकत घेऊन अधाशासारखी वाचून

काढली. आजही *आय ॲम दॅट* हे पुस्तक तिच्या पलंगाजवळच्या टेबलावर मानाची जागा पटकावून विराजमान झालं आहे!

"या पुस्तकाची पाच-सहा पानं एकावेळेस वाचणं शक्यच नाही. एका वेळेस फार तर अर्धं पान तुम्ही वाचू शकाल; परंतु कालांतरानं त्यामुळे माझ्यात खूप बदल घडलाय. मी एक अधिक चांगली शांतचित्त व्यक्ती बनलेय."

आयुष्यात प्रत्येक जण आपली भूमिका निभावत असतं; त्यामुळे आपण इतरांना दोष देणं टाळावं. जग जसं आहे, तसं स्वीकारा. ते कसं असायला हवं होतं अशा विचारानं खंतावू नका. आणि आपल्याला भाग्यानं लाभलेल्या गोष्टींचा आनंद माना.

"मला स्वयंपाकाची आवड नाही; परंतु मला घर शोभिवंत ठेवायला, सजावट करायला आणि बागकाम करायला आवडतं. आणि स्नेही मंडळींना भेटायलासुद्धा आवडतं."

साऱ्या सुंदर गोष्टी, सारी सुखं मोठी नि लहान,
स्त्री असू शकते एक पत्नी, माता आणि उद्योजक,
जगत आपलं स्वप्न आणि त्याचवेळेस लुटत आनंद महान!

स्त्री-उद्योजिकांसाठी सल्ला

तुम्हाला असोशीनं एखादी गोष्ट करावीशी वाटत असेल, तर ती जरूर करा! प्रत्येक स्त्रीच्या ठायी तेवढी कुवत आणि सामर्थ्य असतं, त्यामुळे 'हे मला कसं जमेल?' असा विचारही मनात आणू नका.

स्त्रियांना प्रिय असलेल्या वस्तूंकडेच स्त्रियांचा स्वाभाविक ओढा असतो. आपण साऱ्या जणी कपडे, दागिने वापरतो, चांगलंचुंगलं खातो. त्यामुळे अशा प्रकारचा व्यवसाय सुरू करणं आपल्याला सोपं जातं.

मी व्यवसायाचं किंवा डिझायनिंगचं कोणतंही प्रशिक्षण घेतलेलं नाही. माझ्या गाठीला पैसा नव्हता आणि माझ्या नवऱ्याची नोकरी बदलीची होती. त्यामुळे साऱ्याच गोष्टी प्रतिकूल आहेत, हे दिसत असूनही मी व्यवसायात उडी घेतली.

हो, त्यासाठी कामात भरपूर शिस्त आणावी लागली. आज केलं, उद्या नाही केलं; अशी टंगळमंगळ अजिबात चालत नसे. कधीकधी कामाचा ताण असह्य होत असे; परंतु मी, काही माल पुरवण्याची जबाबदारी स्वीकारलेली असे आणि ती पूर्ण करणं आवश्यक असे. त्यामुळे कामाबाबत चित्त एकाग्र करणं गरजेचं ठरत असे.

आपल्या कुटुंबीयांसमवेत व्यवसाय केला, तर तो वाढवणं सोपं जातं. सगळ्या स्त्रियांनी तसं करावं, असं मला वाटतं.

कर्ज'वसुली' करणारा पोलीस

मंजू भाटिया
'वसुली'

तिनं एका औषधोत्पादक कंपनीत वयाच्या अवघ्या सोळाव्या वर्षी नोकरी करायला सुरुवात केली. आज सव्विसाव्या वर्षी इंदूरची ही चिमुरडी, 'वसुली' नावाच्या कंपनीची संयुक्त कार्यकारी संचालक (जॉइंट मॅनेजिंग डायरेक्टर) बनली आहे. 'वसुली' ही कंपनी फक्त स्त्रियांनाच नोकरीवर ठेवते आणि देशभरातली कर्जवसुलीची कामं करून देते.

कर्जवसुली करणारा कर्मचारी म्हणताक्षणी डोळ्यांपुढे चित्रं उभं राहतं; एका भीतिदायक धिप्पाड गुंडाचं. पान चघळणाऱ्या, रुंद खांद्यांच्या 'गजनी'सदृश दुष्टाचं.

कर्जाचा हप्ता बुडवणाऱ्यांना तो घराबाहेर फराफरा खेचून काढतोय, किंचाळत त्यांच्यावर लाथाबुक्क्या हाणतोय, असं चित्र मनात येतं.

मंजू भाटिया पानही चघळत नाही किंवा 'सलमान'सारखे तिचे खांदेही भरभक्कम नाहीत. ती एक चिंटुकली मुलगी आहे. मोठ्ठ्या डेस्कमागे बसलेली मंजू तर, आहे त्याहूनही चिमुकली वाटते.

ती आहे फक्त सव्वीस वर्षांची.

फक्त स्त्रियांना नेमून, कर्जवसुली करणाऱ्या 'वसुली' नावाच्या कंपनीची ती संयुक्त कार्यकारी संचालिका आहे.

'वसुली'चा कार्यकारी संचालक पराग शाह म्हणतो, "ही सारी तिचीच कल्पना आहे. मी व्यवसाय सुरू केला, पण आज तो ज्या पदावर पोचला आहे, ते सारं तिच्यामुळेच झालंय!"

एका अशिलाकडून महिन्याला २५ हजार रुपये मिळवून देणारा एक जोडव्यवसाय, या पातळीवरून आज 'वसुली'च्या सव्वीस शाखा – कचेऱ्या आहेत आणि २० राष्ट्रीयीकृत बँकांची ५०० कोटी रुपयांची कर्जवसुलीची कामं त्यांच्यामार्फत केली जात आहेत. हा टप्पा अवघ्या आठ वर्षांत गाठता आला आहे!

कारण इंदूरच्या या सोळा वर्षांच्या मुलीनं ठरवलं की, तिला फक्त कन्या किंवा पत्नी हीच भूमिका न बजावता आणखी खूप काही करायचं आहे!

तिच्या मनात येईल अशी कोणतीही गोष्ट ती करू शकते, आणि तुम्हीसुद्धा करू शकाल!

कर्ज'वसुली' करणारा पोलीस

मंजू भाटिया

'वसुली'

मंजू भाटियाचा जन्म इंदूरच्या एका व्यावसायिक कुटुंबात झाला.

"माझे वडील विजेवर चालणाऱ्या उपकरणांच्या व्यवसायात होते. भावंडांमधली मी मधलीच. मला एक मोठी बहीण आणि एक धाकटा भाऊ आहे."

मंजू चांगली विद्यार्थिनी होती. अगदी अत्युत्तम नव्हती; पण व्यावसायिक अनुभव मिळवण्याची जिद्द तिच्या ठायी होती; तशी ती फारच थोड्या विद्यार्थ्यांमध्ये असते.

"बारावीचा अभ्यासक्रम पुरा होत आला, तेव्हा मी ठरवलं की, मी कुठेतरी व्यावसायिक अनुभव घ्यायलाच हवा. मग मला महिन्याकाठी फक्त ५०० रुपये पगार मिळाला तरी चालेल, पण मला काहीतरी शिकता आलं पाहिजे."

वार्षिक परीक्षा सुरू असतानाच मंजूनं नोकरीसाठी मुलाखती द्यायला सुरुवात केली.

"सी.बी.एस.ई. परीक्षेत दोन पेपर्समध्ये भरपूर सुट्टी दिली जात असे. मधल्या वेळेत मी मुलाखती देऊन येत असे."

इंदूर शहरात नोकरीच्या निवडीला फारसा वाव होता, असं नव्हे; परंतु मंजू त्याबाबत फार चोखंदळ नव्हती. 'तुलिका इंटरनॅशनल' नावाच्या छोट्याशा औषधोत्पादक कंपनीत तिनं स्वागतिकेची नोकरी स्वीकारली. ही कंपनी मंजूच्या कुटुंबीयांशी

परिचय असलेल्या पराग शाह यांच्या मालकीची होती.

"१ एप्रिल, २००३ रोजी माझी बारावीची परीक्षा संपली. २ एप्रिल, २००३पासून मी नोकरीला सुरुवात केली!"

नोकरीच्या पहिल्याच दिवशी परागनं या सोळा वर्षांच्या चिमुरडीला दिलेला सल्ला ती कधीही विसरली नाही. "तुला विशेष पद मिळवायची इच्छा असेल, तर साऱ्या मूलभूत गोष्टी शिकून घे. कोणतंही काम तुच्छ लेखू नकोस."

पराग म्हणाला की, स्वागतकक्ष हा ऑफिसच्या नियंत्रणकेंद्रासारखा असतो; त्यामुळे ऑफिसच्या व्यवस्थापनाशी निगडित असलेली प्रत्येक गोष्ट इथून शिकून घेता येते. तीनच दिवसांत मंजूवर आणखी एक जबाबदारी सोपविण्यात आली; हिशेब ठेवायची.

"बारावीत मी वाणिज्य (कॉमर्स) हा विषय आणि गणित शिकले होते. त्यामुळे 'टॅली'[१] कसं वापरायचं हे मी शिकून घेतलं."

अल्पकाळातच मंजू फक्त हिशोबच ठेवत नव्हती, तर तिनं कच्च्या मालाच्या खरेदी-विक्रीला – तुलिकाच्या मुख्य कामालासुद्धा सुरुवात केली होती.

"तुलिका ए.पी.आय.[२]च्या खरेदी-विक्रीचं काम करीत असे. आम्ही या गोष्टीचं उत्पादन करीत नव्हतो. आम्ही फक्त त्यांची खरेदी-विक्री करीत होतो."

मंजूला विज्ञान विषयाची फारशी माहिती नसूनही तिनं अल्पावधीतच डिक्लोफेनॅक, बीटामेथॅझोन आणि क्लोबेटासॉल या सर्व द्रव्यांबाबत इत्थंभूत माहिती करून घेतली. त्याबरोबरच इंटरनेटवरून माहिती मिळवण्याच्या तिच्या छंदामुळे ती याबाबतीतली तज्ज्ञ बनली.

"औषधांच्या व्यवसायात तुम्ही आगळ्यावेगळ्या औषधांची खरेदी-विक्री केलीत तर तुम्हाला चांगला नफा मिळतो. फार सुलभपणे न मिळणाऱ्या औषधांचा शोध घ्यायचा मला छंद लागला."

अशी औषधं योग्य किमतीला विकत घेतली की, त्यानंतर तुम्हाला त्यासाठी गिऱ्हाईक शोधावं लागतं. मग मंजू शोधून काढत असे की, कोणत्या कारखान्यात या औषधांना मोठ्या प्रमाणात मागणी आहे. अशा कारखान्यांशी ती इंटरनेटद्वारा संपर्क साधत असे.

"तुमचा विश्वास बसणार नाही, पण कधीकधी मी मुंबईच्या पुरवठादारांकडून ही औषधं विकत घेत असे. हा माल इंदूरला पोचत असे. आम्ही त्याचं पॅकिंग करून, त्याचं बिल बनवून तो पुन्हा मुंबईच्या गिऱ्हाइकाकडेच पाठवत असू!"

---

१. टॅली – हिशोब ठेवणारं सॉफ्टवेअर.

२. ए.पी.आय. – ॲक्टिव्ह फार्मास्युटिकल इन्ग्रेडियंट्स.

मुंबई भलंप्रचंड शहर असल्यामुळे कुणालाच मालाच्या बाजारपेठेचं परिपूर्ण ज्ञान नसे.

पुढल्या दोन वर्षांत मंजूनं अभ्यासक्रम पूर्ण केला आणि एका बाजूला ही नोकरीसुद्धा चालू ठेवली. या काळात तिनं निर्यातीचा परवाना कसा मिळवायचा, हेसुद्धा शिकून घेतलं.

''मला एक्साइज ऑफिसात (जकात) जावं लागे. वेगवेगळे अर्ज भरून सरकारी प्रक्रिया पुरी करावी लागे. प्रत्येक गोष्ट मी स्वत: करत असे!''

त्यानंतर एके दिवशी परागनं मंजूला 'वसुली'साठी मदत करायची विनंती केली. ही परागच्या मालकीची आणखी एक छोटी कंपनी होती. ती बँकांसाठी कर्जवसुली करून देत असे.

हाताशी थोडा वेळ असल्यामुळे आणि सेवा पुरवण्याच्या जोडव्यवसायात शिरण्याची इच्छा असल्यामुळे त्यानं हा उद्योग सुरू केला होता.

''त्यावेळेस 'वसुली' ही अतिशय चिमुकली कंपनी होती. आमचं एकच गिऱ्हाईक होतं. ते म्हणजे 'स्टेट बँक ऑफ इंडिया'.''

दर महिन्याला, कर्ज बुडवणाऱ्यांची यादी स्टेट बँक 'वसुली'कडे देत असे. एकदा त्यातलं एक नाव होतं, एका महत्त्वाच्या मंत्र्याचं. ही परिस्थिती नाजूक होती.

''आमचा एखादा वसुली-कर्मचारी मंत्र्याला भेटायला गेला असता, तर प्रसारमाध्यमांनी हलकल्लोळ उठवला असता. त्यामुळे परागनं वसुली-कर्मचाऱ्याऐवजी मला जायला सांगितलं.''

कर्जाचे हप्ते बुडवल्याबद्दल कोणताही उल्लेख न करता, मंजूनं मंत्रिमहोदयांकडे भेटण्यासाठी वेळ देण्याची विनंती केली. कर्जाचे हप्ते बुडवले गेले आहेत, हे त्यांच्या कानी घालून त्यांना आपली बाजू मांडायची संधी देता यावी, हा यामागचा हेतू होता.

''कधीकधी कर्जाचा हप्ता देण्याच्या शेवटच्या तारखेचा लोकांना विसर पडतो किंवा हप्ता परस्पर देण्याबाबत त्यांनी बँकेकडे दिलेली तारीख चुकीची असते. आपले तीन हप्ते दिले गेले नाहीत, याची कर्जदाराला कल्पनासुद्धा नसते आणि कर्ज देणारी बँक मात्र त्याकडे 'नॉन फर्मिंग ॲसेट'[१] म्हणून पाहू लागते.''

मंत्रिमहोदयांच्या बाबतीत नेमकं हेच घडलं होतं. मंजूनं त्यांना परिस्थिती सांगितली, त्याक्षणी त्यांनी त्यांच्या स्वीय सचिवाला बोलावून घेतलं. दुसऱ्याच दिवशी सारे हप्ते चुकते केले गेले.

---

१. नॉन फर्मिंग ॲसेट – बुडलेलं कर्ज.

''लोक माझ्याकडे तुच्छतेने बघत की, एवढी महत्त्वाकांक्षी असूनही ही कोणतंतरी फालतू काम करत बसलीये.''

''त्या दिवशी मला एक मोठाच बोध झाला – बँक आणि बँकेकडून कर्ज घेणारा ग्राहक यांच्यात संवाद घडत नसतो. कर्जाचा हप्ता वेळेत न चुकवणारा प्रत्येक ग्राहक, पैसे नसल्यामुळे किंवा ते देण्याची इच्छा नसल्यामुळे हप्ता बुडवत नसतो.'' परंतु जेव्हा बँक वसुली-कर्मचाऱ्याला हप्ता बुडवणाऱ्या ग्राहकाकडे पाठवते, तेव्हा त्याला प्रचंड विरोधाला सामोरं जावं लागतं. लोक चिडतात. कधीकधी छळ केला गेल्याचे आरोपही करतात; परंतु यावर मंजूला एक तोडगा सुचला होता.

''मी विचार केला की, कर्जवसुलीसाठी आणखी स्त्रियांचीच कामावर नेमणूक का करू नये? कारण आम्ही कोणत्याही ऑफिसात किंवा कोणत्याही घरी गेलो की, आम्हाला मोठ्या सन्मानानं वागवलं जातं.''

मंजूनं 'वसुली'मध्ये स्त्री-कर्मचाऱ्यांचा भरणा करायला प्रारंभ केला – नुकतीच पदवी मिळवलेल्या तरुणी किंवा गृहिणी. त्यावेळेस त्यांना मुख्यत: वैयक्तिक कर्जाची वसुली करावी लागत होती. परंतु २००४ सालानंतर 'वसुली'नं शेतकी कर्जाची वसुली करायला प्रारंभ केला. आता कर्जवसुलीसाठी त्यांना ट्रॅक्टर्स किंवा जेसीबी[१] जप्त करावे लागू लागले.

''आम्ही रात्री दहा वाजता जात असू. साऱ्या स्त्रियाच जात असू आणि ही मोठ्ठाली वाहनं जप्त करत असू. जेसीबी रस्त्यावरून नेता येत नाही. त्यासाठी आम्हाला ट्रेलर न्यावा लागत असे.''

हे कमांडोसारखं साहस वाटलं, तरी ते एका ठरावीक सुसूत्र पद्धतीनंच केलं जातं.

सर्वप्रथम कर्जाचा हप्ता बुडवणाऱ्याला त्याच्या बाकी उरलेल्या कर्जाबद्दल कळवलं जातं. जर त्यानं कोणताही जाब दिला नाही, तर त्याला धोक्याची सूचना दिली जाते की, त्याचा ट्रॅक्टर जप्त करण्यात येईल.

''काही जण पुढे येऊन थोडी रक्कम चुकती करतात. ते नियमितपणे मासिक हप्ते भरण्याचं कबूलही करतात. जेव्हा ते सर्व विनंत्यांकडे आणि धोक्याच्या सूचनांकडे अनेक महिने संपूर्ण दुर्लक्ष करतात, तेव्हाच आम्ही जाऊन त्यांचा माल जप्त करतो.''

---

१. जेसीबी – जे. सी. बॅम्फर्ड या ब्रिटिश कंपनीनं शेतीसाठी बनवलेली अवजड वाहनं.

अशा जप्तीचं नियोजनसुद्धा मोठी काळजी घेऊन करावं लागतं. उदाहरणार्थ, जप्त केलेला ट्रॅक्टर ठेवायला मोठं आवार असलेल्यांशी बोलणं करावं लागतं. जेसीबी नेण्यासाठी ड्रायव्हर आणावा लागतो. या साऱ्या घटनेचं चित्रण करण्यासाठी व्हिडिओग्राफर न्यावा लागतो. असं चित्रण केलेलं असलं की, 'आम्हाला मारपीट केली गेली' किंवा 'धाकदपटशा दाखवला' असे खोटे आरोप कुणालाही करता येत नाहीत.

''त्याबरोबरच आम्हाला आमच्यासोबत स्थानिक पोलिसालासुद्धा न्यावं लागतं.''

अशा प्रकारे 'वसुली' करणाऱ्या चमूनं, एका वर्षात मध्यप्रदेशात एक हजारपेक्षा जास्त ट्रॅक्टर्स जप्त केले. परंतु २००५ साली सरकारनं कर्जमाफीची योजना सुरू केली.

''आम्ही अशा प्रकारचं काम संपूर्णत: थांबवलं आणि व्यवसायाच्या वेगळ्या शाखेत प्रवेश केला. आम्ही घरांवर जप्ती आणून त्यांचा लिलाव सुरू केला.''

संसदेनं २००२ साली नवी दिशा देणाऱ्या ज्या कायद्याला मंजुरी दिली, त्याच्या आधारानं 'वसुली' आपलं कामकाज करू शकतेय. या कायद्यान्वये बँकेनं यासाठी नियुक्त केलेल्या कर्मचाऱ्यांना किंवा त्यांच्या एजंट्सना, कर्ज बुडवणाऱ्यांची मालमत्ता जप्त करून त्याचा लिलाव करण्याची मुभा देण्यात आली आहे. जप्त केलेली मालमत्ता लिलाव करून त्यांना आपल्या बुडलेल्या कर्जाची वसुली करायची परवानगी दिली गेली आहे.

''आता आम्ही आमचा मोहरा गृहकर्ज बुडवणाऱ्यांकडे आणि कर्ज बुडवणाऱ्या कंपन्यांकडे वळवला.''

आता कामाची कक्षा विस्तृत करण्यासाठी 'वसुली'नं आणखी शाखा उघडल्या; प्रथम जयपूर आणि रायपूर इथं आणि त्यानंतर मुंबईत.

''राष्ट्रीयीकृत बँकांमध्ये निर्णय घेणारे सारे वरिष्ठ अधिकारी मुंबईतून सूत्रं हलवतात. आमची तिथं शाखा असली, तरच आम्हाला आणखी काम मिळेल, असं आमच्या लक्षात आलं.''

अशा प्रकारचं काम बँकेकडून मिळवण्याची प्रक्रिया खूप वेळकाढू असते आणि चंचुप्रवेश करता येणं हेच मोठं आव्हान असतं.

'बँक ऑफ इंडिया'च्या कर्जवसुली विभागाच्या डेप्युटी जनरल मॅनेजरबरोबरची पहिली मीटिंग मंजूला स्पष्टपणे आठवतेय. नावही न ऐकलेल्या या लहानशा

> ***''वसुली हे मोठं अवघड काम आहे. कारण तुम्ही लहान मुलाकडून एक टॉफी घेतलीत, तरी ते विरोध करतं! मग ट्रॅक्टर जप्त करताना काय घडत असेल याचा विचार करा.''***

"लोकांची समजूत असते की, कर्जवसुली करणारे लोक गुंड-बदमाशच असतात. असं अजिबात नसतं. आम्ही कायद्यानुसार काम करत असतो."

कंपनीकडून वसुलीचं काम करून घ्यायला तो फारसा राजी नव्हता. पण मंजूनं आपला हुकुमी एक्का बाहेर काढला.

ती म्हणाली, "सर, कर्जवसुलीसाठी आम्ही फक्त स्त्रियांची नियुक्ती करतो. मी तुम्हाला माझा शब्द देते की, तुमच्या बँकेच्या नावाला काळिमा लागणार नाही. त्याबद्दल आम्ही जागरूकतेनं काळजी घेऊ. आमच्यावर विश्वास ठेवा, तुमचे बुडलेले पैसेसुद्धा आम्ही वसूल करून देऊ."

डेप्युटी जनरल मॅनेजरनं प्रयोग म्हणून 'वसुली'कडे दोन कामं दिली.

"ही दोन छोटीशी कामं मी स्वीकारली. आमच्या कामावर ते इतके खूश झाले की, आज आम्ही याच बँकेसाठी दोन लाख कामं करतो!"

राष्ट्रीयीकृत बँकांच्या बालेकिल्ल्यात प्रवेश मिळवण्यासाठी तुम्हाला फक्त दोन शस्त्रं उपलब्ध असतात – सहनशक्ती आणि मुत्सद्दीपणा.

"बँकेचा प्रमुख अधिकारी तुम्हाला काम द्यायला तयार असतो, पण एखादा कारकूनच इतका सत्ताधारी निघतो की, तो तुमचं काम रोखू शकतो. अशा परिस्थितीत काम करणं फारच अवघड असतं."

हे सारं लाचेसाठी केलं जातं, असंही नव्हे. मंजूचा दावा आहे की, तिनं कधीही लाच दिलेली नाही आणि भविष्यात कधी देणारही नाही!

"लोकांची आपली स्वत:ची वैफल्यं किंवा मतं असतात. कधीकधी त्यांना बाहेरच्या लोकांची लुडबुड नको असते. मी वैयक्तिक पातळीवर जवळीक जोडण्याचा आणि विश्वास संपादन करण्याचा प्रयत्न करते आणि त्याला यश मिळतं.

"एकदा काम मिळालं की, ते पार पाडण्याची एक विशिष्ट रीत असते. वैयक्तिक कर्जं आणि ट्रॅक्टर्सच्या बाबतीत आम्ही करत असू, तसंच इथेही सर्वप्रथम करावं लागणारं काम म्हणजे कर्ज बुडवणाऱ्याला आगाऊ सूचना (नोटिसा) पाठवणं. हे काम बँक करते. जेव्हा कोणतंही उत्तर दिलं जात नाही, तेव्हाच 'वसुली'च्या कर्मचाऱ्यांना मालमत्तेवर जप्ती आणायला सांगितलं जातं.

"थोडक्यात म्हणजे, सर्वांना घराबाहेर काढावं लागतं."

माणुसकीच्या नात्यानं, असं करणं अवघड वाटत नाही का? मंजू कबूल करते की, एकदा ती भावनिक दडपणाला बळी पडली.

"मी माझ्या कर्मचाऱ्यांबरोबर बोरिवलीच्या एका राहत्या फ्लॅटवर पोचले होते. त्या इमारतीचं नाव 'गोल्डन टॉवर्स' किंवा 'गोल्डन हाइट्स' असावं. तो दोन

बेडरूम्सचा फ्लॅट होता आणि त्यात तीन पिढ्या राहत होत्या. त्यातल्या एका वृद्धाला पक्षाघातामुळे अपंगत्व आलेलं होतं.''

मंजूच्या वयाच्या एका तरुण मुलीनं रडायला सुरुवात केली आणि ती म्हणाली, ''आमची फसवणूक झालीये. माझ्या वडिलांच्या व्यवसायातल्या भागीदारानं त्यांना दगा दिलाय.''

पक्षाघातानं अपंगत्व आलेला वृद्ध माणूस म्हणाला, ''बेटा, मी तुझा आजोबा असतो, तर तू माझ्याशी असं वागली असतीस?''

कुटुंब खरोखरच गंभीर अडचणीत आहे, असं मंजूला वाटलं. त्यामुळे त्यांना अधिक वेळ द्यावा अशी विनंती बँकेला करायचा तिनं निर्णय घेतला. त्यामुळे तिनं पैशांच्या वसुलीसाठीचे कागदपत्र तयार करणं आणि अशाच अन्य कायदेशीर गोष्टी त्यावेळेस सुरू केल्या नाहीत.

याच मंजूला बोरिवली पोलीस स्टेशनमधून फोन आला. पोलीस ऑफिसर तिला म्हणाला, ''मॅडम, तुमच्याविरुद्ध तक्रार नोंदवण्यात आलीय. 'तुम्ही ज्येष्ठ नागरिकांना शिवीगाळ केलीत', 'त्यांना मारहाण करून धमकी दिलीत', अशी तक्रार आलीय.''

मंजूला धक्काच बसला.

''माझ्या लक्षात आलं की, कोणत्यातरी वकिलानं माझ्याविरुद्ध खोटी तक्रार नोंदवायचा सल्ला त्यांना दिलेला आहे. अशा 'दुर्दैवी'(!) कुटुंबाला सहानुभूती दाखवण्याची ही माझी शेवटची वेळ होती!''

बँक जनतेच्या पैशांची राखणदार असते. तुम्ही कर्ज घेतलंत आणि तुम्हाला ते फेडता आलं नाही, तर त्याचे परिणाम भोगायची तयारी तुम्ही ठेवायलाच पाहिजे!

''आम्ही व्यावसायिक आहोत आणि आमचं कर्तव्यच करत असतो.''

नेहमीच्या प्रथेप्रमाणे जप्तीच्या वेळेस 'वसुली'चे कर्मचारी आपल्यासोबत एका व्हिडिओग्राफरला आणि एका पोलीस शिपायाला नेत असतात. त्याप्रमाणे बँकेचा एक कर्मचारी आणि एक सरकारमान्य व्हॅल्युअर (फ्लॅटच्या किमतीचा अंदाज देणारा)सुद्धा ते आपल्यासोबत नेत असतात. म्हणजे जप्त केल्या गेलेल्या फ्लॅटच्या किमतीची त्यांना कल्पना येते.

''आमचं काम आहे तो फ्लॅट रिकामा करून ताब्यात घेणं, त्याला कुलूप लावून तो सील करणं आणि त्यानंतर त्याचा लिलाव करायची व्यवस्था करणं.''

> ***''८० टक्के कर्जाबाबत तडजोड केली जाते. म्हणजेच, पूर्ण किमतीसाठी अडवून न धरता बँक थोड्या कमी रकमेवर समाधान मानते.''***

''माझं असं मत आहे की, कुटुंबाकडून तुम्हाला पाठबळ तरी मिळतं किंवा कुटुंब हाच मोठा अडसर बनतं. त्यातून मार्ग कसा काढावा, हे तुमच्यावर अवलंबून असतं.''

बँकेला आपले पैसे वसूल करता आल्यानंतरच बँक 'वसुली'चं कमिशन चुकतं करत असल्यामुळे 'वसुली' विक्रीच्या प्रक्रियेत जातीनं लक्ष घालते. लिलावात फ्लॅटसाठी बोली लावणारी जितकी जास्त गिऱ्हाइकं येतील, तेवढीच चांगली किंमत येण्याची शक्यता वाढते. अंतिम सौदा बँक आणि 'वसुली' या दोहोंच्या दृष्टीनं फायद्याचा ठरतो.

'स्टेट बँक ऑफ इंडिया'च्या कर्जवसुलीसाठी 'वसुली'नं जप्त केलेल्या एका मालमत्तेची आठवण मंजूच्या पक्की लक्षात राहिलीय. बावीस एकर जागेवर पसरलेला हा एक रिझॉर्ट होता. त्याची कमीत कमी किंमत ३८ कोटी मुक्रर केली गेली होती.

''आम्ही या मालमत्तेच्या लिलावाची बातमी देशभरात प्रसिद्ध केली. सर्व मोठ्या हॉटेल-चेन्सशी संपर्क साधला. या लिलावात बारा जणांनी भाग घेतला आणि अखेरीस ही जागा ६१.४ कोटी रुपयांना विकली गेली!''

अर्थात सारेच लिलाव असे परीकथेसारखे असत नाहीत. तरीही 'वसुली'नं वसूल केलेल्या कर्जांचा आकडा आश्चर्यजनक आहे. २०११-१२ या वर्षात 'वसुली'नं ५०० कोटी रुपये वसूल केले आणि त्यावर त्यांना जवळजवळ १० कोटी रुपयांचं कमिशन मिळालं.

''बुडीत खाती गेलेल्या गृहकर्जांच्या १० लाखांच्या वसुलीसाठी आम्हाला ५ टक्के कमिशन मिळतं. परंतु आम्ही जेव्हा ३० कोटी किमतीच्या मालमत्तेचा लिलाव करतो, तेव्हा आम्हाला ०.२५ किंवा ०.५ टक्के कमिशन मिळतं.''

काही-काही कंपन्या अशा लहानसहान कर्जांची वसुली करायला नकार देतात; परंतु 'वसुली' आपल्या ग्राहकाचं कोणतंही काम नाकारत नाही आणि ही गोष्ट त्यांच्या फायद्याचीच ठरते.

लहानसहान कर्जांचा फायदा हा असतो की, सर्वसाधारणपणे कर्ज घेणारा, कर्ज फेडू इच्छित असतो.

''जर घरासाठी पाच लाखांचं कर्ज घेण्यात आलं असेल आणि कर्ज घेणाऱ्या कुटुंबानं दोन लाख उभे केले, तर ही केस चटकन बंद केली जाते आणि आम्हाला आमचं कमिशन मिळतं.''

परंतु पांढरपेशा कर्जबुडव्यांकडून – विशेषत: कारखानदारांकडून असे खटले

कोर्टात नेले जातात आणि तारखांवर तारखा पाडत ते वर्षानुवर्षं चालू राहतात.

"कंपनीमालक महागडे वकील नेमून, जप्तीवर कोर्टाची बंदी आणतात. मग आम्हाला हायकोर्टाकडे ही केस न्यावी लागते आणि खूप कटकट होते.

"अशा वेळेस मालमत्तेची किंमत खूप असली, तरी लिलाव केव्हा होईल आणि आम्हाला आमचं कमिशन केव्हा मिळेल, याचा काहीही भरवसा नसतो. खरंतर नियमित उत्पन्नाचा स्रोत येत राहणं, हे कोणत्याही कंपनीच्या दृष्टीनं आवश्यक असतं; वाढत्या स्थितीतल्या कंपनीसाठी तर ते आणखीनच महत्त्वाचं असतं."

इंदूरमध्ये फक्त आठ कर्मचाऱ्यांकडून एकाच अशिलाचं महिना २५ हजारांचं काम बघणारी 'वसुली', फक्त दहा वर्षांतच आश्चर्यकारक पद्धतीनं वाढली आहे.

"आता देशभरातील सव्वीस शाखांमधून आम्ही वीस बँकांना सेवा पुरवतो आणि २५० पगारी कर्मचारी आमच्यासाठी काम करीत आहेत."

या साऱ्या स्त्री-कर्मचारी आहेत आणि त्यांना स्थानिक भाषेत बोलता येतं. शाखेची प्रमुखसुद्धा स्त्रीच असते; परंतु ती इंदूर किंवा मुंबई यांपैकी एका शाखेची अत्युत्तम कर्मचारी असते. वसुली-एजंटांना उत्तम पगार दिला जातो. महिना २५ हजार रुपयांपासून पगाराची सुरुवात होते. परंतु कामासाठी उद्युक्त करणारी; पैसा ही एकमेव प्रेरणा नसते!

"असं पाहा, स्त्रीच्या रोजच्या सर्वसाधारण आयुष्यात, तिला स्वत:च्या घरातसुद्धा फारसं निर्णयस्वातंत्र्य दिलं जात नाही. इथे त्यांना आपला अधिकार वापरण्याची पूर्ण संधी आणि पूर्ण स्वातंत्र्य दिलं जातं. आपल्यावर कुणीतरी एवढी जबाबदारी सोपवतंय हे पाहून त्यांना बरं वाटतं."

असं एक उदाहरण आहे, मंजूची स्वत:ची आई. ती एकेकाळी फक्त एक गृहिणी होती. आता ती कंपनीच्या संचालक मंडळाची सदस्या आहे. ती अवघड खटले हाताळत देशभर फिरत असते. या स्त्रीचा संपूर्ण कायापालट झाला आहे.

"वस्तुत: 'वसुली'त फक्त दोनच पुरुष आहेत. अर्थातच एक आहेत श्रीयुत पराग शाह. दुसरे आहेत माझे वडील. त्यांनी आपला व्यवसाय बंद करून आम्हाला मदत करायला सुरुवात केलीये. ते कर्नाटक आणि तमिळनाडू या राज्यांमधलं काम बघतात."

'वसुली'चं जाळं देशभरात पसरल्यामुळे कार्यवाहीतील गुंतागुंत वाढली आहे. आता 'वसुली'कडे ऑनलाइन तक्रारी नोंदवता येतात आणि इंटरनेटद्वाराच बिलं पाठवली जातात. त्यामुळे मागोवा घेणं सुलभ झालंय.

“आम्ही स्वत:ची MIS – एक व्यवस्थापन-प्रणाली बनवली. ही गोष्ट परागनं करून दिली. त्यामागचं डोकं त्याचं होतं. मी फक्त सर्व दैनंदिन कामकाजावर लक्ष ठेवते.”

मंजूचं मुख्य लक्ष्य असतं आणखी काम मिळवणं. ती महिन्यातले पंधरा दिवस फिरतीवर असते आणि तिचा बराचसा वेळ ती दक्षिण मुंबईतील किंवा बांद्रा-कुर्ला कॉम्प्लेक्समधील बँकांच्या मुख्यालयांमध्ये खर्च करते.

“मी फारच क्वचित ऑफिसमध्ये जाते,” ती म्हणते.

आजवर हे मोठं थरारक काम होतं. पुढे काय? आजवर ‘वसुली’नं बाहेरचा एक पैसाही घेतलेला नाही. बँकेकडून ओव्हर ड्राफ्टसुद्धा अद्याप कधीही मागितलेला नाही.

“आमचं फिरतं भांडवल आम्ही आमच्या सर्वांत मोठ्या ग्राहकाकडून – ‘स्टेट बँक ऑफ इंडिया’कडून घेतो. पण मुख्य गोष्ट अशी की, सुटलेला सारा नफा आम्ही पुन्हा कंपनीतच गुंतवला आहे.”

त्यांचं स्वप्न असं आहे की, ‘कर्जवसुली’ करणाऱ्या या कंपनीचा कायापालट ‘मालमत्तेची पुनर्रचना करणारी कंपनी’ असा करायचा. हे कसं आणि केव्हा घडू शकेल, हे सांगणं कठीण आहे.

मंजू कबूल करते, “आम्ही दैनंदिन कामांमध्येच व्यस्त असतो.”

‘मालमत्तेची पुनर्रचना करणारी कंपनी’ अशी झेप घेण्यासाठी ‘वसुली’ला चांगली व्यवस्थापकीय टीम तयार करावी लागेल, इतरांकडून खाजगी भांडवल आणावं लागेल. आजवर मंजू आणि पराग यांनी या गोष्टी टाळल्या आहेत.

सध्या मंजू कामात पूर्णपणे व्यग्र आहे. ‘वसुली’मधील कामाखेरीज ती वेळ काढतेय, फक्त कायद्यातील पीएच.डी. पूर्ण करण्यासाठी; परंतु भविष्याबाबत तिच्या काय योजना आहेत? तिचे आई-वडील तिनं विवाह करून स्थिर व्हावं अशा सूचना देऊ लागलेले नाहीत?

ती हसून म्हणते, “नाही! मी स्वत:ची काळजी घेऊ शकते, हे त्यांना ठाऊक आहे.”

मंजूचा लग्नाचा अजिबात विचार नाही... निदान पुढली दोन वर्षं तरी.

“मी आता सव्वीस वर्षांची आहे. मी अठ्ठावीस-एकोणतीस वर्षांची झाले की विचार करीन. अर्थातच मला कुटुंब हवंय. त्याबद्दल प्रश्नच नाही, पण अजून काही काळानं.”

मंजूला एखाद्या यशस्वी माणसाशी विवाह करायची इच्छा आहे आणि तो कामाबद्दल अत्यंत बांधिलकी ठेवणारा असावा असं तिला वाटतं. असा माणूस – जो तिच्या इच्छा-आकांक्षांना मान देईल.

“मी लग्न केलं, तर माझ्या नवऱ्यानं माझ्या कामाला स्वीकृती दिली पाहिजे. या मुद्द्याबाबत मी ठाम आहे. मला मुलं झाली तरी मी हे काम थांबवणार नाही. मी जिवंत असेन, तोवर मी इथंच काम करेन.”

स्वच्छ विचार – ठाम निग्रह.

सूर्याप्रमाणे; जो दररोज उगवतो आणि तळपतो.

तुम्हाला काय हवंय ते शोधून काढा आणि लक्षात ठेवा की, तुमचा जन्मसुद्धा तळपण्यासाठीच झालाय!

प्रत्येक क्षणी. प्रत्येक दिनी. प्रत्येक वर्षी.

स्त्री-उद्योजिकांसाठी सल्ला

कोणतंही काम असू द्या, ते उच्च किंवा नीच नसतं.

तुम्हाला काहीतरी करण्याची जिद्द वाटली पाहिजे. तुम्ही नुसतं घरी बसून अंडी विणारी – मुलं पैदा करणारी – मादी बनता कामा नये.

माझं स्पष्ट मत आहे की, साऱ्या स्त्रियांनी आपल्या व्यावसायिक आयुष्यावर चित्त केंद्रित करायलाच हवं आणि त्यांनी फक्त पुरुषांच्या बरोबरीचंच न राहता, त्यांच्यापुढे जायला हवं.

चिकाटीनं काम करा, सहनशील राहा. यश तुमच्या मागोमाग येईल! प्रामाणिक प्रयत्न कधीही वाया जात नसतो. म्हणून कामात स्वत:ला झोकून द्या! पूर्णपणे झोकून द्या!

उद्यम हीच उपासना

रजनी बेक्टर
'क्रेमिका'

तिचा विवाह झाला लुधियानामधील एका अत्यंत सुसंपन्न परिवारात. रजनीला केक आणि आइसक्रीम बनवायला खूपच आवडत असे. तिच्या घरी, स्वयंपाकघरात तिनं सुरू केलेला हा छोटासा उद्योग आता परिवर्तित झालाय, एका ६५० कोटींच्या खाद्यपदार्थ साम्राज्यात आणि त्याकडे लक्ष देत आहेत तिचे तीन मुलगे.

लुधियानातील झकपक अशा सिव्हिल लाइन्स भागातील एका भव्य घरात रजनी बेक्टर राहते.

घरापुढली हिरवळ माझं लक्ष वेधून घेते – मुंबईतील बऱ्याचशा सार्वजनिक उद्यानांपेक्षा रजनीच्या घरापुढलं लॉन अधिक विस्तृत आहे.

दरवाजाची घंटा वाजवल्यावर एक नोकर दरवाजा उघडतो. मी घरात पाऊल ठेवते, माझे बूट काढते आणि सर्वप्रथम माझी नजर वळते; श्री. अरबिंदोंच्या मातोश्रींच्या कृष्णधवल छायाचित्राकडे.

त्यांच्या डोळ्यांमधून प्रेम, कृपा, सौंदर्य आणि करुणा यांचा स्रोत झरत असल्याचा भास होतो. त्यात हे घर उजळून निघालंय असं भासतं.

हे असं घर आहे, जिथं गृहलक्ष्मीनं एक चमत्कारच घडवलाय! स्वयंपाकाची आवड असलेल्या रजनीनं तिच्या घरातील स्वयंपाकघरातून एक छोटासा व्यवसाय सुरू केला – पस्तीस वर्षांपूर्वी!

हा व्यवसाय सुरू करण्याची तिला काहीच गरज नव्हती. तिचा विवाह अत्यंत सुसंपन्न कुटुंबात झालेला होता. त्यामुळे पैशांची अजिबात उणीव नव्हती. खरंतर तिला स्वयंपाकघरात पाऊलसुद्धा ठेवायची गरज नव्हती; कारण त्यासाठी नोकर होते.

स्वयंपाकाची आवड, त्याबद्दलची अतीव ओढ आणि काहीतरी करण्याच्या आंतरिक इच्छेमुळे रजनीनं हा व्यवसाय सुरू केला. आळसात वेळ घालवत, सुखोपभोग घेण्याची कल्पना तिला रुचेना.

"मी (अरबिंदोंच्या) माताजींची उपासक आहे... त्या नेहमीच म्हणत, 'उद्यम हीच उपासना आहे' आणि आयुष्यभर तेच माझं ब्रीदवाक्य राहिलं आहे."

या उद्यमरूपी उपासनेतूनच आज एक कंपनी उभी राहिलीय. चिमुकल्या बीजापासून तो प्रचंड फोफावलेला गगनचुंबी वृक्ष बनला आहे.

आज 'क्रेमिका' ही ६५० कोटींचा उद्योग करणारी कंपनी बनली आहे आणि त्यात सर्व बेक्टर कुटुंबीयांचा सहभाग आहे.

"माझ्या तिन्ही मुलांनी अभ्यासक्रम पूर्ण करून 'क्रेमिका'मध्ये सहभाग घेतला. त्यापुढल्या १०-१५ वर्षांमध्ये कंपनीची प्रचंड वाढ झाली."

'तुमच्यापाशी असलेलं सारंकाही त्यात ओता. ही सुरुवात आहे.

सारंकाही त्यासाठीच करा. तोच रास्त मार्ग आहे.

तुमचं सर्वस्व त्यात ओता. त्यातच परिपूर्ती आहे.'

हा होता अरबिंदोंच्या पूज्य मातोश्रींचा एका मातेला दिलेला संदेश आणि चमत्कार घडला – सागर दुभंगला आणि स्वर्गाचं दार उघडलं!

उद्यम हीच उपासना

रजनी बेक्टर

'क्रेमिका'

रजनी बेक्टरचा जन्म कराचीत झाला. पण सुरुवातीचा काळ तिनं लाहोरमध्ये व्यतीत केला.

"माझे वडील सरकारमध्ये अत्यंत उच्चपदावर होते; परंतु नंतर हिंदुस्थानाची फाळणी झाली."

फाळणीनंतर हे कुटुंब दिल्लीत राहू लागलं. इथेच रजनीनं शालेय शिक्षण पूर्ण करून मिरांडा हाउस या कॉलेजमध्ये पुढील शिक्षणाला प्रारंभ केला. १९५७ साली जेमतेम सतराव्या वर्षी रजनीचा विवाह लुधियानातील एका संपन्न व्यावसायिक कुटुंबात झाला. सासरचं कुटुंब माहेरच्या नोकरदार कुटुंबाहून खूपच वेगळं असलं, तरी सासरचे कुटुंबीय मोठ्या मनाचे होते.

ती सांगते, "मी लग्नानंतर माझं पदवीचं शिक्षण पूर्ण केलं."

त्यानंतर तिच्या तीन पुत्रांच्या संगोपनात रजनी गुरफटून गेली. काही वर्षांनी तिचे तिन्ही मुलगे मसुरीच्या बोर्डिंग स्कूलमध्ये दाखल झाले. पिलं उडून जाऊन रिकाम्या झालेल्या घरट्यात, रजनीच्या हाताशी भरपूर रिकामा वेळ राहू लागला.

''लुधियाना हे लहानसं शहर आहे. स्त्रियांनी काम करण्यावर इथे फार बंधनं येतात... सुखवस्तू कुटुंबात तर अधिकच.'' (स्त्रियांना नोकरी करण्यास मनाई केली जाते.)

'''लायन्स क्लब'द्वारा केल्या जाणाऱ्या समाजसेवी उपक्रमांमध्ये मी मनापासून सहभागी होत असे. खरं सांगायचं तर, लायन्स क्लबची स्त्री-शाखा, ही संकल्पना मी प्रथम पंजाबात रुजवली आणि मग संपूर्ण उत्तर भारतात त्याच्या शाखा सुरू केल्या.''

रजनी 'रेडक्रॉस'साठीदेखील काम करत असे आणि लुधियानातील अत्यंत प्रतिष्ठित गणल्या जाणाऱ्या 'लेडीज क्लब'चं अध्यक्षपदसुद्धा सांभाळत असे.

''ह्या लेडीज क्लबची सेक्रेटरी (सचिव) म्हणून मी सुरुवातीला काम केलं. त्यानंतर दोन वर्षं मी त्याची अध्यक्ष होते. त्यानंतर त्यांनी 'चेअरपर्सन' (संचालक-मंडळाची अध्यक्षा) हे पद निर्माण केलं आणि त्यायोगे माझं योगदान सुरू ठेवलं.''

रजनी जे काही हाती घेई, त्यात ती अशा प्रकारची ऊर्जा आणि उत्साह निर्माण करीत असे.

''असं असलं तरीसुद्धा माझी भावना अशी होती की, मी पुरेसं विधायक काम करत नाहीये...'' तिने सांगितलं.

सुखवस्तू कुटुंबातील स्त्रीनं नोकरी करणं ही कल्पना अजिबातच संमत नव्हती. अशा परिस्थितीत रजनी आणखी काय करू शकणार होती?

''मला स्वयंपाकाची फार आवड होती. म्हणून मी पंजाब ॲग्रिकल्चरल युनिव्हर्सिटीच्या बेकिंगच्या (केक, ब्रेड बनवणं) कोर्ससाठी नाव नोंदवलं.'' आणि नवीन पाककृती करून पाहण्यासाठी ती वेगवेगळे समारंभ घडवून आणू लागली.

''मी लोकांना दुपारच्या जेवणासाठी, दुपारी चहा-फराळासाठी किंवा रात्रीच्या भोजनासाठी आमंत्रण देऊ लागले. लहान मुलांना मी पोहोण्यासाठी बोलवू लागले आणि त्यांच्यासाठी केक्स वगैरे बनवू लागले.''

रजनीनं बनवलेली आइसक्रीम्स, केक्स आणि कुकीज यांची ख्याती गावात पसरू लागली. तिने बनवलेले हे सारे पदार्थ इतके रुचकर असत की, तिचे स्नेही म्हणत असत, ''तू यातून व्यवसाय उभारू शकशील!''

केवळ गंमत म्हणून रजनीनं व्यवसाय सुरू केला. हातानं घुसळण्याच्या यंत्राचा वापर करून ती वेगवेगळ्या प्रकारची आइसक्रीम्स बनवू लागली आणि स्थानिक उत्सवांमध्ये आणि आनंदमेळ्यांमध्ये स्टॉल भाड्यानं घेऊन तिथं या गोष्टी विकू लागली.

''मला आठवतंय, माझा पहिला स्टॉल नेमका 'क्वॉलिटी'च्या स्टॉललगतच होता. माझ्या मनात धाकधूक होत होती, पण आश्चर्याची गोष्ट म्हणजे माझं आइसक्रीम लोकांना भलतंच पसंत पडलं.''

खरंतर तिच्या स्टॉलपाशी इतकी तुफान गर्दी झाली की, 'क्वॉलिटी'चा मॅनेजरसुद्धा तिचं आइसक्रीम चाखून पाहण्यासाठी तिथे आला!

"मला फारच चांगला प्रतिसाद मिळाला आणि त्यानंतर लोक माझ्यापाशी विचारणा करू लागले की, मी समारंभांसाठी पुरवठा करेन का म्हणून."

आणि अशा तऱ्हेनं तो एक व्यवसाय बनला. तो सुरू झाला रजनीच्या स्वयंपाकघरात. सुरुवातीचं भांडवल होतं एक छोटासा ओव्हन आणि रुपये ३०० फक्त! पाहता पाहता ही बातमी कर्णोपकर्णी पसरली आणि मोठाल्या मेजवान्या, समारंभ यासाठी रजनीच्या मालाला भरपूर मागणी येऊ लागली. कधीकधी रजनी म्हणत असे की, तिला ते शक्य होणार नाही; परंतु ग्राहक नकार स्वीकारायला तयारच नसत! ते म्हणत, "मला काहीएक ठाऊक नाही! माझी ऑर्डर तुला घ्यावीच लागेल!"

सुरुवातीच्या काळातली अशीच एक ऑर्डर रजनीला अगदी लख्ख आठवतेय. ही मागणी होती स्थानिक लोकसभा सदस्याकडून आणि थोडीथोडकी नव्हे; तर दोन हजार पुडिंग्जची!

"ही मागणी पूर्ण करणं मला अशक्य कोटीतली गोष्ट वाटत होती. परंतु कशीबशी मी ती पूर्ण केली. प्रत्येक जण येऊन मी केलेला पदार्थ कसा वाखाणत होता, हे मला कधीही विसरता येणार नाही."

रजनी जीव ओतून काम करत असली तरी तिच्या डोक्यानं हिशोब करायचं नाकारलं होतं. ती तिला आलेल्या खर्चापेक्षासुद्धा कमी किमतीला माल विकत होती आणि तिचा धंदा तोट्यात जाऊ लागला. या निर्णायक टप्प्यावर तिच्या नवऱ्यानं, धरमवीरनं तिला महत्त्वाचा सल्ला दिला.

"तू जिवापाड कष्ट करते आहेस, पण तू याकडे एक व्यवसाय म्हणून बघायला हवंस. तू या खटपटीला व्यवसायाचं स्वरूप आण, व्यवसायाचं प्रमाण मोठं कर आणि प्रत्येक गोष्ट योग्य रीतीनं कर!"

अशा प्रकारे १९७८ साली २० हजार रुपये गुंतवून, रजनीनं राहत्या घराच्या मागच्या बाजूच्या अंगणात आइसक्रीम बनवणारा छोटा कारखाना उभारला. आता तिला लग्नसमारंभासाठी मोठाल्या ऑर्डर्स घेता येऊ लागल्या आणि तिला पगारी मदतनीस ठेवता येणं शक्य होतं, तरी तिला जवळजवळ सर्व गोष्टी स्वहस्ते करायला आवडत.

"इतर कुणीही हे काम माझ्याइतकं चांगलं करू शकेल असं मला वाटत नव्हतं. त्यामुळे मी पहाटे लवकर उठत असे, रात्री उशिरा झोपत असे... दिवसाकाठी

"मी साऱ्या गोष्टी स्वहस्ते करत असे... मी तासन्‌तास कामाला जुंपलेली राही. बारा तास मला कमीच पडत!"

''कुटुंबाकडे दुर्लक्ष करून काम करत राहणं, मला अजिबात मान्य नव्हतं. मुलांना माझा पहिला प्राधान्यक्रम होता!''

बारा तासांहूनही जास्त वेळ मी काम करीत असे!''

पण तिनं एक महत्त्वाचा नियम पाळला... मुलं घरी असतील, तेव्हा त्यांना आईचा सहवास लाभायलाच हवा!!

''मी ही गोष्ट कटाक्षानं पाळत असे... प्रत्येक जेवणाच्या वेळेस, त्यांच्या अभ्यासाच्या वेळेस, त्यांना जेव्हा केव्हा माझी गरज भासे, तेव्हा मी नेहमी त्यांच्यापाशीच राहत असे!''

१९८३ साली रजनीनं आपल्या व्यवसायाची कायदेशीर नोंदणी केली. तिच्या नवऱ्यानं एके दिवशी दुपारी तिला फोनवर विचारलं, ''तुला व्यवसायाची नोंदणी कोणत्या नावानं करायची आहे ते सांग.''

व्यवसायाला काय नाव द्यावं, यावर विचार करायला रजनीला अवधी हवा होता.

तिचा नवरा म्हणाला, ''नाही... मला आणखी थांबता येणार नाही... आजच माणूस पाठवून नोंदणी करणं आवश्यक आहे.''

रजनीच्या मनात नावं आलं 'क्रेमिका' – तिच्या अनेक खाद्यपदार्थांमध्ये ती क्रीम (मलई) वापरत असे, त्यावरून तिला हे नाव सुचलं आणि अशा प्रकारे 'क्रेमिका' या कंपनीचा जन्म झाला!

लवकरच रजनीनं ब्रेड बनवायला प्रारंभ केला. तिच्या ब्रेडला इतकी मागणी येऊ लागली की, तिनं तिच्या नवऱ्याच्या मदतीनं, ब्रेड बनवणारी स्वयंचलित फॅक्टरी उभारली.

''जी.टी. रोडवर आमच्या मालकीची जागा होती. तिथे आम्ही ही फॅक्टरी सुरू केली. त्यानंतर आम्ही फिल्लौरमध्ये बिस्किटं बनवायची फॅक्टरी सुरू केली...''

हे सारं कसं आणि केव्हा सुरू झालं, हे रजनीला नीटसं आठवत नाहीये; परंतु महत्त्वाची गोष्ट अशी की, ब्रेड-बिस्किटं या गोष्टी तयार केल्या जाऊ लागल्या आणि त्यात त्यांना यश मिळालं.

''फॅक्टरीसाठीची यंत्रसामग्री दिल्लीहून आली आणि आम्ही 'एच.डी.एफ.सी.'कडून कर्ज घेतलं; परंतु यामागे काही प्रदीर्घ नियोजन नव्हतं.''

एका शेडवजा इमारतीत प्रचंड मोठे ओव्हन्स बसवण्यात आले आणि उत्पादनाला सुरुवात झाली. उत्पादनात प्रचंड प्रमाणात वाढ झाल्यावर त्यांची विक्री करणारा संघ त्यांना उभा करावा लागला. मात्र एका अत्यंत महत्त्वाच्या गोष्टीकडे रजनी जातीनं लक्ष पुरवत होती... ही गोष्ट म्हणजे मालाचा दर्जा!

''मालाचा दर्जा उत्तम राहायलाच हवा ना? मी प्रत्येक बारीकसारीक गोष्टीकडे बारकाईनं लक्ष पुरवत असे.''

ब्रेडमध्ये आणखी दूध घालायला हवं का? त्या दुधात स्निग्धांशाचं प्रमाण किती असायला हवं? अशा लहानलहान गोष्टींमुळे चवीत खूपच फरक पडू शकतो.

"मी कच्च्या मालाच्या दर्जाबाबत कधीही तडजोड करीत नसे. त्यामुळे लोक पसंतीची पावती देऊ लागले की, जे क्रेमिका बनवते, ते 'ब्रिटानिया' किंवा 'पार्ले'लासुद्धा बनवता येत नाही!"

१९९० साल हा मोठा निर्णायक टप्पा होता. पंजाबात आतंकवाद जोरात सुरू होता आणि हिंदू व्यापारी आणि शीख शेतकरी यांच्यात प्रचंड तणाव होता. बेक्टर कुटुंबाच्या धान्य, तेल आणि खतं यांच्या खरेदी-विक्रीच्या १०७ वर्षं जुन्या व्यवसायाला मोठीच झळ पोचली होती.

"आमचा सर्वांत मोठा मुलगा, अजय याच्या अपहरणाचा प्रयत्न करण्यात आला होता. त्यानंतर आमच्या मनानं घेतलं की, या व्यवसायात आता राम उरलेला नाही आणि आम्ही हळूहळू तो बंद केला."

यावेळेपर्यंत 'क्रेमिका'ची विक्री पाच कोटींपर्यंत पोचलेली होती. कुटुंबानं 'क्रेमिका'वरच लक्ष केंद्रित करून हा व्यवसाय वाढवायचा निर्णय घेतला. पदवी मिळवल्यावर, रजनीच्या सर्वांत थोरल्या मुलानं व्यवसायाला हातभार लावायला सुरुवात केली. त्याच्या पाठच्या अक्षयनं, मणिपालहून अभियांत्रिकीची पदवी मिळवली होती. तोसुद्धा याच व्यवसायात उतरला. सर्वांत धाकटा अनूप सी.ए.ची तयारी करत होता. त्यानं सी.ए.चा नाद सोडला आणि तोसुद्धा 'क्रेमिका'संघात उतरला.

तो म्हणाला, "पदवी मिळवण्यामागे वेळ कशाला वाया घालवू? त्याऐवजी व्यवसायातच उतरतो आणि तो वाढवतो!"

"दोनाचे चार, चाराचे आठ हात मदतीला पुढे आले आणि कुटुंबीयांमुळे व्यवसाय वाढत गेला."

रजनीच्या पतीच्या आणि पुत्रांच्या सहभागामुळे, रजनीनं छंद म्हणून सुरू केलेल्या व्यवसायानं महत्त्वाकांक्षी आणि व्यावसायिक रूप घेतलं. व्यवसाय खूपच वाढला आणि २० कोटींच्या घरात पोचला.

त्या सुमाराला एक प्रचंड मोठी नवी संधी दार ठोठावत आली. १९९५ साली 'मॅक्डॉनल्ड्स'नं भारतात प्रवेश करावयाचं ठरवलं आणि त्यांनी स्थानिक विक्रेत्यांकडून

> ***"हा आमच्या कुटुंबाचा व्यवसाय आहे आणि त्यासाठी माझ्या नवऱ्यानं मला खूप उत्तेजन दिलं. तो म्हणाला, तुला काहीतरी मोठं करायचं असेल, तर तू व्यवसाय मोठ्या प्रमाणावर करायला हवास... नवी यंत्रसामग्री आणून नव्या पद्धती आत्मसात करायला हव्यास."***

''दोनाच्या ऐवजी जर चार हात काम करू लागले, तर त्यामुळे खूपच फरक पडतो. त्यामुळे जर कुटुंबातील सदस्य तुमच्या व्यवसायात भाग घेऊ लागले तर ते वरदानच ठरतं.''

माल शोधायला प्रारंभ केला. त्यांनी बन्सच्या पुरवठ्यासाठी 'क्रेमिका'कडे विचारणा केली.

''प्रारंभी आम्ही अनेक प्रयोग केले. परंतु हवे तसे बन्स बनवण्यात आम्हाला यश मिळत नव्हतं. आम्ही हजारो किलोंचे बन्स वाया घालवून 'उत्कृष्ट दर्जा'च्या बन्सचा शोध घेत राहिलो.''

शिकागोमधील 'ईस्ट बाल्ट कमिसरी', रे क्रॉकच्या जमान्यापासून मॅक्डॉनल्ड्सला बन्स पुरवत आली आहे. त्यांचे कुशल बेकर्स विमानानं आले आणि जगप्रसिद्ध अशा त्यांच्या तीळ लावलेल्या लुसलुशीत बन्सची गौप्य कृती 'क्रेमिका'च्या कर्मचाऱ्यांना शिकवू लागले.

''परंतु भारतातील गव्हावर अमेरिकन पाककृती उपयुक्त ठरेना. भारतातील गव्हात ग्लूटेनचं प्रमाण खूपच कमी असतं. शेवटी खूप प्रयोग करून स्थानिक गव्हाला योग्य अशी कृती आम्हीच शोधून काढली.''

'क्रेमिका'बरोबरची बन्सबाबतीतली भागीदारी यशस्वी ठरल्यावर, या नव्या कंपनीपुढे मॅक्डॉनल्ड्सनं आणखी एक आव्हान ठेवलं –

''तुम्ही आमच्यासाठी बॅटर (मैदा-अंड्याचे फेसलेले पातळ मिश्रण) आणि ब्रेडिंग्ज (ब्रेड क्रंब्ज) बनवून द्याल का?''

'क्रेमिका'नं इंग्लंडमधील 'ई.बी.आय.फूड्स' या कंपनीशी हातमिळवणी करून आंतरराष्ट्रीय दर्जाचे ब्रेड क्रंब्ज (बर्गरमधील पॅटीवर चिकटवण्यासाठी) बनवायला सुरुवात केली. मॅक्डॉनल्ड्सनं खूश होऊन आणखी एक मागणी केली.

''तुम्ही आम्हाला टोमॅटो-सॉस पुरवू शकाल का?''

अमेरिकेतील 'क्वेकर-ओट्स'बरोबर ५० टक्के भागीदारीत हा नवा जोडधंदा सुरू केला गेला आणि टोमॅटो-सॉस बनवणारा कारखाना उभारला गेला. टोमॅटो-सॉस, चिली-सॉस, मस्टर्ड-सॉसबरोबर 'क्रेमिका' मॅक्डॉनल्ड्सला शाकाहारी (बिनअंड्यांचं) मेयोनीजसुद्धा पुरवू लागली. 'अंडेविरहित मेयोनीज' ही खास अशी भारतीय संकल्पना होती.

''मॅक्डॉनल्ड्सकडून उच्चप्रतीच्या दर्जाची अपेक्षा केली जाते. दर्जाबाबत ते इतके चोखंदळ आणि आग्रही असतात की, दर महिन्याला पदार्थाचा नमुना परीक्षण आणि दर्जा-मोजणीसाठी हाँग काँगला पाठवला जातो. आमच्या प्रत्येक फॅक्टरीत आमची स्वत:ची परीक्षण करणारी लॅब असते.''

सतत उच्च दर्जा राखून ठेवणं, ही अवघड गोष्ट असली, तरी त्यामुळे बहुराष्ट्रीय कंपन्यांकडून व्यवसाय मिळवणं सोपं जातं. 'क्रेमिका'च्या फिल्लौर येथील फॅक्टरीनं

'कॅडबरी' आणि 'आय.टी.सी. सनफीस्ट'साठी बिस्किटं बनवायला सुरुवात केली आहे.

"आम्ही आमच्या स्वत:च्या ब्रँडखालीसुद्धा; 'मिसेस बेक्टर्स' – 'क्रेमिका फूड्स' या ब्रँडखाली; बिस्किटं, सॉसेस आणि अन्य खाद्यपदार्थ विकतो."

या उद्योगाचा आकार आणि अवाका प्रचंड प्रमाणात वाढला. २००६ सालापर्यंत 'क्रेमिका'चा व्यवसाय दरवर्षी ३० टक्क्यांनी वाढत १०० कोटी रुपयांपर्यंत पोचला होता. त्यात 'गोल्डमन सॅक्स' यांनी १० टक्के भागीदारी घेतली. त्यासाठी त्यांनी ५० कोटी रुपये मोजले. हे भांडवल व्यवसाय आणखी वाढवायला उपयुक्त ठरलं.

"आता आमच्या आणखी दोन ठिकाणी फॅक्टऱ्या आहेत. ग्रेटर नॉइडात आणि मुंबईत! या दोन्ही ठिकाणी आधुनिक स्वयंचलित यंत्रसामग्री आहे."

दरमहा ४००० टन्सची उत्पादनक्षमता असलेली आणखी एक फॅक्टरी हिमाचल प्रदेशातील उना येथे उभारण्यात आली आहे. २०११-१२ या वर्षात क्रेमिकाची वार्षिक विक्री ६५० कोटी रुपयांवर पोचली आहे. आता वेगवेगळ्या ठिकाणी, कंपनीसाठी ४००० कर्मचारी काम करीत आहेत.

सर्व महत्त्वाच्या पदी त्यांनी अत्यंत तज्ज्ञ व्यावसायिक नेमले आहेत.

रजनी म्हणते, "प्रांजळपणे सांगायचं, तर मी आता जवळजवळ निवृत्त झाले आहे. मुलं व्यवसायाची धुरा उत्तम प्रकारे वाहत आहेत."

एका गोष्टीत रजनी अजूनही बारकाईनं लक्ष घालते. ती म्हणजे नवे पदार्थ आणि नव्या कृती. अखेरीस चव आणि दर्जा या दोन स्तंभांवरतर 'क्रेमिका' उभी आहे!

"मी स्वत:ची कधीच फार फिकीर केली नाही. असे अनेक दिवस असत की, जेव्हा मी फक्त तीन किंवा चार तास झोपत असे. मी माझी सर्व नाती, माझे कुटुंबीय, काम या साऱ्या गोष्टींमध्ये समतोल राखायला धडपडत असे."

या साऱ्याचं फळ मोठं गोमटं आलंय. उच्च यशासोबतच चालत आलीये, अधिकृत मान्यता. सरकारकडून आणि उद्योगक्षेत्राकडून रजनीवर पुरस्कारांचा वर्षाव झालाय!

ती स्मित करत म्हणते, "मला इतके पुरस्कार मिळाले आहेत की, आता त्यांची मोजदाद राहिलेली नाही!"

परंतु २००५ साली भारताचे राष्ट्रपती डॉ. अब्दुल कलाम यांच्याकडून मिळालेला शाबासकी रूपातला पुरस्कार मात्र तिच्या कायम लक्षात राहिला आहे!

डॉ. अब्दुल कलाम म्हणाले होते, "ओ!... तर तुम्ही त्या 'आइसक्रीम महोदया' आहात, होय ना?"

'क्रेमिका' कितीही मोठी झाली, तरी रजनीची आठवण याच स्वरूपात चिरंतन राहील.

ही स्त्री स्वयंपाकघरात प्रविष्ट झाली... आणि तरीही तिनं साऱ्या सीमारेषा ओलांडल्या.

कारण उत्क्रांती म्हणजेच क्रांती! आणि तुम्ही कुठेही असा... उत्क्रांतीची क्रांतिकारी वाटचाल, तुम्ही नेहमीच सुरू करू शकता!

स्त्री-उद्योजिकांसाठी सल्ला

तुम्ही काम करताना तुमच्या कुटुंबाला प्राधान्यक्रम द्यायलाच हवा. मुलं थोडी मोठी होऊन स्वावलंबी झाली की, त्यानंतर उद्योग सुरू केलेला बरा.

तुमची मुलं, कुटुंब आणि काम यांच्यासाठी दिल्या जाणाऱ्या वेळात समतोल राखा. जेव्हा तुमची मुलं शाळेत असतील तेव्हा, किंवा पहाटेस किंवा रात्री उशिरा काम करा. अर्थात त्यासाठी तुम्हाला आंतरिक जिद्द असायला हवी आणि कष्ट करण्याची तयारीसुद्धा ठेवायला हवी.

कुटुंबसदस्यांची मदत घ्या. मी व्यवसायातील गोष्टींसाठी नेहमीच माझ्या नवऱ्याची मदत आणि सल्ला घेतला.

व्यवसाय व्यावसायिक पद्धतीनं करा. खाद्यपदार्थांच्या व्यवसायात तुम्हाला कच्च्या मालाच्या दर्जाबाबत अत्यंत जागरूक राहावं लागतं. कोणताही व्यवसाय करा; परंतु दर्जाबाबत तडजोड करू नका.

धरमवीर सिंग (रजनीचे पती) म्हणतात :

पतीनं पत्नीच्या अंगच्या गुणांना उत्तेजन देऊन तिला नेहमी सहकार्य दिलं पाहिजे. तिचा मत्सर करू नये. खरंतर साऱ्या कुटुंबानंच स्त्रीला उत्तेजन द्यायला हवं.

मला आठवतंय, रजनी अनेकदा मध्यरात्रीपर्यंत, कधीकधी पहाटे दोन वाजेपर्यंत काम करीत असे. मी तिच्या ठायीच्या गुणांना आणि तिच्या समर्पिततेला सलाम करतो. त्यामुळेच आम्ही कटाक्षानं तिचं नाव सर्वांच्या आधी घेत असतो.

मला असाही विश्वास वाटतो की, जेव्हा तुम्ही मनापासून आणि सद्हेतूनं कष्ट करता तेव्हा देव तुमच्यावर कृपा करतो. 'क्रेमिका'च्या बाबतीत, कोणतीतरी दिव्यशक्ती कोठेतरी कार्यरत आहे... माझी त्याबद्दल खातरी आहे!

हम साथ साथ है

निर्मला कांदळगांवकर

‘विवम् ॲग्रोटेक’

लहानशा खेड्यातील या गृहिणीनं, मुलं मोठी झाल्यावर ‘काहीतरी’ करायचं ठरवलं. विज्ञान आणि सामजसेवा यांतील ज्ञान व अनुभव एकत्र करून तिनं गांडूळखत बनवण्याच्या आगळ्यावेगळ्या उद्योगाला प्रारंभ केला.

नागपूरच्या 'टीआयइ कॉन्फरन्स'मधलं गुरुराज देशपांडेंचं उद्‌घाटनाचं भाषण नुकतंच आटोपलंय. पुढील वक्त्या आहेत निर्मला कांदळगांवकर.

प्रारंभीचं तिचं वाक्य आहे, ''माझं माहेरचं आडनाव आहे देशपांडे!'' जागतिक कीर्तीच्या अनेक उद्योगांच्या प्रवर्तक असलेल्या गुरुराज देशपांडेंना उद्देशून ही सलामी असावी.

निर्मला तीस मिनिटं मराठीत भाषण करते. मराठीत बोलणं तिला सर्वांत सोपं वाटतं. गांडूळखत आणि बायोगॅस बनवण्याच्या प्रक्रियेतील खुब्यांचं ती सफाईनं विवेचन करते. या विषयांवर तिचं प्रभुत्व असल्याचं तिच्या आत्मविश्वासातून दिसून येतं. आपल्या मालाबद्दल संपूर्ण खातरी असलेल्या उद्योजिकेची उत्कटता तिच्या शब्दांमधून जाणवते.

तिची कल्पना जगात संपूर्ण परिवर्तन घडवून आणेल, हा विश्वास त्या शब्दांतून जाणवतो.

निर्मलानं हा व्यवसाय दहा वर्षांपूर्वी वयाच्या पन्नासाव्या वर्षी सुरू केला. ''मुलं मोठी झाल्यावर, मी 'काहीतरी करायचंच' असं ठरवलं.''

सर्वसाधारणत: स्त्रिया करतात तसा हा पापड-लोणची करण्याचा व्यवसाय नव्हता. हा आगळावेगळाच व्यवसाय होता आणि तो ग्रामीण भारताला अत्यंत उपयुक्त ठरणार होता. ग्रामीण भारतातच निर्मला जन्मली आणि वाढली होती. तिथेच तिने समाजसेविका म्हणून काम केलेलं होतं.

''मराठवाडा अत्यंत मागासलेला आहे आणि माझ्या या जन्मस्थळातील लोकांसाठी काहीतरी करावं, हे माझं बालपणापासूनचं स्वप्न होतं.''

निर्मला सुशिक्षित आहे; परंतु अत्याधुनिक नाही. तिची सिन्थेटिक साडी, मोठं लाल कुंकू, मंगळसूत्र आणि किंचित विसकटलेले केस पाहून मुंबईच्या लोकल गाड्यांमधून नोकरीवर जाणाऱ्या हजारो मध्यमवर्गीय स्त्रियांची आठवण होते. या स्त्रिया पहाटे उठून, सारं घरकाम करून ऑफिस गाठतात आणि तिथे दिवसभर कष्ट करून थकून-भागून घरी परततात.

आणि तरीही घरी आल्यावर कुटुंबीयांची काळजी घेण्याएवढी ऊर्जा त्यांच्याठायी शिल्लक असते.

कारण कुटुंबातूनच आपण ऊर्जा मिळवत असतो.

तो आपल्या अस्तित्वाचा मूलाधार आहे, आपला आधारभूत पाया आहे. आपण एकत्रितपणे प्रयत्न केले, तर आपण जगसुद्धा जिंकू शकू.

हम साथ साथ है

निर्मला कांदळगांवकर
'विवम् ॲग्रोटेक'

महाराष्ट्राच्या हिंगोली जिल्ह्यातील म्हाळकोळी नावाच्या खेड्यात निर्मलाचा जन्म झाला.

"एका लहानशा खेड्यात मी जन्मले. माझे आई-वडील शिक्षक होते. आमचं मोठं, एकत्र-कुटुंब होतं; परंतु मुलगे आणि मुली, दोहोंच्या बाबतीत शिक्षणाला अग्रक्रम दिला जात होता. शाळेनंतर पुढील शिक्षणासाठी मी औरंगाबादला गेले."

निर्मलानं जीवशास्त्रात बी.एस्सी. ही पदवी मिळवली आणि त्यानंतर ती समाजसेविका म्हणून नोकरी करू लागली. 'अखिल भारतीय विद्यार्थी परिषद' नावाच्या संस्थेसाठी ती काम करीत होती. तिथेच तिचा तिच्या पतीशी, गिरीशशी परिचय झाला.

"त्याची आई माझी शिक्षिका होती. आम्ही एकमेकांना आवडू लागलो. त्यानं विवाहाचा प्रस्ताव मांडला आणि मी त्याला होकार दिला."

ते वर्ष होतं १९७८. या जोडप्याला लगेचच पुत्रप्राप्ती झाली. त्यांचा मुलगा नीलेश याचा १९७९ साली जन्म झाला. मुलगी नेहा, १९८४ साली जन्मली आणि सर्वांत धाकटा मुलगा कैवल्य, १९८६ साली जन्मला.

साऱ्याच तरुण मातांप्रमाणे मुलांच्या संगोपनात निर्मला पूर्णवेळ व्यस्त राहू लागली.

“मी नोकरी करू नये असा आम्ही निर्णय घेतला होता. मुलांचं संगोपन नीटपणे करणं आम्हाला महत्त्वाचं वाटत होतं.”

‘बेम्को स्लीपर्स’ नावाच्या रेल्वेचे स्लीपर्स बनवणाऱ्या कंपनीत गिरीश नोकरी करीत होता.

कांदळगांवकर कोणत्याही लहान गावातल्या मध्यमवर्गीय कुटुंबीयांसारखेच होते; परंतु एक दिवस निर्मलानं ‘काहीतरी’ उद्योग करायचा ठरवल्यावर परिस्थिती पालटत गेली.

“त्याची सुरुवात अशी झाली – मुलं मोठी झाली आहेत आणि त्यांना माझी पूर्वीएवढी गरज पडत नाही, हे माझ्या लक्षात आलं. त्यामुळे मी ठरवलं की, आता काहीतरी चांगलं, उपयुक्त काम मी करायलाच हवं.”

प्रश्न होता – कोणतं काम? निर्मलाच्या गाठीला फक्त समाजसेवेचा अनुभव होता. ती वेगवेगळ्या खेड्यांमध्ये जाऊन स्त्रियांचं वेगवेगळ्या समस्यांबाबत प्रबोधन करत असे.

“मी ठरवलं की, खेड्यांसाठीच काहीतरी करायचं. मी ज्या गोष्टीचं उत्पादन आणि विक्री करेन, त्यामुळे सुपरिणाम घडून त्याचा खूप जणांना लाभ झाला पाहिजे.”

त्यावेळेस ग्रामीण भागात असलेल्या एका फॅक्टरीत गिरीशची बदली झाली होती. त्यामुळे शेतकऱ्यांची जीवनशैली आणि त्यांच्यापुढल्या समस्या यांबद्दल जाणून घेणं निर्मलाला सोपं गेलं. त्यांच्यापुढील सर्वांत मोठी समस्या आहे, आर्थिकदृष्ट्या टिकाव धरू शकणं, हे निर्मलाला स्पष्टपणे दिसत होतं.

“आम्हाला दिसत होतं की, बऱ्याचशा शेतकऱ्यांना अजिबात नफा सुटत नव्हता.”

त्यामागचं मुख्य कारण होतं की, त्यांना बी-बियाणं आणि रासायनिक खतं यांच्या खरेदीत खूप पैसा गुंतवावा लागत होता. भरीतभर म्हणून शेतकरी शेतावर घाम गाळून कष्ट करत असला, तरी कोणत्या किमतीला धान्य विकायचं, या निर्णयाचा हक्क त्याला मिळत नव्हता. ही किंमत सरकार ठरवत होतं.

गांडूळखताच्या माध्यमातून जमाखर्चाचं हे समीकरण बदलण्याचं निर्मलानं ठरवलं.

“पूर्वापारपासून शेतकरीच स्वतःच्या शेतासाठी लागणारं खत बनवत असत. परंतु आता आधुनिकतेच्या नावाखाली त्यांनी असं करणं बंद केलं होतं.”

निर्मलाचा विचार स्वच्छ होता : नैसर्गिक खतांना पुन्हा लोकप्रियता मिळवून द्यायची आणि त्या दिशेनं उचललेलं पहिलं पाऊल होतं, पिढ्यान्‌पिढ्या चालत आलेलं खत बनवण्याचं तंत्र शिकून घेणं.

"पारंपरिक पद्धतीप्रमाणे जमिनीत एक खड्डा खोदला जातो. त्या खड्ड्यात टाकाऊ ओला कचरा भरला जाते आणि त्यात गांडुळांना मुक्तसंचारासाठी सोडून दिलं जातं."

ही पद्धत उपयुक्त असली तरी ती शास्त्रशुद्ध नाही. खड्ड्यात किती गांडुळं सोडावीत हे तुम्हाला ठाऊक नसतं. त्या कचऱ्यातून कितीसं खत तयार होईल आणि ते केव्हा तयार होईल, हे तुम्हाला ठाऊक नसतं.

तिचं विज्ञानातलं ज्ञान आणि व्यवहारज्ञान यांचा वापर करून निर्मलानं प्रयोग करायला सुरुवात केली.

"प्रयोगाची उपयुक्तता मापण्यासाठी नियंत्रित वातावरण गरजेचं होतं. म्हणून जमिनीत खड्डा खणण्याऐवजी मी धातूची पेटी बनवली."

चुकतमाकत, त्यातून शिकत, निर्मलाला गांडुळांच्या उत्सर्जनाबद्दल माहिती झाली. भरपूर प्रमाणातली उत्तम दर्जाची सेंद्रिय खतं बनवण्यासाठी योग्य असं तपमान आणि मातीचा प्रकार कोणता, हे तिला समजलं.

"ह्या प्रक्रियेला तब्बल एक वर्ष लागलं."

गिरीशनं त्याच्या तंत्रज्ञानाचा उपयोग करून दिला. खत बनवण्याच्या यंत्रणेसाठी एका पेटीत पोलादी विभाजक असतात आणि तळाला तारेची जाळी असते. खरा प्रश्न होता, ही यंत्रणा इकडून तिकडे नेण्याजोगी सुटसुटीत कशी बनवता येईल हा!

"आमच्या लगेचच लक्षात आलं की, ही पेटी वजनाला हलकी आणि घडी घालण्याजोगी बनवणं गरजेचं आहे."

कल्पना निर्मलाच्या होत्या आणि त्या वास्तवात उतरवण्यासाठी गिरीशचं अभियांत्रिकीतलं कौशल्य अनिवार्य होतं. सुरुवातीला या खतासाठीच्या पेट्या त्यांनी जवळच्या एका वर्कशॉपमधून बनवून घेतल्या.

गिरीश म्हणतो, "आमची प्रारंभीची गुंतवणूक होती २०-२५ हजार रुपये. जवळच्याच एका खेड्यात आमच्या मालकीचा जमिनीचा एक तुकडा होता. त्यामुळे सुरुवातीला आम्ही तिथंच खत बनवून पाहिलं."

हा प्रयोग यशस्वी झाला आणि त्याचा बोलबाला झाला. "खेडोपाडीचे शेतकरी येऊन म्हणू लागले की, आम्हालासुद्धा अशी खत बनवण्यासाठीची पेटी हवीय."

त्यामुळे निर्मलानं अशा काही पेट्या बनवून घेतल्या आणि त्या कोणताही नफा न आकारता विकल्या. हा विक्रीचा एक प्रारंभिक प्रयोग होता.

"माल चांगला आहे; तो उपयुक्त आहे; लोकांना तो आवडतोय; हे पाहून माझा आत्मविश्वास वाढला."

निर्मलाचा आत्मविश्वास वाढला आणि मालाला येणारी मागणीसुद्धा वाढली. अखेरीस निर्मलानं ठरवलं की, याला व्यावसायिक रूप द्यायचं. तिच्या एकटीच्या

''कोट्यवधी रुपयांची उलाढाल करणं हे माझं उद्दिष्टच नव्हतं. मी जे काही करीन, ते आगळंवेगळं असावं, एवढीच माझी इच्छा होती.''

मालकीची 'विवम् ॲग्रोटेक' ही प्रोप्रायटरशिप ५ जून, २००१ रोजी सुरू झाली.

परंतु या व्यवसायाचं मूळ स्वरूप होतं सेंद्रिय खतांबद्दल लोकांच्या मनात विश्वास निर्माण करून ही कल्पना त्यांना पटवून देणं.

''लोकांना ठाऊकच नव्हतं की, ते स्वत: खत बनवू शकतील. अशा (सेंद्रिय) खताचे फायदेसुद्धा त्यांना ठाऊक नव्हते. प्रथम ही कल्पना त्यांना पटवून देणं गरजेचं होतं.''

ती शेतकऱ्यांपुढे प्रात्यक्षिक करून दाखवत असे. त्यांना सेंद्रिय खताला स्पर्श करायला सांगत असे आणि अर्थातच त्यांना फुकट नमुनेही वाटत असे.

''मी त्यांना गांडूळखताची छोटी-छोटी पुडकी देत असे आणि ती एखाद्या कुंडीत वापरून पाहायला सांगत असे.''

बरेच जण परत येत आणि त्यांना दिसलेले चमत्कार मला सांगत –

''मी हे गांडूळखत माझ्या घरातल्या तुळशीच्या रोपट्याला घातलं. फक्त तीनच दिवसांत तुळशीची पानं हिरवीगार दिसू लागली.''

एका खेड्यात एखादी गांडूळखत बनवण्याची पेटी विकली की, आपोआपच जाहिरात होत असे. परंतु त्यासाठी आजूबाजूच्या सर्व ग्रामीण भागात त्याची प्रात्यक्षिकं करून दाखवावी लागत. पण त्याला निर्मला घाबरत नसे. समाजसेविका म्हणून काम करत असताना तिने नेमकं हेच तर केलं नव्हतं का!

''त्यावेळेस मी खेडोपाडी फिरून गुटख्याच्या दुष्परिणामांबद्दल प्रबोधन करीत असे.''

त्यामुळे निर्मलाला शेतकऱ्यांचा विश्वास संपादन करणं सोपं गेलं. जोडीला 'विवम् ॲग्रोटेक' त्यांना सर्व प्रकारची सेवा पुरवत असे. गांडूळखताची प्रत्येक पेटी २०० घनफुटांची असते. गांडुळं, पेटी नेऊन शेतात बसवणं विनामूल्य आणि प्रत्यक्ष उपयोग करायला शिकवणंसुद्धा विनामूल्य!

''आम्हाला आमच्या गिऱ्हाइकांना धीरानं वाट पाहायला शिकवावं लागे. खत तयार होण्यासाठी दोन-तीन महिन्यांचा वेळ द्यावाच लागतो,'' निर्मला म्हणाली.

खत बनवण्यासाठीच्या प्रत्येक पेटीची किंमत २० हजार रुपये होती. ग्रामीण भारताच्या दृष्टीनं ही रक्कम मोठी होती. बँकेकडून त्यासाठी सहजपणे कर्ज मिळत नसे; पण निर्मलानं हप्त्यानं पैसे घेण्याची पद्धत सुरू केली.

''आम्हाला पैसे वसूल करण्यात कधीही, कोणतीही अडचण आली नाही. लोक

भले होते. मला कधीही कुणीही फसवलं नाही.''

वस्तुत: गांडूळखताच्या पेटीची किंमत शेतकरी ताबडतोब भरून काढत असे. त्यावेळेस एक टन रासायनिक खताची किंमत होती ३ हजार रुपये. परंतु निर्मलाकडची गांडूळखताची पेटी वापरून, शेतकरी पहिल्याच वर्षी आठ-नऊ टन खत बनवू शकत असत. या गुंतवणुकीवर त्याला वर्षाला ४ ते ७ हजार रुपये नफा मिळू लागत असे.

असे स्पष्ट फायदे मिळत असूनही पेट्यांची विक्री गोगलगायीच्या संथ गतीनं होत होती.

''पहिल्या वर्षी मी अशा तीन पेट्या विकू शकले. तेसुद्धा मोठ्या कष्टानं. माझ्या पूर्ण वर्षाची विक्री होती ४० हजार रुपये!'' मोकळं हसत ती म्हणते.

कर्णोपकर्णी माहिती पसरली आणि दुसऱ्या वर्षी जास्त गिऱ्हाइकं आली. साधारणत: २५ पेट्या विकल्या गेल्या आणि ४ लाख रुपये मिळाले.

''आणि त्यानंतर विक्री वाढतच राहिली.''

आणि असं असूनही त्यावेळेस निर्मलाखेरीज कंपनीत आणखी फक्त एक कर्मचारी होता. या व्यवसायासाठी त्याहून जास्त माणसांची गरज नव्हती.

त्यासाठी गरज होती निग्रहाची आणि धाडसाची. या दोन्ही गोष्टी निर्मलाच्या ठायी भरपूर प्रमाणात होत्या.

२००२ साली गिरीश कामासाठी दिल्लीला गेला असताना निर्मलासुद्धा त्याच्याबरोबर गेली. अचानक मनात विचार आला आणि निर्मलानं शेतकी-मंत्रालयात जाऊन यायचं ठरवलं. आगाऊ वेळ मागितलेला नसताना निर्मलानं तेथील वरिष्ठ आय.ए.एस. अधिकारी वंदना द्विवेदी यांची भेट घेण्यात यश मिळवलं.

''त्या एक स्त्री असल्यामुळे मी त्यांच्याकडे जाण्याचं धैर्य गोळा केलं. मी त्यांना माझ्या उत्पादनाबद्दल आणि मी करत असलेल्या कामाबद्दल सांगितलं इतकंच. त्याहून अधिक काही नाही.''

तीन दिवसांनी निर्मलाला आश्चर्याचा सुखद धक्का बसला. वंदना द्विवेदींकडून निर्मलाच्या कामाचं कौतुक करणारा एक फॅक्स आला. प्रगती मैदानात १४ ते २७ नोव्हेंबर, २००२मध्ये भरणाऱ्या 'इंटरनॅशनल ट्रेडफेअर'साठी त्यांनी तिला एक स्टॉल विनामूल्य देऊ केला.

निर्मला जुनी आठवण सांगताना हसून म्हणते, ''मी प्रगती मैदान कधीच पाहिलेलं नव्हतं. मी कधीही कोणत्याही प्रदर्शनात भाग घेतलेला नव्हता.''

परंतु निर्मलानं या संधीचा मनापासून लाभ उठवला. तिनं पती गिरीश आणि मुलगी नेहा यांची मदत घेतली आणि अमूल्य असा अनुभव पदरात पाडून घेतला.

''खूप वर्षांनी मला कळलं की, त्या व्यापारमेळ्यात उपस्थित राहता यावं,

> ***''बायोगॅस बनवणारी मी एकमेव स्त्री आहे. मला सांगायला अभिमान वाटतोय की, संपूर्ण भारतात, कचऱ्यातून ऊर्जा निर्माण करायचं काम इतर कोणत्याही स्त्रीनं केलेलं नाही.''***

म्हणून इतर कंपन्यांनी लाखांहूनही जास्त रक्कम मोजली होती.''

देशभरातून निर्मलाकडे मालासाठी विचारणा येऊ लागली. 'विवम् ॲग्रोटेक'ची दखल सरकारकडून घेतली जाऊ लागली. 'सेंद्रिय खतं वापरून शेती करावी', हा संदेश शेतकऱ्यांमध्ये पसरवण्याचा प्रयत्न सरकारी यंत्रणेमार्फत केला जात होता. त्यामुळे २००४ साली 'विवम् ॲग्रोटेक'कडून गांडूळखत बनवण्यासाठीच्या पेट्या विकत घेणाऱ्या शेतकऱ्यांना त्यावर खास सरकारी आर्थिक मदत दिली जाऊ लागली.

''या सबसिडीमुळे खत बनवणाऱ्या पेटीची किंमत २० हजार रुपयांवरून १५ हजार रुपयांपर्यंत कमी झाली. ५ हजार रुपयांची भरपाई सरकार आम्हाला देऊ लागलं,'' गिरीश म्हणाला.

सरकारनं 'विवम्'ला पाठिंबा दिला, कारण 'विवम्'नं गांडूळखतासाठी बनवलेल्या पेट्या शास्त्रशुद्ध प्रकारे गांडूळखत बनवत होत्या. गांडुळं जागा सोडून अन्य ठिकाणी निघून जातात. 'विवम्'च्या पेट्यांच्या तळाला असलेल्या तारेच्या बारीक जाळीमुळे गांडुळं इतस्ततः संचार करू शकत नसत. पारंपरिक पद्धतीनं खड्ड्यात टाकाऊ कचरा भरून गांडूळखत बनवताना जास्त पाणी फवारलं, तर त्या पाण्यात गांडुळं बुडून मरण्याची शक्यता असते. 'विवम्'च्या पेट्यांच्या बाबतीत तसा धोका संभवत नसे.

'''विवम्'च्या पेट्यांचा आणखी एक फायदा असा की, त्यासाठी उकिडवं बसून काम करावं लागत नाही. तुम्ही उभ्यानं काम करू शकाल, अशी त्या पेटीची रचना आहे.''

ग्राहकाला त्रासदायक ठरत असलेल्या समस्यांचं निवारण करणारा माल हा चांगल्यावरून उत्कृष्टपदाला पोचत असतो आणि त्यामुळेच तो लोकप्रिय होतो.

ग्राहकांनी केलेली प्रशंसा कर्णोपकर्णी जाऊन 'विवम्'चा माल खपत होता. त्याखेरीज विक्रीसाठी अन्य कोणता प्रयत्न करावा लागत नव्हता. परंतु खेडोपाडी फिरण्याऐवजी निर्मलानं आता स्थानिक शेतकी प्रदर्शनांमध्ये भाग घ्यायला सुरुवात केली होती. अशा ठिकाणी माफक किमतीला स्टॉल मिळत असत. अशा शेतकी प्रदर्शनांसाठी गिरीश निर्मलाबरोबर जात असे. विशषेतः वीकएन्ड्सना आणि सुट्ट्यांच्या दिवशी.

''तिथे कोणत्याही समस्या, कोणतेही प्रश्न उद्भवले, तर तिला मार्गदर्शन

करण्याच्या हेतूनंच मी तिच्यासोबत जात असे,'' गिरीश म्हणाला.

अबोल, अखंड नैतिक आधार!

२००४ साली गिरीशची शहरातील ऑफिसमध्ये बदली झाली. औरंगाबादमध्ये राहताना, निर्मलाकडे गांडूळखत पेट्यांसाठी बंगल्यांच्या मालकांकडून विचारणा होऊ लागली. ''ही पेटी आमच्या बागेसाठी उपयुक्त ठरेल?'' असं ते विचारू लागले.

''का ठरू नये?'' निर्मला म्हणत असे.

तिनं त्या पेटीच्या आकारात बदल केला. तिनं बंगल्यांसाठी लहान आकाराची पेटी बनवली.

''फ्लॅटच्या खिडक्यांखालच्या पट्टीवर बसेल अशा आकाराच्या पेट्यासुद्धा मी फ्लॅटधारकांसाठी बनवू लागले.''

शहरात मालाचा खप होऊ लागल्यानंतर व्यवसायाला बरकत येऊ लागली. २००५ सालापर्यंत 'विवम् ॲग्रोटेक'ची वार्षिक विक्री २० लाखांपर्यंत पोचली. पेट्या एका जागी बसवून देणं, वापराचं तंत्र शिकवणं आणि मागणी येईल तिथे माल पोचवून प्रशिक्षण देणं यासाठी 'विवम्'नं आता पाच कर्मचाऱ्यांची नियुक्ती केली.

व्यवसाय वाढला आणि कर्मचाऱ्यांची संख्या वाढली. त्याबरोबर फिरत्या भांडवलाची गरज भासू लाागली. पहिल्यांदाच निर्मलला बँकेकडे जावं लागलं.

''आम्ही आमच्या स्वत:च्या पुंजीतून या व्यवसायात ३ लाख रुपये गुंतवले होते आणि त्यात आजवर काम भागत होतं. पण आता व्यवसाय आणखी वरच्या स्तरावर नेणं गरजेचं होतं,'' गिरीश म्हणाला.

व्यवसाय वरच्या स्तरावर नेण्यासाठी नव्या क्षेत्रांमध्ये पदार्पण करणं आवश्यक होतं. महानगरपालिका गोळा करत असलेल्या कचऱ्याची आणि घरोघरी तयार होत असलेल्या ओल्या कचऱ्याची विल्हेवाट लावणं, ही नवी क्षेत्रं खुणावत होती.

''आमच्या लक्षात आलं की, गांडूळखताबरोबरच आम्ही बायोगॅस तयार करण्याचं काम हाती घेऊ शकू,'' निर्मला म्हणाली.

ग्रामीण भागात शेणापासून गॅस बनवला जात असे. परंतु स्वयंपाकघरात तयार होणाऱ्या टाकाऊ ओल्या कचऱ्यापासून गॅस तयार करणं ही पूर्णत: नवी संकल्पना होती. 'विवम् ॲग्रोटेक'नं एक चिमुकला बायोगॅस यंत्रसंच (प्लांट) बनवला. तो सिंटेक्सच्या पाण्याच्या टाकीच्या आकाराचा होता आणि घराच्या गच्चीवरसुद्धा तो सहजपणे बसवता येत होता. निर्मला आणि गिरीश राहत होते, त्या इमारतीतच त्यांनी या बायोगॅस यंत्रसंचाचा प्रयोग करून पाहायचं ठरवलं.

"माझ्या घरी स्वयंपाकीण नाही. सारंकाही मी स्वतःच करते. व्यवसायासाठी आठ-दहा तास बाजूला काढणं गरजेचं आहे हे ठाऊक असल्यामुळे मी सारी घरकामं झपाट्यानं पुरी करते."

"आम्हाला आमच्या घरातला ओला कचरा टाकण्यासाठी खूप दूरपर्यंत जावं लागत असे. त्यामुळे सोसायटीतल्या लोकांना गच्चीवर जाऊन बायोगॅस युनिटमध्ये कचरा टाकून येणं खूपच सोयीचं वाटू लागलं."

सोसायटीच्या गच्चीवर बसवण्यात आलेलं बायोगॅस युनिट, पारंपरिक तंत्रज्ञानाचा वापर करूनच बनवलेलं असलं, तरी ते लहान आकाराचं बनवण्यासाठी आवश्यक असे फेरफार करण्यात आले होते.

अर्थातच आमच्या सोसायटीचा आकार लहान असल्यामुळे दररोज जेमतेम दोन ते तीन किलो ओला कचरा जमा होत असे. त्यायोगे निर्माण होणारा बायोगॅस फक्त एका कुटुंबाला पुरेल एवढा असे. परंतु सोसायटी जेवढी मोठ्या आकाराची असेल, तेवढाच जास्त बायोगॅस निर्माण करता आला असता. 'विवम्'नं ही संकल्पना सोसायट्यांना पटवून देण्याचा प्रयत्न सुरू केला.

"तुम्हाला बायोगॅस आणि एल.पी.जी. (नेहमीचा स्वयंपाकाचा सिलिंडर्समधला गॅस) यांतील फरक ओळखतासुद्धा येणार नाही. बायोगॅसला कोणताही दुर्गंध येत नाही."

दिवसेंदिवस कामाचा आकार नि आवाका वाढत चालला होता. २००६ साली गिरीशनं नोकरी सोडून काँक्रीटपासून बनणाऱ्या उत्पादनांविषयक सल्ला देण्याचं काम सुरू करायचा निर्णय घेतला.

"माझ्या हाताशी असा अधिक रिकामा वेळ राहू लागल्यामुळे मी 'विवम्'च्या कामकाजात अधिक सहभाग घेऊ लागलो," गिरीश म्हणाला.

औरंगाबाद महानगरपालिकेला बायोगॅसची संकल्पना फारच आवडली. खूप मोठ्या प्रमाणावर बायोगॅस तयार करणं शक्य होईल का, असा त्यांनी प्रश्न केला. अर्थातच उत्तर होतं, 'होय'! यासाठी आवश्यक असं तंत्रज्ञान नक्कीच उपलब्ध असणार होतं. निर्मला आणि गिरीश 'भाभा अणुशक्ती संशोधन केंद्रा'कडे (BARC) गेले. तेथे त्यांनी अशा तंत्रज्ञानाचा शोध घेण्याचा प्रयत्न केला.

"'बार्क' (BARC) जवळ हे तंत्रज्ञान उपलब्ध होतं; परंतु त्याचा वापर करण्याची संधी त्यांना मिळाली नव्हती."

लवकरच तिघांची भागीदारी ('बार्क', 'विवम्', औरंगाबाद महानगरपालिका) निर्माण करण्यात आली आणि 'विवम्'नं पूर्ण वॉर्डला पुरवठा करता येईल असा बायोगॅस यंत्रसंच उभारण्याचा प्रस्ताव औरंगाबाद महानगरपालिकेपुढे ठेवला.

महानगरपालिकेच्या एका वॉर्डमध्ये दिवसाला दोन-तीन टन ओला कचरा तयार होतो. हा कचरा शहराबाहेर २५-३० किलोमीटर्स अंतरावर नेऊन टाकणं हे खर्चाचं आणि वेळखाऊ काम असतं.

त्यावर बायोगॅस हा उत्तम आणि अत्यावश्यक असा तोडगा होता. 'विवम्'चा पहिला बायोगॅस यंत्रसंच २००६ साली चंद्रपूर इथं उभा राहिला.

चंद्रपूरमधील बायोगॅस यंत्रसंच दिवसाला दीड टन (१५०० किलो) ओला कचरा वापरता येईल या प्रमाणावर उभारला गेला होता. अडथळा उभा राहत होता एका गोष्टीमुळे – रहिवासी ओला आणि सुका कचरा वेगळा करून टाकण्याबाबत अजिबात सहकार्य करत नव्हते.

"आम्ही स्वाधारगटांना (Self help groups) प्रशिक्षण देऊन बायोगॅस यंत्रसंचापाशी आणल्या गेलेल्या कचऱ्याची 'ओला आणि सुका' अशी विभागणी करायला शिकवलं."

अशा प्रकारे तयार करण्यात आलेला बायोगॅस, जवळच्याच एका स्त्रियांच्या वसतिगृहाला पुरवला जाऊ लागला. प्लांट उभारून देणं आणि कर्मचाऱ्यांना प्रशिक्षण देणं हे सर्व धरून या प्रकल्पासाठी १२ लाख रुपये खर्च आला. हा खर्च नगरपालिकेनं केला.

अशा मोठ्या बायोगॅस प्रकल्पांना सुरुवात केल्यावर 'विवम्'ची आमदनी खूपच वाढली. २००९ सालापर्यंत कंपनीचं वार्षिक उत्पन्न ९० लाखांच्या आकड्यावर पोचलं.

गिरीश म्हणाला, "आम्ही विविध नगरपालिकांना, मोठ्या आकाराची, १५ बायोगॅस यंत्रसंच उभारून दिली आहेत."

सर्वांत मोठा प्रकल्प होता, पुण्यातील कोंढवा येथील. इथे तयार होणाऱ्या बायोगॅसचा वापर करून रस्त्यावरच्या ३०० दिव्यांना ऊर्जा पुरवली जातेय. महाराष्ट्राच्या रत्नागिरी जिल्ह्यातल्या चिपळूणजवळ 'विवम्'नं असाच एक ऊर्जा-निर्मिती-प्रकल्प पूर्ण करून दिला आहे.

'विवम्'च्या एकूण व्यवसायांपैकी ७० टक्के उत्पन्न आता बायोगॅसमुळे मिळतंय. निर्मलानं आता १५ बांधकामतंत्रज्ञ कामावर नेमले आहेत आणि ते या प्रकल्पांची उभारणी, प्रशिक्षण आणि डागडुजी अशी कामं सांभाळत आहेत. या व्यावसायिकांची नियुक्ती कंत्राटी पद्धतीनं होते आणि मजूर त्या त्या ठिकाणी दैनिक मजुरीवर नेमले जातात.

मोठ्या गांडूळखत प्रकल्पांसाठीसुद्धा मागण्यांचा ओघ सुरू झाला आहे.

गिरीश म्हणतो, "रासायनिक खतं वापरून पिकवलेल्या भाज्या आणि फळं न वापरण्याच्या मुद्द्यावर, युरोपातील देश ठाम असतात. त्यामुळे हा माल निर्यात

> ***"मी पोहायला जाते, गाडी चालवते, योगासनं करते. मी बौद्धिक आणि शारीरिकदृष्ट्या तंदुरुस्त असले की, माझे कुटुंबीयसुद्धा खूश राहतात."***

करणाऱ्यांसाठी, आम्ही महिन्याला १०० टन खत तयार करणारे प्रकल्प केले आहेत."

२००६ साली त्यांचा मोठा मुलगा नीलेश आणि मुलगी नेहा यांनी या व्यवसायात सहभाग घ्यायला प्रारंभ केला. 'विवम्'ची ऑफिसं आता विविध ठिकाणी आहेत – पहिलं औरंगाबदला, दुसरं पुण्याला आणि तिसरं मुंबईला. मुंबईत त्यांचा सर्वांत धाकटा मुलगा कैवल्य शिकत आहे. परंतु औरंगाबादमध्येच सर्व प्रकल्पांचं उत्पादन केलं जातं.

'विवम्'नं त्यांचे गांडूळखत प्रकल्प विकण्यासाठी आता कमिशन तत्त्वावर एजंट नेमायला प्रारंभ केला आहे. हे प्रकल्प 'विवम्', 'स्वरूप' या ब्रँडनेमखाली विकू लागलं आहे.

"मला वाटतं भविष्यकाळात यंत्रांचा वापर करून मोठ्या प्रमाणावर खत बनवणारे प्रकल्प गरजेचे ठरणार आहेत. यंत्रांचा वापर करून आपण प्रत्येक दिवशी अनेक टन ओला-सुका कचरा एकत्रित स्वरूपात वापरू शकू."

परंतु अशा प्रकल्पांसाठी खूप भांडवल गुंतवणं गरजेचं असतं. बँका त्यासाठी कर्ज देण्यास उत्सुक नसतात. 'विवम्'ला सध्या 'स्टेट बँक ऑफ इंडिया'नं १५ लाखांच्या ओव्हर ड्राफ्टची सवलत दिली असली, तरी ती या कुटुंबाच्या छोट्याशा राहत्या फ्लॅटच्या तारणावर दिली आहे.

"आम्हाला मिळालेल्या कामाच्या तारणावर आम्हाला ओव्हर ड्राफ्ट सवलत मिळायला हवी," निर्मला सुस्कारा टाकत म्हणते.

अशी सुविधा मिळेपर्यंत 'विवम्'ला जरूर पडेल तेव्हा अनौपचारिक मार्गांनी पैसा उभा करावा लागणार आहे.

"उदाहरणार्थ, अलीकडेच आम्ही अडीच कोटी रुपयांच्या पंढरपूर महानगरपालिकेच्या महाप्रकल्पासाठी बोली लावली. त्यासाठी आम्ही खाजगी गुंतवणूक मिळवली," गिरीश म्हणाला.

'विवम्'ला फिरत्या भांडवलाची गरज आहे. या धंद्यात सुटणारा नफा बेताचा – १० ते १५ टक्केच आहे. केल्या कामाचे पैसे मिळायला बरेचदा खूप विलंब होतो. सरकारसाठी काम करण्यातला हा नेहमीचाच त्रास आहे.

दुसरा त्रासदायक भाग आहे 'चहापाण्यासाठी पैसे पुरवणं'.

"सरकारी अधिकाऱ्यांना कमिशन देण्यावाचून पर्याय नसतो," निर्मला म्हणते.

जरी बरेच लोक एका स्त्रीकडे पैशांची मागणी स्पष्टपणे करत नसले, तरी ते वेळकाढूपणा करतात आणि प्रकल्पांना मंजुरी द्यायला विलंब लावतात.

तरीसुद्धा निर्मलाला या व्यवसायाचं भवितव्य उज्ज्वल आहे, असं वाटतं. पर्यावरणाबाबत जनजागृती होऊ लागल्यामुळे कचऱ्याची सुयोग्य प्रकारे विल्हेवाट लावण्यासाठीच्या प्रकल्पांमध्ये भरपूर वाढ होईल अशी अपेक्षा आहे.

या गोष्टीला तीन-चार वर्षे लागू शकतील, परंतु या क्षेत्रात भरपूर वाढ होईल अशी अपेक्षा आहे.

'विवम्'चा वार्षिक व्यवसाय आता जवळजवळ एक कोटीच्या घरात पोचत असला, तरी त्यावर बेताचाच – १२ लाख नफा सुटतोय. 'विवम्'नं नुकतीच 'डाबर'च्या 'आयुर्व्हेट' या उप-शाखेबरोबर हातमिळवणी करून त्यांच्या मालाची विक्री करून देण्याचं काम सुरू केलं आहे. निर्मलानं आता तिच्या 'सोल प्रोप्रायटरशिप'चं (एकटीच्या मालकीच्या उद्योगाचं) रूपांतर 'प्रायव्हेट लिमिटेड' कंपनीत केलं आहे.

हा आता गांभीर्यानं घेतला जाणारा व्यवसाय बनला असल्याचंच हे द्योतक आहे. या व्यवसायाकडे कुशल कर्मचारी आकृष्ट होणं अटळ आहे.

"अलीकडेच श्रीयुत प्रसाद देशपांडे आमच्या कंपनीत रुजू झाले आहेत. ते वित्त-व्यवस्था आणि ऊर्जाप्रकल्प या विषयांमधले तज्ज्ञ आहेत. त्यामुळे यापुढे पैसे उभे करण्यात आम्हाला कोणतीही समस्या येऊ नये अशी अपेक्षा आहे," स्मित करत निर्मला म्हणते.

कंपनीचा विकास करण्यासाठी पुढली पिढीसुद्धा उत्साहानं पुढे सरसावली आहे. त्यासाठीच सर्वांत धाकट्या कैवल्यानं वित्तनियोजन या विषयात एम.बी.ए. ही पदवी मिळवली आहे आणि त्या ज्ञानाचा उपयोग 'विवम्'साठी करायचं ठरवलं आहे – "व्यवसायासाठी पैसा उभा करता करता गेली दहा वर्षं माझी किती दमछाक झाली, हे त्यानं पाहिलं आहे."

अर्थात हे निव्वळ सत्यकथन आहे; तक्रार नव्हे. व्यवसाय करताना धावपळ करावी लागणारच, हे निर्मलानं गृहीतच धरलं आहे. "अखेरीस आयुष्यातील साऱ्या जबाबदाऱ्या पार पाडायला हव्याच ना?"

"पहाटे साडेचारपासून रात्री अकरा वाजेपर्यंत मी उभी असते. हे करायलाच हवं. त्याचा बाऊ करून कसं चालेल?"

सकाळी उठल्याबरोबर निर्मला योगासनं आणि प्राणायाम यांसाठी एक तास मोकळा ठेवते. त्यानंतर ती सकाळचा नाश्ता आणि दुपारचं जेवण बनवते.

"दहा वाजेपर्यंत सारं घरकाम हातावेगळं करून मी व्यवसायातील कामकाजासाठी तयार असे. माझं ऑफिस मी घरातच ठेवलं होतं."

ऐकायला हे चांगलं वाटत असलं तरी पोस्टमन, धोबी, आजूबाजूचे शेजारी

“माझ्या पतींनी, मुलांनी मला खूपच सहकार्य दिलं. कधीही कोणताही संघर्ष उद्‌भवला नाही. ‘आपली आई कोणतंतरी चांगलं काम करतेय’, अशीच मुलांची भावना होती.”

यांच्याकडून व्यत्यय येत नाही? गृहिणीच्या भूमिकेतून व्यावसायिक भूमिकेत इतकं झटपट स्थित्यंतर करता येतं?

“ही अडचण उद्‌भवते. परंतु गंभीर व्यावसायिक वातावरण निर्माण करणं आणि स्वत:ला शिस्त घालून घेणं आवश्यक असतं. असं केलं की, सारं सुलभ होतं.”

निर्मलानं स्वीकारलेल्या कामासाठी भरपूर प्रवास करावा लागतो. त्याबद्दल तिची अजिबात तक्रार नाही.

“माझ्यापाशी एक वाहन होतं – एक ओम्नी व्हॅन. मी स्वत:च ती चालवून वेगवेगळ्या खेड्यांमध्ये पोचत असे.”

कधीकधी घरी परतायला तिला रात्रीचे अकरा वाजत असत. “अशा वेळेस घर सोडण्यापूर्वी मी दुपारसाठी आणि रात्रीसाठी – दोन्ही वेळेसाठी स्वयंपाक करून ठेवत असे.”

आणि कुटुंबीय तिला पूर्ण सहकार्य देत असत. टेबलावर बसताक्षणी पानात गरम गरम फुलके पडावेत, अशी कुणाचीच अपेक्षा नसे आणि घर-संसाराकडे दुर्लक्ष केल्याचा ठपका अन्य आप्त कधीच ठेवत नसत.

“आमच्यात सांमजस्य होतं. माझ्या सासूबाई आणि माझी आई दोघी जणी समजून घेणाऱ्या होत्या.”

सौम्यपणे हसत गिरीश म्हणाले, “प्रत्येकानं आपल्या पत्नीला पाठिंबा दिला पाहिजे. थोडा आर्थिक, थोडा गृहकृत्यांमध्ये. त्याखेरीज ती आयुष्यात प्रगती करून घेऊ शकणार नाही.”

सर्वसाधारण भारतीय नवऱ्याच्या बाबतीत नेमकी हीच समस्या असते. तिच्या कर्तृत्वाबद्दल बायकोचा त्याच्यापेक्षा जास्त बोलबाला होऊ लागला की...!!!

निर्मला म्हणते, “मी काम चालू केल्यावर त्याला आनंद झाला. माझ्या कामाबद्दल माझं नाव होऊ लागलं, तेव्हा त्याला त्याचा अधिकच आनंद झाला!”

प्रारंभीपासूनच गिरीशनं निर्मलाला असा आधार आणि असं उत्तेजन दिलं होतं. नीलेशच्या जन्मानंतर गिरीशनंच तिला सक्तीनं कार चालवायला शिकवलं होतं. मुंबईत स्त्री-उद्योजिकांच्या सत्कार-समारंभासाठी उपस्थित राहण्याचं निर्मलाला आमंत्रण आलं, तेव्हा तो घरातील लग्नकार्याच्या वेळेस घर सांभाळणार हे ओघानंच आलं.

“घरातील समारंभापेक्षा बाहेरच्या कार्यक्रमाला मी प्राधान्य दिलेलं पाहून काही नातेवाईक नाराज झाले.”

परंतु जेव्हा 'टीआयइ'नं निर्मलाचा 'स्त्री-शक्ती' पुरस्कार देऊन गौरव केला, तेव्हा सर्वांनी तिला माफ केलं. पुरस्काराचा एक लाखाचा जो चेक मिळाला, तो गिरीशनं आपल्या खिशात ठेवला आणि त्यानं तो चेक मोठ्या अभिमानानं आपल्या आप्त-मित्रांना दाखवला!

"तीस वर्षांमध्ये आमच्यात कधीही भांडण झालेलं नाही," निर्मला लाजत सांगते.

मी गिरीशला विचारलं की, निर्मलातील कोणत्या गोष्टीवर भाळून त्यानं तिला लग्नाबद्दल विचारलं.

"तिचा स्वभाव, तिची इतरांशी वागायची रीत खूपच आगळीवेगळी आहे. तिला सतत इतरांसाठी काहीतरी करावंसं, इतरांना सुखी ठेवावंसं वाटत असतं आणि ती अतिशय हुशारसुद्धा आहे. मी या साऱ्या गुणांवर फिदा झालो," गिरीश म्हणाला.

त्याला चिडवत निर्मला मला म्हणाली, "त्याला तुम्ही हा प्रश्न विचारलात म्हणून आभार! इतक्या वर्षांत त्यानं मला हे कधीही सांगितलं नव्हतं."

पण प्रत्येक गोष्ट बोलून दाखवण्याची गरजच नसते.

ते मनोमन उमगलेलंच असतं.

आणि प्रत्येक गोष्ट ही धडपड नसते –

जेव्हा 'काया-वाचा-मने' तुम्ही त्यासाठी जोडीनं व्यस्त असता!

स्त्री-उद्योजिकांसाठी सल्ला

नेहमीच्या गृहकर्तव्यांखेरीज स्त्रियांनी काहीतरी केलंच पाहिजे. मग ते समाजसेवेचं काम असो, व्यवसाय असो, गृहोद्योग असो किंवा उच्च शिक्षण असो.

त्यांनी त्यासाठी पुरेसा वेळ बाजूला ठेवून त्याकडे गांभीर्यानं बघायला हवं.

तुम्ही लहान प्रमाणावर उद्योग सुरू करा. तुम्ही करत असलेलं काम चांगलं असलं, तर लोक स्वत:हून पुढे येतील आणि त्या उद्योगात सहभागी होतील.

तुमच्या कुटुंबीयांची मानसिक तयारी करा आणि त्यांना पटवून द्या की, हे फक्त तुमचं एकटीचंच काम नसून ते संपूर्ण कुटुंबाचं काम आहे.

जीव ओतून काम करणारी प्रत्येक स्त्री यशस्वी होते. याबद्दल माझी शंभर टक्के खातरी आहे.

तुम्ही कोणतीही गोष्ट जेव्हा तुमच्या मुलांसाठी किंवा तुमच्या कुटुंबीयांसाठी करत असता, तेव्हा तुम्ही ती जीव ओतून करत असता. तुमच्या व्यवसायातही तुम्ही असंच जीव ओतून काम करा – तो फक्त नफ्यावर नजर ठेवून करू नका.

माझ्या व्यवसायात पहिली पाच वर्षं मला फारसा नफा सुटला नाही; परंतु त्या काळात माझं खूपच नाव झालं. व्यवसायातली पत वाढली.

त्यापाठोपाठ पैसा आणि प्रतिष्ठा तुमच्याकडे चालत येते... तुम्ही नीट काम करत असलात, तर या गोष्टी आपोआप तुमच्याकडे चालत येतात.

समानधर्मीयांचा मेळावा

रंजना नाईक
'स्वॉन स्वीट्स'

आपल्या पतीच्या ग्राहकांशी थेट संपर्क साधण्याच्या व्यवसायाला पूरक म्हणून रंजनानं एक कॉलसेंटर सुरू केलं; परंतु या असाधारण कौशल्य असलेल्या विक्रीतज्ज्ञ स्त्रीनं त्यानंतर अतिथ्यसेवेच्या (hospitality) व्यवसायाला प्रारंभ केला आणि आता ती व्यवस्थापन करत असलेल्या 'स्वॉन स्वीट्स' या सर्व्हिस अपार्टमेंट्सना ती 'ताजमहाल' (हॉटेल्स) एवढ्या उच्चपदी नेण्याचं स्वप्न पाहतेय.

जग तिला सांगत आलं होतं की, स्त्रीनं सर्व गोष्टींचा हव्यास धरू नये; ती घराबाहेर पाऊल ठेवून आपलं कर्तृत्व दाखवू लागली, तर अपराधीपणाच्या भावनेचं ओझं तिला सतत वाहावं लागतं.

'मी माझ्या बाळाकडे दुर्लक्ष तर करत नाहीये?'

'मी माझ्या पतीची आबाळ तर करत नाहीये?'

'मला माझ्या स्वप्नांचा पाठपुरावा करायचा हक्क आहे का?'

रंजना नाईक एक पत्नी आहे, एक आई आहे आणि अत्यंत चतुर व चाणाक्ष अशी एक व्यावसायिका आहे.

"(प्रसूतीनंतर) फक्त चाळीस दिवसांतच मी कामावर जाऊ लागले. माझ्यापुढे दुसरा पर्यायच नव्हता; परंतु त्याबद्दल मला अपराधी वाटत नाही. मी नीटपणे व्यवस्था लावूनच कामावर जाऊ लागले होते."

रंजनाचे विचार स्वच्छ, विनासंदेह आणि व्यवहार्य असतात. ती अत्यंत महत्त्वाकांक्षीसुद्धा आहे आणि व्यवसायाचा आणि स्वत:चा विकास करण्याची तिची धडपड अव्याहत चालू आहे.

अधिकाधिक लोकांशी संपर्क आणि संबंध साधणं, वाचन करणं, वेगवेगळे अभ्यासक्रम पूर्ण करणं या गोष्टींमध्ये ती सतत व्यस्त असते. तिनं 'इंटरनॅशनल स्कूल ऑफ बिझनेस' येथील '१०,००० विमेन आंत्रप्रनर' हा अभ्यासक्रम पूर्ण केल्याचा, तिला खूपच फायदा झाला.

ती म्हणते, "मला अर्थनियोजन हा विषय खूपच अवघड जात असे. आकडे माझ्या डोळ्यांपुढे फेर धरून नाचत असत."

आता तिला जमा-खर्च, नफा-तोटा, बँकांकडून आणि अन्य वित्तीय संस्थांकडून भांडवल उभं करणं या बाबींची संपूर्ण माहिती आहे. ती स्वत:लाच विचारते की, हे आपल्यासारख्या अन्य स्त्रियांना का करता येऊ नये?

स्त्रियांनी एकमेकींना आधार देऊन प्रेरित करून उत्तेजन देऊन आपलं ज्ञान परस्परांमध्ये का वाटून घेऊ नये? त्यामुळे आपण अधिक शिकू शकू, अधिक प्रगती करून घेऊ शकू, आत्मविश्वास वाढवू शकू. त्यायोगे आपण स्वत:मध्ये अपराधीपणाची भावना न आणता सुखी आणि मुक्त आयुष्य जगू शकू.

आपणास ते करता येईल, आपण ते केलंच पाहिजे आणि आपण ते करूच!

समानधर्मीयांचा मेळावा

रंजना नाईक
'स्वॉन स्वीट्स'

''माझी आई शाळेत शिक्षिका होती आणि माझे वडील 'आयडीपीएल' या सरकारी औषधोत्पादक कंपनीत काम करीत होते. माझे सर्व नातेवाईक, डॉक्टर किंवा इंजिनिअर होते.''

खूप अभ्यास करून यश मिळवण्याची अपेक्षा रंजनाकडूनसुद्धा केली जात होती; परंतु नियतीची इच्छा काही वेगळीच होती.

''मला व्यावसायिकांच्या मुलींशी मैत्री करायला आवडत असे. खरंतर दहावीत असतानाच मला शाळा सोडून स्वत:चा व्यवसाय चालू करायचा होता!'' अर्थातच तिच्या वडिलांनी या गोष्टीला ठामपणे नकार दिला.

''त्यावर मी तडजोड करत म्हटलं, 'ठीक आहे! बारावीनंतर मी कॉलेजमध्ये न जाता माझा स्वत:चा व्यवसाय चालू करेन.'''

अखेरीस रंजनानं वडिलांचं ऐकलं आणि बारावीनंतर वनिता महाविद्यालयात मायक्रोबायॉलॉजी (सूक्ष्मजीवशास्त्र) या विषयातील बी.एस्सी.च्या पदवीसाठी नाव नोंदवलं. परंतु बी.एस्सी.च्या शेवटच्या वर्षात असताना तिनं व्यवसाय करायचा प्रयत्न केला.

''जनसंपर्क (पब्लिक रिलेशन्स) या विषयाची मला खूपच आवड होती; त्यामुळे मी त्या विषयातल्या भारतीय विद्याभवनातल्या एका कोर्ससाठी नाव नोंदवलं आणि

त्यानंतर मी त्या क्षेत्रात आपलं ऑफिस थाटायचा विचार केला.''

काही मैत्रिणींना रंजनानं एकत्र केलं आणि त्यांच्यात खूप चर्चा घडल्या; परंतु हा व्यवसाय सुरू झाला नाही.

''त्याऐवजी आम्ही वस्त्रोद्योग सुरू करायचं ठरवलं.''

यावेळेस त्यांनी कापड विकत घेतलं, ते रंगवून घेतलं आणि त्याचे कपडे शिवून घेतले. मोठ्या प्रदर्शनात त्यांची विक्री करावी, या हेतूनं प्रदर्शनाची तारीखसुद्धा ठरवली. परंतु पदवी मिळताक्षणी या सर्व मैत्रिणी पांगल्या. काहींनी नोकरीला सुरुवात केली. काहींची लग्नं झाली. ''आम्ही शिवून घेतलेले कपडे आम्हाला स्नेह्यांना विकून टाकता आले, परंतु हा व्यवसाय इथेच संपला!''

रंजनाच्या पुढे आता मोठा प्रश्न होता – 'पुढे काय करावं?' जरी जनसंपर्काची नोकरी तिला मनोमन आवडली असली, तरी तिनं विक्रीक्षेत्रातीला नोकरी शोधायचं ठरवलं.

''मला वाटत होतं की, अशा प्रकारच्या नोकरीमुळे मला जगाचा अधिक अनुभव मिळू शकेल.''

तिला मिळालेली नोकरी होती, 'अॅपेक्स इन्स्टिट्यूट ऑफ प्रोफेशनल सेलिंग' या कंपनीत. 'विक्री कशी करावी', या विषयातील अभ्यासक्रम कंपन्यांना विकण्याचं काम तिला करायचं होतं. त्यासाठी वेगवेगळ्या कॉलेजांमध्ये, वेगवेगळ्या कंपन्यांमध्ये जाऊन या अभ्यासक्रमासाठी विद्यार्थी मिळवायचा प्रयत्न तिला करावा लागत होता. रंजनाला हे काम खूपच आवडलं आणि दोन वर्षांत या संस्थेच्या ऑफिसातील वरिष्ठपद तिला मिळालं.

रंजना म्हणते, ''मी खूप आक्रमक स्वभावाची होते. जर ५० लोकांना कोर्ससाठी आणायचा आकडा मला देण्यात आला असेल, तर मी १५० ते २०० लोकांना आणायचं उद्दिष्ट डोळ्यांपुढे ठेवत असे!''

असा प्रयत्न केल्यानंतर निदान १०० लोक मिळवता येत असत.

त्या सुमारासच रंजनाची तिच्या भावी पतीशी – नितीनशी ओळख झाली. तो रंजनाच्या भावाचा सहकारी होता. मुख्य म्हणजे त्यानं नुकतीच आधीची नोकरी सोडली होती आणि 'स्टँडर्ड चार्टर्ड बँके'साठी 'डायरेक्ट सेल्स असोसिएट' म्हणून काम करायला प्रारंभ केला होता. त्याला वैयक्तिक उद्योजकाच्या पातळीवर, बँकेसाठी त्यांच्या क्रेडिट कार्डांसाठी गिऱ्हाइकं मिळवून द्यायची होती.

''हे ऐकून मी खूपच उत्तेजित झाले. त्याच्या कंपनीत नोकरी करता यावी आणि व्यवसाय कसा करायचा हे शिकता यावं, म्हणून मी त्याच्यापाशी खूपच रदबदली केली.''

तशी नोकरी तिला मिळाली नाही, परंतु त्यांनी विवाह करण्याचा निर्णय घेतला!

१९९७ साली वयाच्या चोविसाव्या वर्षी रंजनानं नितीनबरोबर विवाह केला; परंतु स्वत:ची नोकरी तिनं विवाहानंतरसुद्धा चालूच ठेवली.

"त्याच्या कंपनीत मला काम देण्यास माझा नवरा फारसा उत्सुक नव्हता. तो मला म्हणाला, 'तुला जनसंपर्क क्षेत्र आवडतं, त्यात तू काहीतरी सुरू कर.'"

रंजनाच्या सासऱ्यांनीसुद्धा तिला स्वत:चा व्यवसाय सुरू करण्यासाठी खूपच उत्तेजन दिलं. इतका पाठिंबा मिळत असूनही रंजनाची चलबिचल होत होती.

"'पुढे पाहू' असा माझा पवित्रा होता."

दरम्यान रंजनानं नोकऱ्या बदलल्या. प्रथम 'एन.आय.आय.टी.' आणि नंतर 'पेंटाफोर'. नोकऱ्यांचं स्वरूप पहिल्यासारखंच होतं. त्या सेंटरची प्रमुख या नात्यानं विक्री आणि व्यवस्थापन यांकडे लक्ष पुरवणं; परंतु दिवसेंदिवस रंजनाला आणखी संधी उपलब्ध होत होत्या; आणखी बढत्या मिळत होत्या. 'पेंटाफोर'च्या हैदराबाद येथील सेंटर व्यतिरिक्त ती त्यांच्या आंध्रप्रदेशातील सर्व शाखांच्या व्यवसायाकडे लक्ष पुरवत होती.

"मला मलेशियात नवी शाखा सुरू करण्याची संधीसुद्धा देण्यात आली होती; परंतु मी त्या गोष्टीला नकार दिला. माझा पती हैदराबादेत स्थायिक झालेला असल्यामुळे मीसुद्धा तिथेच राहण्याचा निर्णय घेतला. त्याला सोडून मी अन्यत्र जाऊ शकत नव्हते."

दरम्यान नितीनपुढे मोठं आव्हान उभं होतं. आजवर तो पायी हिंडून क्रेडिट कार्डसाठी अर्ज मिळवत होता. तो घरोघरी जात असे, लोकप्रिय बाजारपेठांमध्ये हिंडत असे आणि गिऱ्हाइकं गाठून अर्ज भरून घेत असे. इतर ठिकाणांहून इच्छुकांची नावं क्वचितच मिळत. हा व्यवसाय वाढवण्याचा याहून चांगला मार्ग उपलब्ध होता का?

"आम्ही याविषयी खूप चर्चा करीत असू. आणखी लोकांची नावं मिळवून आणखी गिऱ्हाइकं कशा प्रकारे आणता येतील? आम्हाला याबाबत एक कल्पना सुचली. ती म्हणजे टेलिमार्केटिंग.[१]"

या सुमारास नितीन त्याच्यासारख्या व्यावसायिकांच्या एका मीटिंगसाठी बंगळुरूला गेला होता. त्याच्यासारख्या अनेक उद्योजकांना कॉलसेंटरच्या माध्यमातून खूप गिऱ्हाइकं मिळवता येत आहेत हे त्याला कळलं.

तो परत आल्यावर रंजनाला म्हणाला, "आपण स्वत:चं कॉलसेंटर सुरू करू या. तुला विक्रीचा अनुभव आहे. त्यामुळे तूच हा व्यवसाय उभा कर." रंजनानं स्वत:ची नोकरी सोडून दिली आणि या व्यवसायात उडी घेतली. जरी हा नितीनच्याच

---

१. टेलिमार्केटिंग – टेलिफोन करून ग्राहक मिळवणं.

''मी एकतर नोकरी केली असती किंवा स्वत:चा व्यवसाय तरी चालू केला असता. नुसतं घरी बसून राहणं मला अजिबात आवडलं नसतं.''

व्यवसायाचा एक भाग होता, तरी तो स्वतंत्रपणे दुसऱ्या ठिकाणी सुरू करण्यात आला होता.

''आम्ही पंजागुट्टा भागातील एक फ्लॅट भाड्यानं घेऊन 'स्वॉन फिन-मार्ट' नावानं कॉलसेंटर सुरू केलं. त्यावेळेस असा उद्योग सुरू करायला प्रारंभिक खर्च फारसा येत नसे. फक्त जागा, कर्मचारी आणि टेलिफोन-लाइन्स पुरत असत.''

या जोडप्यानं स्वत:चे पैसे त्यात गुंतवले. ते लवकरच वसूल होतील असा त्यांना विश्वास वाटत होता आणि तसं घडवून आणण्यासाठी रंजनानं आपलं सारं कौशल्य पणाला लावलं. क्रेडिट कार्ड घेऊ इच्छिणाऱ्या संभाव्य अर्जदारांची माहिती – डेटाबेस गोळा करणं हेच मोठं प्राथमिक आव्हान होतं.

हे साल होतं २०००. 'शॉपर्स स्टॉप' आणि 'लाइफस्टाइल' यांसारख्या डिपार्टमेंटल स्टोअर्स-चेन्स जोरानं व्यवसायात उतरत होत्या. कॉलसेंटरचा प्रस्ताव घेऊन रंजना त्यांच्याकडे गेली आणि त्यांना तिचा प्रस्ताव पसंत पडला.

''आमच्यापाशी गिऱ्हाइकांच्या नाव-पत्त्यांची, टेलिफोन नंबरांची यादी आहे. परंतु ती सारी कागदांवर लिहिलेल्या स्वरूपात आहे. तू ती यादी कॉम्प्यूटराइज्ड करून देऊ शकशील?'' त्यांनी तिला विचारलं.

हे मानेचे टाके ढिलं करणारं काम होतं; परंतु रंजनानं ते काम करून द्यायचं कबूल केलं.

''मला आठवतंय, ही माहिती असलेले कागद आम्ही चक्क पिशव्यांमधून आणि बॅगांमधून आमच्या ऑफिसात नेले; परंतु या कागदांच्या मदतीनं, आम्ही २५ हजार ग्राहकांची माहिती (डेटाबेस) मिळवू शकलो.''

एका दगडात दोन पक्षी मारता आले.

ही माहिती कॉम्प्यूटरवर टाकण्यासाठी रंजनानं डेटा-एन्ट्री ऑपरेटर्स नियुक्त केले. त्यानंतर टेलिमार्केटिंग करणारे कॉलसेंटरमधले लोक हा डेटाबेस वापरून क्रेडिट कार्ड घेतील असे संभाव्य ग्राहक शोधू लागले.

''परंतु यादीतील प्रत्येक माणसाला आम्ही फोन करत नसू. कोणती व्यक्ती संभाव्य ग्राहक ठरू शकेल, हे ठरवण्यासाठीचे आमचे काही ठोकताळे होते. या झपाटलेपणात मीमांसेचा वापर केला जात होता.

''ज्या अर्जदारांचे अर्ज सूक्ष्म छाननीनंतर क्रेडिट कार्डसाठी स्वीकारले जातील, अशांसाठीच बँकेकडून कमिशन दिलं जात असे. त्यामुळे कोणत्या प्रकारच्या

ग्राहकांची सर्वाधिक स्वीकृती झाली आहे, याचा छडा लावून त्या प्रकारच्या ग्राहकांशीच टेलिमार्केटिंग करणारे लोक संपर्क साधू लागत.''

ज्या अर्जदारांना क्रेडिट कार्डं देण्यात आली होती, अशा अर्जदारांची माहिती देण्याची विनंती रंजनानं बँकेली केली. ही माहिती डेटाबेसला दिल्यावर, लवकरच त्यांना उमगलं की, कोणत्या प्रकारच्या लोकांचे अर्ज क्रेडिट कार्डासाठी स्वीकारले जात आहेत. ज्या लोकांना सॉफ्टवेअर कंपन्यांमध्ये नोकऱ्या होत्या, अशांचे अर्ज क्रेडिट कार्डासाठी स्वीकारले जाण्याची जवळजवळ खातरीच असे.

''प्रत्येक अर्ज पाठविण्यापूर्वी आम्ही खातरी करून घेत असू की, वय, उत्पन्न, नोकरीवर ठेवणारी कंपनी यांबाबतीतली माहिती बँकेच्या पसंतीस उतरेल अशी आहे किंवा नाही.''

त्यामुळे 'स्वॉन फिन-मार्ट'कडून आलेले खूपसे अर्ज स्वीकारले जात. त्यांना जास्त कमिशनसुद्धा मिळवता येई.

''स्टँडर्ड चार्टर्ड बँकेच्या डायरेक्टर-सेल्स-असोसिएट्समध्ये आम्ही त्यावर्षी संपूर्ण भारतात क्रेडिट कार्डं मिळवण्यात अग्रस्थान मिळवलं.''

'स्वॉन फिन-मार्ट'ची प्रगती झपाट्यानं झाली. २००४ सालापर्यंत कंपनी २००० चौरसफुटांच्या ऑफिसात हलली आणि तिच्यासाठी ५० कर्मचारी काम करू लागले. त्यांपैकी ३४ स्त्रिया होत्या. त्या टेलिफोनवर संपर्क साधून, मुलाखतीसाठी वेळ मुक्रर करीत. १५ पुरुष होते; ते अर्ज भरून घेऊन त्यांवर सह्या घेत. उत्पन्न एक कोटीच्या घरात पोचलं आणि दरमहा १५०० ते २००० अर्ज स्वीकारले जाऊ लागले.

त्यानंतर मात्र परिस्थिती बदलली. बँकेने आपले धोरण आणि कमिशनची पद्धत बदलली. त्यामुळे हा व्यवसाय पहिल्याइतका फायदेशीर राहिला नाही. त्याबरोबरच व्यवसायाचा खर्चसुद्धा वाढत चालला होता.

'''जनरल इलेक्ट्रिक'नं हैदराबादला एक कॉलसेंटर सुरू केलं. ते आमच्यापेक्षा तिप्पट पगार देऊ लागले. त्यामुळे आमचे अनेक उत्कृष्ट कर्मचारी त्यांच्याकडे गेले.''

रंजनानं आणखी वर्षभर कारभार रेटला. परंतु व्यवसायाची घसरण सुरूच राहिली. टेलिमार्केटिंगच्या व्यवसायाचं 'जीई'सदृश कॉलसेंटरमध्ये रूपांतर करणं हा

''त्यासाठी खूप गिऱ्हाइकं मिळवावी लागणार होती. मला जेव्हा पूर्णवेळ विश्रांतीसाठी अंथरुणावर पडून राहावं लागत होतं, तेव्हा मी अतिशय बेचैन होत होते की, मला कंपन्यांचा पाठपुरावा करून गिऱ्हाइकं मिळवता येत नाहीत म्हणून.''

“तुमची आई नोकरी करत असली तर खूप फायदा होतो. मी संयुक्त कुटुंबात माझ्या आजीआजोबांबरोबर लहानाची मोठी झाले. त्यामुळे मी स्वावलंबी, स्वतंत्र बनले.”

एक पर्याय होता; परंतु त्यासाठी खूप भांडवल लागलं असतं आणि त्यात धोकासुद्धा भरपूर होता. त्यावेळेस भागीदारांनी दुसऱ्या एखाद्या व्यवसायाचा कसून शोध घ्यायचा निर्णय घेतला.

त्यांच्या एका मित्रानं बंगळुरूमध्ये नुकताच 'सर्व्हिस अपार्टमेंट'चा व्यवसाय सुरू केला होता. तो चांगला चालला होता.

त्यानं विचारलं, “तुम्ही यासारखंच काम हैदराबादमध्ये का सुरू करीत नाही?”

त्यानं त्यांच्यापुढे मोठा उदार प्रस्ताव ठेवला.

“आपण भागीदारीत व्यवसाय सुरू करू. तो नीटपणे चालला, तर माझ्याबरोबर भागीदारीत काम करा किंवा त्यानंतर स्वत:चा स्वतंत्र व्यवसाय सुरू करा.”

भागीदारीत काम करण्याची कल्पना व्यवहार्य होती. बंगळुरूमधील विक्री-कर्मचारी ग्राहक मिळवून देणार होते, तर रंजना हैदराबादमधील सर्व्हिस अपार्टमेंट्सचे व्यवस्थापन सांभाळणार होती. बंगळुरूच्या लोकांनी नवी शाखा स्थापन करून देण्यासाठी एका निवासी व्यवस्थापकाला बंगळुरूहून हैदराबादला पाठवलं.

“त्याच्याकडून मी खूपच शिकले – अपार्टमेंट्स कशी मिळवायची, त्यासाठी फर्निचर कसं शोधायचं, ती कशी सजवायची, त्यांचं व्यवस्थापन कसं बघायचं आणि असंच खूप काही!”

सर्व्हिस अपार्टमेंट्सच्या व्यवसायात खूप भांडवल गुंतवावं लागतं. तुम्हाला सिक्युरिटी डिपॉझिट ठेवावं लागतं आणि प्रत्येक खोलीच्या फर्निचरसाठीचा खर्च दीड लाखांच्या घरात पोहोचला. सुरुवातीला अशा निदान वीस खोल्या असणं गरजेचं असतं. त्यानंतर महिन्याचं भाडं आणि कर्मचाऱ्यांचे पगार यांवर खर्च येतो. दोन्ही भागीदारांनी सारखीच गुंतवणूक केली – प्रत्येकी साधारण २३ लाख रुपये.

“स्विमिंग पूल आणि अशा अनेक अन्य सुविधा असलेल्या एका चांगल्या अपार्टमेंट-कॉम्प्लेक्समध्ये जागा घेऊन आम्ही व्यवसाय सुरू केला. त्यावेळेस अशा प्रकारच्या सुविधा पुरवणारे अपार्टमेंट-कॉम्प्लेक्स हैदराबादमध्ये नव्यानेच सुरू होत होते.”

पहिले सहा महिने धंदा उत्तमच चालला. ८० टक्के अपार्टमेंट्स भरलेली असत. हा व्यवसाय वाढवायला हरकत नाही असं वाटू लागलं, तोच एकाएकी हैदराबादमधील व्यवसायला ओहोटी लागली. भागीदार विभक्त झाले आणि आपापल्या मार्गानं जाऊ लागले. व्यवसायात कुठे बिनसलं, याचा आम्ही कसून

शोध घेऊ लागलो.

"आम्ही कोणत्या गोष्टी चुकीच्या केल्या?"

बाजारपेठेचं सर्वेक्षण केल्यावर रंजनाच्या लक्षात आलं की, हैदराबादमधील बाजारपेठ, स्थावर एजंटांनी काबीज केली आहे. हे एजंट्स, रिकाम्या अपार्टमेंट्समध्ये जुजबी फर्निचर ठेवून ती गेस्ट-हाउस म्हणून चालवत असत. दिवसाकाठी पैसे आकारणं ही संकल्पना अस्तित्वातच नव्हती. ते 'दरमहा' आकार लावत आणि तोसुद्धा खोलीमागे न लावता, तीन बेडरूम्सच्या पूर्ण अपार्टमेंटमागे लावत.

"हैदराबादमधील व्यवसायाचं रूप बंगळुरूमधील व्यवसायापेक्षा संपूर्णत: वेगळं आहे, हे माझ्या लक्षात आलं. हैदराबादमध्ये आम्ही स्वत:च ग्राहक शोधायचा प्रयत्न करायला हवा होता. बंगळुरूमधील लोकांवर संपूर्णपणे भिस्त ठेवणं, ही घोडचूक होती."

प्रत्येक व्यवसाय अवघड परिस्थितीतून केव्हा ना केव्हा जातच असतो. भागीदारी फुटली तेव्हा रंजनानं हैदराबादमधील भाड्याचा करार आणि फर्निचर यांचा ताबा घेतला; परंतु लठ्ठ भाडं आणि कमी रूम्स भरलेल्या राहणं, यामुळे व्यवसायात तोटा होऊ लागला. त्याचवेळेस टेलिमार्केटिंगचा व्यवसाय गाळात जाऊ लागला होता.

"उद्दिष्टं पूर्ण होत नव्हती. त्यामुळे त्यांच्याबरोबर बसून चर्चा करणं आवश्यक होतं."

त्याचवेळेस आणखी एक आव्हान पुढे ठाकलं. लग्नाला सात वर्षं झाल्यानंतर रंजनाला दिवस गेले आणि गर्भारपणात समस्या उभ्या राहिल्या.

"मला उच्च रक्तदाबाचा त्रास होत असल्यामुळे डॉक्टरांनी मला तीन महिने बिछान्यावर पडून विश्रांती घ्यायला लावली. परंतु मी फोनवरून काम चालूच ठेवलं."

या काळात रंजनापुढलं मुख्य उद्दिष्ट होतं, कमी भाड्याची जागा मिळवण्याचं. भाड्यानं नव्यानं घेतलेल्या खोल्या, जुन्या फर्निचरनं सजवून तयार करावयाच्या होत्या. त्या खोल्या नीट ठेवण्याचं काम करणारे आणि राहण्यासाठी आलेल्यांना सेवा पुरवणारे जे कर्मचारी होते, त्यांच्यावर सतत देखरेख ठेवावी लागत होती.

"माझ्या मुलीच्या जन्मानंतर फक्त चाळीस दिवसांतच मी कामावर जायला सुरुवात केली; परंतु सहा महिन्यांचा काळ वाया गेलेला होता."

काळ्या ढगांना एकच रुपेरी किनार दिसत होती : ५० टक्के खोल्या भरलेल्या राहत होत्या, जर ७० टक्के खोल्या भाड्यानं गेल्या, तर या प्रकल्पात निदान तोटा तरी झाला नसता, हे रंजना जाणून होती. हा व्यवसाय बंद करणं शक्यच नव्हतं. त्यात त्यांनी जवळजवळ २५ लाख रुपये गुंतवले होते.

स्मित करत रंजना म्हणते, "मला हार मानायला आवडत नाही. त्याशिवाय

''सुरुवातीला माझ्या मनात संदेह होता – मी योग्य मार्गाने जातेय? हा व्यवसाय योग्य प्रकारे करतेय? 'इंटरनॅशनल स्कूल ऑफ बिझनेस'चा कोर्स केल्यानंतर माझा आत्मविश्वास खूपच वाढला.''

मला स्पष्टपणे दिसत होतं की, काही दिवसांतच तेजीचे दिवस येतील.''

सर्व्हिस अपार्टमेंटची ख्याती पसरते, त्यांच्या जागेच्या आणि सेवा पुरवणाऱ्या कर्मचाऱ्यांच्या दर्जाच्या बळावर. पाहुण्यांची व्यवस्था पाहण्यासाठी एक पर्यवेक्षक, दोन स्वयंपाकी, जागा स्वच्छ आणि नीटनेटकी ठेवणारा कर्मचारी वर्ग, खोलीत नाश्ता-जेवण पोचवणारा सेवक असे आठ-दहा लोकतरी वेगवेगळ्या पाळ्यांमध्ये कार्यरत ठेवावे लागतात.

''माझ्या नशिबानं आमच्या आधीच्या भागीदारीतील प्रकल्पामधला पर्यवेक्षक माझ्यासाठी काम करू लागला. दीपेन हा कष्टाळू, प्रामाणिक तर होताच, परंतु त्याखेरीज तो स्वयंपाकाचं कामसुद्धा करीत असे.''

रंजनाच्या सुदैवाने तिला घरकामात मदत करणारी एक चांगली मोलकरीणसुद्धा मिळाली. रंजनाला दिवस गेल्याबरोबर तिनं दिवसभरासाठी एक बाई नेमली आणि तिला शिकवून तयार केली.

''माझ्या सासूबाईसुद्धा माझ्याबरोबरच राहत असत. परंतु अधूनमधून त्यांना आमच्या मूळ गावी किंवा ऑस्ट्रेलियाला, माझ्या दीरांकडे जावं लागे. त्यांना एका जागी जखडून ठेवायची माझी इच्छा नव्हती.''

उद्योजिका असलेली आई, प्रसूतीनंतर सहा महिने घरी राहू शकत नाही; परंतु दररोज ती कामातून छोट्या-छोट्या सुट्ट्या घेऊ शकते. बाळाची झोपेची आणि भुकेची वेळ लक्षात घेऊन रंजना घराबाहेरची कामं करू लागली.

''माझे कर्मचारी सतत सतर्क राहावेत म्हणून मी तिथे अचानक जात असे; परंतु त्यांच्यावर लक्ष ठेवण्याचं आणि कामांचा पाठपुरावा करण्याचं काम मी फोनवरून किंवा इंटरनेटवरून करू शकत असे.''

काम करणारी स्त्री; आठवड्याचे साती दिवस, दिवसाचे चोवीस तास आपल्या बाळाजवळ राहून बाळाची सर्वतोपरी काळजी घेऊ शकत नाही. त्याबद्दल रंजनाला अपराधी वाटत होतं? बाळाच्या प्रगतीचे टप्पे पाहता न आल्याबद्दल रुखरुख वाटत होती?

''तिला माझी उणीव भासतेय किंवा ती मला जास्त चिकटतेय यासारखे अनैसर्गिक बदल मला माझ्या मुलीत कधीच जाणवले नाहीत. माझ्या अनुपस्थितीचा तिनं नीटपणे स्वीकार केला असावा. म्हणून मी म्हणू शकते की, माझ्या लेकीनंसुद्धा

मला पाठबळ पुरवलं.''

अशा साऱ्या आधारांच्या बळावर रंजनानं जोमानं काम सुरू केलं. व्यवसाय फायदेशीर ठरण्यासाठी दोन गोष्टी गरजेच्या होत्या – भाडं जास्त मिळणं आणि जास्त अपार्टमेंट्स भरलेली राहणं. खोल्या तीन महिन्यांसाठी किंवा वर्षभरासाठी भाड्यानं घेणारे ग्राहक मिळाले असते, तर बरं पडलं असतं. परंतु कंपन्यांकडून अशा प्रकारचे ग्राहक मिळविण्यात यश मिळत नव्हतं.

''असे घाऊक स्तरावरचे ग्राहक मिळविण्यासाठी एच.आर. (ह्यूमन रिसोर्स) मॅनेजर्सना कमिशन देण्यावाचून पर्याय नाही, हे माझ्या लक्षात आलं.''

याबाबतीत रंजनाला काहीही अनुभव नव्हता. त्यामुळे त्याऐवजी तिनं किरकोळ ग्राहकांवर लक्ष केंद्रित करायचं ठरवलं; परंतु अशा ग्राहकांपर्यंत पोचायचं कसं?

''मी इव्हेन्ट मॅनेजर्स (कार्यक्रमाचे व्यवस्थापक) बरोबर संधान बांधायचं ठरवलं. प्रशिक्षण घेण्यासाठी किंवा प्रदर्शनांसाठी तीन-चार दिवसांसाठी शहरात येणारे लोक, त्यांच्याकरवी माझ्याकडे येऊ लागले.''

आणखी एक अनुकूल गोष्ट अशी की, असे किरकोळ ग्राहक रोख पैसे मोजतात, तर कंपन्या ४५ दिवसांनी पैसे देण्याच्या सवलतीची अपेक्षा ठेवतात (आणि प्रत्यक्षात पैसे द्यायला त्याहूनही विलंब लावतात). लहान कंपन्यांना, पैसेवसुलीसाठी पाठपुरावा करणं खूप अवघड जातं.

''जेव्हा तुमच्याकडे पैशांचा तुटवडा असतो, तेव्हा या व्यवसायात असणं शहाणपणाचं आहे का असा प्रश्न पडू लागतो... त्यादृष्टीनं किरकोळ ग्राहक फायदेशीर ठरतात.''

अशा तऱ्हेनं हळूहळू कंपनीचा जम बसू लागला. काही दिवसांनी काही कंपन्यांबरोबरसुद्धा करार झाले आणि ८५ टक्के खोल्या भरलेल्या राहू लागल्या. रंजनानं व्यवसाय वाढवायचं ठरवलं आणि २००८ सालापर्यंत 'स्वॉन स्वीट्स'कडे २८ खोल्या उपलब्ध झाल्या. तरीसुद्धा बरेचदा रंजनाला गोंधळलेले आणि एकाकी वाटत असे.

''मला वाटत असे की, मी व्यावसायिक कुटुंबातील नाही आणि मी अधिक व्यावसायिक प्रशिक्षणही घेतलेलं नाही. त्यामुळे मी योग्य प्रकारे आणि पुरेशा कार्यक्षमतेने काम करू शकतेय की नाही?''

इतर व्यावसायिकांशी संपर्क साधण्यासाठी रंजना अनेक 'गूगल ग्रुप्स'मध्ये सहभागी झाली. एकाच मार्गानं जाणारे लोक एकमेकांकडून खूप शिकू शकतात; एकमेकांचे अनुभव जाणून घेऊ शकतात. एका मित्राच्या सांगण्यावरून रंजनाने 'इंटरनॅशनल स्कूल ऑफ बिझनेस', हैदराबाद यांच्या '१०,००० विमेन आंत्रप्रनर्स' या कोर्ससाठी अर्ज पाठवला आणि तो स्वीकारला गेला.

“१०० टक्के लक्ष केंद्रित करून या सुसंधीद्वारे मी शक्य तेवढं शिकण्याचा प्रयत्न केला.”

या कोर्समध्ये वेगवेगळ्या सिद्धान्तांची माहिती करून दिली जात असली तरी त्यांचा भर होता या सिद्धान्तांचा व्यवहारात उपयोग करून घेण्यावर. रंजना इथे एक अत्यंत महत्त्वाची गोष्ट शिकली : सौदा करताना घासाघीस कशा प्रकारे करावी.

“आमचे एक अत्यंत कुशल प्राध्यापक होते. ते आम्हाला वेगवेगळ्या भूमिकेत जाऊन सौदा करायला लावत असत. त्यायोगे माझ्या लक्षात आलं की, विरुद्ध गटातला माणूस कशा पद्धतीनं विचार करीत असतो आणि सौद्याला प्रारंभ करण्यापूर्वी आपण कशी योजना आखावी.”

त्या वर्गात रंजना जे शिकली, त्याचा वापर तिनं स्वप्नातली एक जागा मिळवण्यासाठी करून घेतला. ही एक उत्कृष्ट इमारत होती आणि ती दुसऱ्या एका सर्व्हिस अपार्टमेंट कंपनीच्या ताब्यात होती; परंतु रंजना त्याचा मागोवा घेत राहिली.

“मला माहीत होतं की, चांगले ग्राहक मिळवण्यासाठी उत्तम प्रतीची जागा मिळवणं अत्यंत महत्त्वाचं आहे. त्यामुळे मी दर आठवड्याला ‘डेक्कन क्रॉनिकल’मधल्या जागांच्या जाहिराती बारकाईनं बघत असे.”

एकदा रंजनाच्या दृष्टीला पडलेल्या एका जाहिरातीत लिहिलं होतं : ‘सर्व्हिस अपार्टमेंटचं लीज विकाऊ आहे’. तिला आवडलेल्या इमारतीबद्दलच ही जाहिरात होती.

“मी फोन केला, तेव्हा सर्व्हिस अपार्टमेंट कंपनीनं अव्वाच्यासव्वा किंमत लावली – एक कोटी रुपयांचं डिपॉझिट आणि तीस खोल्यांसाठी महिना ४० लाख भाडं.”

ही किंमत फारच जास्त आहे, हे जाणवल्यामुळे रंजनानं थेट घरमालकाशीच बोलायचं ठरवलं. त्यांच्याकडून तिला कळलं की, सर्व्हिस अपार्टमेंट कंपनी पुढल्या महिन्यापासून ही जागा सोडत आहे. अवास्तव भाड्यामुळे त्यांचा व्यवसाय गाळात गेला होता.

“दुसरी कंपनी प्रत्येक अपार्टमेंटसाठी महिना ७० हजार रुपये मोजत होती, तर तेव्हाचा बाजारभाव होता महिना ४३ हजार एवढा. त्यामुळे हा भाव उतरवणं गरजेचं होतं.”

अखेरीस हा सौदा अपार्टमेंटमागे महिना ४० हजार रुपये भाड्यावर नक्की झाला.

‘बाजारपेठेचा अंदाज’ (मार्केट रिसर्च) या विषयाची रंजनाला नेहमीच धास्ती वाटत आलेली होती.

“पूर्वी मी माझ्या ग्राहकापासून दूरच राहत असे. तो माझ्याकडे आला, तर तो

तक्रार घेऊनच येणार, असं मला वाटत असे,'' ती हसून म्हणते.

'इंटरनॅशनल स्कूल ऑफ बिझनेस'मधील कोर्समुळे रंजनाला कळलं की, मार्केट रिसर्च म्हणजे ग्राहकांशी बोलणं, संवाद साधणं. नुसतं वर्षाकाठी एकदा नव्हे; तर सतत. कारण तसं केलं तरच तुम्ही शिकता आणि सुधारणा घडवून व्यवसाय वाढवू शकता.

आणि सरतेशेवटी रंजनानं तिच्या सर्वांत मोठ्या कमकुवतपणावर विजय मिळवला. हा विषय होता वित्तनियोजन. व्यवसाय करणाऱ्या अनेक स्त्रियांप्रमाणेच तिला हिशोबठिशोब ठेवण्याची अजिबात आवड नव्हती.

''आकडे माझ्या डोळ्यांपुढे अक्षरश: फेर धरून नाचत असत,'' ती जुनी आठवण सांगते.

आय.एस.बी.चा कोर्स करण्यापूर्वी कंपनीच्या आर्थिक व्यवहाराकडे बघण्यासाठी रंजना नितीनवर अवलंबून राहत असे. आता तिला त्याविषयात त्याच्याएवढं; किंबहुना थोडं जास्तच समजतं.

सेवा पुरवण्याच्या क्षेत्रात काम करत असल्यामुळे बँकांकडून किंवा इतर कोणत्याही वित्तीय संस्थांकडून कर्जाऊ पैसे मिळवणं अवघड असतं; परंतु हिशोब चोख ठेवून अन्य आवश्यक अशा कायद्यानं घालून दिलेल्या गोष्टी रंजना काळजीपूर्वक पार पाडत असते.

आज रंजना तिच्या फिरत्या भांडवलाच्या गरजेचा अंदाज घेऊ शकते, आत्मविश्वासाने बँकेकडे जाते आणि ओव्हर ड्राफ्टची सुविधा मिळवते.

''आज वित्तनियोजनाबाबत काही गोष्टी नितीनपेक्षासुद्धा मला अधिक ठाऊक आहेत.''

दरम्यान नितीनचा व्यवसाय अवघड परिस्थितीत सापडला होता. २००६ साली स्टँडर्ड चार्टर्ड बँकेनं आपली क्रेडिट कार्डं बंद केली. त्यामुळे नितीन 'बार्कलेज बँके'साठी डी.एस.ए. बनला. बार्कलेजच्या अनेक जंगी योजना होत्या; परंतु २००८ साली जगभरात मंदीची प्रचंड लाट आली आणि त्यांनी आपल्या सर्व योजना रद्द केल्या.

''हा व्यवसाय बाहेरच्या परिस्थितीवर फारच अवलंबून असल्यामुळे नितीननं दुसरीकडे लक्ष वळवायचं ठरवलं.''

फेब्रुवारी, २००९मध्ये नितीननं त्याचा आधीचा व्यवसाय पूर्णपणे बंद केला आणि तो अधिकृतपणे 'स्वॉन स्वीट्स'मध्ये सामील झाला. त्यानं आपलं सारं लक्ष दैनिक व्यवस्थापनावर केंद्रित केलं आणि रंजना व्यवसाय वाढवून जास्त ग्राहक शोधण्यासाठी मोकळी झाली. व्यवसाय यशस्वी होऊन वाढण्यासाठी हीच गोष्ट आवश्यक होती.

''नितीन व्यवस्थापनाकडे पाहू लागण्यापूर्वी खूप गोष्टी लांबवल्या जात असत. मला सर्व गोष्टींवर नजर ठेवणं शक्य होत नसे. व्यवसाय वाढवण्याच्या अनेक संधी खुणावत होत्या आणि त्यांवर झडप घालणं गरजेचं होतं.''

गेल्या तीन वर्षांत त्यांना ते करता आलंय. 'स्वॉन स्वीट्स'कडील खोल्यांची संख्या २४ वरून १२५ वर गेली आहे. मिळविलेला नफा व्यवसायात गुंतवण्याव्यतिरिक्त एका मित्राकडून छोटीशी गुंतवणूक मिळवून त्यांना हे साध्य करता आलंय. परंतु रंजना आणि नितीन यांची संयुक्त ऊर्जाच हे साध्य करू शकलीय. संयुक्तपणे त्यांनी केलेल्या कामामुळे व्यवस्थापन खूपच सुधारलंय आणि त्यामुळे व्यवसाय एवढा वाढलाय!

परंतु एकत्र काम करताना पति-पत्नींमध्ये संघर्ष उद्भवत नाही? ''जोपर्यंत तुमच्या कामाच्या कक्षा भिन्न असतात, तोवर संघर्षाला जागा नसते. परंतु कधीकधी या कक्षांचं एकमेकींवर अतिक्रमण होतं आणि अशा वेळेस संघर्ष उद्भवतो,'' ती कबूल करते.

अशा वेळेस दोघेही एकमेकांवर हट्टी असण्याचा आरोप करू लागतात.

''जेव्हा माझ्या 'विक्री' या क्षेत्राकडून त्याच्या 'व्यवस्थापन' या क्षेत्राला एखादी सूचना केली जाते, तेव्हा त्या सूचनेला विरोध होतो आणि कधीकधी व्यवस्थापनाकडून विक्रीक्षेत्राला कानपिचक्या दिल्या गेल्या की, त्याबद्दलसुद्धा प्रतिकारात्मक प्रतिक्रिया दिसून येते!''

परंतु विस्तृत स्वरूपाच्या साधक-बाधक चर्चेनंतर कंपनीच्या हिताला जपणारे निर्णय घेतले जातात.

'स्वॉन स्वीट्स'साठी आता ४६ कर्मचारी, वरिष्ठ व्यवस्थापन संघ आणि एक वरिष्ठ व्यवस्थापक काम करीत आहेत. रंजनाच्या मते, लवकरच ही कंपनी हैदराबादबाहेरदेखील आपले पंख पसरणार आहे. दरवर्षी माफक दरात सुविधा पुरविणाऱ्या सर्व्हिस अपार्टमेंट्ससाठीची मागणी ७० टक्क्यांनी वाढत जातेय. त्यामुळे या कंपनीच्या विकासासाठी भरपूर संधी उपलब्ध असेल.

''चीनमध्ये 'ब्रँड नेम' असलेल्या सर्व्हिस अपार्टमेंट्सची संकल्पना फोफावतेय. तीच पद्धत भारतातसुद्धा अवलंबनात आणण्याजोगी आहे.''

रंजनाचं स्वप्न आहे 'स्वॉन स्वीट्स'ना सर्व्हिस अपार्टमेंट्समध्ये 'ताज हॉटेल'सारखं अग्रस्थान मिळवून देण्याचं! माफक खर्चात प्रवास करू इच्छिणाऱ्यांनी 'स्वॉन स्वीट्स'ना पहिली पसंती द्यावी, अशी तिची महत्त्वाकांक्षा आहे.

''गूगल सर्चच्या माहितीनुसार दर महिन्याला ६ हजार लोक 'स्वॉन स्वीट्स'ची माहिती मिळवायचा प्रयत्न करत असतात. आता अशीच लोकप्रियता आम्हाला

देशातील अन्य शहरांत मिळवायची आहे.''

या धावपळीत कुटुंब म्हणून एकत्र घालविण्यासाठी वेळ काढता येतो?

रंजना आता कामाचे नियमित तास ठेवते. ती ऑफिसात साडेआठच्या ठोक्याला हजर राहते आणि बरोब्बर साडेचार वाजता घरी पोहोचते.

''इशानी आता सहा वर्षांची झाली आहे आणि तिच्या मागण्या वाढल्या आहेत. मी तिच्याबरोबर जास्त वेळ घालवण्याचा प्रयत्न करते. तिच्या अभ्यासाकडे लक्ष देते.''

आणि घरी असताना नितीनबरोबर ऑफिसबाबतच्या चर्चा करायचं ती टाळते. अर्थात ऑफिसमधून रात्री उशिरापर्यंत फोनकॉल्स आणि ई-मेल्स येतच राहतात.

''माझं काम मला अतिशय आवडतंय... या गोष्टी तर चालूच राहणार.'' ती हसून म्हणते.

प्रत्येक व्यक्तीला सुगंधी फुलाप्रमाणे उमलवण्याची शक्ती प्रेमात असते. कामाची आस हाच स्त्रीच्या ठायीचा सुगंध असेल, तर तो सर्वदूर दरवळू दे! आणि त्या सुगंधात घर, कामाची जागा, सारं जग नाहून निघू दे!

स्त्री-उद्योजिकांसाठी सल्ला

स्त्रियांची कुवत खूप मोठी असते. स्त्रिया स्वत:ला उगीचच उणं लेखतात. स्त्रियांनी त्यांच्या कुवतीच्या शतांशानं काम केलं, तरीदेखील त्या खूप काही साध्य करू शकतील.

तुम्हाला काम करता येण्यासाठी कुटुंबीयांचा पाठिंबा मिळणं गरजेचं असतंच; परंतु 'मला पाठिंबा मिळत नाहीये', असं फक्त रडगाणं न गाता, असा पाठिंबा मिळवण्याचा स्त्रियांनी कसून प्रयत्नसुद्धा करायला हवा.

एकदा तुम्ही कुटुंबीयांचा पाठिंबा मिळवून घराबाहेर व्यवसायासाठी पाऊल टाकलंत की, तुम्हाला; विशेषत: तुमच्यापैकी लेकुरवाळ्या विवाहित स्त्रियांना अंगी खूपच कार्यक्षमता आणावी लागते. मिनिटभर वेळसुद्धा वाया घालवून चालत नाही.

घरकामासाठी कुणाचीतरी मदत मिळवा. स्वयंपाकासारख्या गोष्टींसाठी आपल्या देशात माणसं मिळतात. त्यांची मदत घ्या आणि अशा कामात शिणून न जाता, त्यांच्याकडून काम करून घ्या.

एखाद्या महत्त्वाच्या कर्मचाऱ्याला तुम्ही ज्या सन्मानानं वागवाल, तसंच तुमच्या घरकामाच्या बाईला वागवा.

व्यावसायिक आई, मुलांच्या दृष्टीनंसुद्धा चांगली ठरते. व्यवसायासाठी आई घराबाहेर राहत असली, तर मुलांच्यात जो आत्मविश्वास आणि स्वावलंबी वृत्ती निर्माण होते ती अत्यंत मोलाची ठरते. माझी आई सर्ववेळ माझ्या आवतीभवती राहून मला सारं काही पुरवत असती, तर मी बाहेर जाऊन, झगडून हवं ते मिळवू शकले नसते.

एक टप्पा असाही होता – तेव्हा माझी मुलगी लहान होती आणि व्यवसाय नव्यानंच सुरू होत होता. त्यावेळेस मी कावून जात असे. आता मी खूप कष्ट करते; परंतु मी आराम करून तणाव दूर करायलासुद्धा शिकले आहे!

खानदानी निळाई

लीला बोर्डिया
'नीरजा इंटरनॅशनल'

समाजसेवा करण्याच्या ओढीनं मारवाडी कुटुंबातील एका सुनेनं जयपूरच्या झोपडपट्टीत जाण्याचं धाडस केलं. तिच्या उत्कट प्रयत्नांमुळे आणि कल्पकतेमुळे कुंभारांनी पारंपरिक पद्धतीने बनवलेल्या निळ्या रंगाच्या मातीच्या पात्रांना, पुनरुज्जीवन मिळालं आणि त्यायोगे या कारागिरांचं आयुष्य सुधारलं.

कल्पना करा की, तुम्ही एका पारंपरिक मारवाडी कुटुंबातील एक सून आहात. तुम्ही थोड्याशा आधुनिक समजल्या जाल, कारण तुम्ही नाकापर्यंत घुंघट न घेता फक्त डोक्यावरून पदरच घेताय.

या समाजात स्त्रियांना मानाची वागणूक मिळते; परंतु ठरावीक लक्ष्मणरेषेच्या आत त्या वावरल्या तरच! त्यांचं स्थान आहे घरात – स्वयंपाकघर आणि देवघर या परिसरातच.

आता कल्पना करा, अशा रूढिप्रिय कुटुंबातील एक सून चक्क झोपडपट्टीत पोचते. उकाड्यात, जमिनीवर बसून ती कारागिरांशी चर्चा करते आणि त्या चर्चेनंतर कारागिरांकडून निर्यातीसाठी सुंदर, आकर्षक अशी निळी मातीची भांडी बनवून घेते.

''पस्तीसपेक्षाही अधिक वर्षांपूर्वी मी समाजसेवेच्या हेतूनं याला प्रारंभ केला; परंतु हा उद्योग इतका प्रचंड वाढला की, त्यातूनच एक व्यवसाय उभा राहिला.''

मन लुब्ध करेल असा व्यवसाय! 'नीरजा इंटरनॅशनल'च्या जयपूरमधील वस्तुदर्शनालयात (शो-रूममध्ये) निळ्या आणि पिवळ्या रंगांची मातीची पात्रं आणि इतर वस्तू सगळीकडे शोभिवंत पद्धतीनं मांडलेली आहेत. कप, टाइल्स, हुक्स, मणी, दिवे अशा असंख्य गोष्टी तिथे दिसतील.

लीला म्हणते, ''मी अजूनही नव्या डिझाइनच्या वेगवेगळ्या वस्तू बनवून घेत असते.''

अशा वस्तू करवून घेताना लीलानं कारागिरांना आपल्या खेड्यातच राहून काम करण्याची मोकळीक दिली आहे आणि मृतप्राय होत चाललेल्या एका पारंपरिक हस्तव्यवसायाला पुनरुज्जीवन दिलं आहे.

डोक्यावरचा 'पल्लू' बाजूला सारून प्रयत्न करणाऱ्या एका स्त्रीनं, एकटीनं, स्वबळावर हा चमत्कार घडवला आहे. तिनं धिटाईनं नव्या मार्गावर दूरवरचा पल्ला गाठला आहे!

खानदानी निळाई

लीला बोर्डिया
'नीरजा इंटरनॅशनल'

लीलाचा जन्म राजस्थानमध्ये झाला; परंतु ती लहानाची मोठी झाली कोलकात्यात.

''माझे वडील 'हिंदुस्तान मोटर्स' या कंपनीत उच्चपदावर होते. माझी आई नगिनादेवी एक गृहिणी होती; परंतु तिला समाजसेवेची आंतरिक ओढ होती.''

आईचा हात घट्ट धरून कोलकात्यातील झोपडपट्टीत गेल्याचं लीलाला स्पष्टपणे आठवतंय. त्यांच्यासोबत एक साडी नेसलेली, प्रेमळ स्मित करणारी स्त्रीसुद्धा असे. अनेक वर्षांनंतर लीलाच्या लक्षात आलं की, ती स्त्री मदर तेरेसा होती. हुंडा, बुरखा आणि सर्व प्रकारचा भेदभाव या दुष्ट सामाजिक प्रथांशी नगिनादेवी झुंजत असे.

''गरीब-श्रीमंतांमधला, मुला-मुलींमधील भेदभाव नगिनादेवींना अजिबात पसंत नव्हता.''

लीलाचा जन्म एका सुखवस्तू कुटुंबात झाला असला, तरी तिनं एका सर्वसामान्य शाळेत शिक्षण घेतलं. घरून तिच्यासोबत जेवणाचा डबा दिला जात नसे. तिने अधिकाऱ्याची मुलगी म्हणून वेगळं न वागता इतर मुलांप्रमाणेच चहा-ब्रेडवर भागवावं हा त्यामागचा हेतू असे.

''सर्वांशी समानभावानं आणि न्यायानं वागावं अशी शिकवण मला दिली जात असे.''

लीलानं निश्चय केला की, तीसुद्धा मोठी झाल्यावर काहीतरी करून दाखवेल. परंतु लीलाची आई अकाली निवर्तली आणि तिला पाठच्या तीन भावंडांकडे

बघण्याची जबाबदारी उचलावी लागली.

"मी अभ्यासात फारशी हुशार नव्हते आणि अधूनमधून मी शाळेत जाणं सोडतही असे."

परंतु त्यानंतर मात्र तिनं नेटानं पदवी मिळवली. १९७४ साली लीलाचा विवाह झाला आणि ती जयपूरला राहू लागली.

"हा नियोजित विवाह होता. माझे पती बांधकाम-व्यावसायिक होते. त्यांच्या जेवणाच्या वेळांचा काही ठिकाणाच नसे; कारण बांधकाम व्यवसायात असंच असतं."

लीलानं ठरवलं की, नुसती तक्रार करत बसण्याऐवजी तिच्या हाती असलेल्या वेळेचा तिनं सदुपयोग केलेला बरा. तिने जवळच्याच एका शाळेत मॉंटेसरी शिक्षिका (बालवर्गाची शिक्षिका) म्हणून काम करायला सुरुवात केली; परंतु समाजसेवेची तळमळ तिला स्वस्थ बसू देईना. अखेरीस एके दिवशी लीलानं घराजवळील झोपडपट्टीत जाण्याचा धीर केला. तिथे तिला जे दिसलं, ते मोठं दुःखद आणि धक्कादायक होतं.

'हिदाकी मोरी' नावाची ही झोपडपट्टी कामाच्या शोधार्थ खेड्यांतून शहरात स्थलांतर केलेल्या स्त्री-पुरुषांनी भरून गेली होती. ते केवळ जिवंत राहण्यासाठी, अत्यंत भीषण परिस्थितीत अपार कष्ट करीत होते.

लीला तेथे नित्यनेमाने जाऊ लागली. दरवेळेस तिथे जाताना ती तिच्याबरोबर पैसे, अन्न, कपडे यांपैकी कोणतीतरी गोष्ट घेऊन जात असे; परंतु ते कधीही पुरेसं ठरत नसे.

"मी जेवढं जास्त देऊ लागले, तेवढीच त्यांची मागणी वाढत गेली."

त्यांना मदत करण्याचा याहून चांगला मार्ग शोधणं गरजेचं होतं. त्यावेळेस लीलाची नजर पडली सुरेख अशा निळ्या रंगाच्या मातीच्या भांड्यांवर. आपल्या लहानशा घरात बसून या झोपडपट्टीवासीयांनी ही सुरेख भांडी बनवली होती. ती भांडी विलक्षण मनमोहक आणि आकर्षक होती.

"ही पारंपरिक हस्तकला होती. ती त्यांनी त्यांच्या पूर्वजांकडून आत्मसात केली होती; परंतु शहरातले लोक त्याला फारशी किंमत देत नव्हते."

१९६०च्या दशकात महाराणी गायत्रीदेवींनी दिलेल्या आश्रयामुळे या हस्तकलेला उत्तेजन लाभलं होतं; परंतु निळ्या रंगाच्या मातीच्या भांड्यांसाठी फारशी मागणी येत नव्हती. मोठाल्या चहादाण्या, फुलदाण्या, ताटल्या यांचा फारसा उठाव होत नव्हता. परंतु ही हस्तकला आणि भांड्यांचा आगळावेगळा निळा रंग यांमुळे त्यांचा खप भरपूर प्रमाणात होण्याची शक्यता दिसत होती.

"मी त्यांना म्हटलं, ही भांडी थोड्या वेगळ्या आकाराची करा."परंतु कुंभार अडेलतट्टूपणे वागत. ते म्हणत, "याच पद्धतीने ही पूर्वापारपासून बनवली जात आहेत."

१९७६ साली लीलानं अपर्णा नावाच्या कन्येला जन्म दिला. परंतु तिच्या झोपडपट्टीतल्या फेऱ्या चालूच राहिल्या. तिच्या डोळ्यांपुढे कोणतीही ठोस कल्पना

नव्हती. फक्त या लोकांना स्वावलंबी बनवावं, ही तळमळ मनी होती. यामागे स्वत:चा व्यवसाय थाटणं, हा हेतू कधीच नव्हता.

दोन वर्षांहून अधिक काळ कोणतातरी नवीन माल बनवण्यासाठी लीला कुंभारांचं मन वळवत राहिली. अखेरीस कैलाश नावाच्या एका तरुण कुंभारानं लीलाच्या मार्गदर्शनानुसार काम करायचं कबूल केलं. दोघं मिळून कुंभाराच्या चाकावर वेगवेगळे प्रयोग करून पाहू लागले.

दरम्यान दैवाचं चाकसुद्धा फिरत होतं – स्वत: लीलासाठी आणि निळ्या भांड्यांच्या भविष्यासाठी! लीला ज्या शाळेत शिकवत होती, त्या शाळेचा (आता 'अनोखी' नावानं प्रसिद्धी मिळालेल्या) निर्यातगृहाशी संबंध होता. इथेच १९७७ साली लीलाची भेट पॉल कोमार या फ्रेंच खरेदीदाराशी झाली.

''माझ्या प्रयत्नांबद्दल जेव्हा कळलं, तेव्हा त्याला माझ्या प्रयत्नांचं खूपच कौतुक वाटलं. त्यानं मला काही नव्या कल्पना सुचविल्या.''

त्यानं लीलाला विचारलं, ''तुला याच पद्धतीचे मातीचे झिलईदार मणी बनवता येतील? मण्यांचे पडदे मी फ्रान्समध्ये विकू शकेन.''

असे मणी कसे बनवावे, याची लीलाला अजिबात कल्पना नव्हती; तरीसुद्धा तिने तसे मणी बनवून द्यायचं कबूल केलं. कैलाशशी आणि त्याच्या कुंभारमित्रांशी तिनं खूप चर्चा केली; योग्य आकाराचे व योग्य घडाईचे आणि योग्य रंगाचे मणी बनवण्यासाठी खूप वेळ खर्च केला.

''किती तापमानाला ते भाजावे, त्यांना सर्व बाजूंनी झिलई कशी द्यावी, या गोष्टी आम्ही पुन्हापुन्हा प्रयोग करून शिकून घेतल्या.''

मण्यांचे पडदे तयार झाले तेव्हा लीलानं ते मोठ्या अभिमानानं फ्रान्सला रवाना केले. पॉलनं ताबडतोब त्यांचे पैसे चुकते केले आणि लीलाला अतिशय आनंद झाला. तिच्या कुंभारांना ती अखेरीस तिच्या इच्छेप्रमाणे मदत करू शकली होती! परंतु पॉलला आणि तिला, दोघांना ओळखणाऱ्या एका परिचिताकडून तिला एक अस्वस्थ करणारी बातमी कळली.

''आम्ही पाठवलेले सारे पडदे फ्रान्समध्ये नाकारण्यात आले होते; कारण त्यातले मणी समान दर्जाचे आणि पुरेशा चांगल्या प्रतीचे नव्हते. ते खूपच कमी किमतीला विकावे लागले होते.''

लीलाच्या लक्षात आलं की, तिला पुरेसा अनुभव नव्हता. मालाला मागणी आल्यामुळे ती इतकी हुरळून गेली होती की, तिनं दर्जाबाबतच्या बारीकसारीक बाबींकडे पुरेसं लक्षच दिलेलं नव्हतं आणि तरीसुद्धा पॉलनं नापसंतीचा एक शब्दसुद्धा उच्चारला नव्हता. एवढंच नव्हे; तर पुढल्या वर्षी तो पुन्हा जयपूरला आला आणि म्हणाला, ''आपण पुन्हा एकदा प्रयत्न करून पाहू या.''

"मला फक्त या लोकांना मदत करायची होती. व्यवसायातलं मला शष्पसुद्धा ठाऊक नव्हतं."

त्यांनी यावेळेस दरवाजाची मूठ बनवायचा प्रयत्न करायचं ठरवलं. यावेळेसही ही कल्पना पॉलनंच सुचवली होती आणि लीला मोकळ्या आकाशाखालील तिच्या प्रयोगशाळेत बसून तिच्या कुंभार-सहकाऱ्यांबरोबर त्याबद्दल चर्चा करू लागली. परंतु यावेळेस वातावरण उत्साहाचं होतं. प्रत्येकाला ठाऊक होतं की, बाईजी 'फोरेन'हून मालासाठी मागणी मिळवून सत्कार्य करीत आहेत!

"कारागीर स्वत:हून पुढे आले आणि मला म्हणाले की, त्यांना माझ्याबरोबर काम करायचं आहे."

या कारागिरांपैकी एक होता लालाराम. त्याचं मूळ गाव होतं कोटजेवार. ते जयपूरपासून पन्नास किलोमीटर अंतरावर होतं. पण या लोकांनी आपलं गाव सोडून झोपडपट्टीत राहण्याची काय जरुरी होती? हे काम तर ते आपल्या खेड्यात राहूनसुद्धा करू शकत होते!

"मी लालारामला सांगितलं, 'तू तुझ्या खेड्यात परत जा. मी तिथेच तुला काम मिळवून देईन.'"

याचाच अर्थ असा होता की, त्यासाठी आता लीलाला सर्व प्रकारच्या हवामानात खडबडीत रस्त्यानं त्याच्या खेड्यापर्यंत प्रवास करावा लागणार होता! परंतु हा निर्णय तिनं समजून उमजून घेतला होता आणि तो एक महत्त्वाचा निर्णायक टप्पा होता!

"मी माझं धोरण निश्चित केलं : मला मिळवता आलेलं सर्व काम मी खेड्यातल्या कुंभारांना देईन आणि त्यांना शक्य तेवढी मदत करीन."

अशा पद्धतीनं पॉलचा विश्वास, लीलाची कल्पनाशक्ती आणि लालारामची चिकाटी या त्रिवेणी संगमातून 'सिरॅमिक डोअरनॉब' (मातीला झिलई चढवून बनवलेली दरवाजाची मूठ) जन्मली.

"ही गोष्ट अत्यंत लोकप्रिय झाली, आजमितीपर्यंत ती आमची विशेषता राहिली आहे!"

लीलाची बहीण मंजू लोढा मेक्सिको देशात राहत होती आणि या सुमाराला लीलाला ती म्हणाली, "मी अशा तऱ्हेची मातीची भांडी इथेसुद्धा पाहिली आहेत. तू मेक्सिकोला येऊन त्या भांड्यांची घडाई प्रत्यक्षात का बघत नाहीस?"

लीलाला ही कल्पना आवडली. १९७९ साली तिनं मेक्सिकोत एक महिना राहून तेथील कुंभारकामाच्या पद्धतीशी ओळख करून घेतली. त्यासाठी लीलाला दररोज मेक्सिको सिटी येथून १०० किलोमीटर्सवर असलेल्या प्युएब्ला नावाच्या खेड्यात जावं लागत होतं.

"हे खेडं फारच लहान होतं आणि तिथली भाषा येत नसल्यामुळे तिथे रात्री

राहणं धोक्याचं होतं.''

परंतु कलेच्या भाषेसाठी शब्दांची गरज नसते! लीला दररोज तेथील कुंभारकारागिरांचं काम प्रत्यक्ष बघत होती. त्यांची कामाची पद्धत, झिलई देण्याची पद्धत तिनं प्रत्यक्ष बघितली होती. हे काही औपचारिक प्रशिक्षण नव्हतं. तिला जे शिकायचं होतं, ते ती काळजीपूर्वक बघत होती. लीला भारतात परत आली. पुढल्याच वर्षी तिच्या मुलाचा जन्म झाला; परंतु एकीकडे तिचं काम चालूच होतं. दोन लहान मुलं, सून आणि पत्नी या भूमिकांमधील कर्तव्यं आणि कुंभारकामाची उत्कट ओढ या सर्व गोष्टींचा मेळ तिनं कसा घातला?

''माझे पती आणि माझ्या सासूबाई या दोघांनी मला खूपच पाठिंबा दिला; त्याशिवाय आमची कामाची गती अगदी संथ होती.''

त्यावेळेस फॅक्स मशीन नव्हती. मोबाइल फोन्स नव्हते आणि ई-मेल्ससुद्धा नव्हत्या! कामाची मागणी त्वरेनं पुरी करून देण्याचा कुणी लकडा लावत नव्हतं. तुम्ही मालाच्या मागणीचा पुरवठा करायला अनेक आठवडे, अनेक महिने लावू शकत होता; परंतु हळूहळू का होईना प्रगती सतत होतच होती!

तिच्याकडून मिळत असलेल्या कामाबद्दल माहिती पसरत होती आणि अधिकाधिक कारागीर तिच्याकडे कामाची मागणी करीत येत होते. लीला बाजारपेठेत माल पुरवू लागली, तशी तिला कोणत्या मालाचा खप होईल, हे उमगू लागलं.

मागणीनुरूप नव्या नव्या वस्तू बनवल्या जाऊ लागल्या आणि विक्रीसाठी पाठवल्या जाऊ लागल्या.

''मागणीचं अविरत चक्र फिरू लागलं आणि आमच्यापुढलं काम वाढू लागलं.''

कोटजेवार खेड्यातील कारागिरांचं सहकार्य अत्यंत मोलाचं होतं. प्रारंभ झाला लालारामच्या कुटुंबापासून. परंतु हळूहळू इतर कुटुंबसुद्धा एकामागून एक या प्रकल्पात सहभाग घेऊ लागली. प्रत्येक कुटुंब म्हणजे एक स्वतंत्र स्वयंपूर्ण गट होता. आठ कुटुंबं असली की, असे आठ स्वतंत्र, स्वयंपूर्ण गट कामाला भिडत असत.

माल निर्यात करता यावा म्हणून १९७८ साली लीलानं प्रोप्रायटरशिपची नोंदणी केली. या कंपनीचं नाव, तिनं आपल्या नीरजा या बहिणीच्या नावावरून ठेवलं. तिच्या प्रोप्रायटरी फर्मचं नाव होतं 'नीरजा इंटरनॅशनल'. परंतु १९८३-८४ सालीच तिला जाणवू लागलं की, या कामाचा आवाका फक्त 'समाजसेवा' एवढाच राहिलेला नाही. हे काम आता खूपच वाढलं आहे!

''माझ्या लक्षात आलं की, हा एका नव्या व्यवसायाचा भरभक्कम पायाच तयार झालाय आणि आता मी अधिक व्यावसायिकता अंगी रुजवायला हवी.''

आणि या सुमारास लीलानं आणखी एक बदल घडवला. पूर्वापारपासून जयपूरमधील

''मी जगभरातून खूपच तांत्रिक गोष्टी शिकले; परंतु उत्पादनातील कच्च्या मालाचे घटक मात्र मी कधीही बदलले नाहीत. त्यामुळे 'जयपूर पॉटरी'ची स्वत:ची अशी वैशिष्ट्यं आम्हाला टिकवून ठेवता आली आहे.''

कुंभारकामासाठी 'ग्राउंड क्वार्ट्झ'[१] वापरली जाते. यात कोबाल्ट ऑक्साइड हे खनिज मिसळलं की, इथला सुप्रसिद्ध मोरपंखी-निळा रंग तयार होतो. त्यामुळे कुंभार दोन रंग वापरतात : पांढरा आणि मोरपंखी-निळा.

लीलानं कुंभारकामात आणखी एक रंग वापरायला सुरुवात केली. सूर्यकिरणांसारखा पिवळा. पिवळा कशासाठी?

''ते मला काही नीटसं सांगता येत नाही; परंतु मला मनोमन वाटलं की, पिवळा रंग राजस्थानमध्ये खूपच प्रचलित आहे आणि निळ्या रंगाबरोबर तो शोभून दिसेल.''

लीलाचं अंतर्मन तिला सांगत होतं की, लोक एकाच रंगाच्या वस्तूंनी आपलं घर कधीही भरणार नाहीत. निळ्या रंगाच्या दरवाजाच्या मुठी, निळे पलंगपोस, निळे दिवे – सारं काही निळं; मोठं कंटाळवाणं वाटेल. परंतु त्यात थोडासा जरी बदल घडवला, तरी तो लोकांना लगेचच आकृष्ट करून घेईल.

''माझ्या या निर्णयाबद्दल अनेक लोकांनी टीका केली; परंतु मी घेतलेल्या निर्णयावर माझा विश्वास होता आणि मी त्या निर्णयाला चिकटून राहिले.''

१९८४ साली 'नीरजा इंटरनॅशनल' हा एक लहानसा व्यवसाय होता. वर्षाकाठी ४ लाख रुपयांचा माल विकला जात असे. मालाचा खप संथ गतीनं वाढत होता; कारण उत्पादनाला खूप वेळ लागत असे. प्रत्येक वस्तू हातानं घडवली जात असे आणि ती पूर्ण करण्यासाठी अनेक वेगवेगळ्या प्रक्रिया हातानंच कराव्या लागत. शंभर वर्षांपूर्वीप्रमाणेच उत्पादनाची पद्धत सुरू ठेवण्यात आली होती.

कोटजेवार खेडं हे त्यांचं उत्पादन केंद्र होतं. त्यामुळे कामाच्या प्रगतीवर लक्ष ठेवण्यासाठी लीला तेथे दर आठवड्याला जात असे.

''बहुतेकदा मी रविवारी जात असे आणि माझे पती माझ्याबरोबर येत असत. मी कुंभारांजवळ बसून कामाची पाहणी करीत असे. तेव्हा ते 'चारपाई' (बाज) वर आडवे पडून आराम करीत असत.'' दर आठवड्याला असं करायला किती नवरे तयार होतील?

उद्योजकाच्या आयुष्यात अनिश्चितता पाचवीलाच पुजलेली असते. तुम्ही हिंदुस्तान शोधायला नौकाप्रवास सुरू करता आणि अमेरिकेला पोचता असं खूपदा घडू शकतं; परंतु तीच तर खरी मौज असते!

---

१. ग्राउंड क्वार्ट्झ – काचमण्याची पूड; एका खनिज स्फटिकाची पूड.

मण्यांच्या पडद्यांबाबत, सुरुवातीला जे अपयश आलं, त्याचा शेवट गोडच झाला. उरलेल्या मण्यांच्या लीलानं माळा बनवल्या आणि 'अनोखी' या निर्यातगृहात विक्रीसाठी ठेवल्या. त्यावेळेस 'फार पॅव्हिलियन्स' या चित्रपटाचं चित्रीकरण जयपूरमध्ये केलं जात होतं.

''त्या चित्रपटात काम करणाऱ्या अभिनेत्री 'अनोखी'मध्ये आल्या आणि त्यांना या माळा इतक्या आवडल्या की, त्यांनी सर्वच्या सर्व माळा विकत घेतल्या.''

त्याच प्रकारे 'ताज हॉटेल्स'च्या सीईओंच्या – अजित केरकरांच्या पत्नींच्या नजरेस लीलानं बनवलेल्या वस्तू पडल्या. त्यावेळेस रामबाग पॅलेसचं जयपूरमधलं काम ताज हॉटेल्सनं हाती घेतलं होतं.

श्रीमती केरकर लीलाला म्हणाल्या, ''रामबाग पॅलेससाठी तू काही म्यूरल्स – भित्तिचित्रं करावीस अशी माझी इच्छा आहे.''

लीलानं या थरारक प्रकल्पावर सहा महिने काम केलं. तिनं केलेलं म्यूरल अजूनही 'नीलमहल' या रामबाग पॅलेसमधील कॉफीशॉपमध्ये बघायला मिळतं.

''श्रीमती केरकरांबद्दल मला आदर वाटतो. राजस्थानी कला आणि माझ्या कामाला उत्तेजन दिल्याबद्दल मी त्यांची सदैव ऋणी राहीन.''

'एक्स्पोर्ट प्रमोशन कौन्सिल'च्या (निर्यात विकास मंडळ) अध्यक्षांनी कोटजेवार खेड्याला भेट दिली. त्यानंतर निर्यात विकासासाठी दिल्लीला प्रगती मैदानात आयोजित केल्या जाणाऱ्या प्रदर्शनांमध्ये सहभाग घेण्यासाठी 'नीरजा इंटरनॅशनल'ला ते नेहमी बोलावू लागले.

''यानंतर माझ्या लक्षात आलं की, विकास करून घेण्यासाठी तुम्ही लोकांपुढे येऊन त्यांच्या नजरेस पडणं अत्यंत आवश्यक असतं. त्यानंतर पहिल्यांदाच मी मालाची माहिती देणारी पत्रकं आणि माझी व्हिजिटिंग कार्ड्स बनवून घेतली.''

१९८८ साली लीलानं तिच्या पहिल्या कर्मचाऱ्याची, निर्मलाची नियुक्ती केली.

''तोपर्यंत मी एकटीच सारं करीत असे – पॅकिंग, कागदपत्रं तयार करणं, उत्पादनावर नजर ठेवणं. परंतु व्यवसाय वाढू लागल्यावर एकटीला हे सारं पार पाडता येईना!''

व्यवसाय वाढला की, पैशाची आवक वाढते. पैशाची आवक वाढली की, हिशोब ठेवायचं काम वाढतं. लीला प्रांजल कबुली देते की, त्यात तिला फारशी गती नव्हती आणि अजूनही नाही.

''सुरुवातीपासूनच माझे पती अर्थव्यवहार सांभाळत आलेले आहेत. मला त्यात फारसं समजत नाही... मला पॉकेटमनी मिळाला की, मी त्यावर संतुष्ट असते!''

बाहेरून वित्तसाहाय्य घ्यावं न लागताच हा व्यवसाय जोमानं फोफावला.

''आम्ही माल विकत आणण्यासाठी सुरुवातीला फक्त ५०० रुपये गुंतवले होते. त्यानंतर आम्ही फक्त झालेला नफा पुन्हापुन्हा गुंतवत गेलो.''

''मी त्यांना डिझाइन करून देत असे आणि त्यावरून ते वस्तू बनवत असत. अशा प्रकारे मी खेड्यातील कारागिरांशी नातं प्रस्थापित केलं.''

सुरुवातीच्या काळात लीलाकडून माल मागवणारे परदेशी ग्राहक आनंदानं आगाऊ पैसे देत असत. आता काळ बदलला आणि स्वत: लीलासुद्धा बदलली.

लीलाच्या कलाकृतींची परदेशात दखल घेतली जाऊ लागल्यावर लीलानं परदेशी जायला प्रारंभ केला. १९९४ साली 'ग्लोबस' या प्रख्यात स्विस डिपार्टमेंटल स्टोअरनं तिला 'जयपूर पॉटरी'चं प्रदर्शन भरवण्यासाठी आमंत्रण पाठवलं. त्यांची पाहुणी म्हणून ती बर्न येथे सहा आठवडे राहिली.

''मी त्या दुकानात जात असे, तेव्हा माझं स्वागत करण्यासाठी दुकानातले कर्मचारी भारताचा तिरंगा झेंडा फडकावत असत. भारताची मी राजदूतच आहे, असं मला वाटत असे.''

१९९६ साली मायकेल कॉडल या ऑस्ट्रेलियातील लेखकानं 'बिझनेस इन एशिया' नावाचं पुस्तक लिहिलं. त्यात त्यानं दक्षिण कोरियातील 'ह्युंदाई' मोटार कंपनी, सिंगापूरचा 'चांगी' विमानतळ आणि भारतातील 'नीरजा इंटरनॅशनल' यांच्यावर लेख लिहिले.

''अभ्यासक्रमाचा भाग म्हणून हे पुस्तक ऑस्ट्रेलियातील दहावीचे विद्यार्थी वापरत आहेत. त्यामुळे अनेक शिक्षकांनी आणि विद्यार्थ्यांनी भारतात येऊन कोटजेवार येथील कारागिरांचं काम प्रत्यक्ष बघितलं आहे.''

'नीरजा इंटरनॅशनल'चा संपूर्ण व्यवसाय विकेंद्रीकरण तत्त्वावर उभारलेला आहे. एकाही उत्पादन केंद्रावर त्यांची मालकी नाही. प्रत्येक उत्पादक इतर कुणासाठीही काम करू शकतो किंवा इतर कुणालाही माल विकू शकतो. असं असलं तरीसुद्धा त्यांना 'बाईजी'साठीच काम करायचं असतं. कारण त्यांच्यात विश्वासाचं नातं निर्माण झालंय आणि हा व्यवसाय उभयपक्षी फायद्याचाच आहे.

'नीरजा इंटरनॅशनल' मालासाठी मागणी मिळवते. या मागणीनुसार कारागीर माल पुरवतात आणि त्यांना वेळेवर त्याचे पैसे मिळतात. ते त्यांचा माल जयपूरला आणतात. तिथे त्याच्या दर्जाची पाहणी होते, तो पॅक करून खरेदीदाराकडे रवाना केला जातो. आणखी एक सुखाची गोष्ट म्हणजे, कारागिरांना कच्च्या मालाच्या शोधार्थ 'बेवार'ला जावं लागत नाही. कंपनीच त्यांना कच्चा माल पुरवते.

''महत्त्वाची गोष्ट म्हणजे मी सतत सुधारणा घडवण्याच्या प्रयत्नात असते. नवी डिझाइन्स बनवून नव्या प्रकारचा माल बनवून घेत असते.''

बिअर-मग्ज, बाथरूम सेट्स, टेबलं, भिंतीवर लावण्यासाठी टाइल्स – त्यांच्या

विविध उत्पादनांबद्दलची सर्व माहिती 'नीरजा इंटरनॅशनल'च्या कॅटलॉगमध्ये पाहायला मिळते. उत्पादनातील विविधता मोठी आश्चर्यकारक आहे. केवळ सजावटीच्या वस्तूंवरच गप्प न राहता, जयपूर पॉटरीजनं उपयुक्त वस्तूसुद्धा बनवायला सुरुवात केल्यामुळे त्यांच्या मालासाठी येणारी मागणी प्रचंड प्रमाणात वाढली आहे.

असं असूनही २००३ साली 'नीरजा इंटरनॅशनल'ला मोठ्याच आणीबाणीच्या संकटातून मार्ग काढावा लागला. त्यावेळेस त्यांचा व्यवसाय अर्धाअधिक घटला. तेव्हा आर्थिक मंदीचा काळही नव्हता किंवा मालाला येणारी मागणीसुद्धा कमी झालेली नव्हती. फक्त लीलाला विलक्षण थकवा आला होता. तिची दोन्ही मुलं मोठी झाली होती. त्यांनी कामासाठी आणि उच्चशिक्षणासाठी जयपूर सोडलं होतं.

"मला व्यवसाय हे एक ओझं वाटू लागलं होतं आणि असंही वाटत होतं की, मुलांना या व्यवसायात लक्ष घालायची इच्छा वाटत नसेल, तर तो सुरू तरी कशासाठी ठेवायचा?"

त्यावेळेस अपूर्व अमेरिकेत होता. सुरुवातीला तो शिकत होता. त्यानंतर त्यानं एका आय.टी. कंपनीत काम करायला प्रारंभ केलेला होता. त्यानं भारतात परत यायचा निर्णय घेतला. या निर्णयामागे दोन हेतू होते; आईला तिच्या व्यवसायात हातभार लावायचा आणि स्वत:ची सॉफ्टवेअर कंपनी चालू करायची. 'नीरजा इंटरनॅशनल'च्या दृष्टीनं हा निर्णायक क्षण होता.

आज ही कंपनी खेड्यांमधील १५ उत्पादन केंद्रांमधून माल तयार करून घेत आहे. कंपनीसाठी ५०० कर्मचारी काम करीत आहेत. प्रत्येक उत्पादन केंद्राला मिळणारा पैसा भिन्न असतो. ते उत्पादनासाठी किती वेळ आणि प्रयत्न देऊ इच्छितात, त्यावर हा पैसा अवलंबून असतो. वेगवेगळ्या उत्पादन केंद्रांना महिना २० हजार रुपयांपासून दोन लाख रुपयांपर्यंत पैसा मिळत असतो.

त्याखेरीज 'नीरजा इंटरनॅशनल'नं खुद्द जयपूरमध्येच ५० कर्मचारी नियुक्त केले आहेत; आणि ते मालाच्या दर्जावर लक्ष ठेवणं, मालाचं पॅकिंग करणं आणि व्यवस्थापनाकडे लक्ष पुरवणं अशी कामं पार पाडत आहेत. निर्यात महत्त्वाची असली, तरी आता ५० टक्के माल भारतातच विकला जातो. कंपनीची वार्षिक विक्री २ ते ५ कोटींदरम्यान होत असते. योग्य हवा आणि पाऊस यांवर ही विक्री अवलंबून असते.

> ***"माझ्यासाठी काम करणाऱ्या लोकांकडे पाहिलंत, तर तुम्हाला दिसेल की, ते जमिनी विकत घेत आहेत. त्यांच्यापाशी असलेल्या जमिनी विकत नाहीयेत. यावरूनच माझ्या व्यवसायाचं यश मापता येईल."***

''तुमचं घर तुम्ही उत्तम प्रकारे चालवू शकत असाल, तर जगभरात तुम्ही कुठेही यश मिळवू शकाल.''

''खूप मोठ्या प्रमाणावर विक्री होत नाही. या कामात भरपूर मजुरी आवश्यक असते... काम करणारे हात खूप असतात.''

महत्त्वाची गोष्ट अशी की, हे कुशल हात मजुरी करण्यात किंवा शहरातील कारखान्यांमध्ये काम करण्यात प्रयत्न वाया घालवत नाहीत. ते शेतकीच्या प्राथमिक व्यवसायाच्या जोडीलाच या हस्तोद्योगातून वरकड कमाई करू शकत आहेत. आणखी उमेद वाढवणारी गोष्ट म्हणजे शहराच्या मोहात न पडता पुढील पिढ्यासुद्धा स्वेच्छेने या पारंपरिक हस्तोद्योगात सहभागी होत आहेत.

''माझी मुलगी अपर्णा आणि सून नूपुर या दोघी जणी या व्यवसायात सहभागी झाल्या आहेत.''

नवं रक्त म्हणजे विचारांची नवी पद्धत, नव्या प्रकारची कृती. ह्यामुळे इंटरनेटवरून निर्यातीसाठी मागणी मिळवणं आणि निळ्या रंगाची जयपूर पॉटरी विकणारी स्वत:ची दुकानं उघडणं या नव्या प्रथांना सुरुवात होतेय. फक्त 'ब्ल्यू पॉटरी' विकणारं 'नीरजा इंटरनॅशनल'चं पहिलं दुकान जयपूरमधील जेकब रोडवर उभं राहिलं आहे.

मुलं व्यवसायात उतरल्यावर त्यांच्यासमवेत कामकाज करताना कुठेही संघर्ष झालेला नाही.

''त्यांना माझ्यापेक्षा अधिक ज्ञान आहे, त्यांनी जग पाहिलंय. असं असूनही ती माझ्या मतांचा आदर करतात.''

आणि लीलाचं असं मत आहे की, बदल स्वागतार्ह असला तरी ब्ल्यू पॉटरीच्या उत्पादनाच्या बाबतीत पुरातन पद्धतीच उजवी ठरते. कामकाजाची सुयोग्य, संतुलित पद्धत लीलानं स्वत:च आखून दिलीय. हा 'ईआरपी'[१] (ERP) तिनं स्वत: निर्मिला आहे.

वेगवेगळ्या उत्पादक गटांजवळ, एका कागदावर लिहून मागणी नोंदवली जाते. वेगवेगळ्या गटांना काम देताना त्यांच्या ठायीची कुशलता आणि त्यांच्याकडील भट्टीचा आकार, या गोष्टी लक्षात घेतल्या जातात. हातानं बनवलेली भांडी नेमकी केव्हा तयार होतील, त्याचा आधीपासून अंदाज बांधणं कठीण असतं. त्यामुळे वेळेत माल पुरवता येईल याची खातरी असल्याशिवाय लीला कधीही एका ठरावीक तारखेला माल पोचता होईल, असं आश्वासन देत नाही.

''वेळेसंदर्भातली मर्यादा कबूल करताना मी स्पष्ट होकार किंवा स्पष्ट नकार देते. त्यांना मी नुसतं तोंडदेखलं आश्वासन कधीही देत नाही. त्यामुळे कधीकधी एखादी मागणी

---

१. ERP – Enterprise Resource Planning – व्यवसायाच्या व्यवस्थापनातील विविध अंगांमध्ये व्यवस्थापकीय सुसंवाद राखणाऱ्या प्रणाली आखणं.

मला नाकारावी लागते किंवा रात्रभर जागून एखाद्या मागणीचा माल तयार करावा लागतो.''

वचनबद्धता किंवा बांधिलकी वृत्तीतच असावी लागते. ती आयुष्यातील सर्व बाबींमध्ये दिसून येते. लीलाच्या ठायीची ही बांधिलकी जेवढी तिच्या कामाबाबत दिसते, तेवढीच तिच्या कुटुंबीयांबाबतही दिसते.

''माझा विवाह अत्यंत रूढिप्रिय समाजात झाला; परंतु माझं भाग्य चांगलं; त्यामुळे माझ्या सासूबाई आणि माझे पती कमल फार मोठ्या मनाचे निघाले. त्यांनी मला पूर्णपणे पाठिंबा दिला.''

काही लोक विचारत, 'लीलावर काम करण्याची वेळ आलीये का? तिचा नवरा पुरेसं कमवत नाही का?'

लीलाच्या सासूबाई हसत आणि असे प्रश्न कानाआड करत. त्यांनी लीलाला सल्ला दिला, ''तुम्ही जे काम हाती घेतलंय, ते अजिबात वाच्यता न करता करीत राहा. यशाचा योग्य असा टप्पा गाठल्यानंतरच त्याबद्दल बोला.''

कधीकधी लीला कामानिमित्तानं घराबाहेर गेलेली असताना एखादा नातेवाईक घरी येत असे. 'सूनबाई कुठे आहेत?' अशी तो पृच्छा करी. लीलाच्या सासूबाई तिला तिच्या ऑफिसात फोन करून सांगत, ''घरी येताना थोडी फळं विकत घेऊन ये. मी या पाहुण्यांना सांगितलंय की, तू बाजारात गेली आहेस.''

सर्व गोष्टींमध्ये समतोल कसा राखावा, याबद्दल लीलाचं अगदी सोपं आणि सुज्ञपणाचं धोरण होतं.

''वैवाहिक आयुष्यात दोन-तीन गोष्टी अत्यंत निर्णायक ठरतात. पहिली गोष्ट म्हणजे तुमचा अहंकार दूर ठेवावा लागतो. दुसरी गोष्ट म्हणजे तुमच्या कुटुंबाला अग्रक्रम द्यावा लागतो. अवाजवी महत्त्वाकांक्षा ठेवून घाईनं यशाचा पाठपुरावा करायचा मोह टाळावा लागतो.''

तिची मुलं लहान होती, तेव्हा लीला थोडा वेळच काम करीत होती. ''सुरुवातीला दोन तास. मग तीन – त्यानंतर चार. मुलं शाळेत जाऊ लागली, तेव्हा त्यांच्या शाळेच्या वेळांत.''

अनेक वर्षं ती घरबसल्याच काम करीत असे. त्यानंतर तिनं तिच्या नवऱ्याच्या ऑफिसची जागा आपल्या कामासाठी वापरायला सुरुवात केली. जेव्हा व्यवसाय बराच वाढला, तेव्हाच तिनं त्यासाठी वेगळी जागा घेतली.

आणि आजसुद्धा ती आपल्याला झेपेल अशा गतीनंच काम करतेय.

''मी आता शास्त्रीय गायन शिकू लागले आहे; कारण आता इतरही काहीतरी करावं असं मला वाटू लागलंय.''

आयुष्याचं चक्र अव्याहतपणे फिरायलाच हवं. तुमच्या आयुष्याला कोणता आकार द्यायचा, हे सर्वस्वी तुमच्याच हाती असतं.

पुढे पाऊल टाका, उद्दिष्ट निश्चित करा आणि आपल्या भवितव्याला आकार द्या!

स्त्री-उद्योजिकांसाठी सल्ला

तुम्हाला पोटासाठी पैसे कमावणं गरजेचं असेल, तर गोष्ट वेगळी. अन्यथा तुमचं कुटुंब हीच तुमची पहिली जबाबदारी आहे. मी तुम्हाला खातरीपूर्वक सांगू शकते : तुम्हाला तुमचा संसार नीटपणे करता आला, तर तुम्ही जगाचा संसारसुद्धा नीटपणे, समर्थपणे करू शकाल. आपण खरोखरच जगाचा गाडा हाकू शकू! परंतु आपलं प्रथम कर्तव्य, आपली पहिली जबाबदारी असते आपलं कुटुंब नीटपणे सांभाळण्याची!

आजकालच्या मुली खूप शिकतात, ज्ञान मिळवतात... त्यांनी काम करायला हवं; परंतु तुम्हाला मुलं झाली की, कामाचे तास कमी करा. मुलं मोठी होऊ लागतील, तसतसं तुम्ही हळूहळू जास्त वेळ काम करू शकाल. काही वर्षांनी आपोआपच सुरळीतपणे कामाचं बस्तान बसू लागेल. तुमची मुलं मार्गी लागतील आणि तुम्ही कामासाठी जास्त वेळ देऊ शकाल.

दुसरा महत्त्वाचा मुद्दा आहे : अहंकार. तुमच्या कुटुंबाच्या वाटेत तुमच्या अहंकाराचा अडसर कधीच आणू नका. प्रत्येक व्यक्तीच्या आयुष्यातील परिस्थिती वेगळी असते. कुटुंबीयांमधलं सामंजस्य भिन्न पातळीवरचं असतं; विचारसरणी निराळी असते.

आणखी एक गोष्ट म्हणजे, तुमच्यापुढलं काम कितीही मोठं, अवघड असू दे; तुम्ही तणावमुक्त मनानं, हळूहळू, जमेल तसं करीत राहा आणि तुम्ही ते नक्कीच पूर्ण करू शकाल!

अपूर्व बोर्डिया (लीलाचा मुलगा) म्हणतो :

माझ्या आईनं जे काही साध्य करून दाखवलंय, त्याचा मला खूप खूप अभिमान वाटतोय. पण खरं सांगायचं तर मोठा होत असताना मला कधीकधी वाटत असे की, 'ती इतर आयांसारखी घरी का नसते? तिला काम का करावं लागतं?'

एक असा ग्राहक मालासाठी येत असे की, तो आल्यावर तिला रात्री उशिरापर्यंत काम करावं लागत असे. हा माणूस येणार असं कळलं की, मला खूप राग येत असे.

आता मला उमगतंय की, तिनं जे केलं, ते आगळंवेगळं होतं. आमच्या समाजात, तीस वर्षांपूर्वी एखाद्या स्त्रीनं हे करून दाखवणं ही स्पृहणीय गोष्टच म्हटली पाहिजे. माझ्या आईला सदैव, संपूर्ण पाठिंबा देणाऱ्या माझ्या वडिलांना आणि माझ्या आजीला शतशः प्रणाम!

लढवय्यी वाघीण

हान क्युइ ड्युआ
'ग्वांगझो ग्वान्यी गार्मेंट लेबल ॲक्सेसरीज लिमिटेड'

आपल्या कुटुंबीयांसाठी पैसे मिळवायला, सोळा वर्षांची हान सायकलवरून जिआंक्सी गावात तांदुळाचे केक्स विकत फिरत असे. १९९९ साली तिनं लेबल्स बनवण्याचा व्यवसाय सुरू केला आणि कुटुंबीयांच्या मदतीनं तिनं व्यवसायाची उलाढाल पाच हजार डॉलर्सवरून अडीच लाख डॉलर्सवर पोहोचवली.

मी स्वत: कधी चीन देशात गेले नाही; परंतु मला ऐकून ठाऊक आहे की, तो भारतापेक्षा अधिक श्रीमंत, अधिक बलाढ्य आणि अधिक यशस्वी आहे.

आणि चिनी स्त्रियांच्या बाबतीतसुद्धा असंच म्हणता येईल.

२०१२ साली 'फोर्ब्स' मासिकानं 'सर्वांत श्रीमंत १०० चिनी माणसं' अशी एक यादी प्रसिद्ध केली होती. त्यांत आठ स्त्रियांपैकी सहा जणी स्वबळावर अब्जाधीश बनल्या होत्या.

मला वाटत नाही की, भारतातील याबद्दलची आकडेवारी याच्याशी स्पर्धा करू शकेल. तरीसुद्धा मला प्रश्न पडतोय की, ही गोष्ट पुरातन संस्कृती आणि सामाजिक रूढी यांमधील बदलांचं तर द्योतक नव्हे?

चीन आणि भारत या दोन्ही देशांतील संस्कृतींमध्ये पुरुषांनी पूर्वापारपासून स्त्रियांवर वर्चस्व गाजवलं आहे!

हान क्युइ ह्युआ हिची कथा अत्यंत मर्मभेदक आहे. त्या कथेवरून तुम्हाला जाणवतं की, गोष्टी बदलतात. परंतु त्या फक्त दर्शनी स्वरूपात बदलतात. स्त्रीला बलाढ्य आणि यशस्वी बनता येईल, अशा अनेक सुसंधी आज चीनमध्ये उपलब्ध असल्या, तरीसुद्धा स्त्रीनं आपली पातळी विसरून चालत नाही.

घरचा धनी, कुटुंब, ग्राहकवर्ग आणि सारं जग यांना तिनं संतुष्ट ठेवणं अपेक्षित असतं.

अहंकारामुळे कुटुंबातील संबंध करपू शकतात.

त्यामुळे तिने दबत्या पावलानं, मृदूपणानंच वागायला हवं.

ही मुलाखत शिवी सभरवाल यांनी ग्वांगझू, चीन येथे घेतली असून त्यांच्या सहकाऱ्यांनी – श्रीमती शेरी व एली यांनी भाषांतरित केली आहे. तिघांचे मनापासून आभार.

– लेखिका

लढवय्यी वाघीण

हान क्युइ ह्युआ

'ग्वांगझो ग्वान्यी गार्मेंट लेबल ॲक्सेसरीज लिमिटेड'

ग्वांगडाँग जिल्ह्यातील चाओशान जवळच्या जी यांग शहरात १९६७ साली हान क्युइ ह्युआ हिचा जन्म झाला.

''माझे वडील एका कारखान्यात रोजंदारीवर मजूर म्हणून राबत होते, तर माझी आई आमच्या मालकीच्या, खेड्यातल्या एका लहानशा जमिनीच्या तुकड्यावर शेती करत होती.''

हे आयुष्य कष्टाचं होतं, तिचं कुटुंब गरीब होतं आणि घरात कधीही पुरेसं अन्न किंवा ऊब नसे. हान घरातली सर्वांत मोठी मुलगी असल्यामुळे तिचं आयुष्य इतर मुलांपेक्षा अधिकच कष्टाचं होतं.

''घरकाम करायचंय आणि पाठच्या बहीण-भावंडांकडे लक्ष द्यायचंय, हाच विचार सदैव माझ्या मनात असे. माझ्या आई-वडिलांवरचं कामाचं ओझं हलकं करावं अशीच त्यामागची माझी भावना असे.''

शेजारच्या इतर मुला-मुलींशी खेळायला तिला रात्री आठ ते दहा या दोन तासांमध्येच थोडीशी फुरसत मिळत असे.

हानच्या पहिल्या भावाचा जन्म ही हानच्या मनातली सर्वांत सुखद आठवण आहे. रूढिप्रिय चिनी समाजात पूर्वापारपासून मुलीपेक्षा मुलाला खूपच जास्त महत्त्व दिलं जातं.

''मुलगा झाल्याने आता माझे आई-वडील पूर्वीपेक्षा खूपच जास्त आनंदी दिसत आहेत, हे माझ्या लक्षात आलं.''

हाननं प्राथमिक शाळेत नवव्या वर्षी प्रवेश केला. तिच्या धाकट्या भावाबरोबर

ती पहिलीच्या वर्गात दाखल झाली. हानची आई कामाग व्यग्र असल्यामुळे भावाकडे बघण्याची जबाबदारी हानवरच होती. त्यामुळे एकाच वर्गात शिकत एकत्र अभ्यास करणं सोपं जात होतं. हान शाळेत पाचवीपर्यंत शिकली, तरीही तिचं ज्ञान तिसरीपर्यंतचंच होतं, असं ती म्हणते. पाचवीनंतर तिनं शाळा सोडली.

"मला अभ्यास आवडत असला, तरी तो माझ्या कुवतीबाहेरचा होता. शिक्षक वर्गात जे शिकवत असत, त्यातलं बरंचसं मला समजतच नसे." परंतु खरं कारण होतं की, कुटुंबाला अधिक उत्पन्नाची खूपच गरज होती आणि हान नेहमीच कुटुंबाला अग्रक्रम देत असे.

त्याकाळी चीनमध्ये नोकरी मिळवणं अजिबात सोपं नव्हतं. नोकरी मिळवण्यासाठी खूप प्रयत्न करावे लागत आणि खूप कष्ट केल्यानंतर जेमतेम पोट भरणं शक्य होत असे. पण तक्रार करणं हानच्या स्वभावातच नव्हतं. जिआंक्सी गावातील कारखान्यांमध्ये आणि दुकानांमध्ये बारीकसारीक नोकऱ्या करायला तिनं प्रारंभ केला.

एकदा रस्त्यावरून पायी जाताना हानला काही फेरीवाले विक्रेते दिसले. ते घरी बनवलेली मिष्टान्नं विकत होते. घरी जाऊन हाननं आईला म्हटलं, "आपल्यालासुद्धा हे जमणार नाही का?"

हानच्या आईला वाटलं की, हानचं डोकं फिरलंय. त्यामुळे तिने या गोष्टीला ठाम नकार दिला. पण हाननं आपलं म्हणणं लावून धरलं. ती आईला म्हणाली, "तू तांदुळाचे केक बनव आणि मी ते विकून येईन." अखेरीस कुटुंबीयांनी तिचं म्हणणं ऐकलं आणि सोळा वर्षांची हान रस्त्याच्या कडेला बसून तांदुळाचे केक्स विकू लागली. हा तिनं घेतलेला व्यवसायाचा पहिला अनुभव होता.

दरररोज सकाळी न्याहारीनंतर हान तिच्या सायकलीवरून रस्तोरस्ती फिरत असे आणि मालासाठी ग्राहक शोधत असे. एका गावात केक्स विकले जात नसले, तर ती पुढच्या गावी जात असे. आणखी पुढच्या गावी जात असे. शेवटचा केक विकला जाईपर्यंत तिची भ्रमंती चालूच राहत असे.

"दररोज मी साठ केक्स विकत असे. एका केकची किंमत होती फक्त १/१० आरएमबी[१] (८७ पैसे). अशा प्रकारे मी दोन वर्षं विक्री केली."

त्यानंतर हाननं नोकरी घेतली, शांटो शहरातील विमानतळाजवळच्या यंत्र बनवणाऱ्या एका कारखान्यात. काम अतिशय कष्टाचं होतं आणि वातावरण अत्यंत कठोर होतं.

"दरवेळेस जवळून विमान गेलं की, जमीन हादरत असे आणि विमानाच्या आवाजानं कानठळ्या बसत असत."

बरेचसे कामगार एक-दोन आठवड्यांतच पळून जात. पण हान इतक्या सहजपणे हार मानणारी नव्हती. शांटो शहरात पोचण्यासाठी ३० आरएमबी उभे करण्यासाठी हानच्या वडिलांना खूपच प्रयास करावे लागले होते. रिकाम्या हातानं परतणं

१. आरएमबी – हे चिनी चलन म्हणजे ८.७२ भारतीय रुपये.

नामुश्कीचं ठरलं असतं.

"मी त्या कारखान्यात एक महिना काम केलं. कुणीही माणूस, माझ्याआधी तिथं इतका काळ टिकलेला नव्हता."

तिचा २०० आरएमबी पगार घेऊन हाननं नोकरी सोडली आणि ती घरी परत गेली; तिनं ते सारे पैसे तिच्या वडिलांच्या हातात दिले.

"आयुष्यात प्रथमच मी एवढा पैसा पाहिला होता. माझ्या कुटुंबाला मदत करता आल्यामुळे मला विलक्षण आनंद झाला होता."

१९९० साली हान तेवीस वर्षांची असताना तिच्या एका दूरच्या भावानं शेंझेनमधील डिपार्टमेंट स्टोअरमधील नोकरीसाठी हानचं नाव सुचवलं. सिगारेट्स, वाइन, साखर, तांदूळ वगैरे गोष्टी विकणाऱ्या या दुकानाच्या विभागांमध्ये ग्राहकांना माल देण्याचं हे काम होतं.

"मला हे काम खूपच आवडलं. हे काम करता करता मी शिकले की, सहनशीलता, शांतपणा, नम्रता हे गुण अंगी कसे बाणवावे."

शेंझेनमधील नोकरी हा हानच्या दृष्टीनं मोठा थरारक अनुभव होता. तिच्या जन्मस्थानाच्या तुलनेत हे गाव म्हणजे एक अद्भुतरम्य जागाच होती. जरी हानला सकाळी सहापासून मध्यरात्री बारापर्यंत अठरा तास काम करावं लागत होतं, तरीसुद्धा हे काम तिला फॅक्टरीतील कामापेक्षा खूपच सोपं वाटत होतं.

त्यात फक्त एकच अडचण होती. तिच्या बॉसला एक पाठची बहीण होती. ती अतिशय तोंडाळ आणि क्षुद्र मनाची स्त्री होती. कारणाशिवाय ती कर्मचाऱ्यांशी भांडत असे. हानच्या अनेक सहकाऱ्यांनी, या स्त्रीच्या त्रासापायी नोकऱ्या सोडून दिलेल्या होत्या; पण हान नोकरीला चिकटून राहिली. तिच्याशीसुद्धा ही स्त्री दुष्टपणेच वागली असणार. परंतु त्याबद्दल वाच्यता करणं किंवा तक्रार करणं हानच्या स्वभावातच नव्हतं.

"आयुष्यात नवी संधी मिळवून दिल्याबद्दल मी माझ्या बॉसची सदैव ऋणी राहीन."

अडीच वर्षे काम केल्यानंतर हाननं अखेरीस ही नोकरी सोडली. ती तिथं सर्वांत जास्त काळ टिकलेली कर्मचारी होती.

"मी नोकरी सोडल्यावर माझ्या बॉसला खूपच वाईट वाटलं. त्याच्या पत्नीनंसुद्धा अश्रू गाळले. ते दोघंही माझ्याशी नेहमीच प्रेमानं वागले होते आणि माझ्याशी त्यांचे मैत्रीपूर्ण संबंध होते."

शेंझेनमध्ये असताना आणखी एक महत्त्वाची घटना घडली. इथेच हानची तिच्या भावी पतीशी – वू दा जिआनशी ओळख झाली. खेड्यात असताना तिच्या कुटुंबाच्या गरिबीमुळे कोणीही मुलगा तिच्या जवळपासही फिरकत नसे किंवा तिच्याबद्दल ऋजू भावना ठेवत नसे; परंतु शेंझेनमध्ये ती इतर लक्षावधी स्त्री-पुरुषांसारखीच चांगल्या आयुष्याचा शोध घेणारी एक तरुणी होती.

"मी माझ्या भावी पतीला १९९१ साली भेटले. त्याच्या एका दूरच्या बहिणीमुळे

> ***"माझा स्वभाव शांत असल्यामुळे मी ग्राहकांकडे लक्ष पुरवते. परंतु यंत्रांबद्दलसुद्धा मला सारं काही ठाऊक आहे."***

आमची ओळख झाली. ती माझ्या गावचीच होती. एकमेकांबद्दल आधी काहीही माहीत नसताना आम्ही भेटलो."

वू दा जिआन हा खाटीक म्हणून काम करीत असे आणि फक्त चार वेळा भेटून त्यांनी १९९२ साली विवाह केला.

"मला जाणवलं की, तो एक जबाबदार माणूस आहे आणि मला वाटलं की, माझा निर्णय योग्यच होता."

आयुष्य संथ गतीनं पुढे सरकत होतं. हानची किंवा तिच्या नवऱ्याची कोणतीही विशेष महत्त्वाकांक्षा नव्हती.

"आम्ही नेहमी कामात व्यग्र राहत होतो आणि भविष्याबाबत कोणत्याही योजना आखत नव्हतो."

या तरुण जोडप्यानं झुआई या गावात स्थलांतर केलं आणि काही महिन्यांनी त्यांच्या पहिल्या कन्येचा, वू ह्युइ टिंगचा जन्म झाला. तिच्यापाठोपाठ त्यांना आणखी एक कन्या आणि पुत्र यांचा लाभ झाला.

१९९४ ते १९९८ मुलांच्या संगोपनासाठी हान घरीच राहिली, तर तिचा नवरा टॅक्सी ड्रायव्हर म्हणून काम करत होता. त्यामुळे त्यांचं उत्पन्न कमी झालं आणि अधूनमधून त्यांची आर्थिकदृष्ट्या ओढाताणसुद्धा होऊ लागली. परंतु त्यांनी संसाराचं गाडं तसंच रेटलं.

१९९० ते २००० हा काळ चीनमधील लघुउत्पादकांच्या दृष्टीनं भरभराटीचा होता. हानच्या पतीच्या बालपणीच्या एका मित्रानं त्यांना स्वतःचा व्यवसाय सुरू करण्याचा कानमंत्र दिला.

"त्यानं आम्हाला सांगितलं की, लेबल्स बनवण्याचा धंदा किफायतशीरपणे चालतो. त्यानं आम्हाला असंही आश्वासन दिलं की, हा व्यवसाय नीटपणे चालला नाही, तर तो आम्हाला त्यासाठी घेतलेली यंत्रसामग्री विकायला मदत करेल."

लेबल बनवण्यासाठीच्या मशीनची किंमत होती ६० हजार आरएमबी (५.२ लक्ष रुपये). जागेचा आणि कच्च्या मालाचा खर्च वेगळाच. या व्यवसायासाठी एकूण एक लाख आरएमबी (८.७ लक्ष रुपये) उभे करण्याची गरज होती. हाननं आप्तमित्रांना विनवून ही रक्कम उभी केली.

"या व्यवसायासाठीचं यंत्र ग्वांगझू येथून विकत घेण्यात आलं आणि १ मे, १९९९ रोजी एका लहानशा खोलीत हाननं व्यवसायाला सुरुवात केली. सकाळी सहा वाजल्यापासून रात्री १ ते २ वाजेपर्यंत हान मशीनवर काम करीत असे. तिचा नवरा तिला मदत करत असला, तरी बरीचशी कामं ती स्वतःच पार पाडत असे.

त्याखेरीज तिला मुलांकडेसुद्धा बघावं लागत असे. ''माझा मुलगा सव्वा वर्षांचा होता. मोठी मुलगी तीन वर्षांची होती. आमचं घर कारखान्यापासून जवळच होतं. त्यामुळे मी घर आणि व्यवसाय या दोन्ही ठिकाणी कसंबसं लक्ष पुरवू शकत होते.''

व्यवसाय चालवणं ही काही सोपी गोष्ट नव्हती! मशीनकडे पाहणारा तज्ज्ञ आणि पर्यवेक्षक हा लबाड चोर होता. त्यामुळे दर महिन्याला त्यांचा तोटाच होत होता.

''त्याच्या मदतीशिवाय मशीन चालवण्याचं ज्ञान मला मिळवायलाच हवं, हे माझ्या लक्षात आलं.''

तुम्ही कातरीत सापडता, तेव्हा तुमच्या ठायीचं सुप्त बळ जागं होतं. हान आणि तिचा नवरा या दोघांनी ते बळ मिळवलं आणि ते तरून गेले.

तीन महिन्यांनी प्रथमच त्यांना थोडा नफा सुटला. असं असलं तरीसुद्धा एका वर्षाच्या अखेरीपर्यंत त्यांना जवळजवळ शून्य नफा सुटला होता. एवढंच नव्हे, तर कंपनीला थोडा तोटाच झालेला होता. तरी या जोडप्यानं धीरानं प्रयत्न चालूच ठेवला.

''आम्ही दोघांनी आपापल्या नोकऱ्या सोडल्या होत्या, पैसे कर्जाऊ घेतले होते, त्यामुळे प्रयत्न करत राहणं भागच होतं.''

एप्रिल, २००० साली बीजिंग शहरात मोठी आग लागली. त्यामुळे 'आगीपासून सुरक्षा' हा चिंतेचा विषय बनला. ग्वांगझूमधील नागरी व्यवस्थापन खातं (डिपार्टमेंट ऑफ अर्बन मॅनेजमेंट) या विभागातील सर्व लहानलहान उद्योगांची तपासणी करू लागलं आणि अनेक छोटे उद्योग त्यांनी बंद करायला लावले. 'झाँगडा टेक्स्टाइल होलसेल मार्केट'मध्ये फक्त हानचा उद्योग चालू होता.

''व्यवसाय चालू ठेवून तपासपथकाचा ससेमिरा टाळण्यासाठी मला रात्रीच काम करावं लागत असे.''

कामाचा ताण वाढत चालला होता. वित्तनियोजन, तपासपथकांचा त्रास टाळणं, यंत्रांकडे लक्ष पुरवणं या साऱ्या गोष्टींकडे बघता बघता दमछाक होत होती. त्याचवेळेस हानच्या पतीच्या प्रकृतीची कुरबुर सुरू झाली. हाननं प्रयत्न थांबवून व्यवसाय विकायचं ठरवलं.

व्यवसाय तोट्यात जाऊ लागला तर मदत करण्याचं आश्वासन ज्या मित्रानं दिलं होतं, त्याच्याकडे हान गेली. त्यावेळेस तो चांगलाच श्रीमंत बनला होता आणि खूप मोठी मालमत्ता त्यानं जमवली होती. तरीदेखील हाननं जेव्हा त्याच्याकडे सर्व सामानाची यादी दिली, तेव्हा त्यानं तीन हजार आरएमबी (रुपये २५ हजार) इतक्या क्षुल्लक रकमेबद्दल घासाघीस केली.

''तो आम्हाला मदत करणार नाही, हे लक्षात आल्यावर मला धक्काच बसला. कितीही अवघड गेलं तरी माझा व्यवसाय मलाच चालू ठेवायला हवा, हे माझ्या लक्षात आलं.''

''तुम्ही मालाचा उत्तम दर्जा आणि सचोटी हे नियम पाळले पाहिजेत.''

''मी कुटुंबासाठी कष्ट घेते. कुटुंबावर तुम्ही मन:पूर्वक प्रेम केलं पाहिजे.''

त्याच वेळेस हानचा भाऊ हान है, यानं तिच्या व्यवसायात मदत करायचं कबूल केलं. दोघांनी मिळून अनेक समस्यांमधून मार्ग काढला.

मशीन्स चालवण्याबाबत मशीन्स बनवणाऱ्या कंपनीकडून तिनं सल्ला घेतला आणि त्यांनी शिफारस केलेली माणसंच तिनं मशीन्स चालवण्यासाठी नियुक्त केली. हाननं उत्पादन आणि माल पोचवणं या कामांची जबाबदारी तिच्या भावावर आणि नवऱ्यावर सोपवली. ती नवी, मोठी गिऱ्हाइकं मिळवण्यासाठी फिरू लागली.

बाजारात डझनावारी फॅक्टऱ्यांमध्ये लेबल्स बनवली जात होती. मग हानला इतरांपेक्षा जास्त मागणी कशी मिळवता येणार होती? तिला तशी मागणी मिळवता आली तीन गुणांच्या बळावर – ग्राहकांबरोबर उत्तम नातेसंबंध, मालाचा उत्कृष्ट दर्जा आणि वागण्यातली सचोटी!

''स्पेअर पार्ट्सच्या बाजारातील एक दुकानदार माझा पहिला ग्राहक होता. तो अजूनही माझ्याकडूनच लेबल्स घेतो. आता हे नातं व्यवहारापेक्षा मैत्रीचं बनलं आहे.''

२००२ सालापर्यंत सर्व समस्या दूर करण्यात त्यांना यश मिळालं होतं आणि कंपनी झपाट्यानं मोठी होऊ लागली. ''खरंतर आम्ही स्वप्नातही विश्वास ठेवला नसता, एवढी ती वाढली. आम्ही त्याबद्दल कोणतंही नियोजन केलं नसताना ती मोठी झाली.''

प्रत्येक मोसमानंतर हान आणि तिचा नवरा त्यांच्या उत्पन्नाचा अंदाज घेत, नवीन फॅशन्सचा आढावा घेत आणि त्यानुसार नवी यंत्रं खरेदी करीत. त्यासाठी ते कधीही कर्ज काढत नसत. झालेला नफा पुन्हा व्यवसायात गुंतवत असत.

अशा रीतीनं काही मशीन्स असलेल्या एका उत्पादन केंद्राखेरीज हाननं आणखी, त्याहून मोठी फॅक्टरी उभी केली. मालाला येणारी मागणी वाढली आणि २००३ साली त्यांनी तिसरी फॅक्टरी विकत घेतली आणि सत्तराहून जास्त कर्मचारी त्यांच्यासाठी काम करू लागले.

''आमचा व्यवसाय एवढा वाढला की, मी माझ्या बहिणीला, आणखी एका भावाला आणि माझ्या दीराला व्यवसायात सामील होऊन मला मदत करावयाची विनंती केली.''

या सुमाराला हाननं नवं 'स्विंग टॅग' बनवलं आणि ते अतिशय लोकप्रिय झालं. २००५ साली तिनं हा व्यवसाय तिच्या एका चुलतभावाच्या हाती सोपवला. कारण 'स्विंग टॅग'साठी तिला अजिबात वेळ देता येत नव्हता.

सरतेशेवटी व्यवसाय करण्यामागचा हेतू कोणता? तुमच्या कुटुंबीयांची काळजी घेऊन त्यांना सुखी करणं हाच तर त्यामागचा हेतू असतो! परंतु नातलगांबरोबर व्यवसाय करणं सोपं असतं?

''व्यवसाय सुरू केला, तेव्हा माझ्या नवऱ्याची माझ्याशी भांडणं होत, वादविवाद

होत. परंतु आम्हाला एकमेकांविषयी अत्यंत आदर वाटत असल्यामुळे, आम्ही नेहमी शांतपणे चर्चा करून मार्ग काढत असू.''

व्यवसाय वाढल्यावर त्यांच्या ठायीची परिपक्वतासुद्धा वाढली आहे आणि ते दोघंही पहिल्यापेक्षा अधिक तणावमुक्त राहून काम करू लागले आहेत.

इतर कुटुंबीय व्यवसायाची विविध अंगं सांभाळत आहेत – एक भाऊ 'हँग टॅग'ची (लटकावून ठेवण्याजोगं लेबल) फॅक्टरी सांभाळतो आहे. हानची बहीण छपाईकडे बघते आहे. हान लेबल्स, ग्राहक-संबंध आणि एकूण वित्त-व्यवस्थापन या गोष्टींकडे लक्ष पुरवते आहे.

सर्व गोष्टींत हानचा शब्द शिरोधार्य मानला जातो. तरीसुद्धा ती कधीही हुकमत गाजवताना दिसत नाही. ''मीच प्रामुख्याने व्यवसायाची जबाबदारी पेलतेय, हे मी गावी असलेल्या नातेवाइकांना अजिबात जाणवू देत नाही.''

कारण तिच्यावरील संस्कारांमुळे नम्रता हा तिचा स्थायिभाव बनलेला आहे. तिची नम्रता हाच तिच्या स्त्रीत्वाचा सुगंध आहे.

१९९९मध्ये फक्त पाच हजार अमेरिकी डॉलर्सची उलाढाल करणारा हा व्यवसाय २०१२ साली वर्षाला अडीच लाख अमेरिकन डॉलर्सची – १.४ कोटी रुपयांची उलाढाल करू लागलाय. त्यातून सुटणारी नफ्याची टक्केवारी फार मोठी नसली तरी हान तेवढ्यावर समाधानी आहे.

''चीनसकट जगभरातील सर्व देशांमधील उत्पादकांसाठी हा अवघड काळ आहे, ही गोष्ट लक्षात घेता, आमचा व्यवसाय ठीकच चाललाय, असं म्हटलं पाहिजे.''

सध्या या व्यवसायात १५० ते २०० लोक काम करीत आहेत. खरेदी-विक्री किंवा निर्यात या अंगांनी व्यवसाय वाढवण्याच्या योजना असल्या, तरी तिची मुलं व्यवसायात सहभागी झाल्यावर त्या कार्यान्वित करण्याचा तिचा मानस आहे.

''सध्या ती शाळा-कॉलेजांमध्ये शिकत आहेत. ती व्यवसायाला सिद्ध झाली की, मी त्यांना त्यांच्या इच्छेनुसार काम करू देईन.''

अखेरीस त्यांनी हानची धडपड डोळ्यांनी पाहिली आहे आणि त्या धडपडीत त्यांनीसुद्धा सहभाग घेतला आहे. हान जेव्हा व्यवसायासाठी तिची सारी शक्ती कारणी लावत होती, तेव्हा तिची मुलंच स्वयंपाक आणि घरकाम या आघाड्या सांभाळत होती.

''माझी सर्वांत थोरली मुलगी रस्सा बनवत असे. मुलगा भात शिजवत असे आणि धाकटी मुलगी भांडी घासत असे. अशा प्रकारेच आम्ही वेळ धकवत होतो. आताआताच आम्ही घरकामाला बायका नेमल्या आहेत.''

हान अजूनही तरुण आहे आणि तिच्या अंगी भरपूर ऊर्जा आहे. इतक्यात इतर कोणाच्याही हाती हा व्यवसाय सोपविण्याचा तिचा अजिबात विचार नाही.

कारण निवृत्ती घेणं म्हणजेच आपलं आयुष्य मातीमोल असल्याचं कबूल करणं.

''काम करता करताच मला मरण यावं, अशी माझी इच्छा आहे.''

स्त्री-उद्योजिकांसाठी सल्ला

नेहमी तुमच्या अंतर्मनाचा कौल घेऊन निर्णय घ्या. सदैव आनंदी आणि सकारात्मक वृत्ती ठेवा. व्यवसायात तुम्ही कामाबद्दल आणि ग्राहकांबद्दल सचोटी आणि प्रामाणिकपणा दाखवलात, तर तुम्हाला कधीही अपयश येणार नाही.

सदैव सहिष्णू, कष्टाळू, आग्रही राहा आणि व्यापक दृष्टिकोन ठेवा.

तुम्ही उच्च शिक्षण घेऊ शकला नसलात, तरी तुम्ही व्यवसायात यशस्वी होऊ शकता. मला वाटतं, कष्ट आणि दृढनिश्चय या गोष्टी सर्वांत महत्त्वाच्या आहेत.

बहुतेक सर्व चिनी लोक स्त्रियांपेक्षा पुरुषांना जास्त महत्त्व देतात. (आज अनेक चिनी स्त्रिया पुरुषांहून अधिक यशस्वी झाल्या असल्या तरीही तसं करतात.)

व्यवसायातला फायदा : स्त्री-पुरुष या दोघांच्या अंगी समान कुवत असली तरी ग्राहक स्त्रीला झुकतं माप देतात; कारण कामाबाबत स्त्रिया अधिक कुशल, जबाबदार आणि काळजीपूर्वक जबाबदारी पार पाडणाऱ्या असतात.

वू ह्युई टिंग (हानची मुलगी) :

माझी आई ही अत्यंत दयाळू स्त्री आहे. ती सतत तिच्या कुटुंबीयांचा, स्नेह्यांचा आणि व्यवसायातील सहकाऱ्यांचा विचार करीत असते.

तिच्या अंगी जबरदस्त चिकाटी आहे. अगदी लहान वयाची असतानाच ती आपलं काम उत्तम प्रकारे करीत असे. त्याच बॉससाठी काम करणाऱ्या इतर कामगारांपेक्षा ती अधिक पैसा मिळवत असे. हाती घेतलेलं काम अत्यंत कुशलतेनं पार पाडण्याच्या निग्रहामुळे ती अनेक गोष्टींमध्ये पारंगत झाली. काही गोष्टी तर ती फारच परिपूर्णतेनं, सुंदर प्रकारे पार पाडू शकते.

ती कन्याधर्म उत्तम प्रकारे निभावते. ती तिच्या आई-वडिलांची काळजी घेते. तिला फुरसत मिळेल, तेव्हा ती आई-वडिलांकडे जाऊन त्यांच्याशी गप्पागोष्टी करते. अनेकदा ती आई-वडिलांना पैसे देते. त्यांनी त्यांना आवडेल त्या गोष्टी खरेदी कराव्यात अशी तिची इच्छा असते.

तिच्याहून लहान वयाच्या मैत्रिणींशी गप्पागोष्टी करणं तिला खूप आवडतं. मनानं ती चिरतरुण आहे.

आता ती थोडी पुस्तकं वाचते आणि टीव्हीवर काही ऐतिहासिक नाटक-सिनेमे पाहते. त्यातून ती ज्ञान मिळवत असते. यशस्वी लोकांच्या उदाहरणांमधून बोध घेणं, तिला खूपच आवडतं.

सर करा प्रत्येक शिखर!

प्रेमलता अगरवाल

गिर्यारोहक

२०११ सालच्या मे महिन्यात जमशेदपूरच्या या ४८ वर्षांच्या गृहिणीनं 'माउंट एव्हरेस्ट चढून जाणारी सर्वांत मोठ्या वयाची स्त्री' हा मान मिळवला. प्रेमलताची चिकाटी आणि दृढनिश्चय यांवरून सिद्ध होतं की, कोणत्याही साहसासाठी किंवा पराक्रमासाठी वय हा कधीही अडसर ठरत नसतो.

मला प्रेमलतासारख्या अनेक स्त्रिया ठाऊक आहेत. त्या माझ्या काकू, माम्या, मावश्या आहेत. माझ्या सख्ख्या आणि दूरच्या आते-मामे-मावस-चुलत बहिणी आहेत.

अगरवाल जमातीतल्या मुलींच्या, वधु-वरसूचक मंडळातल्या जाहिरातींमध्ये त्यांचं वर्णन केलेलं असतं 'गहुवर्णी' आणि 'गृहकृत्यदक्ष' अशा शब्दांमध्ये!

या मुली आमच्या समाजाला खूश ठेवण्यासाठी वरील वर्णनानुरूप वागतात.

प्रेमलताचा विवाह तिच्या वयाच्या अठराव्या वर्षी नियोजित करण्यात आला, तेव्हा तिनंसुद्धा तिच्या आई-वडिलांच्या इच्छेपुढे मान तुकवली होती. एका भारतीय सुगृहिणीला साजेल अशा प्रकारे तिनंसुद्धा तिच्या पती-सासू-सासरे-मुलं यांच्या संदर्भातली सर्व कर्तव्य चोखपणे पार पाडली होती.

तिनं कधीही स्वत:साठी कोणतंही स्वप्न पाहिलं नव्हतं.

परंतु एके दिवशी तिचं गिर्यारोहणातलं कसब ख्यातनाम गिर्यारोहक बचेंद्री पाल यांच्या नजरेस पडलं. त्यांनी तिला पटवून दिलं की, पस्तिसाव्या वर्षीसुद्धा ती गिर्यारोहणाच्या साहसाला सामोरी जाऊ शकेल! तिच्या चिमुकल्या जगाबाहेर दृष्टी टाकून तिला पर्वत सर करण्याचं धाडस करता येईल!

"माझ्या स्वप्नातसुद्धा आलं नव्हतं की, एक मारवाडी मुलगी, तीसुद्धा या वयाची; हे सारं करू शकेल, परंतु एकदा निर्णय घेतल्यावर मी ते करून दाखवलं."

तेरा वर्षांनंतर प्रेमलता अगरवाल एव्हरेस्ट शिखर चढून गेली. अठ्ठेचाळिसाव्या वर्षी हे अपूर्व साहस फत्ते करणारी ती पहिलीच भारतीय स्त्री आहे.

ज्या कुणाच्या मनात संदेह असेल, 'हे मला जमेल?' अशी कुठलीही, कोणतीही व्यक्ती तिच्या उदाहरणावरून स्फूर्ती घेऊ शकेल. पण सर्वांत जास्त स्फूर्ती मिळवू शकतील 'गहुवर्णी', 'गृहकृत्यदक्ष' स्त्रिया! अशी बिरुदं लावल्या गेलेल्या स्त्रियांनो! त्या बिरुदांपेक्षा अनेक पटींनी उच्च असं कर्तृत्व तुम्ही दाखवू शकाल!

सर करा प्रत्येक शिखर!

प्रेमलता अगरवाल
गिर्यारोहक

दार्जिलिंगजवळच्या सुखियापोक्री नावाच्या एका लहानशा खेड्यात प्रेमलताचा जन्म झाला.

"आम्ही नऊ भावंडं होतो – सात बहिणी आणि दोन भाऊ. माझा मुलींमध्ये द्वितीय क्रमांक होता."

बारावीपर्यंत प्रेमलता नेपाळी माध्यमातून शिकली.

"मी आणखी शिकावं अशी माझ्या वडिलांची इच्छा होती; परंतु घरातील इतर लोक म्हणाले, 'शिकून काय करणार आहेस? नोकरी तर नाही ना करणार? लग्न करून टाक!'"

अशा प्रकारे १९८१ साली वयाच्या अठराव्या वर्षी प्रेमलतानं जमशेदपूरमध्ये नवं आयुष्य सुरू केलं. तिचा नवरा मारवाडी व्यावसायिक कुटुंबातला होता; परंतु इतरांपेक्षा थोडासा निराळा होता.

"बऱ्याचशा मारवाडी कुटुंबांइतकं आमचं कुटुंब रूढिप्रिय नाही. जेव्हा मी आणखी शिकायची इच्छा व्यक्त केली, तेव्हा माझ्या सासू-सासऱ्यांनी त्याला हरकत घेतली नाही."

परंतु लग्नानंतर वर्षभरातच प्रेमलतानं एका कन्येला जन्म दिला आणि तिच्या पुढे शिकण्याच्या योजना हवेतच विरून गेल्या. प्रेमलता संसारात स्थिरावली आणि

पत्नी, माता व सून या नात्यानं असलेली तिची सारी कर्तव्यं आस्थेनं पार पाडू लागली. तिच्या दोन मुलींसाठी शक्य तेवढं सारं काही करणं, याला तिचा प्राधान्यक्रम होता. त्यांची शिक्षणं, खेळ अशी सर्वांगीण प्रगती व्हावी म्हणून ती झटत होती.

''संध्याकाळी मी माझ्या मुलींना टेनिसचं प्रशिक्षण देण्यासाठी 'जेआरडी स्पोर्ट्स स्टेडियम'वर घेऊन जात असे. त्यांचा टेनिसचा सराव पूर्ण होईपर्यंत मला त्यांची वाट पाहत थांबावं लागत असल्यामुळे मी त्या वेळात स्त्रियांच्या जिममध्ये – मुख्यत: शिकण्यासाठी जाऊ लागले.''

जेआरडी स्पोर्ट्स कॉम्प्लेक्समध्येच प्रेमलतानं 'डाल्मा हिल्स वॉकिंग कॉंपिटिशन'बद्दल ऐकलं. डाल्मा टेकड्यांवर चालण्याची ही स्पर्धा सुप्रसिद्ध गिर्यारोहक बचेंद्री पाल यांनी आयोजित केली होती. प्रेमलतानं त्यात सहभाग घेतला आणि अनपेक्षितपणे तिला तृतीय क्रमांकाचं पारितोषिकसुद्धा मिळालं.

''त्या पारितोषिकाचं प्रमाणपत्र आणण्यासाठी मी बचेंद्रीजींच्या ऑफिसात गेले, तेव्हा तिथे मला त्यांचे माउंट एव्हरेस्टवरचे फोटो दिसले. ते पाहून मी इतकी प्रभावित झाले की, मी त्यांना म्हटलं, 'माझ्या मुलीनं अशा साहसी उपक्रमात भाग घ्यावा अशी माझी इच्छा आहे.'''

बचेंद्रीजी म्हणाल्या, ''मुलीनं का? तुम्ही स्वत:च गिर्यारोहण का सुरू करत नाही?''

प्रेमलताला आश्चर्याचा धक्का बसला! गिर्यारोहण आणि तेसुद्धा वयाच्या छत्तिसाव्या वर्षी? एका गृहिणीनं? हे कसं शक्य आहे?

बचेंद्रीजी म्हणाल्या, ''यासाठी वयाची कोणतीही मर्यादा नाही. काही करून दाखवण्याची इच्छा असेल, तर ते कोणत्याही वयात शक्य होऊ शकतं.''

अशा तऱ्हेने १९९९ साली प्रेमलताचा गिर्यारोहणाचा व्यासंग सुरू झाला. पहिला टप्पा होता २१ दिवसांच्या प्राथमिक प्रशिक्षणासाठी उत्तर काशीतील 'नेहरू इन्स्टिट्यूट ऑफ माउंटनिअरिंग' येथे जाण्याचा. तेथील बरेचसे प्रशिक्षणार्थी – त्यात प्रेमलताच्या मुलीचासुद्धा समावेश होता – प्रेमलताच्या निम्म्या वयाचे होते.

तेथील प्रशिक्षक उपहासाच्या स्वरात म्हणाला, ''या वयात गिर्यारोहण करायला आला आहात? तुम्हाला ते जमणं अशक्य आहे.''

प्रेमलतानं उत्तर दिलं, ''बचेंद्रीजींनी मला पाठवलंय, ते काहीतरी विचार करूनच पाठवलं असणार!''

''या जमशेदपूरच्या डाल्मा हिल्स नव्हेत!'' तो प्रशिक्षक म्हणाला आणि त्याचं म्हणणं खरंही होतं. या महिन्याच्या प्रशिक्षण अभ्यासक्रमात हिमालयात १३ हजार फूट उंचीपर्यंत चढून जाणं आवश्यक होतं. जर प्रशिक्षणार्थी 'ए' ग्रेड मिळवू शकला

नाही, तर त्याला पुन्हा एकदा हा कोर्स करावा लागत असे. प्रेमलतानं फक्त 'ए' ग्रेडच मिळवली नाही, तर 'सर्वोत्कृष्ट प्रशिक्षणार्थी' हा पुरस्कार मिळवून सर्वांना आश्चर्याचा धक्का दिला.

प्रेमलता हसून म्हणते, ''आहे तर मी दार्जिलिंगची रहिवासी. मला पर्वतांवर भटकायची सवयच होती; परंतु मी गिर्यारोहण करू लागेन, असं मला स्वप्नातही वाटलं नव्हतं.''

एका महिन्यात एका यशप्राप्तीमुळे तिचा आत्मविश्वास शतपटींनी वाढला. दार्जिलिंगमधील 'हिमालयन माउंटनिअरिंग इन्स्टिट्यूट'च्या यापुढील कोर्ससाठी प्रेमलता गेली.

''माझा आत्मविश्वास वाढत गेला आणि मी बचेंद्रीजींसमवेत गिर्यारोहण मोहिमांवर जाऊ लागले.''

या वार्षिक गिर्यारोहण प्रकल्पांदरम्यान (हे प्रकल्प २१ दिवस ते १ महिना कालावधीचे असत.) प्रेमलता काराकोरम खिंड, स्टोक-कांग्री (लडाख) आणि नेपाळमधलं 'आयलंड पीक' या ठिकाणी गेली. प्रारंभीच्या काळात यासाठी तिच्या सासू-सासऱ्यांची परवानगी मिळवणं, ही अवघड गोष्ट होती; परंतु तिच्या पतीनं तिला भरभक्कम पाठिंबा दिला.

तो म्हणत असे, ''तू काळजी करू नकोस. आम्ही सारं सांभाळून घेऊ.''

नशिबानं या गिर्यारोहणमोहिमा मे महिन्यात असत आणि त्यावेळेस तिच्या मुलींच्या शाळांना उन्हाळी सुट्टी असे. त्यामुळे प्रेमलता त्यांना त्यांच्या आजोळी पाठवून देत असे.

''त्यांच्या अभ्यासात (माझ्या मोहिमांमुळे) कोणताही व्यत्यय येऊ नये, याबाबत मी अत्यंत जागरूक होते.''

प्रेमलतानं आणखी एक लहानसा पर्वत सर केला – तो म्हणजे हवे तसे सुटसुटीत कपडे परिधान करण्याचं स्वातंत्र्य मिळवण्याचा! तिनं गिर्यारोहणाला प्रारंभ केला, त्याच्या खूप आधी तिनं हा पर्वत सर केला होता.

हळूहळू सलवार-कमीज प्रचलित होऊ लागला होता. दैनंदिन आयुष्यात सुटसुटीत पोशाख घालावा, असं प्रेमलताला वाटू लागलं. पण तिच्या सासूबाईंनी त्याला हरकत घेतली. त्या म्हणाल्या, ''आजींना (प्रेमलताच्या आजेसासूबाई) ते आवडणार नाही.''

आजी तिथंच बसून हे संभाषण ऐकत होत्या. प्रेमलतानं त्यांना निरागसपणे

''जेव्हा माझा नुकताच विवाह झाला होता, तेव्हा मी फक्त साड्या नेसत असे. त्यासुद्धा डोक्यावर पदर घेऊन.''

विचारलं, "दादीजी, मी सलवार-कमीज घातला तर तुम्हाला चालेल?"

प्रेमलतावर दादीजींचा फार जीव होता. त्यामुळे हा प्रश्न ऐकून त्या पेचात पडल्या. त्यांच्यानं नकारही देववेना आणि संमती देणंही शक्य होईना. त्यांनी काहीच उत्तर दिलं नाही.

"माझ्या सासूबाई आणि आजेसासूबाई एकमेकींच्या तोंडाकडे बघत बसल्या आणि दुसरी पहिल्यांदा काहीतरी बोलेल अशी वाट पाहत राहिल्या. दरम्यान मी पटकन सलवार-कमीज चढवला आणि बाहेर आले."

निर्मळ मनातील निर्मळ हेतूंना गोड फळंच येतात.

"लहान वयातच माझा विवाह झाला. त्यामुळे मला जगाच्या रीती-पद्धती ठाऊक नव्हत्या. मी नेहमी वरच्या मुखवट्यालाच खरं धरून चालत असे."

प्रेमलतानं गिर्यारोहणाला प्रारंभ केल्यावर ती पँट्स घालू लागली; परंतु त्याबद्दल आता कुणीही हरकत घेत नव्हतं. वादाचा मुख्य मुद्दा होता की, यासाठी तिनं किती वेळ खर्चावा. समतोल राखणं महत्त्वाचं होतं.

"बरेचदा जिममध्ये दोन-तीन तास मेहनत करून मी घरी येत असे आणि थेट स्वयंपाकघरात जाऊन स्वयंपाकाला सुरुवात करीत असे."

ट्रॅक-सूट आणि स्पोर्ट्स शूज काढण्यापूर्वीच ती स्वयंपाकाला सुरुवात करत असे.

"माझा नवरा म्हणत असे, तुला जे जे करावंसं वाटतंय, ते सारं काही कर. परंतु माँ-बाबूजींची (सासू-सासरे) हेळसांड होऊ देऊ नकोस. त्यांना वेळच्या वेळी जेवण मिळायलाच हवं."

हे कसं काय जमवायचं, याचं उत्तर प्रेमलतानंच शोधायचं होतं आणि कल्पक भारतीय गृहिणींप्रमाणे तिने यावरचं उत्तर स्वतःच शोधून काढलं.

तरीसुद्धा तिच्यापुढे पेचप्रसंग उभे राहत. २००४ साली तिनं आयलंड पीक मोहीम यशस्वीरीत्या पूर्ण केली, तेव्हा बचेंद्रीपाल तिला म्हणाल्या, "तू अत्यंत तंदुरुस्त आहेस. आता तू माउंट एव्हरेस्टसाठी प्रशिक्षण घ्यायला हवंस."

प्रेमलता म्हणते, "हे म्हणणं मी हसून उडवून लावत असे."

तिच्या दोन्ही मुली शाळेत शिकत होत्या आणि महिनोन्महिने घराबाहेर राहणं तिला शक्य होणार नव्हतं. एव्हरेस्टमोहिमेसाठी तेवढं प्रशिक्षण घेण्यावाचून पर्याय नसतो. त्यामुळे तिने घरी या विषयाला तोंडदेखील फोडलं नाही. आणखी पाच वर्षांनी किलिमांजारो शिखरावरील मोहिमेदरम्यान बचेंद्रीपाल यांनी प्रेमलतापुढे पुन्हा हा आव्हानात्मक प्रस्ताव मांडला. यावेळेस परिस्थिती वेगळी होती.

"यावेळेस माझ्या मोठ्या मुलीचा विवाह झालेला होता आणि धाकटी मुलगी बारावीचं वर्षं पूर्ण करून जमशेदपूरबाहेरच्या एका कॉलेजमध्ये शिकत होती."

यावेळेस प्रेमलतानं तिच्या पतीला विचारलं, ''माउंट एव्हरेस्टच्या मोहिमेसाठी मी सराव करावा असं बचेंद्रीजींचं म्हणणं आहे. मला घरापासून तीन महिने – कदाचित त्याहूनही जास्त काळ दूर राहण्याची परवानगी द्याल?''

प्रेमलताच्या नवऱ्यानं ताबडतोब उत्तर दिलं, ''हो! हो! बेलाशक! तू ते करायलाच हवंस.''

तिचे सासरे म्हणाले, ''मुली, तू जाऊ शकतेस. माझे तुला आशीर्वाद आहेत.''

त्याक्षणीच प्रेमलताला आतून जाणवलं की, ते तिला शक्य होणार आहे. ते तिनं करायलाच हवं. तेव्हा तिचं वय होतं ४७ वर्षांचं.

या प्रशिक्षणासाठी तिला सकाळ-संध्याकाळ जिममध्ये मेहनत करावी लागत होती. धावणं, वजनं उचलणं, योगासनं, प्राणायाम, एरोबिक्स – सारं सारं करावं लागत होतं. यानंतर 'हिमालयन माउंटनिअरिंग इन्स्टिट्यूट'नं दार्जिलिंगमध्ये आयोजित केलेल्या विशेष अशा कोर्समध्ये तिला सहभाग घ्यावा लागला होता. तांत्रिकदृष्ट्या प्रेमलता या कोर्ससाठी पात्र नव्हती. कारण त्यासाठीची आयुर्मर्यादा ३४ वर्षं एवढीच होती.

''मी त्यांना म्हटलं, माझं वय ३४ वर्षं आहे आणि त्यांना ते खरंच वाटलं.''

त्यानंतर प्रेमलतानं डिसेंबर, २०१० मध्ये सिक्किममध्ये जाऊन हिमातील आणि बर्फावरील आरोहणाचा सराव केला. यासाठी अजिबात न थांबता ८ ते १० तास चालावं लागत असे. एकाच दिवशी उंचावर चढून जाऊन खाली उतरून यावं लागत असे. ती ज्या शेर्पाजवळ प्रशिक्षण घेत होती, त्यानं जाहीर केलं, ''तू आता एव्हरेस्टसाठी तयार झाली आहेस.''

अनेक गिर्यारोहक पर्वतपायथ्यापर्यंत पोचतात. पण शिखर गाठण्यासाठी अंगी तग धरायची क्षमता असावी लागते!

''तुम्ही शिखरावर पोचू पाहता, तेव्हा विरळ हवेतून तुम्हाला पुरेसा प्राणवायू मिळत नसतो आणि खूप ऑक्सिजन सिलिंडर्स बरोबर नेणं शक्य नसतं. त्यामुळे झपाट्यानं चढून जाणं फारच आवश्यक असतं.''

प्रेमलताला विश्वास वाटत होता की, ते तिला शक्य होईल.

२५ मार्च, २०११ रोजी ती काठमांडूला जाणाऱ्या विमानात बसली. तेथून पुढे तिनं लुक्लाला जाणारं विमान घेतलं. इथूनच, समुद्रसपाटीपासून आठ हजार फूट उंचीवरून, एव्हरेस्टची चढाई सुरू होते. शिखर गाठण्यासाठी साधारणपणे तीन महिने द्यावे लागतात.

''एव्हरेस्ट मोहिमेच्या पूर्वीची सरावासाठीची पूर्वतयारी म्हणून आम्ही आयलंड

''दररोज २० किलो वजन उचलून मी धावण्यासाठी जात असे. एव्हरेस्टसाठी तग धरण्याची तेवढी क्षमता मिळवणं भागच असतं.''

“कोणत्याही मोहिमेच्या वेळेस तुम्हाला शिखरमाथा दिसत असतो; तो खूप दूर आहे असं वाटत असतं; परंतु मला तसं कधीच वाटत नाही.”

पीक आणि काला पठार चढून उतरलो. त्यानंतर आम्ही एव्हरेस्ट बेसकॅम्प गाठला.”

साहसाला खरी सुरुवात इथूनच होते. एव्हरेस्ट शिखराच्या मार्गावर चार ठिकाणी वेगवेगळ्या कॅम्प्सवर मुक्काम ठोकावा लागतो. गिर्यारोहकांना ४५ दिवस बेसकॅम्पवरून क्रमांक एक आणि क्रमांक दोनच्या कॅम्प्सवर चढून पुन्हा बेसकॅम्पवर येण्याचा अनेकदा सराव करावा लागतो. एक रात्र खूप उंचावर मुक्काम करून मग खाली उतरावं लागतं आणि प्रारंभीपासूनच धोक्याला सामोरं जावं लागतं.

क्रमांक एकचा कॅम्प गाठताना, वाटेत दगा देणाऱ्या बर्फातील फटी ओलांडताना तुम्हाला लटपटत्या, ॲल्युमिनियमच्या शिड्यांवरून चढून जावं लागतं. या शिड्या वाऱ्यात खूप हलतात आणि गिर्यारोहकाला काळजीपूर्वक तोल सांभाळावा लागतो. बालपणी प्रेमलताच्या घोट्याला इजा झालेली असल्यामुळे तिला हे काम अधिकच अवघड जात होतं.

“विशेषत: खाली उतरताना तोल सांभाळणं मला फार कठीण जात होतं. कधीकधी शिडी नसली तर बर्फाच्या फटींवरून उडी मारून पलीकडे जावं लागत असे. ते तर मला अधिकच कठीण वाटत असे.”

या गिर्यारोहकांच्या गटासमवेत येणारा शेर्पा, प्रेमलताला सतत टोमणे मारत असे, “तू गिर्यारोहण कुठे शिकलीस? जर पाऊल कसं रोवायचं हेसुद्धा तुला समजत नसेल, तर इथं आलीस तरी कशासाठी?”

खरंतर काठमांडूपासूनच या शेर्पाला प्रेमलताच्या कुवतीबाबत संदेह वाटत होता. प्रेमलताची मोठी मुलगी तिथवर तिला निरोप द्यायला आलेली होती. ती परत गेल्यावर शेर्पानं विचारलं, “तुमची मुलगी कुठे गेली? तिला एव्हरेस्ट सर करायचं नाहीये का?”

प्रेमलता म्हणाली, “नाही, मीच एव्हरेस्ट मोहिमेवर येणार आहे.”

शेर्पाला धक्काच बसला. भारतीय स्त्री; तीसुद्धा इतक्या मोठ्या वयाची आणि ती हे साहस करू पाहतेय? उरलेला सारा वेळ तो प्रेमलताला नाउमेद करत, तिचं मनोधैर्य खच्ची करत राहिला; पण ती खंबीर मनाची होती!

“मला ठाऊक होतं की, मी ही मोहीम फत्ते करण्याचं उद्दिष्ट ठेवून इथवर पोचलेय. आता काहीही झालं तरी हे उद्दिष्ट सफल करायचंच!”

शेर्पा सतत म्हणत असे, “तू कशासाठी आलीस? तुला हे अजिबात जमणार नाही.”

परंतु तिच्या कुवतीवर विश्वास ठेवणाऱ्या लोकांबद्दलच प्रेमलता सतत विचार

करत असे.

"मला धरून माझ्या पतीनं आणि कुटुंबीयांनी यासाठी इतकं प्रोत्साहन आणि पाठिंबा दिला होता. माझ्या प्रशिक्षणासाठी टाटा स्टीलनं इतका पैसा खर्च केला होता. बचेंद्रीजींनी माझ्याबद्दल इतका विश्वास दाखवला होता. त्या सर्वांचा विश्वास, त्या साऱ्यांच्या शुभकामना मला बळ पुरवत होत्या."

आपल्या प्रत्येकाच्या ठायी एक सुप्त शक्ती लपलेली असते. ती सुप्त शक्ती एखाद्या आव्हानाची, संकटाची किंवा अशक्य कोटीतील एखाद्या अवघड कामाची वाट पाहत असते.

"एखादं विघ्न समोर आलं की, मी हनुमानचालिसाचा जप सुरू करत असे. मी निदान हजार वेळा तरी हनुमानचालिसा जपला असेल."

या सहा गिर्यारोहकांच्या गटात पोलिसात काम करणारं एक जोडपं होतं आणि आणखी एक स्त्री होती. हे सर्व जण काहीही अडचण न येता क्रमांक दोनच्या कॅम्पपर्यंत पोचले. या दोन्ही स्त्रियांनी कॅम्प क्रमांक दोनपासून प्राणवायूचं नळकांडं वापरायला सुरुवात केली; तर प्रेमलतानं २४ हजार फुटांवर असलेल्या कॅम्प क्र. तीनवर पोचेपर्यंत प्राणवायूचं नळकांडं वापरलं नव्हतं. परंतु इथवर पोचल्यावर अडथळा उभा राहिला. माउंट एव्हरेस्टरवरचं हवामान कसं राहील, याची शक्यता वर्तवणं अशक्य असतं; आणि अचानक हवामान खराब झालं.

"मोठं वादळ आलं आणि ताशी १०० किलोमीटरहून जास्त वेगानं वादळवारे घोंघावू लागले. हिमकण सर्वत्र उडू लागले आणि त्यांचे सपकारे आमच्या चेहऱ्यावर बसू लागले..."

एक पाऊल उचलणंसुद्धा कठीण जाऊ लागलं आणि तरीसुद्धा गिर्यारोहक पुढे जातच राहिले; कारण त्यांनी जवळजवळ शिखरमाथा गाठलाच होता. परंतु त्याच वेळेस शेर्पाला त्याच्या सॅटेलाइट फोनवरून बातमी कळली की, हवा आणखी खराब होण्याची भरपूर शक्यता आहे. गिर्यारोहकांनी जोरदार निषेध केला – ते या संकटाशी दोन हात करायला तयार होते.

परंतु शेर्पा म्हणाला, "एव्हरेस्ट इथंच राहणार आहे. जीव बचावला, तर आपण पुन्हा त्यावर चढून जाऊ शकू."

नाखुशीनेच हे गिर्यारोहक तीन क्रमांकाच्या कॅम्पपर्यंत उतरून आले. त्यांना वाटत होतं की, तिथे एक-दोन रात्री मुक्काम केल्यानंतर हवा निवळताक्षणी त्यांना

"माझ्या कुटुंबीयांचा, बचेंद्रीदीदीचा, टाटा स्टीलचा – या सर्वांचा माझ्यावरचा विश्वासच मला वरपर्यंत घेऊन गेला. मला वाटलं की, काहीही करून मला माझ्या ध्येयाची पूर्तता करायलाच हवी!"

''मला वाटतं, आपल्या ठायी इतकी प्रचंड ऊर्जा असते – दैनंदिन आयुष्यात त्यातली १० टक्के ऊर्जासुद्धा वापरली जात नाही!''

एव्हरेस्टमाथा गाठता येईल. परंतु कॅम्प क्रमांक तीनवरचे सारेच्या सारे तंबू वादळात उडून गेले होते. दोन नंबरच्या – २१,५०० फुटांवरच्या कॅम्पपर्यंत उतरून जाण्याखेरीज त्यांच्यापुढे दुसरा पर्यायच नव्हता! आणि तेथून त्यांना पुन्हा निघाल्या ठिकाणी, १७,५०० फुटांवरच्या बेसकॅम्पवर परत जावं लागलं.

''आमच्यापाशी प्राणवायूची पुरेशी नळकांडी नव्हती; अन्न नव्हतं. त्यामुळे इलाजच नव्हता – आमची एव्हरेस्टची मोहीम संपली, असंच आम्हाला वाटत होतं.''

पाण्याच्या अभावी देह शुष्क झाल्यामुळे – डीहायड्रेशनमुळे प्रेमलताला तंबूत तीन दिवस झोपून राहावं लागलं. त्या वेळी तिनं तिच्या पतीबरोबर सॅटेलाइट फोनवरून संपर्क साधला.

तो म्हणाला, ''सर्व वर्तमानपत्रांमध्ये बातमी छापून आलीय की, एव्हरेस्टमाथा न गाठताच तुम्ही परत आला आहात... काही हरकत नाही! तू सुखरूपपणे ये. त्याहून इतर काहीही जास्त महत्त्वाचं नाही.''

परंतु बोलणं पूर्ण होण्यापूर्वी तो पुढे म्हणाला, ''तरीसुद्धा परिस्थितीचा अंदाज घे आणि पुन्हा प्रयत्न करून पाहा.''

प्रेमलता दार्जिलिंगमधल्या तिच्या भावाशी बोलली. तो म्हणाला, ''तुझं आयुष्य धोक्यात घालू नकोस... पण हवा निवळतेय का, याची वाट पाहा... आणि प्रयत्न कर.''

आणि खरोखरच हवा निवळू लागली.

तिची मोठी मुलगी उत्तेजन देत म्हणाली, ''ममी, तुला ते नक्कीच शक्य होईल!''

तिचे वडील म्हणाले, ''काहीतरी करून दाखवण्यासाठी तू पाऊल उचललं आहेस! मग माघारी का वळतेस? मृत्यू तर कुठेही, केव्हाही येऊ शकतो. रस्त्यावर किंवा ट्रेनच्या अपघातातही येऊ शकतो. मृत्यूला घाबरू नकोस.''

हे सर्व उत्तेजनाचे शब्द ऐकून प्रेमलताच्या अंगी नव्यानं चैतन्य लहरू लागलं. आता ती हार मानून माघारी फिरणार नव्हती! त्यांच्या गटप्रमुखानं त्यांना सावध केलं होतं की, अजूनही हवा अगदी फार उत्तम झालेली नाही. परंतु दुसरा प्रयत्न करायला हरकत नव्हती. या मंडळींनी धोका स्वीकारून दुसरा प्रयत्न करायचं ठरवलं. पुन्हा त्यांनी चढायला सुरुवात केली. यावेळेस २७ हजार फुटांवरच्या चौथ्या क्रमांकाच्या कॅम्पवर पोचल्यावर समस्या उद्‌भवली. प्रेमलताचं ऑक्सिजन पुरवणारं यंत्र नीटपणे काम करेना.

''शेर्पा माझ्या पुढे चालत होता. त्याला ही गोष्ट सांगावी असं मला वाटेना;

कारण तो लगेच म्हणाला असता, 'माघारी फिर!'''

त्यामुळे प्रेमलतानं स्वत:च ते यंत्र दुरुस्त करायचा प्रयत्न केला. तिनं वॉशर काढून टाकला आणि त्याजागी टिशू पेपर घातला. त्यामुळे तर ते यंत्र आणखीच बिघडलं आणि प्रेमलताला श्वासही घेता येईना. सुप्रसिद्ध 'हिलरी स्टेप'च्या पायथ्याशी ही मंडळी क्षणभर विसावा घेण्यासाठी थांबली. प्रेमलतानं तिचा ऑक्सिजन मास्क नीट करायचा प्रयत्न केला. परंतु जाडजूड हातमोज्यांमुळे तिला ते जमेना. त्या हातमोज्यांमुळे तिला बोटांचा वापर करता येत नव्हता.

प्रेमलतानं तिचा उजवा हातमोजा काढून जमिनीवर ठेवला. एका क्षणातच तो उडून गेला.

ऑक्सिजन वापरता येत नव्हता. एक मोजा उडून गेला होता. प्रेमलताची अवस्था बिकट झालेली होती. २७ हजार फूट उंचीवर उणे ४५ डिग्री अंश सेंटिग्रेड तापमानात थंडीनं गारठून काही मिनिटांतच तुमची बोटं निळी पडतात. प्रेमलताला वाटलं की, हाच तिचा अंतिम क्षण आहे. परंतु तिच्या आप्तांचे शब्द, बचेंद्रीजींचा तिच्यावरील विश्वास, तिच्या देशाच्या तिच्यावर केंद्रित झालेल्या अपेक्षा या साऱ्या गोष्टींचं तिच्यावर दडपण येत होतं.

''माझ्या मनात एकच विचार निनादत होता की, कोणत्याही परिस्थितीत मला हे केलंच पाहिजे.''

तिनं पुढचं पाऊल टाकलं आणि एक चमत्कार घडला. बदामी रंगाचा लोकरीचा हातमोजा तिच्या पायापाशी जमिनीवर पडलेला तिला दिसला. तो पुरेसा जाड नव्हता; परंतु त्याने काम भागलं असतं.

''मी तो हातमोजा हातावर चढवला आणि माझ्या अंगात अशी शक्ती संचारली की, मी थेट शिखरमाथाच गाठला.''

२० मे, २०११ रोजी सकाळी साडेनऊ वाजता प्रेमलतानं एव्हरेस्टमाथा गाठला. तिनं या स्वर्गीय पुण्यभूमीवर अत्यंत संस्मरणीय अशी वीस मिनिटं व्यतीत केली. चारी बाजूंना स्वर्गच आहे, असं तिला वाटत होतं.

''मी माझ्याबरोबर दोन कॅमेरे घेतले होते. मी भराभर काही फोटो काढले. मी एव्हरेस्टमाथा गाठला होता, हे या फोटोंवरून सिद्ध होणार होतं.''

प्रेमलताला थोडंसं व्हिडिओ रेकॉर्डिंगसुद्धा करावंसं वाटत होतं, परंतु शेर्पा खाली उतरण्यासाठी लकडा लावू लागला... पुन्हा एकदा हवा बिघडू लागली होती. केवळ जिद्द आणि दृढनिश्चयाच्या बळावर प्रेमलतानं एव्हरेस्टमाथा गाठला होता. आता वेदना आणि थकवा जाणवू लागले होते.

''आमच्याजवळचा चॉकोलेट्स आणि बिस्किटांचा शिधा संपून गेला होता... माझं पोट अगदी रिकामं होतं. गेल्या चोवीस तासांमध्ये मी काहीच खाल्लेलं नव्हतं.''

एका परदेशी गिर्यारोहकाच्या रूपानं त्यांना देवच भेटला. त्यानं त्याच्याजवळचं

> ***"अजूनही अनेक लोकांना समजत नाही की, एव्हरेस्ट चढण्याचा फायदा काय आहे. मला कोणतं बक्षीस मिळालं? की माझी देवाशी भेट झाली?"***

कोकोचं पेय या गटाबरोबर वाटून घेतलं. पोटात काहीतरी गेल्यावर प्रेमलता उत्साहानं खाली उतरू लागली. तिच्याजवळच्या थर्मॉसमध्ये उरलेल्या अमूल्य पाण्याचे शेवटचे घोट घेताना तिला जाणवलं की, तिनंसुद्धा आता ते पाणी इतरांबरोबर वाटून घेतलं पाहिजे.

"इतके सारे गिर्यारोहक चढून येत होते... ते सारे, घोटभर पाण्यासाठी व्याकूळ झाले होते."

इतरांना पाणी दिल्यावर प्रेमलताचा थर्मॉस रिकामा झाला. तिच्या मूर्खपणाबद्दल शेर्पानं तिची कानउघाडणी केली. परंतु आतापर्यंत त्याच्या लक्षात आलं होतं की, त्याला वाटलं होतं, त्याहून ती खूपच चिवट आहे. हे लोक क्रमांक दोनच्या कॅम्पवर आले आणि तिथून ते बेसकॅम्पवर उतरले. तिथे पोचल्यावर जेव्हा प्रेमलतानं तिचे हातमोजे काढून टाकले, तेव्हा तिच्या लक्षात आलं की, तिची बोटं खरोखरच गारठून निळी पडली आहेत.

तिचे बूटसुद्धा तिला त्रास देत होते, त्यामुळे ते काढून टाकायचं तिनं ठरवलं.

"मी माझ्या स्लिपर्स घालून लुक्लापर्यंत चालत गेले."

काठमांडूत प्रेमलताचा नवरा, तिच्या मुली, तिचे भाऊ-वहिनी तिच्या स्वागतासाठी हजर होते.

"माझं यश हे फक्त माझं एकटीचं नव्हतं... त्या यशात अनेकांचा सहभाग होता."

प्रेमलताचा नवरा प्रांजल कबुली देतो, "यात माझा कोणताही सहभाग नव्हता... मी फक्त तिला या मार्गावर जाण्यास विरोध केला नाही."

आणि कुटुंबामधलं किंवा त्यांच्या समाजामधलं कुणीही तिच्या या छंदावर ताशेरे झोडू लागलं, तर तो भरभक्कमपणे तिच्या पाठीशी उभा राहत असे.

प्रेमलताचा नवरा म्हणतो, "मी आयुष्यात काही फार मोठं करू शकलो नसलो, तरी तिच्या ध्येयप्राप्तीत माझ्यामुळे निदान अडथळा तरी उभा राहू नये, अशी माझी उत्कट इच्छा होती!"

आणि प्रेमलता अजूनही ध्येयप्राप्तीचा पाठपुरावा करतेच आहे. २०१२ साली प्रेमलता रशियामधील माउंट एल्ब्रुसवर आणि दक्षिण अमेरिकेतील माउंट अकॉनकाग्वावर चढून आली. सात खंडातील सात सर्वांत उंच शिखरं चढून जाण्याची तिची जिद्द आहे. हे साध्य करणारी ती पहिलीच भारतीय स्त्री असेल.

योगासनं, एरोबिक्स, ध्यान या गोष्टी जमशेदपूरच्या स्त्रियांना शिकवण्यासाठी तिथे एक स्वास्थ्यकेंद्र सुरू करण्याची प्रेमलताची इच्छा आहे. मारवाडी समाजातील

स्त्रियांसाठी तिने एक महिन्याचं स्वास्थ्य-प्रशिक्षण शिबिरसुद्धा घेतलं होतं. त्या शिबिरामुळे या स्त्रियांची मानसिकता बदलताना दिसत आहे.

अनेक जण प्रेमलताच्या सासूबाईंना विचारत असत, "प्रेमलताला पर्वत का चढावेसे वाटतात? त्यातून ती किती पैसे कमावते?"

प्रेमलताच्या सासूबाई उत्तर देत, "ते ती पैशांसाठी करत नाही... उलट आम्हीच तिच्या प्रशिक्षणावर खूप खर्च करतो."

हे ऐकून त्यांची मतीच कुंठित होई!

"माझ्याकडून एक महिन्याचं प्रशिक्षण घेतल्यानंतर त्यांना खूप उत्साह वाटू लागला. त्यानंतर त्यांनी असले प्रश्न विचारणं बंद केलं."

प्रेमलता एव्हरेस्टच्या मोहिमेत यश मिळवून परत आली, तेव्हा याच स्त्रिया स्टेशनवर तिच्या स्वागतासाठी निरांजन ओवाळायला आणि हार घालायला जातीनं हजर राहिल्या होत्या. अर्थात तिनं हा आटापिटा का केला किंवा त्यासाठी केवढी तयारी करावी लागते, याची त्यांना अंधूकशीही कल्पना नव्हती, ही गोष्ट वेगळी!

अशा मोहिमांवर कोणतीही; अगदी क्षुल्लकशी गोष्टसुद्धा गृहीत धरता येत नसते.

"मी शाकाहारी असल्यामुळे मी डाळ-भातच खात असे. उंचावर तोसुद्धा दगडासारखा टणक होतो."

तुम्ही एकावर एक कपड्यांचे कितीही थर अंगावर चढवलेत, तरीही हाडं फोडेल अशी थंडी जाणवत राहते.

प्रेमलता हसून म्हणते, "फ्रिजच्या आत झोपलोय, असं वाटतं."

आणि तुम्ही कितीही प्रशिक्षण घेतलं असलं, तरी यश मात्र तुमच्या आंतरिक प्रेरणेवरच अवलंबून असतं.

"दररोज बर्फाचा थर सरकतो. रस्ते बदलतात. दररोज बर्फावर शिड्या चढवल्या गेल्या तरी त्या केवळ मानसिक समाधानासाठीच असतात."

प्रेमलताच्या डोळ्यांसमोरच एक शेर्पा बर्फामधल्या विवरात पडून दिसेनासा झाला. त्याचा देह कधीच सापडला नाही.*

"गिर्यारोहकांच्या सुरक्षेची जबाबदारी शेर्पांवर असते आणि ते आपलं काम चोखपणे करत असतात; परंतु ते काही तुम्हाला हात धरून नेत नाहीत!"

स्वत:च प्रयत्न करावा लागतो. प्रत्येक स्त्री, प्रत्येक पुरुष, सारे जण स्वत:च्या प्रयत्नांवरच चढून जात असतात.

एव्हरेस्ट चढणं म्हणजे आयुष्याची लढाई लढणं. कोणतं शिखर सर करायचं, हा सर्वस्वी तुमचा स्वत:चाच निर्णय असतो.

---

* २०११ साली एव्हरेस्टवर चढून जाताना दहा गिर्यारोहक मरण पावले होते.

स्त्री-उद्योजिकांसाठी सल्ला

मी साऱ्या स्त्रियांना सांगेन... फक्त स्त्रियांनाच का? पुरुषांनादेखील सांगेन... हे जग फारच सुंदर आहे. या सुंदर जगाचा आस्वाद क्षणोक्षणी मनसोक्त घेता यावा म्हणून तुम्ही आपलं शरीर तंदुरुस्त ठेवा आणि मनोवृत्ती सकारात्मक ठेवा. वर्तमानकाळातच जगा. भूतकाळ-भविष्यकाळ विसरून जा. आपणा सर्वांच्या ठायी प्रचंड ऊर्जा दडलेली असते. त्या ऊर्जेच्या बळावर आपण जे ध्येय ठेवू, ते आपण साध्य करू शकू.

तुम्ही मनापासून ध्येयप्राप्तीचा ध्यास धरलात; मग ते ध्येय कोणत्याही क्षेत्रातलं असो, आणि त्यासाठी १०० टक्के प्रयत्न केलात, तर तुम्ही नक्कीच यशस्वी व्हाल. तुम्हाला यश मिळालं नाही, तर त्याचा अर्थ असा की, तुम्हाला ध्येयप्राप्तीचा खराखुरा ध्यासच नव्हता किंवा त्यासाठी तुम्ही १०० टक्के प्रयत्नच केला नाहीत.

आणखी एक शेवटची गोष्ट सांगते : यश कधीही एकट्याच्या बळावर खेचून आणता येत नसतं. त्यासाठी अनेकांचा पाठिंबा आणि आशीर्वाद आवश्यक असतात. आपल्या स्वप्नांमध्ये आणि उद्दिष्टांमध्ये आपल्या कुटुंबीयांनासुद्धा समाविष्ट करून घ्या आणि त्यांच्यासमवेत यशोप्राप्तीचे सोपान चढा!

दुर्गा

परिस्थितीमुळे या स्त्रियांना धडाडीनं वागणं आणि जगण्यासाठी संघर्ष करणं भाग पडलं. त्यांनी परिस्थितीचं आव्हान स्वीकारलं आणि मनातली भीती आणि बाहेरील शत्रू या दोहोंचा नि:पात केला. आपणा सर्वांच्या ठायी जी दिव्य ऊर्जा, सुप्त स्वरूपात वास करत असते, त्या दिव्य ऊर्जेच्या साहाय्यानं त्यांनी हे अभूतपूर्व साहस करून दाखवलं.

मी तरून जाईन!

पॅट्रिशिआ नारायण
केटरर

दारूच्या व्यसनात बुडून गेलेल्या पतीमुळे, पॅट्रिशियाला सुरक्षिततेच्या कोशातून बाहेर पडून जगातील व्यवहाराला सामोरं जावं लागलं. मरिना बीचवरील एका स्टॉलपासून तिचा व्यवसाय आता फूड कोर्ट चेनपर्यंत वाढला आहे. तिनं सिद्ध करून दाखवलंय की, स्त्रीनं जीव ओतून काम केलं, तर तिला कोणतीही गोष्ट अशक्य नाही.

तिच्या खोलीत मोजकंच फर्निचर आहे. सोनेरी फ्रेममधील येशू ख्रिस्ताचा मोठा फोटो भिंतीवर लटकतो आहे; लक्ष वेधून घेतो आहे.

पॅट्रिशियानं साधासा पोशाख परिधान केला आहे. तिच्या डोळ्यांखालची काळी वर्तुळं तिच्या खडतर आयुष्याची दृश्य निशाणीच आहेत.

एकोणिसाव्या वर्षी तिनं ज्या माणसाबरोबर विवाह केला, तो पूर्णपणे दारूच्या व्यसनात सापडला आणि तिला मारहाण करू लागला. दोन लहान मुलांना वाढवण्याची जबाबदारी, पॅट्रिशिआच्या कोवळ्या खांद्यांवरच येऊन पडली. आपला आर्थिक बोजा आपल्या आई-वडिलांवर पडू नये, या तीव्र इच्छेपोटी तिनं घराबाहेर पडून चरितार्थासाठी पैसे मिळवायचा निश्चय केला.

''स्वबळावर मला ते करून दाखवायचं होतं. 'बघा, स्वत:चं स्वत: लग्न केलं आणि ते फसलं!' असं इतरांकडून ऐकून घेण्याची माझी अजिबात तयारी नव्हती!'' ती शांतपणे सांगते.

मग त्यासाठी अपार धडपड करावी लागली, आठवड्याचे साती दिवस, दिवसाचे चोवीस तास कोवळ्या खांद्यांवर जबाबदारीचं प्रचंड ओझं पेलावं लागलं, तरी तिची त्याला तयारी होती. तिची जिद्द मोठी होती; परंतु तरीही त्यासाठी तिला खूपच झगडावं लागत होतं.

पॅट्रिशिआसारख्या लक्षावधी अन्य स्त्रिया आहेत. त्या मूकपणे सहन करत राहतात. परंतु त्यांना वाटत असतं, तेवढ्या काही त्या निराधार नसतात. आर्थिक सुबत्तेमुळे अनेक समीकरणं बदलत असतात. आर्थिक सुबत्ता तुम्हाला आदर, अधिकृत मान्यता आणि स्वाभिमान मिळवून देते.

इतर लोक मदतीचा हात पुढे करतील किंवा त्यांच्या खांद्यांवर डोकं टेकून तुम्हाला अश्रू गाळू देतील, परंतु अशा वेळेस स्त्रीनं खंबीरपणे आपले अश्रू पुसायला हवेत, पदर खोचून कंबर कसायला हवी आणि डोळ्यांपुढे नवी उद्दिष्टं ठेवून नव्यानं आपलं आयुष्य घडवायला हवं!

कारण तुम्हाला वाटतंय, त्याहून तुमच्या कोमल हातांमध्ये खूपच जास्त शक्ती असते!

मी तरून जाईन!

पॅट्रिशिआ नारायण
केटरर

पॅट्रिशिआ नारायणचा जन्म नागारकोइल नावाच्या, तमिळनाडूच्या कन्याकुमारी जिल्ह्यातील चिमुकल्या खेड्यात झाला. परंतु तिचे आई-वडील दोघंही सरकारी नोकरीत असल्यामुळे ती वाढली चेन्नईमध्ये.

''मी एका अत्यंत पुराणमतवादी ख्रिस्ती कुटुंबात जन्मले. भावंडांमध्ये मी सर्वांत थोरली. मला एक बहीण आणि एक भाऊ आहेत.''

खरंतर हे एकत्र-कुटुंब होतं – आजी-आजोबा, काका-काकू सारे जण एकत्र राहत होते. त्या साऱ्यांची खूप जवळीक होती. संथोम येथील सेंट थॉमस कॉन्व्हेंटमधून शालेय शिक्षण पूर्ण केल्यावर पॅट्रिशियानं बी.ए.साठी क्वीन मेरीज कॉलेजमध्ये प्रवेश घेतला; परंतु १९७७ साली कॉलेजच्या द्वितीय वर्षात असताना काहीतरी झालं! पॅट्रिशिआ प्रेमात पडली!

''तो माझ्या कॉलेजसमोरच एक रेस्टॉरंट चालवत होता. मी अर्धी त्याच्या प्रेमात होते आणि अर्धी त्याच्या स्वयंपाकघराच्या प्रेमात होते!''

बालपणापासूनच, पॅट्रिशिआला स्वयंपाकाची विलक्षण आवड होती.

''मी स्वयंपाकघरात सतत काहीतरी लुडबुड करत असे; नवे पदार्थ करून पाहत असे. त्यामुळे प्रणयाएवढंच व्यावसायिक स्वयंपाकघरसुद्धा मला रोमांचक वाटत होतं.''

त्या काळी कटलेट्स आणि छोलेपुरी हे खाद्यपदार्थ चेन्नईत नव्यानंच उपलब्ध होऊ लागले होते. या गोष्टी लोक अगदी क्वचितच बनवत असत. पॅट्रिशिया दुपारच्या जेवणाच्या वेळेस या रेस्टॉरंटमध्ये नित्यनेमानं जाऊन तेथे काय चाललंय, हे पाहत असे.

आणखी एक गोष्ट त्यावेळेस अजिबात प्रचलित नव्हती. ती म्हणजे छुपे प्रेमसंबंध ठेवणं.

''तीन-चार महिन्यांनी मी विवाह करण्याचा निर्णय घेतला.''

दोन्ही कुटुंबांनी याला कडाडून विरोध केला; कारण पॅट्रिशिआ ख्रिश्चन होती, तर हा मुलगा हिंदू होता. त्यामुळे या दोघांनी नोंदणी-विवाह केला.

''नोंदणी-विवाहानंतर दोन महिने मी घरीच चुपचाप बसून राहिले. त्याबद्दल कुणालाही सांगायचं मला धैर्यच होईना.''

''परंतु असं गुपित तुम्ही किती काळ पोटात ठेवू शकाल? नाइलाजानं मी त्याबद्दल घरात सांगितलं; आणि दुसरा पर्यायच नसल्यामुळे घरच्या लोकांनी त्या मुलाचा स्वीकार केला. त्यांनी योग्य प्रकारे आमचं लग्न लावून दिलं.''

त्यानंतर वडील तिला म्हणाले, ''मी माझं कर्तव्य पूर्ण केलं आहे. आता पुढचं सारं तू स्वत:च्या हिमतीवर पार पाड.''

''मी जाणून होते की, माझ्याबद्दल त्यांनी अनेक स्वप्नं पाहिली होती. मी त्यांची सारी स्वप्नं धुळीला मिळवली होती. परंतु मी विचार केला की, निदान मला माझ्या प्रियकराबरोबर विवाह तरी करता आला आहे.''

परंतु फक्त प्रेम संसारासाठी पुरेसं ठरतं? पॅट्रिशियाच्या बाबतीत तर ते नक्कीच पुरेसं ठरणार नव्हतं. लवकरच पॅट्रिशिआच्या लक्षात आलं की, तिनं ज्या व्यक्तीबरोबर विवाह केला होता, त्याला काही गंभीर स्वरूपाची – दारू आणि अमली पदार्थांची व्यसनं होती. शिव्या देणं आणि बायकोला हाणामारी करणं, ही नित्याचीच गोष्ट झाली.

''ही गोष्ट लक्षात येताक्षणी माझं आयुष्य पूर्णपणे ठप्प झालं. कुठे आशेचा किरणही दिसेना. या माणसाशी लग्न करणं ही माझी घोडचूक होती. तो अत्यंत मूर्खपणाचा निर्णय होता!''

या काळ्याकुट्ट ढगांना एकच इवलीशी रुपेरी किनार होती. ती म्हणजे तिच्या आईचा आधार.

''साऱ्या गोष्टी इतक्या झपाट्यानं घडल्या होत्या... मी गरोदर राहिले होते. या कसोटीच्या काळात माझी आई एखाद्या पहाडासारखी माझ्या पाठीशी उभी राहिली. जिवंत राहून आज मी बोलू शकतेय, ही सारी केवळ माझ्या आईची कृपा आहे!''

पॅट्रिशियानं कोणताही आडपडदा न ठेवता आईजवळ आपलं मन मोकळं केलं.

कोणताही न्यायनिवाडा न करता, तिला अजिबात दोष न देता आईनं तिला आपल्या घरात सामावून घेतलं.

"माझे वडील रात्रपाळीवर कामाला जात असत. त्यामुळे ती मला, माझ्या नवऱ्याला आणि माझ्या बाळाला घरात घेऊ शकली. आणि ती मला म्हणाली, 'आपण त्याला या साऱ्या व्यसनांच्या विळख्यातून बाहेर काढू!'"

आईची भरपूर माया मिळत असली तरी घरात आर्थिक चणचण होती. आयुष्यात प्रथमच पॅट्रिशियाला पैसे कमावण्याची उत्कट इच्छा जाणवू लागली. पोटाची भूक, दारिद्र्य यांच्या इंधनामुळे ही इच्छा एक धगधगती ज्वाळा बनली.

"माझा विवाह होईपर्यंत मला 'समस्या' म्हणजे काय, याची पुसटशीही कल्पना नव्हती. भाज्यांचे, डाळींचे भाव काय आहेत किंवा 'गाठीशी पैसे नसणं म्हणजे काय' याबद्दल मला काहीही ठाऊक नव्हतं. आता मी पैसे मिळवायलाच हवेत, हे मला मनोमन जाणवलं होतं."

परंतु कॉलेज सोडून दिलेली एकोणीस वर्षांची मुलगी कोणतं काम करू शकणार होती? त्यावेळेस कॉलसेंटर्स, मॉल्स अस्तित्वात नव्हते.

"मी जगात एकटीनं इतकी कमी वावरले होते आणि इतक्या नाउमेद मन:स्थितीत होते! परंतु हा तर जीवन-मरणाचा प्रश्न होता. जिवंत राहण्यासाठी हातपाय हलवणं भागच होतं! माझ्यासाठी नाही, तरी निदान माझ्या बाळासाठी काहीतरी करणं गरजेचं होतं."

त्यामुळे अंगी असलेल्या एकमेव कौशल्याकडे पॅट्रिशियानं लक्ष वळवलं – स्वयंपाक! तिची आई ऑफिसात काम करत असल्यामुळे तिच्या ऑफिसातील अनेक सहकारी पॅट्रिशिआनं घरी बनवलेले पदार्थ चाटूनपुसून खात असत.

"त्यामुळे माझा हुरूप वाढला. मी विचार करू लागले, 'मला आणखी काय करता येईल?'"

कृत्रिम फुलं बनवण्याचा पॅट्रिशिआचा आणखी एक छंद होता. त्यात प्रावीण्य मिळवण्यासाठी तिनं त्यातलं प्रशिक्षण घेतलं. त्यानंतर ती हॉटेल्सना कृत्रिम फुलांच्या सुबक पुष्परचना पुरवू लागली.

"मी रात्रभर जागून फुलं बनवत असे. मला ते काम अतिशय आवडत असे," पॅट्रिशिया भूतकाळातील आठवण सांगताना रंगून जाते. "परंतु त्यातून फारसा पैसा

> ***"कधीकधी मला जीव द्यावासा वाटे; परंतु माझ्या पदरात एक लहान मूल होतं. मी स्वत:लाच सांगत असे, 'मी या गर्तेत स्वत:हून पडलेय आणि मला स्वत:लाच प्रयत्न करून त्यातून बाहेर पडावं लागणार आहे.'"***

“माझ्या पहिल्या स्टॉलसाठी परवानगी मिळवायला वर्षाहून जास्त वेळ लागला; परंतु मी त्यासाठी झगडले. मी माझ्या उत्साहावर कोणतंही सावट येऊ दिलं नाही!”

मिळत नव्हता!” ती म्हणते.

त्या सुमाराला या कुटुंबाच्या एका डॉक्टर मित्रानं पॅट्रिशियाला एक गोष्ट सुचवली. या डॉक्टरचा शारीरिक अक्षमता असलेल्या मुलांच्या एका शाळेशी संबंध होता आणि त्याच्या कानावर आलं होतं की, सरकार सार्वजनिक जागी असलेले स्टॉल्स लोकांना एका अटीवर देणार आहे. ती अट म्हणजे स्टॉल चालवणाऱ्यानं अशा शारीरिक अक्षमता असलेल्या मुलांना प्रशिक्षण देऊन तिथं नोकरीवर ठेवलं पाहिजे.

हे ऐकल्यावर पॅट्रिशिया ताबडतोब म्हणाली, “मला त्यात रस आहे!”

डॉक्टरनं तिला विचारलं, “पण तुला तुझा स्टॉल कोणत्या जागी हवाय?” क्षणभरही वेळ न लावता तिनं ताबडतोब म्हटलं, “मरिना बीचवर.” ही जागा तिच्या माहितीची होती आणि वीकएन्डला तिथे लोकांची भरपूर गर्दी होते, हे तिला माहीत होतं.

“माझ्या बाबतीतली एक गोष्ट म्हणजे, जी गोष्ट मला नक्कीच मिळू शकेल याची मला खातरी असते, त्याच गोष्टीची मी इच्छा धरते. परंतु या स्टॉलबद्दल मात्र मला काहीही ठाऊक नव्हतं. कुठे प्रारंभ करायचा हेसुद्धा ठाऊक नव्हतं.”

स्टॉलच्या मंजुरीसाठी पी.डब्ल्यू.डी.कडे (पब्लिक वर्क्स डिपार्टमेंट) जावं लागणार होतं. मृदुभाषी, संकोची पॅट्रिशियापुढलं हे पर्वतप्राय कामच होतं.

“मी सेक्रेटरीची भेट घ्यायला गेले. त्याचं ऑफिस आठव्या मजल्यावर असल्याचं आठवतंय. तुमचा विश्वास बसणार नाही; परंतु मला लिफ्टमध्ये पाऊल टाकायची इतकी भीती वाटली की, मी जिने चढून आठव्या मजल्यावर पोचले!”

तेसुद्धा हातात तान्हं बाळ घेऊन. पण आणखी संकटं वाट्याला येणार होती.

तेथील सेक्रेटरी म्हणाली, “तुम्हाला थेट धडकून ऑफिसरच्या भेटीची मागणी करता येणार नाही. तुम्ही आगाऊ भेटीची वेळ मुक्रर केली असेल किंवा कुणाच्या ओळखीनं आला असाल, तरच भेटता येईल.”

पॅट्रिशिआ म्हणाली, “मी कुणालाच ओळखत नाही... माझी कुणाकडेही पोच नाही... पण मला त्यांची भेट घ्यायलाच हवी.”

ती स्त्री म्हणाली, “ठीक आहे; परंतु साडेतीन वाजेपर्यंत ते मीटिंगमध्ये व्यस्त आहेत. तुम्हाला वाट पाहावी लागेल.”

पॅट्रिशिआ तिथे अनेक तास ताटकळत बसली. अखेरीस माधवन शर्मा हे

आय.ए.एस. अधिकारी तिथे आले.

त्यांनी त्यांच्या सेक्रेटरी स्त्रीला विचारलं, "लहान मूल घेऊन बाहेर बसलेली स्त्री कोण आहे?"

आणि आगाऊ अपॉइंटमेंट घेऊन आलेल्या किंवा ओळखीचं पत्र घेऊन आलेल्या लोकांना बाहेर ठेवून त्यांनी सर्वप्रथम पॅट्रिशियाला आत बोलावलं. पॅट्रिशियाची कथा आणि तिची विनंती ऐकून घेतल्यावर त्यांनी संबंधित खात्यातील एक्झिक्युटिव्ह इंजिनिअरला फोन करून म्हटलं, "मी एका स्त्रीला तुमच्याकडे पाठवतो आहे. तिला शक्य असेल ती सारी मदत करा."

ताबडतोब काहीच झालं नाही. वर्षभर पॅट्रिशिया वेगवेगळ्या खात्यांचे दरवाजे ठोठावत फिरत होती; परंतु यश मिळेल असा तिला विश्वास वाटत होता आणि तिनं प्रयत्न करायचे थांबवले नाहीत.

"तुम्हाला देवाचे आशीर्वाद मिळालेले असावेत, परंतु पुजाऱ्यानंच दार उघडून तुम्हाला देवळात प्रवेश करू देऊ नये, यासारखी माझी अवस्था झाली होती. परंतु मी मनोबल शाबूत ठेवलं. सारी कामं मी पद्धतशीरपणे पार पाडली. वेगवेगळ्या लोकांना भेटले."

जेव्हा एखादा अधिकारी तिला बोलवत असे, तेव्हा ती क्षणभरही वेळ न लावता तिथे पोचत असे. "परंतु मी लाच म्हणून एक पैसासुद्धा दिला नाही आणि अखेरीस मी त्या स्टॉलसाठी परवानगी मिळवली."

मरिना बीचवरील स्टॉलवर दुपारी ३ ते रात्री ११पर्यंत खाद्यपदार्थ-पेयं विकण्यासाठी तिला परवानगी मिळाली होती. खाद्यपदार्थांच्या यादीत कटलेट्स, सामोसा, भेळ, चहा-कॉफी आणि आइसक्रीम या गोष्टींचा समावेश होता.

"२० एप्रिल, १९८१ रोजी आम्ही हा स्टॉल चालू केला. खाद्यपदार्थ आणि ८० कप कॉफी बनवण्यात मी सारी सकाळ खर्च केली."

ती तिथे गिऱ्हाइकांची वाट पाहत थांबली. कुणीही फिरकलं नाही.

"अखेरीस संध्याकाळी साडेसात वाजता एका माणसानं पन्नास पैशांना कॉफी विकत घेतली. दिवसभरात मी तेवढीच कमाई केली होती!"

पॅट्रिशिया घरी गेली आणि दुःखानं ढसढसा रडली!

तिच्या आईनं तिची समजूत घालत म्हटलं, "निराश होऊ नकोस. थोडा धीर धर."

दुसरा दिवस होता शनिवार आणि ज्या क्षणापासून पॅट्रिशिआनं स्टॉलवर विक्री सुरू केली, त्या क्षणापासून खाद्यपदार्थ-पेयांचा अफाट खप होऊ लागला.

ती हसून म्हणते, "मला श्वास घेण्याएवढीही फुरसत मिळेना!"

कबूल केल्याप्रमाणे पॅट्रिशियानं दोन तरुण विद्यार्थी मदतनीस म्हणून नेमले. ते

''मी केटरिंग कॉलेजमध्ये प्रशिक्षण घेतलेलं नाही. त्यामुळे दररोज काम करता करताच मी नव्या गोष्टी शिकत गेले.''

दोघंही बहिरे आणि मुके होते.

''कांद्यांची सालं काढण्यापासून सारं काही मी त्यांना शिकवलं. ते अत्यंत मनापासून काम करणारे होते आणि त्यांनी सारं काही भराभर शिकून घेतलं!''

आपल्या पायावर उभं राहता येणं हा आनंददायी अनुभव असतो. ते करताना तुम्ही इतरांनासुद्धा पायांवर उभं करू शकलात, तर तोच आनंद अनेकपटींनी वाढतो आणि तुम्हाला कृतकृत्य वाटतं.

पॅट्रिशियाचा मरिना बीचवरचा 'क्लार्क स्नॅक बार' अत्यंत लोकप्रिय झाला. कालांतरानं पॅट्रिशियानं कायमस्वरूपी विद्युतपुरवठासुद्धा मिळवला. ''त्यानंतर मला आइसक्रीमसुद्धा विकता येऊ लागलं.''

पॅट्रिशियाला ग्राहकांच्या आवडीनिवडींची चांगलीच जाण होती.

''माझी स्मरणशक्ती अत्यंत तीव्र आहे. एखाद्या व्यक्तीनं तीच गोष्ट काही वेळा मागितली की, पुढल्या वेळी मी स्वत:हूनच ती गोष्ट त्यांच्यापुढे ठेवत असे.''

आणि ती सतत नवनव्या गोष्टींचा मेन्यूमध्ये समावेश करीत असे. ज्या गोष्टी लोकांना आवडतील की नाही, याबद्दल तिला माहिती करून घ्यायची असे, त्या गोष्टींचा ती मेन्यूमध्ये समावेश करीत असे.

''या गोष्टी लोक मागवताहेत, आवडीनं खात आहेत हे तुम्हाला प्रत्यक्षच दिसतं. त्यांच्याकडून ते वदवून घ्यायची आवश्यकता नसते. त्यांच्याकडे पाहताक्षणी ही नवी गोष्ट त्यांना आवडली आहे, हे तुमच्या लक्षात येतं आणि तुम्हाला खूप उत्तेजन मिळतं.''

तुम्ही सारा जीव ओतून, एखादी अगदी छोटीशीच गोष्ट का असेना करता; तेव्हा एक नवी पायवाट तयार करत असता. ती छोटीशी पायवाट तुम्हाला विस्तारलेल्या क्षितिजापर्यंत नेते!

मरिना बीचवर 'वॉकर्स असोसिएशन' होती. त्यातील उच्च पदावरचे अधिकारी, मंत्री, कंपन्यांचे प्रमुख आणि इतरही अनेक लोक नित्यनेमाने पॅट्रिशियाच्या स्टॉलला उदार आश्रय देत असत. अशाच एका ग्राहकानं पॅट्रिशियाला एक नवी सुसंधी मिळवून दिली.

''हा अधिकारी 'स्लम रीहॅबिलिटेशन बोर्ड'साठी काम करीत होता. त्यांना एका केटररची आवश्यकता होती.''

तो म्हणाला, ''तू उत्तम जेवण बनवतेस. त्या जागेसाठी तू का प्रयत्न करीत नाहीस?''

हे ऐकून पॅट्रिशियानं अर्ज केला आणि तिला ते काम मिळालं. ''त्यांनी मला छानसं स्वयंपाकघर आणि उत्तम असे काउंटर्स दिले. मी आणखी काही कर्मचारी नियुक्त केले आणि लवकरच मला चांगला पैसा मिळू लागला.''

मरिना बीचवरचा स्टॉल उत्तम प्रकारे चाललाच होता.

''एका दिवशी झालेली सर्वाधिक विक्री होती १५ हजार रुपयांची! तो दिवस 'बंद'चा होता.''

तिच्या 'सक्षम' सहकाऱ्यांच्या हाती हा स्टॉल सोपवून पॅट्रिशियानं तिचं सारं लक्ष केटरिंगच्या नव्या व्यवसायावर केंद्रित करायचं ठरवलं. वाटेत एकच अडथळा होता – तिचा नवरा!

''कधीकधी तो तिथं येऊन तमाशा करीत असे किंवा गल्ल्याची पेटी घेऊन पसार होत असे. त्याला मी पैसे दिले नाहीत, तर तो मला मारहाण, शिवीगाळ करू लागे...''

परंतु तरीसुद्धा पॅट्रिशियानं या परिस्थितीचा खंबीरपणे स्वीकार केला. ''मी माझ्या आई-वडिलांचं सांगणं डावललं; आज्ञापालन केलं नाही, त्यामुळे मला होत असलेली शिक्षा योग्यच आहे, असं मला वाटत असे.''

तिचं एकमेव उद्दिष्ट, प्राधान्यक्रम होता तिच्या मुलांना नीटपणे वाढवणे हा!

''१९८२ साली माझी मुलगी सँड्रा हिचा जन्म झाला. मी दिवस-रात्र कामाला जुंपलेली असताना, माझ्या दोन्ही मुलांना सांभाळण्याचं काम केलं, माझ्या आईनं आणि बहीण-भावानं.''

हे कँटीन सकाळची न्याहारी, दुपारचं आणि रात्रीचं जेवण आणि इतर खाद्यपदार्थ पुरवत असे. त्यामुळे पहाटे तीन वाजल्यापासून तयारीला सुरुवात करावी लागत असे.

''या कामानं खूप थकवा येई; परंतु तुम्हाला तुमचं काम मनापासून आवडत असलं, तर तुम्हाला कामाचा शीण जाणवतच नाही. मला एकच गोष्ट सतत वाटे की, दिवसाचे चोवीस ताससुद्धा अपुरे पडत आहेत!''

स्वयंपाकघरातलं काम आणि त्याचं व्यवस्थापन सांभाळणं तिला सोपं वाटत असे. हिशोबठिशोब ठेवणं मात्र तिला अवघड वाटे.

''मी तेव्हा किती नफा मिळवला, हे मला खरोखरच ठाऊक नाही. माझं सारं लक्ष केंद्रित झालं होतं हा व्यवसाय चालवण्यावर. त्यातून माझ्या गरजा पूर्ण झाल्या की, मला ते पुरेसं वाटे.''

खूपदा खोदखोदून विचारल्यावर पॅट्रिशियानं ढोबळ अंदाज दिला. ''मला वाटतंय, मरिना बीचचा स्टॉल महिन्याला दीड-दोन लाखांचा माल विकत असावा...''

त्या काळात हा आकडा खूपच मोठा होता.

"मी शिस्तीच्या बाबतीत मोठी कठोर होते. माझी कर्मचारी मुलं मला टरकून असत. त्यांना मनोमन ठाऊक होतं की, स्वयंपाकघरात मी कोणतीही गडबड-गैरशिस्त चालवून घेणार नाही."

"हो, परंतु मी सतत व्यवसाय वाढवतही होते. कँटीनच्या व्यवसायासाठी मला स्वत:चं स्वयंपाकाचं सामान विकत आणावं लागलं. अशा प्रकारे नव्या प्रकल्पांमध्ये मी पैसा गुंतवत राहिले."

पुढली संधी दिली 'बँक ऑफ मदुराय'नं. हा अवघड निर्णय होता. "ही बँक शहराच्या वेगळ्या विभागात होती. त्यामुळे कोणता व्यवसाय स्वीकारायचा याचा निर्णय घेणं भाग होतं. 'स्लम-बोर्ड'साठी काम करणं अंगवळणी पडलं होतं. परंतु मला वाटलं की, बँकेतलं वातावरण, तिथला ग्राहकवर्ग अधिक सुसंस्कृत असेल... तिथे मला थोड्या जास्त किमती लावता येतील!"

अशा प्रकारे १९८६ साली पॅट्रिशियानं 'बँक ऑफ मदुराय'चं कँटीन चालवायला घेतलं. ही बँकेची माउंट रोडवरची शाखा होती. व्यावसायिक आघाडीवर नशीब उघडलं असलं, तरी तिच्या कौटुंबिक आयुष्यात मात्र काळेकुट्ट ढग दाटून आले होते.

"माझी मुलं शाळेत जाऊ लागली होती; परंतु माझ्या नवऱ्यात मात्र तसूभरही फरक पडला नव्हता. मी त्याला व्यसनमुक्ती केंद्रात भरती करीत असे. परंतु तो इतका आडमुठा होता की, तो ते उपचार शेवटपर्यंत घेतच नसे."

असं असूनही पॅट्रिशिया सारं धीरानं घेत होती आणि आणखी एक संधी दार ठोठावत उभी राहिली.

"मला माझ्या काकांकडून कळलं की, 'नॅशनल इंस्टिट्यूट ऑफ पोर्ट मॅनेजमेंट'[१] (एन.आय.पी.एम.) नवा केटरर शोधतेय. त्यामुळे एके दिवशी मी बसमध्ये चढले आणि तिथे थडकले."

चेन्नईपासून २५ किलोमीटर्स अंतरावर, ईस्ट कोस्ट रोडवर, एन.आय.पी.एम. ही संस्था आहे. दररोज इतका दूरचा प्रवास करणं फारसं व्यवहार्य ठरलं नसतं, तरीही पॅट्रिशियाचं अंतर्मन तिला तिथं ढकलत राहिलं.

पॅट्रिशिया तिथे पोचली तोवर त्यांचं त्या दिवसाचं कामकाज बंद झालं होतं. ऑफिस बंद झालं असलं, तरी त्यांचा व्यवस्थापन अधिकारी तिथे होता आणि त्यानं तिला भेटू देण्याची सहृदयता दाखवली.

"त्यानं मला त्यांचं कँटीन दाखवलं. तिथलं स्वयंपाकघर एखाद्या पंचतारांकित

---

१. एन.आय.पी.एम. – बंदर व्यवस्थापनाची केंद्रीय संस्था.

हॉटेलमधील स्वयंपाकघरासारखं होतं. तिथले बॉयलर्स, फ्रीजर्स प्रचंड मोठे होते.''

तिला आश्चर्याचा धक्का बसला तरी रोमांचक थरारही जाणवत होता.

''तो माझ्याशी ज्या पद्धतीनं बोलत होता, ते ऐकून मला वाटलं की, मला उद्यापासूनच कामाला सुरुवात करावी लागणार आहे!''

त्या अधिकाऱ्यानं पॅट्रिशियाला प्रश्न विचारला, ''हे सारं तुला सांभाळायला जमेल?''

पॅट्रिशियानं धीर एकवटून आत्मविश्वासपूर्वक म्हटलं, ''हो! मला ते जमेल!''

त्या अधिकाऱ्यानं पॅट्रिशियाला जेवणाचे दर सांगितले. एन.आय.पी.एम. त्यांची जागा आणि स्वयंपाकाची सामग्री फुकट वापरू देत होती. त्यामुळे हे दर इतरांपेक्षा कमी होते.

''मी घरी गेले आणि सारे हिशोब करून पाहिले. यात नफ्याची टक्केवारी कमी सुटली असती; परंतु ही एक अत्यंत मोठी आणि रोमांचक अशी संधी होती! मला ते काम करून दाखवायचंच होतं!''

दुसऱ्या दिवशी पॅट्रिशियानं त्यांच्या अध्यक्षांची भेट घेतली. ते एक मोठ्या ऑफिसमध्ये बसले होते. ते वयस्कर गृहस्थ होते. त्यांच्यापुढे पॅट्रिशियाला आपण फारच खुजे आहोत, असं वाटू लागलं आणि ती थोडी घाबरली. एका मोठ्या सोफ्याच्या कडेवर ती जेमतेम टेकून बसली होती. तिचे पाय थरथरत होते.

अध्यक्षांनी तिला विचारलं, ''इथे कुणाला जेवायला घालावं लागणार आहे, हे तुला ठाऊक आहे का? नुकतीच शाळेतून बाहेर पडलेली तरुण मुलं इथे काम करतात. पहाटे पाच ते सकाळी सात भरपूर शारीरिक मेहनत असलेलं प्रशिक्षण त्यांना दिलं जातं.''

त्यानंतर साडेसात वाजता त्यांना नाष्टा द्यायचा होता!

''ही मुलं जंगलातल्या भुकेल्या सिंहासारखी दिसेल त्या अन्नावर तुटून पडतात!''

हा ताण पॅट्रिशियाला पेलवेल की नाही, याबद्दल अध्यक्षांना संदेह वाटत होता.

''हे गृहिणीला पेलवेलसं काम नव्हे!'' ते म्हणाले.

पॅट्रिशिया म्हणाली, ''सर, मला नक्कीच जमेल! मला एक संधी तर देऊन पाहा!''

एकाएकी अध्यक्ष महाशय उठून उभे राहिले आणि म्हणाले, ''तुम्हाला भेटून आनंद झाला. आता तुम्ही जाऊ शकता.''

निराश होऊन पॅट्रिशिया त्यांच्या खोलीबाहेर आली. व्यवस्थापन अधिकाऱ्यानं अधिक सहानुभूती दाखवली. तो म्हणाला, ''मला काही करता आलं, तर प्रयत्न करतो.''

काही दिवसांनी तो अधिकारी आणि इतर काही कर्मचारी, बँक ऑफ मदुराय येथे

> *"एक गोष्ट मी कटाक्षानं पाळत असे – दर महिन्याच्या पाच तारखेला न चुकता मी कर्मचाऱ्यांना पगार देत असे. एक दिवसाचादेखील विलंब लावत नसे."*

आले. परंतु त्यानंतरसुद्धा काहीही झालं नाही. अनेक महिने उलटले आणि अचानकपणे १९९१च्या एप्रिल महिन्यात एन.आय.पी.एम.कडून तिला तातडीचं बोलावणं आलं.

त्यांनी विचारलं, "सध्याच्या केटरर संदर्भात समस्या उद्‌भवली आहे. तुला हे केटरिंग हाती घेता येईल?" ती सोमवार संध्याकाळ होती आणि शुक्रवारपासून पॅट्रिशियाला केटरिंगची जबाबदारी उचलायची होती.

तो अधिकारी तिला म्हणाला, "माझ्या वैयक्तिक शिफारसीवर मी तुला हे काम मिळवून दिलेलं आहे. कृपा करून मला तोंडघशी पाडू नकोस."

पॅट्रिशियानं त्याला आश्वासन दिलं की, ती सारी घडी सुरळीतपणे बसवेल. तिनं स्वयंपाकी आणि कर्मचारी यांसाठी दिलेली जाहिरात बुधवारी प्रसिद्ध झाली. गुरुवारी तिनं अर्जदारांच्या मुलाखती घेतल्या. शुक्रवारी ती सर्व जमवाजमव करून पूर्ण तयारीनिशी एन.आय.पी.एम.मध्ये हजर झाली.

ती म्हणाली, "आधीच्या केटररनं रात्रीचं जेवण वाढलं आणि सारा पसारा तसाच टाकून तो निघून गेला."

नशिबानं त्याच्या कर्मचाऱ्यांपैकी एक-दोघे तिथे थांबले होते. पॅट्रिशियाचे स्वत:चे कर्मचारीसुद्धा हजर होते. रात्रभर खपून त्यांनी स्वयंपाकघर स्वच्छ केलं आणि दुसऱ्या दिवशीच्या जेवणांची पूर्वतयारी केली.

"पहाटे साडेपाच वाजता मला 'बेड-कॉफी' नेऊन द्यायची होती. ते काम कोणतीही समस्या न उद्‌भवता पार पडलं."

वीकएन्डला त्यांना दम टाकायला थोडी फुरसत मिळाली. सोमवार सकाळपासून सारं काही नीटपणे सुरू झालं! भुकेले सिंह आले. अन्नावर तुटून पडले आणि पोटभर जेवून तृप्त झाले!

ती हसून म्हणते, "खरोखरच ते अन्नावर तुटून पडत. त्यांना अमर्यादित जेवण दिलं जात असे. एकेका वेळेस ते १०-१२ फुलके खात असत."

अशी ५०० पोटं भरायची हा काही विनोद नव्हता. परंतु ते तिला शक्य होत होतं.

"अध्यक्षांचा कटाक्ष असे की, फुलके हे फुलकेच हवेत. फुलक्यांच्या नावाखाली कडकडीत पापड वाढले जाऊ नयेत. त्यांना तक्रारीची वेळच आली नाही."

परंतु 'बँक ऑफ मदुराय'मध्ये अशी परिस्थिती राहिली नव्हती.

"मला एन.आय.पी.एम.मध्ये आठवड्याचे सातही दिवस, दिवसाचे चोवीस तास हजर राहावं लागत असे. त्यामुळे मी बँक ऑफ मदुरायचं कँटीन माझ्या कर्मचाऱ्यांच्या हाती सोपवलं होतं. माझ्या नवऱ्याला तिथे फक्त लक्ष ठेवण्यापुरतं जाऊन बसावं लागत होतं. सारं काम माझे कर्मचारीच सांभाळत होते.

जेवणाबाबत बँक ऑफ मदुरायच्या व्यवस्थापनाची कोणतीही तक्रार नव्हती, परंतु नवऱ्याकरवी मी देखरेख करवत होते, त्याबद्दल त्यांनी आक्षेप घेतला.

"माझ्या नवऱ्याची व्यसनाधीनता वाढतच होती. आता हातात पैसा खेळत होता. त्यामुळे तो अधिकच वाईट वागत होता."

पॅट्रिशियानं एन.आय.पी.एम.मध्ये कामाला सुरुवात केल्यावर महिनाभरानं बँक ऑफ मदुरायनं तिला बोलावलं आणि म्हटलं, "तुला हा व्यवसाय चालवायचा असेल, तर जरूर चालव. परंतु तुझा नवरा इथे आलेला आम्हाला चालणार नाही."

"माझ्या कानावर आलं की, दारू पिऊन तर्रर्र झालेल्या अवस्थेत तो तिथे येत असे. जड मनानं मी बँक-कँटीनचं काम सोडून दिलं आणि व्यवहारी व्यावसायिक बनले.

"तोवर मी माझ्या नवऱ्याच्या नावानं कामाचा करार करत असे, कारण मला वाटत असे की, कागदावर का होईना, पुरुषाचा आधार असलेला बरा!"

पुरुषी अहंकाराला धक्का न लावणं इष्ट!

तिच्या नावलौकिकाला पॅट्रिशिया जिवापाड जपत असे. "उत्तम दर्जाचं जेवण पुरवण्यावर माझा कटाक्ष होता."

ही गोष्ट सोपी नव्हती; कारण दर दिवसाला माणसागणिक तिला ठरावीक पैसेच मिळत असत; परंतु जेवण मात्र अमर्यादित द्यावं लागे. तरीसुद्धा दर्जाबाबत पॅट्रिशियानं कधीही तडजोड केली नाही.

"कोणत्यातरी पदार्थाची चव बिघडली, तर मी क्षणाचाही विचार न करता ३००-४०० लिटर रस्सा गटारात ओतून टाकत असे आणि कर्मचारी मुलांना नव्यानं तो पदार्थ बनवायला लावत असे."

मालाच्या दर्जाबद्दल ती अत्यंत जागरूक असे.

"मी समुद्रकिनाऱ्यावर पहाटे चार वाजता जात असे. लिलाव केली जाणारी मासळी, स्वत: पारखून विकत घेत असे. मी सर्वांत महाग आणि सर्वांत रुचकर माल विकत आणत असे आणि माशाचा फक्त मधला भाग (तोंड आणि शेपटी वगळून) स्वयंपाकात वापरत असे."

भुकेजलेली खलाशी मुलं एका वेळेस सहा-सात तुकडे आरामात फस्त करत असत.

"त्यांना खाताना पाहून माझ्या पोटात गोळा येत असे की, शिजवलेलं अन्न कमी

"तुम्ही त्याला बारीकसारीक गोष्टींमध्ये नाक खुपसणं म्हणा. परंतु मला सर्व तपशील महत्त्वाचा वाटतो. मी सर्व लहानसहान गोष्टींवर नजर ठेवते."

तर पडणार नाही ना?... परंतु चवीनं जेवणारी मुलं पाहून खूप समाधानही वाटत असे!"

त्यांच्या निरोप-समारंभाच्या वेळेस अध्यक्ष स्वत:हून पॅट्रिशियापाशी आले आणि त्यांनी तिची प्रशंसा केली, यात आश्चर्य ते काय?

ते म्हणाले, "तू फारच उत्तम प्रकारे काम करते आहेस. आम्हा सर्वांना तुझा अभिमान वाटतोय."

अर्थात पॅट्रिशियाला नुसतीच स्तुतिसुमनं मिळत नव्हती. तिला त्या कामासाठी वर्षाला १ कोटीहून जास्त पैसे मिळत होते. आता तिच्या स्वयंपाकघरात ७० कर्मचारी काम करत होते आणि तिनं एक व्यवस्थापक आणि एक हिशेबनीससुद्धा नेमला होता.

"हो! पण माझं पूर्ण लक्ष कामावरच केंद्रित झालेलं असे."

ताण आणणारा एक मुद्दा होता – अंतर.

"सुरुवातीला मी दररोज बसनं प्रवास करत होते. त्यानंतर त्यांनी मला राहायला जागा दिली. मी तिथे सलग दोन-तीन दिवस राहून घरी जात असे आणि माझ्या मुलांना वीकएन्डला तिथे घेऊन जात असे."

भलाथोरला खाजगी समुद्रकिनारा आणि बागडायला भरपूर मोकळी जागा असल्यामुळे मुलं तिथे आनंदानं येत असत.

"माझ्या कामाच्या वेळेबाबत मी कधीही तडजोड केली नाही. माझ्या मुलांकडे बहुतांशी माझी आईच बघत असे. माझी बहीण आणि भाऊ तिला हातभार लावत असत."

१९९२ साली अखेरीस पॅट्रिशियानं घटस्फोटासाठी अर्ज केला. हे जोडपं आधीच विभक्त झालेलं होतं, पण मुलांच्या हितासाठी त्यावर कायद्यानं शिक्कामोर्तब करून घेणं गरजेचं होतं.

"मी दररोज प्रवास करत असे. रस्ते फारच खराब होते. एकदा माझी एक मैत्रीण मला म्हणाली, 'समजा, तुला काही झालं, तर काय होईल? तू कमावलेला सारा पैसा तुझ्या नवऱ्याकडे जाईल आणि तुझ्या मुलांना काहीही मिळणार नाही!'"

मुक्ततेची अनुभूती ही कागदाच्या तुकड्यापेक्षा मनावरच अवलंबून असते. परंतु कधीकधी तो कायदेशीर कागदच तुमच्या आत्म्याला संपूर्णपणे मुक्त करत असतो. तुम्हाला आत्मिक बळ आणि शांती मिळवून देत असतो.

"मी केटरिंगची आणखी दोन कंत्राटं स्वीकारली – डेंटल आणि मेडिकल हॉस्टेलसाठी. ही दोन्ही हॉस्टेल्स एन.आय.पी.एम.च्या गेटजवळच होती."

या जागी दर कमी होते आणि ठरावीक प्रमाणातच जेवण दिलं जाई. परंतु आणखी ५०० मुखांमध्ये अन्न पडताना पाहून पॅट्रिशियाला समाधान वाटत होतं! इथे तिला आपल्या मनाप्रमाणे स्वयंपाकघराची मांडामांड करता आली. तिथे तिनं स्वत:चं स्वयंपाकाचं सामान आणलं आणि मनाप्रमाणे ते स्वयंपाकघर चालवलं.

"मी पद्धतशीरपणे प्रशिक्षण घेतलं नव्हतं. मला सोयीची वाटेल अशी कार्यपद्धती मी विकसित केली होती."

कच्चा माल – स्वयंपाकासाठीचं साहित्य आणण्यासाठी ती बुधवारी आणि रविवारी बाजारात जात असे.

"रविवारी मी भाज्या आणि वाणसामान आणत असे. त्या दिवशी मी एक मेटॅडोर भाड्यानं घेत असे. बुधवारी मी खराब होणारा माल (मासळी, भाज्या) रिक्षात रचून घेऊन येत असे."

यावेळपर्यंत पॅट्रिशियानं एक नेहमीचा रिक्षावाला नेमला होता. तो तिला घरून कामाच्या जागी आणि कामावरून घरी आणत-नेत असे.

"रात्री उशिरा बसनं येणं मला धोक्याचं वाटत असे. म्हणून मी रिक्षानं यायला सुरुवात केली. मग माझ्या लक्षात आलं की, रिक्षावर माझा दिवसाकाठी ३००-४०० रुपये खर्च होतोय. त्यामुळे मला कुणीतरी सल्ला दिला की, त्यापेक्षा गाडी विकत घेऊन एक ड्रायव्हर ठेवावा."

त्यामुळे पॅट्रिशियानं एक वापरलेली गाडी विकत घेतली, पण यात वैयक्तिक सुखाच्या भागापेक्षा सोयीचा भागच अधिक होता.

"एन.आय.पी.एम.मध्ये अनेक लहानलहान कोर्स होते. त्यामुळे दर आठवड्याला जेवणाऱ्यांची संख्या बदलत असे. त्यामुळे काय आणि किती माल विकत आणायचा आणि कोणता मेन्यू ठेवायचा, हेच विचार सतत माझ्या डोक्यात असत."

चुलीवरचं दूध भसकन उतू जावं त्याप्रमाणे बारीकसारीक समस्या पाहता पाहता फसफसून उग्र रूप धारण करत. त्यामुळे सतत जागरूकतेनं लक्ष ठेवावं लागे.

"कधी मुख्य स्वयंपाकीच अचानक रजेवर जाई, तर कधी स्वयंपाकघरातच छोटासा अपघात घडे! परंतु या गोष्टी आयुष्यात घडतच असतात आणि त्यातून मार्ग काढायलाही तुम्ही शिकता!"

परंतु १९९६ साली एक अकल्पित घटना घडली. एन.आय.पी.एम.नं टेंडर काढून केटररच्या कंत्राटासाठी लोकांना बोली लावायला सांगितलं. पॅट्रिशियाच्या कामाबद्दल त्यांची कोणतीही तक्रार नव्हती; फक्त काही लोकांना तिचा हेवा वाटू लागला होता.

''माझ्या मुलांकडे माझं दुर्लक्ष होत असल्याबद्दल मला अपराधी वाटत असे. पण मी कोणत्या खडतर परिस्थितीतून गेले होते, हे माझा मुलगा जाणून होता आणि त्यानं ते समजुतीनं घेतलं.''

''असं पाहा, लोकांनी मला बस आणि रिक्षानं प्रवास करताना पाहिलं होतं. त्यानंतर मी सेकंड-हँड कार विकत घेतली आणि त्यानंतर मी नवी कोरी कार विकत घेतली. त्यामुळे त्यांनी शेरे मारायला सुरुवात केली, 'तू केवढा पैसा कमावतेस!' त्यासाठी मी किती कष्ट करते, याकडे त्यांचं लक्षच नव्हतं.''

आणि आता ईस्ट कोस्ट रोडसुद्धा चेन्नई शहराबाहेर राहिला नव्हता. एन.आय.पी.एम.सुद्धा आकारानं वाढलं होतं आणि तिथे कंत्राट आता फायदेशीर झालं होतं.

''सर्वांत कमी बोली, माझ्या किमतीपेक्षा १० टक्क्यांनी कमी होती. मी त्या किमतीत जेवण पुरवलं, तर ते माझं काम चालू ठेवणार होते.''

परंतु या गोष्टीला पॅट्रिशियानं नकार दिला.

''मी आधीच शक्य तेवढ्या उत्तम प्रतीचं जेवण कमीत कमी किमतीत देत होते. आता दर्जात तडजोड केल्यावाचून किंमत उतरवणं शक्यच नव्हतं.''

सात वर्षं चालवलेलं स्वयंपाकघर सोडून जाणं ही अवघड गोष्ट होती. परंतु तत्त्वांशी तडजोड करण्यापेक्षा ते बरं होतं.

पॅट्रिशियाचा मरिना बीचवरचा स्टॉल अजूनही सुरू होता आणि तीन कॉलेजांची केटरिंग कंत्राटं तिच्याजवळ होती. त्याच सुमाराला १९९६ साली तिनं रेस्टॉरंट व्यवसायसुद्धा करून पाहिला.

''हे 'शेफ सुझॅन' नावाचं चिमुकलं रेस्टॉरंट होतं. इथली विशेषता म्हणजे इथे ग्राहकांच्या नजरेला पडेल असं काचेच्या भिंतीचं स्वयंपाकघर होतं. तिथे आम्ही 'तंदुरी' देत असू. त्याकाळी चेन्नईत ही नवी गोष्ट होती.''

हे रेस्टॉरंट खूपच लोकप्रिय झालं; परंतु त्याची जागा चांगली नव्हती. ''आम्ही तळघरात काम करत होतो आणि तिथून पाण्याचा निचरा नीटपणे होत नव्हता. केव्हाही पाऊस पडला की, या जागी पाणी तुंबून राहत असे.''

स्वत: ५० हजार रुपये खर्चून दुरुस्ती करून घ्यायला पॅट्रिशिया तयार होती. परंतु त्या जागेचा मालक तीन वर्षांचा भाडेकरार करायला राजी नव्हता. त्याच सुमाराला तिचा मुलगा प्रवीण उच्च शिक्षणासाठी इंग्लंडला जाणार होता.

''त्यामुळे मी हे रेस्टॉरंट बंद करून टाकलं आणि मुलाचं बस्तान मार्गी लावून द्यायला त्याच्याबरोबर जाण्याचा निर्णय घेतला.''

इंग्लंडहून परत आल्यानंतर पॅट्रिशियानं आणखी एक रेस्टॉरंट चालू केलं.

यावेळेस त्यात तिनं भागीदार घेतला.

"मी सिंगापूरमधल्या अन्नपदार्थांवरच्या प्रदर्शनांमध्ये उपस्थित राहत असे. तिथे माझी एका विख्यात रेस्टॉरंट मालकाशी ओळख झाली. आम्ही वेगवेगळ्या खाद्यपदार्थांच्या स्टॉल्सना भेट देत असताना त्यानं एकाएकी माझ्यापुढे एक प्रस्ताव मांडला."

पॅट्रिशिया आश्चर्यचकित झाली; परंतु तिनं तो प्रस्ताव चटकन स्वीकारला. ते एक शाकाहारी रेस्टॉरंट असणार होतं. पॅट्रिशियाच्या दृष्टीनं ही नवीच गोष्ट होती; परंतु तिनं नवी गोष्ट स्वीकारली.

"सजावटीबाबत मी माझ्या सूचना दिल्या. माझ्या भागीदारानं माझ्या मदतीबद्दल मला धन्यवाद दिले आणि मला त्यानं खूपच सन्मानपूर्वक वागवलं. कारण त्याला जाणवलं असणार की, मीसुद्धा त्याच्यासारखीच कामाचं व्यसन असलेली व्यक्ती आहे."

कौटुंबिक पातळीवरसुद्धा बरे दिवस येऊ लागले होते. पॅट्रिशियानं अखेरीस स्वत:चा फ्लॅट विकत घेतला आणि ती तिच्या आई-वडिलांच्या घरातून बाहेर पडली.

"मला एकत्र-कुटुंबात राहणं नेहमीच आवडत असे, पण माझी मुलं आता मोठी झाली होती आणि त्यांना आता स्वत:ची अशी वेगळी खोली हवी होती. त्यामुळे मी स्वतंत्र राहायचं ठरवलं."

तिची मुलगी सँड्रा आता कॉलेजमध्ये गेली होती आणि मुलगा प्रवीण आता मर्चंट नेव्हीत अधिकारी म्हणून काम करीत होता. आपली मुलं इतकी उत्तम प्रकारे स्थिरावलेली पाहण्याएवढा अभिमानाचा क्षण, कोणत्याही आईसाठी याहून वेगळा कोणता?

पॅट्रिशियानं आपलं एक फार दिवसांचं स्वप्नसुद्धा पूर्ण केलं. ते स्वप्न होतं फुलांचं एक दुकान विकत घेण्याचं!

"मला भेटवस्तूंऐवजी फुलंच द्यायला आवडतात. मी एका विशिष्ट दुकानात खूपदा जात असे आणि माझ्या मनात येत असे, 'मला इथे या निसर्गसौंदर्यात खूप वेळ बसता आलं तर किती छान होईल!'"

एके दिवशी या दुकानाच्या मालकिणीनं पॅट्रिशियाला फोन केला. ती म्हणाली, "मी हा देश कायमचा सोडून जायच्या विचारात आहे. तुला माझं दुकान विकत हवंय?"

पॅट्रिशियानं या संधीचा लगेच लाभ घेतला.

"खरंतर या दुकानाकडे मी एक व्यवसाय म्हणून बघितलंच नाही. मी ते विकत घेतलं, कारण त्यामुळे मला फुलांच्या रंग-गंधांच्या सान्निध्यात मनसोक्त बसता

''एनआयपीएमचं कंत्राट स्वीकारल्यानंतर मला प्रत्येक गोष्ट चोख अशा व्यावसायिक पद्धतीनंच करावी लागत होती. सारी बिलं मी चेक देऊन चुकती करत असे. मी दिवसभरासाठीचा हिशोबनीस नेमला आणि सारे हिशोब ऑडिटरकरवी तपासून घेऊ लागले.''

येणार होतं!''

या गुलाबपुष्पात एक बोचरा काटा मात्र अजून शिल्लक होता – तो म्हणजे पॅट्रिशियाचा नवरा! जरी घटस्फोट घेतलेला होता, तरीसुद्धा पॅट्रिशियाला त्याचा शोध घेणं हे आपलं कर्तव्य वाटत होतं.

''मी जाणून होते की, तो भणंगासारखाच रस्त्यावर फिरत असेल. अजूनही तो व्यसनांच्या विळख्यातच असेल. त्याच्या आईबापांनासुद्धा तो नकोसा झालेला होता!''

त्याला प्रेम म्हणा, अपराधीपणाची भावना म्हणा की निखळ कर्तव्यबुद्धी म्हणा! त्याची दुरवस्था पॅट्रिशियाला बघवेना.

''मी त्याच्यासाठी जागा घेतली आणि त्याला व्यसनमुक्ती केंद्रात पाठवून दिलं.''

परंतु ११ सप्टेंबर, २००२ रोजी हृदयविकाराच्या तीव्र झटक्यानं तो मरण पावला. आयुष्यातील एका खडतर पर्वाची अखेरीस समाप्ती झाली.

''आम्ही त्याचे अंतिम क्रियाविधीसुद्धा केले. मी माझं कर्तव्य नीटपणे पार पाडलं असं मला वाटतंय... परंतु मी त्याला व्यसनापासून परावृत्त मात्र करू शकले नाही...'' तिचा आवाज अस्पष्ट झाला.

त्याच वर्षी प्रवीणचा विवाह झाला. २००४ साली तिच्या मुलीचं – सँड्राचं कॉलेज शिक्षण पूर्ण झालं. तिच्या परीक्षेनंतरच्या तारखेला पॅट्रिशियानं तिचा विवाह समारंभ निश्चित केला.

''सँड्रा २९ एप्रिल, २००४ रोजी विवारहबद्ध झाली. सारा समारंभ उत्तम प्रकारे पार पडला. मला कृतकृत्य वाटत होतं... मी दोन्ही मुलांचे विवाह करून देऊन त्यांना मार्गी लावलं होतं.''

ही कहाणी इथेच पूर्ण झाली असती. परंतु ही परीकथा नव्हती, हे वास्तव होतं. आयुष्यात तुम्ही सूर्यास्ताकडे आनंदानं वाटचाल करत असता, तेव्हाच नेमकं वादळ घोंघावत येतं आणि पॅट्रिशियाच्या आयुष्यात या वादळानं तर उलथापालथच घडवली!

''माझी मुलगी मधुचंद्र आटोपून नुकतीच परत आली होती आणि काही

नातेवाइकांना भेटून ती डिंडुकलला जात होती. मी तिच्याशी संध्याकाळी साडेपाच वाजता बोललेसुद्धा!''

त्यानंतर बरोब्बर अर्ध्या तासानं पॅट्रिशियाचा फोन वाजला. "अपघात झालाय!''

त्या कारमधले चौघे जण – सँड्रा, तिचा नवरा आणि इतर दोघे अपघातात जागीच ठार झाले होते. अडीच तासांच्या अंतरावर असलेल्या अपघातस्थळी पॅट्रिशिया आणि प्रवीण ताबडतोब पोचले. तोवर मृतांचे देह हॉस्पिटलमध्ये हलवण्यात आले होते.

आईच्या भग्न हृदयात थैमान घालणारं दुःख, यातना आणि निर्माण झालेली, कधीही भरून न येणारी पोकळी यांचं वर्णन शब्दांत करणं अशक्य आहे. त्या घटनेची आठवण झाली की, आज सात वर्षं उलटल्यावरसुद्धा, पॅट्रिशियाची आसवं अनावर होतात.

"माझ्यावर जी आपत्ती कोसळली, त्यातून माझ्या शत्रूलादेखील जावं लागू नये अशी मी देवाजवळ प्रार्थना करते.''

मुलीच्या अपघाती निधनानंतरचे महिने आणि वर्षं कशी उलटली, हे तिला अंधूकपणेच आठवतंय.

"माझा मुलगा बहिणीच्या विवाहसमारंभासाठी आला होता; तो परत गेलाच नाही.''

पॅट्रिशियाला अन्न जात नव्हतं. झोप येत नव्हती. घडलेल्या घटनेचा स्वीकार करायला तिचं मन तयारच नव्हतं.

"का? तू माझ्या मुलीला का घेऊन गेलास?'' ती देवाला कळवळून विचारत राही.

या प्रश्नाला उत्तर नव्हतं. एक वर्ष अशा बधिर अवस्थेत गेलं. त्यानंतर मात्र प्रवीणनं व्यवसायाची सूत्रं आपल्या हाती घ्यायचा निर्णय घेतला.

"माझी त्याला काहीही मदत होत नव्हती. त्याला एकट्यालाच झगडावं लागलं होतं!''

ज्या सहकाऱ्यांबरोबर पॅट्रिशियानं व्यवसाय चालवला होता आणि ज्यांच्यावर तिनं विश्वास ठेवला होता, त्यांनीच प्रवीणला टाळायला सुरुवात केली. नशिबानं काही कर्मचारी अजूनही निष्ठा ठेवून होते. त्यांच्या मदतीनं प्रवीणनं व्यवसायातल्या खाचाखोचा शिकून घेतल्या. सारा व्यवसाय आपल्या हातात घेतला आणि तो वाढवलासुद्धा.

प्रवीण म्हणाला, "आज आमचे चार ब्रँड्स आहेत. ते सारे ब्रँड्स माझ्या बहिणीच्या नावावरून घेतले आहेत. पहिला ब्रँड आहे 'संदीफा' – शुद्ध शाकाहारी. दुसरा आहे 'सॅन्स किचन' – तिथे सामिष जेवण मिळतं. त्यात ज्यूस आणि

मॉकटेल्सुसद्धा विकली जातात आणि अलीकडेच चायनीजसुद्धा देऊ लागलो आहोत.''

सध्या त्यांनी फूड कोर्ट्सवर लक्ष केंद्रित केलं आहे. संपूर्ण चेन्नईत त्यांच्या ब्रँडची १२-१३ रेस्टॉरंट्स आहेत.

''आम्ही आता कँटीनची कंत्राटं घेत नाही. ती कंत्राटं फूडकोर्ट धर्तीवर असली, तरच आम्ही ती स्वीकारतो.''

त्यांची कंपनी आता दोनशे लोकांना कामावर ठेवते आणि दिवसाला त्यांची विक्री दोन लाख रुपयांच्या घरात आहे. हा सारा व्याप प्रवीणला पूर्णतः व्यस्त ठेवतोय. त्याला क्षणाचीही फुरसत मिळत नाही.

''तो सतत फोनवर बोलत असतो. त्यानं तो एक-दोन तासांसाठी बंद ठेवला तर शंभर मिस्ड कॉल्स आलेले असतात,'' पॅट्रिशिया म्हणते.

कार चालवता चालवता प्रवीण आलेले फोन घेईल, या धास्तीपोटी आजकाल शक्य होईल तोवर पॅट्रिशिया त्याच्यासोबत जाते. ती त्याच्याबरोबर ऑफिसात जाते आणि खरेदीसाठी मार्केटमध्येही जाते. अगदी पूर्वीसारखंच.

''इतकी सारी वर्षं घराबाहेर निघून स्वयंपाकघरांमध्ये थोडा वेळ घालवण्यासाठी मी तिचं मन वळवत होतो. परंतु ती ऐकतच नव्हती.''

परंतु हे सारं बदलणार होतं. जानेवारी, २०१०मध्ये पॅट्रिशियाला नूतन वर्षासाठी एक आश्चर्यकारक बक्षीस मिळालं, 'फिक्की'नं (FICCI – फेडरेशन ऑफ इंडियन चेंबर्स ऑफ कॉमर्स अँड इंडस्ट्रीज) तिला 'त्या वर्षाची सर्वोत्कृष्ट स्त्री-उद्योजिका' (Woman Enterpreneur of the year) म्हणून गौरवलं.

अत्यंत कठीण परिस्थितीत असताना पॅट्रिशियानं तीन दशकं आपला उद्योग अत्यंत जीव ओतून केल्याबद्दल हा गौरव करण्यात आला होता. एकाएकी पॅट्रिशिया प्रकाशझोतात आली होती.

''पुरस्कार वितरण सोहळ्याच्या वेळेस काय बोलावं, हे मला कळत नव्हतं. मी भाषण लिहून तयारीही केलेली नव्हती.''

म्हणून पॅट्रिशिया केवळ आंतरिक उमाळ्यानं बोलली.

''माझे पाय लटपटले नाहीत, मी थरथर कापले नाही ही देवाची कृपा! मी त्यांना फक्त माझ्या मनातील भावना सांगितल्या. आलेले अनुभव सांगितले. त्यानंतर बोलणं सोपं वाटलं.''

पॅट्रिशियाबद्दलची माहिती rediff.com वर आली आणि त्यानंतर तिच्याकडे भाषण देण्याच्या विनंत्यांचा अखंड ओघ सुरू झाला.

''मी स्वतःबद्दल कधीही बोलत नाही... परंतु माझी कहाणी ऐकून कदाचित कोणाला मार्ग सापडेल, असं वाटल्यामुळे मी बोलते.''

ती बोलते तेव्हा ती नव्यानं तिचा भूतकाळ जगत असते. त्यामुळे नकळत का होईना, ते दुःख तिच्या पचनी पडू लागलंय. सँड्राच्या मृत्यूबद्दल ती अजूनही देवाला सवाल करते; परंतु तिच्या आयुष्यात घडलेल्या चांगल्या गोष्टींबद्दल ती देवाचे आभारही मानते.

''माझी नातवंडं, माझे आप्त-मित्र, माझे कर्मचारी... सारी चांगली माणसं भेटली, तेव्हा मी देवाचे आभार मानले नाहीत. मग आता मला तक्रार करायचा हक्क नाही! चांगल्या गोष्टींबरोबर वाईट गोष्टींचासुद्धा मी स्वीकार करायला हवा!''

आणि कधीकधी तुम्ही एकच गोष्ट करू शकता; तुम्हाला मिळालेल्या सुखाची परतफेड म्हणून जमेल त्या मार्गानं तुम्ही इतरांना मदत करू शकता.

''सँड्रा मृत्युमुखी पडली, तेव्हा एकही ॲम्ब्युलन्स त्यांचे मृतदेह हॉस्पिटलमध्ये न्यायला तयार झाली नाही. एका ॲम्बॅसिडर कारच्या डिकीतून ते मृतदेह हलवावे लागले होते.'' हुंदका आवरत पॅट्रिशिया म्हणाली.

ती आता त्या विभागात एक ॲम्ब्युलन्स धर्मार्थ चालवतेय. तिच्या या दयाळू कृतीमुळे असंख्य आयुष्यं वाचली आहेत.

''मुख्य गोष्ट म्हणजे जिवंतपणी किंवा मरणानंतर लोकांना इभ्रतीनं वागवलं पाहिजे!''

तिचं स्वतःचं आयुष्य असंच आहे – इभ्रतीचं! आत्मसन्मानाचं!

स्त्री-उद्योजिकांसाठी सल्ला

सर्वांत महत्त्वाची गोष्ट म्हणजे एका विशिष्ट कामाची तुम्हाला मनापासून गोडी वाटायला हवी. जर तुम्ही करत असलेल्या कामात तुम्हाला खरोखरची रुची असेल, तर सुरुवातीला आलेल्या विविध अडचणींवर मात करून तुम्ही यशस्वी होऊ शकता.

दुसरी गोष्ट म्हणजे, तुम्हाला कामाच्या सर्व गोष्टींची पूर्ण सवय असायला हवी. उदाहरणार्थ, केटरिंगच्या व्यवसायात तुम्हाला भांडी घासण्यापासून स्वयंपाकापर्यंत सारं काही करता आलं पाहिजे, तरच तुम्ही इतरांकडून काम करून घेऊ शकाल.

आणखी एक गोष्ट म्हणजे, कुटुंबीयांच्या आधाराशिवाय कोणत्याही स्त्रीला यश मिळवता येईल, असं मला वाटत नाही. मग तो आधार नवऱ्याचा आणि सासू-सासऱ्यांचा असो; की आई-वडिलांचा असो. असा आधार लाभला, तर तुम्ही आकाशालादेखील गवसणी घालू शकाल.

स्त्री असण्याचे काही फायदे असतात. उदाहरण द्यायचं तर स्त्रियांसाठी सरकारच्या अनेक योजना आहेत आणि स्त्री-उद्योजिकांना कर्जं उपलब्ध आहेत.

परंतु कधीकधी लोक तुमचा गैरफायदा घेण्याचा प्रयत्नसुद्धा करतात – विशेषत: तुमच्या पाठीशी नवरा नसला, तर तसा जास्तच प्रयत्न होतो! याबद्दल माझा एकच सल्ला आहे : अशा घटना मनाबाहेर काढून टाका आणि आपल्या कामावर चित्त केंद्रित करा!

आणखी एक कहाणी

सुदेष्णा बॅनर्जी
'पी. एस. डिजिटेक एच.आर.'

जेव्हा तिचं वैवाहिक सहजीवनच संपुष्टात आलं, तेव्हा सुदेष्णा खडबडून जागी झाली. संथ आणि कमी पगाराचं, शाळामास्तरणीचं काम बाजूला सारून ती एक आत्मविश्वासपूर्ण उद्योजिका बनली आणि पुरुषांची मक्तेदारी समजल्या जाणाऱ्या अभियांत्रिकी सेवेच्या क्षेत्रात तिनं आपली कुवत सिद्ध करून दाखवली.

सुदेष्णाला पाहिल्यावर ठळकपणे लक्षात येणारी गोष्ट म्हणजे तिचं ठसठशीत, गोल कुंकू. त्यानंतर लक्षात राहतात तिचे चमकदार केस आणि बोलके डोळे! कवी, गायक किंवा नर्तकांची आठवण करून देणारे!

ती हसून म्हणते, "अगदी बरोब्बर! मी लहानपणी नृत्य करतच होते. लग्नानंतरच मी ते सोडून दिलं!"

परंतु तिनं सोडून दिलेली ती एकमेव गोष्ट नव्हे. तिचा आत्मसन्मान, आत्मभान आणि स्वत्व या साऱ्याच गोष्टींना तिनं तिलांजली दिली होती. विवाहाच्या वेळेस घेतलेल्या शपथेचं कधीही पालन न करणाऱ्या नवऱ्यामुळे तिच्यावर ही वेळ आलेली होती.

अखेरीस त्या संसारातून ती बाहेर पडली आणि बाहेरच्या निष्ठुर जगात, दोन हात करून स्वतःच्या पायांवर उभं राहायचं बळ तिनं मिळवलं.

"एकट्यानं राहणाऱ्या स्त्रीला भाड्यानं जागा मिळवणंसुद्धा अतिशय कठीण जातं," असं सांगताना होणारं दुःख तिच्या डोळ्यांमध्ये उमटतं.

सुदेष्णा, शाळा-मास्तरणीच्या पगारावर रडतखडत जगणारी उपेक्षिता म्हणून खितपत पडली असती; परंतु केवळ जिवंत न राहता यशस्विनी बनण्याची तिची आंतरिक ऊर्मी प्रबळ ठरली.

या आंतरिक ऊर्मीमुळे तिने आगळेवेगळे निर्णय घेतले. तिनं शाळा-मास्तरणीची सुरक्षित नोकरी सोडून दिली आणि व्यावसायिक जगतात पदार्पण केलं. तेसुद्धा पुरुषांचं वर्चस्व असलेल्या अभियांत्रिकी-सेवेच्या व्यवसायात. तेही त्यासाठी आवश्यक असं अभियांत्रिकीचं प्रशिक्षण घेतलेलं नसताना!

"आयुष्यात मला जे खरोखरच करावंसं वाटेल, ते मी नक्कीच करू शकेन. या आत्मविश्वासाच्या बळावरच!" ती म्हणते.

सुदेष्णा गोड लकेरीसारख्या मंजुळ, बंगाली ढंगानं बोलते. तिच्या स्वरात अजिबात कडवटपणा जाणवत नाही. ती आयुष्यातल्या ज्या घटनांचं आणि प्रसंगांचं वर्णन करते, ते करताना कोणत्याही व्यक्तीला साधारणतः दुःखच झालं असतं. परंतु ते प्रसंग सांगताना ती स्वतःसुद्धा मनमोकळं हसते आणि मलासुद्धा हसवते.

कारण मनात आणलं, तर स्त्री शक्तिमान, उत्कटतेनं काम करणारी आणि झुंझारसुद्धा बनू शकते.

परंतु जेव्हा ती सर्व शक्तिनिशी, अडथळ्यांशी दोन हात करते, तेव्हाच तिचं बळ सिद्ध होतं.

दुर्बलता झुगारा. स्त्रीत्वातील कमकुवतपणा झुगारा आणि कालीमातेचं रूप धारण करा!

आणखी एक कहाणी

सुदेष्णा बॅनर्जी
'पी. एस. डिजिटेक एच.आर.'

दक्षिण कोलकात्यातील संतोषपूरमध्ये शिक्षक आई-वडिलांपोटी सुदेष्णानं जन्म घेतला.

''माझे वडील कलकत्ता विद्यापीठात प्राध्यापक होते आणि विजयकृष्ण कन्या महाविद्यालयात ते बी.एड. शाखेचे प्रमुख होते. माझी आई एका शाळेत बंगालीची शिक्षिका होती. माझ्या पाठचा एक लहान भाऊ आहे.''

सुदेष्णाला डॉक्टर बनायचं होतं; परंतु प्रवेशपरीक्षेत ती उत्तीर्ण न झाल्यामुळे तिनं त्याऐवजी बी.एस्सी. ही पदवी मिळवली. त्यानंतर तिनं प्राणिशास्त्र (झूलॉजी) या विषयात एम.एस्सी. ही पदवी मिळवली.

''एम.एस्सी. पदवीसाठी मी बिहारमधील मुझफ्फरपूर युनिव्हर्सिटीत गेले. तिथे मी वसतिगृहात राहिले.''

त्यानंतर सुदेष्णानं बी.एड. ही पदवी मिळवली आणि 'कॉम्प्यूटर ॲप्लिकेशन'मधील पदव्युत्तर पदविका मिळवली.

''मी शाळेत शिकवू लागले; परंतु व्यवसायाकडे मी फारशा गंभीरपणे पाहतच नव्हते,'' ती प्रांजळ कबुली देते.

सहा वर्षांच्या प्रदीर्घ प्रेमसंबंधांनंतर तिने विवाह केला. ती त्यावेळेस सत्तावीस वर्षांची होती.

"मी माझ्या नवऱ्याबरोबर बंगळुरूला संसार थाटला. मी तिथे वनस्पतिशास्त्र आणि संगणक हे विषय एका स्थानिक शाळेत शिकवू लागले."

काही काळाने अतनूनं (हे नाव बदललं आहे) नवी नोकरी घेतली आणि त्याची कोलकात्याला बदली झाली.

"गॉल्फ ग्रीनमधील त्याच्या आई-वडिलांच्या घरात, त्यांच्याबरोबर आम्ही राहू लागलो. मला माझ्या सासू-सासऱ्यांबरोबर राहायला खूप आवडत होतं; माझे आई-वडीलसुद्धा तिथून पायी पाच मिनिटांच्या अंतरावर राहत होते."

सुदेष्णानं पुन्हा एकदा शिक्षिकेची नोकरी घेतली आणि ती लॉयोला हायस्कूलमध्ये शिकवू लागली. तिथे ती अत्यंत लोकप्रिय आणि आदरणीय शिक्षिका बनली. तिनं नाट्यकर्मींच्या गटातही सहभाग घेण्यास प्रारंभ केला.

"खरंतर मी लहानपणापासूनच कथकली आणि ओडिसी नृत्य करत होते. मी नृत्याचे अनेक कार्यक्रमसुद्धा सादर केलेले होते. परंतु विवाहानंतर ते सारं बंद झालं."

घरातली सून स्टेजवर नाचते, हे चांगलं दिसत नाही!

परंतु सुदेष्णानं त्याबद्दल कधीही तक्रार केली नाही. तिनं आक्षेप घेतला एका वेगळ्याच गोष्टीला!

"लग्नाच्या पहिल्या दिवसापासून माझ्या लक्षात आलं की, माझा नवरा दुसऱ्याच एका स्त्रीमध्ये गुंतलेला आहे."

आणि ही नेहमीचीच गोष्ट झाली... एकामागून एक त्याचे वेगवेगळ्या स्त्रियांबरोबरचे प्रेमसंबंध सुरूच राहिले.

"प्रत्येक वेळेस मला वाटे की, तो बदलेल."

तिनं हलाहल पचवून तिथेच राहायचा प्रयत्न केला.

२००१ साली तिच्या सासूबाईंना कॅन्सर झाल्याचं निदान करण्यात आलं. सुदेष्णाची तिच्या सासूवर जिवापाड माया होती. तिनं मनापासून तिची सेवाशुश्रूषा केली.

"यावेळेस मला एक जबरदस्त धक्का बसला. माझ्या लक्षात आलं की, माझ्या एका जवळच्या मैत्रिणीबरोबरच माझ्या नवऱ्याचे प्रेमसंबंध आहेत. ती मैत्रीणसुद्धा विवाहित होती. खरंतर अनेकवेळा आम्ही चौघे एकत्र सुट्टीवरसुद्धा गेलो होतो."

तिनं अतनूला जाब विचारला, तेव्हा त्यानं खूप अकांडतांडव केलं. जणूकाही ती सारी सुदेष्णाचीच चूक होती.

या सगळ्या गोंधळात २००२च्या मार्च महिन्यात तिच्या सासूबाई निवर्तल्या.

"पुढल्याच महिन्यात आम्हाला कळलं की, माझ्या सासऱ्यांनासुद्धा कॅन्सर झाला आहे. आता मी त्यांच्या शुश्रूषेत गुरफटले."

सुदेष्णानं तिच्यापुढल्या संकटाबद्दल तिच्या आई-वडिलांना सांगितलं, तेव्हा ते म्हणाले, ''ते काहीही असलं, तरी तू तिथेच राहिलं पाहिजेस. माहेरी परत येऊ नकोस.''

त्यामुळे तिनं तिच्या नवऱ्याबरोबर चर्चा केली.

''तुझं तिच्यावर प्रेम असेल, तर तिच्याशी लग्न कर. सारा जन्म माझ्याबरोबर काढायचं काहीच कारण नाही!''

परंतु त्यानं तिच्या पायांशी लोळण घेतली आणि स्फुंदत म्हणाला, ''नाही... नाही... तुझ्यावाचून मी जगूच शकणार नाही. ती केवळ प्रेमाची भुरळ होती. आता ते सारं संपलंय!''

ही नुसती पोकळ आश्वासनंच ठरली; कारण काही महिन्यांमध्येच सुदेष्णाला कळलं की, तिच्या मैत्रिणीला अतनूपासून दिवस राहिले आहेत!

''ते दोघे माझ्याकडे आले आणि मला म्हणाले, 'आपण चौघे मिळून हे मूल वाढवू!'''

हा शेवटचा आघात होता!

''हो, मला मूल होणं शक्य नव्हतं आणि अतनू मूल दत्तक घेण्याच्या विरोधात होता. पण ही म्हणजे सीमाच; परिसीमाच झाली!''

यावेळेस सुदेष्णाचे सासरे मृत्युशय्येवर शेवटच्या घटका मोजत होते. काय घडतंय, याची त्यांना काहीही जाणीवच नव्हती.

''माझ्या नवऱ्याचे कुणाबरोबरतरी प्रेमसंबंध आहेत, याची त्यांना कुणकुण लागलेली होती. परंतु ते त्याचे वडील होते आणि माया आंधळी असते!''

त्यानंतर काही दिवसातच सुदेष्णाचे सासरेसुद्धा मरण पावले. सुदेष्णा पुन्हा एकदा तिच्या आई-वडिलांपाशी गेली आणि तिनं त्यांना सारी परिस्थिती समजावून सांगितली.

तिचे वडील यावेळेसही म्हणाले, ''नाही... नाही! तू तुझ्या नवऱ्यापाशीच राहा! यात तुझासुद्धा दोष असू शकेल.''

दरम्यान ते मूल जन्माला आलं.

सुदेष्णा तिच्या मैत्रिणीकडे गेली आणि म्हणाली, ''हे मूल अनौरस राहता कामा नये. त्याला त्याच्या वडिलांचं आणि आईचं नाव लावता आलं पाहिजे.''

आणि ती त्या संसारातून बाहेर पडली!

''श्रीमती भट्टाचार्य म्हणून मला आणखी एक क्षणसुद्धा जगायचं नव्हतं!''

तिचा जन्मसिद्ध हक्क, तिची स्वतंत्र ओळख आणि तिचा आत्मगौरव परत मिळवल्यावर आता सुदेष्णाला गरज होती, डोक्यावरील छपराची. तिच्या लगेचच लक्षात आलं की, शिक्षिकेच्या पगारावर, एकटं राहणाऱ्या स्त्रीला कोलकात्यात

''माझ्या नवऱ्याचा अहंकार इतका तीव्र होता. त्याला सोडून मी घराबाहेर पडेन, असं त्याच्या मनातही आलेलं नव्हतं!''

भाड्यानं जागा मिळवणं ही अतिशय अवघड गोष्ट आहे.

एका घरमालकानं तिला विचारलं, ''तू किती वाजता घर सोडशील आणि किती वाजता घरी परत येशील?''

सुदेष्णानं उत्तर दिलं, ''मी केव्हा घर सोडेन, हे मी तुम्हाला सांगू शकते; परंतु घरी परत केव्हा येईन, हे मला सांगता येणार नाही!''

आणखी एक घरमालकीण तिला फटकळपणे म्हणाली, ''ओ! तू एकटीच राहणार... म्हणजे तू स्वैराचारीच असली पाहिजेस.''

खूप शोध घेतल्यावर आणि आपली बाजू जोरदारपणे मांडल्यावरच सुदेष्णाला भाड्यानं घर मिळवता आलं; परंतु अतनूचं घर ती सोडणार, त्या दिवशीच अतनूनं आणखी एक तमाशा केला.

''त्यानं भरपूर प्रमाणात झोपेच्या गोळ्या घेतल्या होत्या आणि एक पत्र लिहून ठेवलं होतं... 'मी जग सोडून जातो आहे. मला क्षमा कर!'''

सुदेष्णानं त्याला ओढत ओढत बाथरूममध्ये नेलं आणि शॉवरखाली बसवलं. तो शुद्धीवर आल्यावर तिनं त्याला मिठाचं पाणी प्यायला देऊन ओकारी काढायला लावली, म्हणजे पोटातलं विष बाहेर निघेल. मग तिनं त्यांच्या नेहमीच्या डॉक्टरांना बोलावलं.

ते डॉक्टर सुदेष्णाला म्हणाले, ''तो धादांत खोटं बोलतोय. त्यानं खरोखरच व्हॅलियमच्या २५ गोळ्या गिळल्या असत्या, तर तो एव्हाना वर पोचला असता. मला वाटतंय की, त्यानं फार फार तर तीन-चार गोळ्या घेतल्या असाव्यात.''

परंतु हे सारं नाटक त्यानं कशासाठी केलं होतं?

''त्याला मीसुद्धा तिथे हवी होते आणि तीसुद्धा तिथे हवी होती! त्याला सारे जणच सभोवती हवे होते!''

सारं काही मनासारखं करणाऱ्या हट्टी, लाडावलेल्या मुलाप्रमाणे तो वागत होता.

मी निघून चालले होते, तेव्हा तो मला म्हणाला, ''तू निघून गेलीस, तर मला जेवण कोण देईल? सकाळचा चहा कोण देईल?''

हे ऐकून सुदेष्णा पोट धरधरून हसली.

''तुझी नवी बायको येतेय! ती तुला सांभाळेल. निदान त्या बाळासाठी तरी सुखानं एकत्र नांदा!''

आणि अशा प्रकारे सुदेष्णानं नव्या आयुष्याला सुरुवात केली. परंतु हे आयुष्य मोठं संघर्षमय, खडतर आणि चणचणीचं होतं. ''माझा पगार महिन्याला फक्त १०

हजार होता. भाड्याच्या जागेसाठी आगाऊ पैसे आणि महिन्याचं भाडं जमवता जमवता माझ्या नाकी नऊ आले!''

कधीकधी तर तिच्यापाशी रात्रीच्या जेवणासाठीही पैसे नसत. ''मी वेफर्सचं पाकीट आणत असे आणि ते खाऊन पाणी पिऊन झोपी जात असे!''

लोक सल्ला देत, ''तुझ्या आई-वडिलांकडे जा, नवऱ्याकडे जा आणि आर्थिक मदत माग!'' सुदेष्णा याला ठाम नकार देत असे. परंतु अकल्पितपणे प्रोसनजित दत्ता या मित्रानं मदत केली. तिच्या थिएटर ग्रुपमधला हा गायक मित्र होता.

''तू माझ्या कंपनीत ऑटोकॅड सॉफ्टवेअर शिकवण्याची अर्धवेळाची नोकरी घे,'' तो म्हणाला.

विवाहापूर्वी थोडे दिवस सुदेष्णाने एका इन्फर्मेशन टेक्नॉलॉजी कंपनीत मार्केटिंगचं काम केलं होतं आणि ती नोकरी करतानाच ऑटोकॅड शिकून घेतलं होतं. हेच भविष्यात इतकं उपयोगी पडणार आहे, याची तिला त्यावेळेस पुसटशीही कल्पना नव्हती.

''एप्रिल, २००६मध्ये मी महिना ३ हजार रुपयांवर ही नोकरी स्वीकारली. शाळेच्या तासांनंतर मी तिथे जाऊन ऑटोकॅड शिकवू लागले.''

परंतु ती कंपनी डबघाईला आलेली होती. त्या कंपनीचे दोन मालक – एक व्यावसायिक आणि एक इंजिनिअर – फारसा प्रयत्न करत नव्हते.

सुदेष्णा म्हणते, ''मार्केटिंगसाठी तिथे कुणीच काम करत नव्हतं.''

जूनमध्ये सुदेष्णाची ही नोकरी सुटली. जुलैमध्ये ही कंपनी बंद करण्याची भाषा बोलली जाऊ लागली. त्यावेळेस प्रोसनजितनं एक धाडसी प्रस्ताव मांडला.

''आपणच ही कंपनी विकत घेऊ या!''

सुदेष्णा व्यवसायातील भागीदार म्हणून उत्तम काम करेल, असा प्रोसनजितला विश्वास वाटत होता, तो दोन कारणांमुळे! एक म्हणजे तिची जबरदस्त चिकाटी आणि दुसरी गोष्ट म्हणजे तिची सचोटी!

''व्यवसायातील भागीदारांमध्ये नेहमीच ज्या समस्या उद्भवतात, त्या आमच्यामध्ये कधीही उद्भवणार नाहीत, याबद्दल मला पूर्ण खातरी वाटत होती.''

या दोघांनी मालकांचं मन वळवलं आणि भाड्यानं सारी सामग्री आणि कॅडचं फ्रँचाइज[१] मिळवलं.

''प्रोसनजित दुसऱ्या कंपनीत नोकरी करत असल्यामुळे, त्यानं मला सोल प्रोप्रायटर (एकमेव मालक) बनायला सांगितलं. आम्ही या कंपनीचं नाव ठेवलं 'डिजिटेक एच.आर.'''

---

१. त्या ब्रॅंडनेमखाली व्यवसाय करण्याचा हक्क.

"मी स्वभावतःच आदर्शवादी होते. शिक्षिका असताना, खाजगी शिकवण्या करून वरकड पैसे कमावण्याची लालसा माझ्या मनाला शिवलीसुद्धा नाही."

डिपॉझिट आणि फिरतं भांडवल, यासाठी कंपनीला तीन लाख रुपये उभे करावे लागणार होते. प्रोसनजितनं आय.सी.आय.सी.आय. बँकेकडून वैयक्तिक कर्ज घेतलं तर सुदेष्णानं तिचे अर्धे दागिने विकले. उरलेले निम्मे दागिने तिने आदल्याच वर्षी विकले होते. कारण स्वत:चा लहानसा फ्लॅट घेण्यासाठी तिला डाउनपेमेंट[१] आणि स्टँपड्युटी[२]साठी पैसे उभे करावे लागले होते.

"स्त्रीधन कशासाठी असतं? ती संकटात असताना ते उपयोगी पडावं यासाठी तर स्त्रीधन असतं. मी त्याचा सुयोग्य वापर केला!"

'डिजिटेक एच.आर.'चं काम आता मोठ्या जोमानं सुरू झालं; तरीसुद्धा सुरुवातीला सुदेष्णा आणि प्रोसनजित यांनी आपापल्या नोकऱ्या सोडलेल्या नव्हत्या.

"आम्ही जयजित नावाच्या मुलाला नोकरीवर ठेवलं. त्यावेळेस तो फक्त वाणिज्य शाखेचा एक पदवीधर होता. त्याच्या बालपणीच त्याचे वडील निवर्तले होते आणि तो अत्यंत सचोटीनं वागणारा आहे, हे मला ठाऊक होतं."

आणखी एका कनिष्ठ कर्मचाऱ्याच्या मदतीनं, जयजितनं व्यवस्थापन आणि हिशोब ही कामं सांभाळली. या कंपनीचा मुख्य व्यवसाय होता 'ऑटोकॅड' आणि 'स्टाड' यात व्यावसायिक प्रशिक्षण देणं, परंतु या गोष्टींची जाहिरात करणं हे अत्यंत महत्त्वाचं काम होतं.

सुदेष्णा म्हणते, "पहिल्या वर्षी, २००६-०७ मध्ये, कंपनीनं नऊ लाखांची उलाढाल केली."

हे पाहून सुदेष्णाला विश्वास वाटला की, आता तिनं नोकरी सोडली तरी चालण्याजोगं आहे. आणखी काही महिन्यांनी, प्रोसनजितसुद्धा कंपनीत पूर्ण वेळ लक्ष घालू लागला. लवकरच त्यांच्यापुढे नवी सुसंधी चालत आली.

"आमच्याकडे प्रशिक्षणासाठी येणारे लोक आम्हाला म्हणाले की, त्यांच्याकडे अनेक ड्रॉइंग्ज असतात आणि त्यांचं 'सॉफ्ट कॉपी'[३]मध्ये रूपांतर करणं आवश्यक असतं.

---

१. डाउनपेमेंट – घरासाठी बँकेकडून कर्ज घेताना घराच्या किमतीच्या ठरावीक टक्के रक्कम खरेदीदारानं स्वत: घालायची असते. त्याला डाउनपेमेंट म्हणतात.

२. स्टँपड्युटी – नोंदणीकरणाची फी.

३. सॉफ्ट कॉपी – कागदावरच्या ड्रॉइंगचे फोटो घेऊन ते इंटरनेटवरून पाठवण्याजोग्या रूपात आणणे.

यातूनच 'डिजिटेक एच.आर.'नं डिजिटायझेशन[1]चं काम करून देण्यास प्रारंभ केला.

"हे वर्ष होतं २००८ आणि आमच्याकडे 'स्ट्यूअर्ट अँड लॉइड', 'बी.ओ.सी.' आणि 'मिलिटरी इंजिनिअर्स' यांसारखे अनेक उत्तम ग्राहक आलेले होते."

असे अनेक ग्राहक प्रोसनजितच्या उद्योग-जगतातील ओळखींमुळे येत. परंतु ते सतत आणखी आणखी काम देत असत, कारण 'डिजिटेक'च्या कामाच्या दर्जावर ते संतुष्ट असत.

दरम्यान कोलकात्यातील एका मान्यवर उद्योजकानं त्यांच्यापुढे संयुक्त प्रकल्पाचा प्रस्ताव मांडला.

"आम्हाला वाटलं की, हे मान्यवर लोक आहेत आणि ते आमच्या पाठीशी उभे राहायला तयार आहेत, तर या संधीचा लाभ का घेऊ नये?"

अशा रीतीने एक नवी कंपनी सुरू करण्यात आली आणि तिचं ऑफिस सॉल्ट लेक येथे उघडण्यात आलं.

"त्या उद्योगपतींची एकच अट होती : 'माझा मुलगा कंपनीत भागीदार होईल.'"

परंतु याच कारणाने भागीदारी अयशस्वी ठरली.

"हा मुलगा माझ्याबरोबर राजकारण खेळू लागला, चारचौघांसमोर माझा अपमान करू लागला. थोडक्यात सांगायचं तर, एक स्त्री बरोबरीच्या नात्यानं त्याच्या व्यवसायात आहे, हे त्याला झेपत नव्हतं."

सुदेष्णा आणि प्रोसनजितनं निर्णय घेतला की, त्या दोघांनी स्वतंत्रपणे उद्योग केलेलाच बरा!

मार्च, २००८मध्ये सुदेष्णा प्रशिक्षण-सत्र घेण्यासाठी रायपूरला गेली आणि या सत्राला उत्तम प्रतिसाद लाभला. त्यानंतर 'स्ट्यूअर्ट अँड लॉइड' कंपनीनं 'डिजिटेक'कडे त्यांचा एक डीटेल्ड इंजिनिअरिंग प्रकल्प सोपवला.

त्याचा अर्थ होता कारखान्याच्या आराखड्याची ड्रॉइंग्ज, मशीनरीच्या आराखड्याची ड्रॉइंग्ज आणि उत्पादन प्रक्रियेचे फ्लोचार्ट्स या सर्व गोष्टी.

"'मोनेट इस्पात', 'जिंदाल स्टील', 'पॉवर' आणि 'हिरा ग्रुप ऑफ इंडस्ट्रीज' यांनी मला प्रशिक्षण शिबिरं घेण्यासाठी बोलावलं."

आणखी एक बोलावणं आलं, कोलकात्यातील पोलीस खात्याकडून! त्यांच्याकडे तक्रार नोंदवण्यात आली होती की, आधीच्या संयुक्त भागीदारीच्या कंपनीतून सुदेष्णा आणि प्रोसनजितनं ६५ लाख रुपये लांबवले आहेत.

सुदेष्णा घाईघाईनं रायपूरहून कोलकात्याला आली आणि तडक पोलीस स्टेशनवर गेली.

---

१. डिजिटायझेशन – संगणकावर डेटा साठवण्याची (store करण्याची) एक पद्धत.

''आम्ही तंत्रज्ञान वापरून काम करत असलो तरी मनुष्यबळाखेरीज कोणतेही तंत्रज्ञान वापरता येत नसतं. मनुष्यबळ हा कोणत्याही कंपनीचा मोलाचा ठेवा असतो.''

''आम्ही दोघे जण त्या पोलीस अधिकाऱ्याजवळ बसलो आणि त्याला म्हणालो, 'तुम्ही जाऊन आमच्या ऑफिसची झडती घ्या. या यादीप्रमाणे सारं कॉम्प्यूटर हार्डवेअर आणि सॉफ्टवेअर तुम्हाला सापडेल. आम्ही काहीही लांबवलेलं नाही!'''

अखेरीस ही फिर्याद मागे घेण्यात आली. त्यानंतर आणखी काही चांगल्या गोष्टी घडल्या. 'एसीसी सिमेंट', 'भिलाई इंजिनिअरिंग कॉर्पोरेशन' आणि 'बी. के. इंजिनिअरिंग' या नामवंत कंपन्यांची कामं त्यांना मिळाली. प्रशिक्षण आणि अभियांत्रिकी-सेवा या दोन्ही गोष्टींसाठी.

मार्च, २००९ पर्यंत कंपनीनं २० कर्मचारी नियुक्त केले आणि त्यांचा व्यवसाय २७ लाखांवर पोचला.

''आमच्या व्यवसायात सुटणारी नफ्याची टक्केवारी चांगली असली, तरी आमचा कर्मचाऱ्यांच्या पगारांवर खूप खर्च होतो; कारण आम्ही उत्तम दर्जाचं प्रशिक्षण घेतलेले इंजिनिअर्स नेमतो.''

'डिजिटेक'नं ऑटोकॅडखेरीज प्रकल्प-व्यवस्थापनाचं प्रशिक्षण देण्याससुद्धा प्रारंभ केला.

''मी आणि प्रोसनजित, दोघांनीही, प्रॉजेक्ट मॅनेजमेंट इंस्टिट्यूटचं प्रशिक्षणसत्र पूर्ण करून त्याचं प्रमाणपत्र मिळवलं.''

त्यानंतर एक अत्यंत मोठा सुयोग आला. 'डिजिटेक'नं 'एसीसी'च्या जामुल आणि सिंद्री येथील कारखान्यांमध्ये, 'प्रायमाव्हेरा' हे अत्यंत लोकप्रिय प्रॉजेक्ट-मॅनेजमेंट-सॉफ्टवेअर वापरण्याचं प्रशिक्षण देण्याचं सत्र यशस्वीरीत्या पार पाडलं होतं. ही कंपनी आता हिमाचल प्रदेशात पक्क्या भाजलेल्या विटांची मोठी फॅक्टरी उभारणार होती.

''मी त्यांच्या श्रीयुत सुमित बॅनर्जी या मॅनेजिंग डायरेक्टरना मुंबईत जाऊन भेटले. आम्ही देत असलेल्या उत्तम प्रशिक्षणाची बातमी त्यांच्यापर्यंत पोचली होती आणि ती बातमी ऐकून ते प्रभावित झाले होते.''

ते म्हणाले, ''तुम्ही आमच्या नव्या फॅक्टरीच्या संदर्भातलं प्रकल्प-व्यवस्थापनाचं काही काम हाती घेऊ शकाल?''

सुदेष्णानं तत्काळ होकार दिला. याच संधीची ती आशेनं वाट पाहतही होती.

'''मिलिटरी इंजिनिअर्स'साठी आम्ही आधीच काम केलेलं होतं. त्यांच्या

'बुलेटप्रूफ बंकर्स'[१]चा अभियांत्रिकी आराखडा आम्हीच बनवून दिला होता आणि तो वापरून बांधकामही झालेलं होतं.''

परंतु 'एसीसी'सारख्या कंपनीसाठी काम करता येणं, म्हणजे यश चोप्राच्या सिनेमात काम मिळण्यासारखं सुदैव होतं!

त्या कामाला प्रतिष्ठा होती.

''इतका मोठा प्रकल्प यापूर्वी आम्ही कधीही हाती घेतलेला नव्हता; परंतु आम्हाला तो यशस्वीपणे करता येईल असा आम्हाला विश्वास वाटत होता.''

प्रकल्प-व्यवस्थापनासाठी बांधकामाच्या जागी आपले इंजिनिअर्स नियुक्त करावे लागतात. फॅक्टरीच्या आकारानुसार त्यांची संख्या ठरवावी लागते. हे इंजिनिअर्स प्रकल्पाची योजना आखतात, वेळेवर कामं चालली आहे, त्याची खातरी करून घेतात, कोणतं काम कोणत्या क्रमाने करायला हवं हे ठरवतात आणि एकूण कामावर देखरेख करतात.

''अर्थात मी आणि प्रोसनजित सतत तिथे जात होतो आणि जातीनं प्रकल्पाच्या प्रगतीवर नजर ठेवत होतो.''

'एसीसी'चा हा प्रकल्प पाच महिन्यांच्या कालावधीचा होता. १५ नोव्हेंबर, २०१० रोजी तो पुरा व्हावा अशी अपेक्षा होती; परंतु 'डिजिटेक'नं हा प्रकल्प दहा दिवस आधीच पूर्णत्वाला नेला.

''आम्ही इतकं उत्तम प्रकारे काम करून दाखवल्यामुळे 'एसीसी'नं आम्हाला त्यांच्या कायमोर आणि चंद्रपूर येथील प्रकल्पांवर काम करण्याची विनंती केली.''

परंतु या अत्यंत महत्त्वाच्या कामावर 'एसीसी', बाहेरील कंपनीला का नियुक्त करत असावी? कारण बाहेरील कंपनी या प्रकल्पाकडे कोणत्याही पूर्वग्रहाशिवाय बघत असते आणि काम देणाऱ्या कंपनीत आणि प्रकल्प-कंत्राटदारात सुसंवादाचा पूल निर्माण करत असते.

''आम्ही प्रकल्पाचं लहान लहान तुकड्यांमध्ये विभाजन करतो आणि कंत्राटदाराला या प्रकल्पावर नीटपणे काम करायला लावतो.''

जे पेरता ते उगवतं.

''आम्ही जेव्हा प्रशिक्षण देतो, तेव्हा अपेक्षित असतं त्याहूनही आम्ही जास्तच ज्ञान देत असतो. ऑटोकॅडच्या प्रशिक्षणार्थींना आम्ही इंडस्ट्रियल ड्रॉइंगसुद्धा शिकवतो. काम करताना त्यांना ते माहीत असणंसुद्धा गरजेचं असतं.''

---

१. बंकर्स – जमिनीखाली सैनिकांसाठी, सिमेंट व पोलाद वापरून भरभक्कम बांधलेली छोटी आश्रयासाठीची कोठडी.

बुलेटप्रूफ – बंदुकीच्या गोळ्यांनी भेदले न जाणारे.

''माझी नीतिमूल्यं, जमवून घेण्याची शक्ती आणि सचोटी – या साऱ्या गोष्टी मी माझ्या आईवडिलांकडून आणि धाकट्या भावाकडून शिकले.''

चांगला शिक्षक अभ्यासक्रम पूर्ण करतो. उत्कृष्ट शिक्षक अभ्यासक्रमापलीकडच्या गोष्टीसुद्धा शिकवत असतो.

''आमच्या व्यवसायाबाबत आमचं नेमकं हेच तत्त्वज्ञान आहे. आम्ही नेहमी अपेक्षेपेक्षा जास्त कष्ट घेतो आणि ठरल्यापेक्षा जास्त काम करून दाखवतो.''

२०११ साली 'डिजिटेक' फक्त 'एसीसी'चीच अधिकृत व्यवस्थापन-पर्यवेक्षक सहकारी राहिली नाही, तर ती 'अंबुजा सिमेंट' आणि 'लार्सन अँड टुब्रो'ची प्रकल्प-व्यवस्थापनाची कामंसुद्धा करू लागली. मार्च, २०११मध्ये कंपनीची उलाढाल एक कोटीपेक्षा जास्त झालेली होती.

''मे, २०११मध्ये 'डिजिटेक' ही प्रायव्हेट लिमिटेड कंपनी बनवण्यात आली आणि तिचं नाव 'पी. एस. डिजिटेक एच.आर.' असं ठेवण्यात आलं. 'पी. एस.' ही 'Project Solutions' (प्रॉजेक्ट सोल्यूशन्स) या शब्दांची आद्याक्षरं आहेत.''

प्रोसनजित हा डिजिटेकचा तंत्रज्ञानी मेंदू आहे, तर सुदेष्णा कंपनीचं हृदय आणि आत्मा आहे. ती नवी कामं मिळवणं आणि कर्मचारी प्रशिक्षण-व्यवस्थापन (ह्यूमन रिसोर्स) या गोष्टी सांभाळते. कंपनीत तिचं अधिकृत स्थान आहे मॅनेजिंग डायरेक्टर आणि चेअरपर्सन (महाव्यवस्थापक आणि अध्यक्ष), तर प्रोसनजित आहे एक्झिक्यूटिव्ह डायरेक्टर (कार्यकारी संचालक आणि सी.ई.ओ.).

''आम्ही वरिष्ठ व्यावसायिकसुद्धा नियुक्त केले आहेत. ते जनरल मॅनेजर (प्रॉजेक्ट्स), जनरल मॅनेजर (ह्यूमन रिसोर्स) आणि हेड ऑफ डिझाइन ही पदं सांभाळत आहेत.''

'डिजिटेक'नं आपल्या सल्लागार मंडळात अभियांत्रिकी आणि प्रकल्प-व्यवस्थापन या क्षेत्रातील नामवंत लोक सहभागी करून घेतले आहेत.

२०११मध्ये 'डिजिटेक'नं परदेशातही भरारी मारली आणि दुबई व ऑस्ट्रेलियातील कंत्राटं मिळवली. अगदी अलीकडेच कंपनीनं श्रीलंकेतील एक कामसुद्धा मिळवलं आहे.

''मी तिथे नव्या संधीच्या शोधार्थ गेले होते. मी लोकांना भेटले, त्यांच्याशी बोलले आणि आम्हाला IRCON (इंडियन रेल्वे कन्स्ट्रक्शन) यांच्याकडून एक प्रकल्प मिळाला. आठ वर्षांपूर्वीच्या त्सुनामीमध्ये वाहून गेलेल्या आणि पुन्हा नव्यानं बांधल्या न गेलेल्या एका रेल्वेलाइन-प्रकल्पावर काम करायची संधी मिळाली आहे...''

कामासाठी सुदेष्णा महिन्यातले १५-२० दिवस प्रवास करत असते आणि

कुठेही ती आरामशीरपणे वावरते.

"फर्स्ट क्लास ए.सी.नं प्रवास करताना कधीकधी त्या डब्यात मी एकटीच स्त्री असते; परंतु मला कधीही कोणतीही अडचण आली नाही."

त्याप्रमाणेच परिसंवादांच्या वेळेस, परिषदांमध्ये किंवा ग्राहकांना भेटतेवेळी एक स्त्री – बरेचदा एकमेव स्त्री – असल्यामुळे तिच्यापुढे कोणतीही समस्या उद्भवलेली नाही. अर्जुनाप्रमाणेच सुदेष्णाचं सारं लक्ष माशाच्या डोळ्यावर केंद्रित झालेलं असतं!

"ही कंपनी वाढावी आणि आणखी उच्चपदाला पोचावी म्हणून मी कंपनीला माझं सर्वस्व वाहिलं आहे."

स्वत:ला सुख लाभावं किंवा भौतिक गोष्टी मिळाव्यात यासाठी ती हा सारा प्रयत्न करत नाही. खरंतर आजवर कंपनीला झालेला नफा त्यांनी पुन्हा कंपनीतच गुंतवला आहे.

"आम्ही प्रथम कंपनीसाठी आपलं सर्वस्व वाहिलं पाहिजे. त्यानंतरच आम्ही कंपनीतून काही घेण्यास पात्र ठरू. प्रोसनजितची पत्नी शीलासुद्धा या तत्त्वाशी सहमत आहे आणि तिचासुद्धा पाठिंबा आहे. ती माझी एक चांगली मैत्रीणसुद्धा आहे."

'डिजिटेक'ची उलाढाल मार्च, २०१२मध्ये दीड कोटींहून जास्त झाली आणि त्यांना २५ लाखांचा निवळ नफा सुटला. भविष्यासाठी त्यांच्या आणखी काही महत्त्वाकांक्षी योजना आहेत.

"पुढल्या पाच वर्षांमध्ये माझ्या कंपनीची उलाढाल ६० कोटींवर पोचावी अशी माझी मनीषा आहे; आणि ती एक बहुराष्ट्रीय कंपनी बनावी, अशीही माझी इच्छा आहे!"

तिच्या अंतर्मनात कुठेतरी तिच्या माजी नवऱ्यापुढे आपलं कर्तृत्व सिद्ध करून दाखवण्याची इच्छा तर खदखदत नसावी?

"तो माझा आता कुणीही लागत नाही. मग त्याच्यापुढे काही सिद्ध करून दाखवायचा सवालच कुठे येतो? त्यानं त्या स्त्रीशी विवाह केलेला आहे आणि आमचा अजिबात संपर्क नाही!"

परंतु ती कबूल करते की, प्रतिकूल परिस्थितीनं तिला अधिक खंबीर, अधिक चिवट आणि अधिक चांगली व्यक्ती म्हणून घडवलं आहे. ती समाजाच्या दृष्टीनं एकटी असेल, परंतु ती मनोमन अत्यंत समाधानी आणि परिपूर्ण अशी व्यक्ती आहे.

"मला थोडी फुरसत लाभली की, पुन्हा नृत्यकलेकडे वळायची माझी इच्छा आहे," सुदेष्णा म्हणते.

त्या विचारानंच तिचे डोळे चमकू लागतात; वैश्विक तालावर तिचा आत्मा नृत्य करू लागला आहे.

तीच निर्माती आहे, तीच नृत्यदिग्दर्शिका आहे आणि तीच नृत्यांगना आहे – एका वैयक्तिक आदिम तांडव-नृत्याची!

स्त्री-उद्योजिकांसाठी सल्ला

प्रत्येक व्यक्तीच्या ठायी, काहीतरी करण्याची कुवत असते. त्यामुळे कधीही नकाराचा स्वीकार करू नका!

जेव्हा मी माझी शाळेतील नोकरी सोडली आणि माझा व्यवसाय सुरू केला, तेव्हा माझे नातेवाईक, माझे आई-वडील आणि माझे स्नेही या साऱ्यांनी त्याला विरोध केला. त्यांचं म्हणणं होतं, ''तुला ते जमलं नाही, तर काय होईल?''

मी त्यांना म्हटलं की, त्यात यश मिळवण्यासाठी मी सर्वतोपरी प्रयत्न करेन; जर मला स्वत:चा विकास करून घेता येणार असेल, तर मी त्यात माझं सर्वस्व ओतायला सिद्ध असेन! त्यामुळे सकारात्मक मानसिकता ही सर्वाधिक महत्त्वाची गोष्ट असते.

जेव्हा केव्हा माझ्या मार्गात समस्या उभी राहते, तेव्हा मी सर्व शक्तिनिशी त्या समस्येशी दोन हात करते! त्या समस्येचं निराकरण होईपर्यंत मी धडपड करत राहते. अजूनही माझी धडपड संपलेली नाही... ती सुरूच आहे.

परंतु एके दिवशी मी जिंकेन, याची मला खातरी वाटतेय.

'ब्राँझ'मय झालेली स्त्री

जसु शिल्पी
मूर्तिकार

'मूर्तिकला हे स्त्रियांचं काम नव्हे', हा मायकेलअँजेलोचा शेरा ऐकून जिद्दीनं जसु शिल्पीनं या व्यवसायात उडी घेतली. आज तिनं घडवलेले महात्मा गांधी, मार्टिन ल्यूथर किंग आणि राणा प्रताप यांचे प्रचंड मोठे पुतळे भारतात आणि जगभरात दिमाखात उभे आहेत.

तिचे हात चिकणमातीनं माखलेले आहेत. एकाग्रतेमुळे तिच्या कपाळावर आठी उमटलीय. २४ फूट उंचीच्या पुतळ्यासमोर, परांचीवर बसून काम करताना तिला स्थळ-काळाचं भानही उरलेलं नाही.

आमच्या सभोवार पुतळ्याच्या देहाचे विविध भाग विखुरले आहेत. इथे हात, तिथे डोकं. महात्मा गांधींच्या प्रचंड मोठ्या ब्राँझच्या पुतळ्यासाठीचे हे विविध अवयव आहेत.

जसुबेन प्रफुल्लितपणे सांगते, ''हा पुतळा अमेरिकेला पाठवायचा आहे. एअर इंडियाचे लोक इथे येऊन, तो घेऊन जाणार आहेत.''

जसु शिल्पीच्या फार्म हाउसवर, 'फार्म' आणि 'हाउस' या दोन्ही गोष्टी अगदी नगण्य आहेत! बहुतेक सारी जागा व्यापली आहे, तिच्या वर्कशॉप आणि म्युझियमनं. या म्युझियममध्ये ब्राँझचे असंख्य पुतळे ठेवलेले आहेत. हा तिनं मानवजातीसाठी मागे ठेवलेला मौल्यवान ठेवा आहे. या कलेला तिनं समर्पित केलेल्या तिच्या आयुष्याला, तिनं पेश केलेला तो नजराणा आहे.

या कलेला आयुष्य वाहताना प्रारंभी तिला तिच्या जिवलग मित्राची – पती मनहरभाईंची साथ होती. त्यानंतर तरुणपणी वैधव्य येऊन दोन मुलांची जबाबदारी पेलतानासुद्धा तिनं ही साधना अखंडपणे चालू ठेवली. आता ती साऱ्या जबाबदाऱ्यांमधून आणि समाजाच्या ऋणातून मुक्त होऊन ही कलासाधना 'स्वान्तसुखाय' करते आहे.

ती आपल्याला हवं तसं जगते आहे आणि मूर्तिकला हेच तिचं जीवितध्येय आहे.

२००४ साली कुटुंबापासून विभक्त झाल्यानंतर जसुची कला नवनवोन्मेषांनी बहरलीय. तिच्या कामाचा आवाका प्रचंड वाढला आहे आणि भारतात व परदेशात तिच्या मूर्तींना प्रचंड मागणी येते आहे. त्याबरोबरच तिची मन:शांती आणि आनंदसुद्धा वाढतोय.

''यापूर्वी आयुष्य जबाबदाऱ्यांनी दबलेलं होतं. आता मी आयुष्याचा मनसोक्त आस्वाद घेतेय.''

तिच्या मूर्तिकलेइतकीच मी तिच्या स्वातंत्र्याच्या नाऱ्याची प्रशंसा करते. आपला जन्मसिद्ध हक्क मिळवण्याची तिची ही घोषणा मला मनोमन भावते!

साऱ्या मोहमायेच्या जंजाळातून मुक्त होण्याचा हक्क ती बजावतेय. त्यायोगे ती आत्मतेजानं झळाळणारी तेजस्वी व्यक्ती बनणार आहे!

'ब्राँझ'मय झालेली स्त्री

जसु शिल्पी
मूर्तिकार

जसुमती आशरा अहमदाबादेत जन्मली. धडाडी तिच्या रक्तात जन्मत:च सळसळत होती.

"माझ्या कुटुंबीयांचा कापड रंगवणं आणि त्यावर छापणं याचा व्यवसाय होता. दानी लिम्डा भागात माझी आई उप-कर्मचारी ठेवून हा कारखाना सांभाळत असे, तर वडील सर्वत्र फिरून माल खपवत असत."

जसु मांडवीनीपोळ इथे वाढली आणि तिनं आर.बी.एम.के. कन्याशाळेत शिक्षण घेतलं. ती तेरा वर्षांची असताना तिच्या शाळेनं एक प्रदर्शन भरवलं होतं. तिच्या चित्रकलेच्या शिक्षिका म्हणाल्या, "जसु, तू सुंदर चित्रं काढतेस. तू एखादं चित्र का रंगवत नाहीस?"

जसुनं आपलं सर्वस्व ओतून एक सहाफुटी कॅन्व्हास पेंटिंग तयार केलं. त्याचं नाव तिनं ठेवलं 'सीता-चरित'.

"हे पेंटिंग सर्वांना इतकं आवडलं की, शाळेनं मला बक्षीस म्हणून ५०० रुपये रोख दिले. ही पन्नास वर्षांपूर्वीची गोष्ट आहे!"

त्यावेळेस ५०० रुपयांना खूप किंमत होती. (त्यावेळेस ८० रुपयांना १० ग्रॅम सोनं मिळत होतं.) जसुला खूपच आनंद झाला.

"मी कलाव्यवसायाला प्रारंभ करून आयुष्यात पुढे जायचं ठरवलं."

सी. एन. फाइन आर्ट्स कॉलेजच्या चित्रकला-शिक्षक म्हणून प्रमाणपत्र देणाऱ्या कोर्ससाठी, जसुनं नाव दाखल केलं. या कोर्सची विद्यार्थिनी असताना ती एका स्टडी टूरवर गेली. या अभ्यास-सहली दरम्यान ग्वाल्हेरचा झाशीच्या राणीचा पुतळा पाहून ती मंत्रमुग्ध झाली. राणी घोड्यावर स्वार झालेली होती आणि त्या घोड्याचे पुढचे दोन पाय हवेत उचललेले होते.

जसुला कोडं पडलं, 'या मूर्तिकारानं हा पुतळा कसा बनवला असेल? पाठीवर बसलेल्या राणीचे वजन हा घोडा कसं काय पेलू शकत असेल?' तिला सर्वांत जास्त कुतूहल वाटत होतं की, 'हा पुतळा कोणत्या मूर्तिकारानं बनवला असेल? मला तसा पुतळा बनवता येईल?'

त्यावेळेसच जसुनं एक असा निर्णय घेतला की, त्यामुळे तिचं सारं आयुष्यच बदलून गेलं.

''मी मूर्तिकार बनण्याचा दृढनिश्चय केला.''

एका स्त्रीसाठी हा आगळावेगळाच निर्णय होता.

अठराव्या वर्षी जसुनं अहमदाबादमधील 'महिपात्रम आश्रम' येथे पेंटिंग शिकवायला प्रारंभ केला. इथे तिची मोहम्मदभाईंशी ओळख झाली. ते मुलींना लाकूड कोरून खेळणी बनवायला आणि धातूच्या कलाकुसरीच्या गोष्टी बनवायला शिकवत होते.

त्यांची जुजबी ओळख झाली होती.

याचवेळेस मुंबईच्या एका मुलाकडून जसुला विवाहाचा प्रस्ताव आला. त्या मुलानं नामवंत अशा जे. जे. स्कूल ऑफ आर्ट्समधून शिक्षण घेतलं होतं. जरी दोघांनी एकमेकांना पसंत केलेलं होतं, तरी त्यांचा विवाह होऊ शकला नाही.

जसुला प्रचंड मोठा धक्का बसला आणि तिची निराशा झाली.

दरम्यान तिनं मोहम्मदभाईंशी संपर्क सुरू ठेवला होता. आता त्यांची तोंडओळख मैत्रीत परिवर्तित झाली होती आणि अचानक एके दिवशी जसुला साक्षात्कार झाला की, मला माझं सारं आयुष्य याच माणसाबरोबर घालवायचं आहे.

हा विचार मोहम्मदभाईंच्या मनाला शिवलासुद्धा नव्हता. तो एक साधासुधा, लाजाळू माणूस होता. शिवाय तो पोरका होता. जसुसारख्या मुलीपुढे प्रस्ताव मांडायचा तो विचारही करू शकत नव्हता.

आता फक्त तीच पुढाकार घेऊ शकत होती.

दररोज मोहम्मदभाई काम संपल्यावर 'लक्कडिया ब्रिज' (आता त्याला 'एलिस ब्रिज' म्हणतात) ओलांडून पलीकडे असलेल्या आपल्या घरी जात असत. एका संध्याकाळी त्यांना मागून एक हाक ऐकू आली. त्यांनी वळून पाहिलं, तर ती त्यांची सहकारी जसु होती.

तिनं थेट विचारलं, ''तू माझ्याबरोबर लग्न करशील?''

त्याच्या साध्यासुध्या घरात ती सुखानं नांदेल, हे त्याला पटवून द्यायला जसुला पंधरा दिवस प्रयत्न करावे लागले. २४ जुलै, १९७० रोजी जसु मोहम्मदभाईंबरोबर पळून गेली आणि त्यांनी मेहमदाबादच्या कोर्टात नोंदणी-विवाह केला.

त्याच वेळेस मोहम्मदभाईंनी आपला मुस्लीम धर्म सोडून दिला आणि हिंदू धर्म स्वीकारून ते मनहरभाई बनले. त्यांनी पुन्हा एकदा अहमदाबादमधील आर्य समाज मंदिरात विवाहाच्या आणाभाका घेतल्या.

जसुच्या घरचे लोक प्रचंड चिडले आणि त्यांनी एकाही समारंभात भाग घेतला नाही. त्यांनी तिचं नावच टाकलं.

''मी आंबावाडीतल्या एका खोलीत माझा संसार थाटला. आम्ही मधुचंद्रासाठी गेलो नसलो, तरी एकमेकांच्या प्रेमात आकंठ बुडलेलो होतो,'' जसु हसून म्हणते.

जसु आणि मनहरनं 'शिल्पी' हे आडनाव लावायला सुरुवात केली आणि मनहरनं तोच व्यवसाय स्वीकारला. त्यानं आपल्या घरातच एक लहानसं वर्कशॉप सुरू केलं. जसु त्याला मदत करत असे आणि शिवाय एका इंग्रजी माध्यमाच्या शाळेत चित्रकला शिकवत असे.

''त्यावेळेस पैशांची प्रचंड चणचण जाणवत असे.''

जसुनं लग्नासाठी विकत आणलेल्या साडीचाच ते ब्लँकेट म्हणून वापर करत. सिनेमालासुद्धा ते क्वचितच जाऊ शकत. परंतु हे जोडपं एकमेकांत इतकं गुंतलेलं होतं की, त्यांना अशा गोष्टींची काहीही पर्वा नसे.

ऑगस्ट, १९७१मध्ये ध्रुवचा जन्म झाला. त्याच्या पाठोपाठ १८ महिन्यांनी त्याची बहीण धारा जन्मली. घर आणि नोकरी दोन्ही सांभाळणं अवघड जाऊ लागलं. जसु शाळेत शिकवायला गेली की, मनहरभाई ध्रुवला सांभाळत.

परंतु जसुच्या डोळ्यांपुढे महत्त्वाकांक्षी भव्यदिव्य स्वप्नं होती.

''आमचं स्वत:चं मोठं मूर्तिकलेचं वर्कशॉप आणि स्टुडिओ असावेत आणि खूप मोठाली कामं आम्ही हाती घ्यावीत, असं मला वाटत असे.''

१ जानेवारी, १९७४ या नूतन वर्षाच्या पहिल्या दिवशी जसु आपली मुलं

''सोळा वर्षांची असताना मी मायकेलअँजेलोवरचं एक पुस्तक वाचलं. त्यात त्याच्या तोंडचे शब्द उद्धृत केलेले होते की, 'मूर्तिकला हे स्त्रीला जमणारं काम नव्हे.' ते वाचताक्षणीच मी ठरवलं होतं की, मी आयुष्यात नेमकं तेच करीन!''

''काळजी करू नकोस. आपण विवाह करू आणि जोडीनं काम करून पैसा मिळवू. आपण आपलं आयुष्य स्वतःच घडवू!''

घेऊन आई-वडिलांना भेटायला गेली. सुरुवातीला ते प्रेमानं बोलले; परंतु त्यानंतर कोणत्यातरी क्षुल्लक मुद्द्यावरून त्यांनी भांडायला सुरुवात केली. जसुला हे अत्यंत अपमानास्पद वाटलं आणि माहेरी पुन्हा पाऊलही न ठेवायची तिनं शपथ घेतली.

''त्या दिवशी मला लख्खपणे उमगलं की, आपला समाज फक्त श्रीमंतांनाच मान देतो! मी प्रतिज्ञा केली की, मी श्रीमंत बनून दाखवेनच!''

जसुनं आपली नोकरी सोडून दिली आणि मनहरसाठी आणखी आणि मोठी कामं शोधायला ती फिरू लागली. ती वर्तमानपत्रं पालथी घालून त्यातील सरकारी जाहिराती आणि टेंडर्स शोधू लागली. कुठूनही कोणतीही माहिती लागली की, शोध घेऊन ती काही लहान कामं मिळवू लागली.

१९७५ साली राजकोटच्या महानगरपालिकेनं एका पुतळ्यासाठी टेंडर काढलं. ज्या दिवशी जसुच्या कानावर ही बातमी पडली, त्याच दिवशी ती तिच्या स्कूटरवर बसून राजकोटला गेली.

ती खांदे उडवत म्हणते, ''मी साऱ्या गुजरातभर माझ्या स्कूटरवरूनच फिरत असे.''

जॅकेट, टोपी आणि मफलर घातलेली जसु लोकांना एखादा पुरुषच वाटत असे.

''मी हायवेवरून जाताना काळजी घेत असे, परंतु त्या काळात आजएवढी प्रचंड रहदारी नव्हती!''

राजकोटमध्ये तिनं मेयरची – अरविंदभाई मणियार यांची भेट घेतली.

त्यांनी विचारलं, ''एवढं सारं अंतर तुम्ही स्कूटरवर बसून पार केलंत?''

जसुला अशा कामाचा अनुभव नव्हता; परंतु तिची धडाडी पाहून प्रभावित झालेल्या नगरसेवकांनी तिलाच हे कंत्राट दिलं. बाबासाहेब आंबेडकरांचा मोठा पुतळा बनवण्याचे तिला २५ हजार रुपये मिळणार होते.

आता तिच्यापुढला यक्षप्रश्न होता – एवढा मोठा पुतळा कसा बनवायचा? मनहरभाई फक्त लहान लहान पुतळे बनवत, तर जसु मूर्तिकला शिकली असली तरी तिनं अद्याप एकही पुतळा बनवलेला नव्हता.

''मला काहीच प्रत्यक्ष अनुभव नव्हता. आम्हाला धावपळ करून सारं काही 'अथ'पासून शिकावं लागणार होतं!''

बडोद्याला कमरेपासून वरचे पुतळे बनवणारे कोल्हटकर नावाचे एक मूर्तिकार

होते. त्यांची थोडी मदत झाली; परंतु आणखी एका प्रख्यात मूर्तिकारानं या जोडप्याची भेट घ्यायलासुद्धा नकार दिला.

''आम्हाला फक्त त्यांचं वर्कशॉप बघून थोडंसं मार्गदर्शन मिळवायचं होतं. आम्हाला त्यांनी घरातही येऊ दिलं नाही. दारातूनच घालवून दिलं!''

जेव्हा धडाडीच्या आणि पक्क्या इराद्यांच्या माणसांच्या वाटेत एखादा धोंडा उभा राहतो, तेव्हा देवच त्यांच्या हाती छिन्नी देत असतो. बांगलादेशचे हमिदुजान नावाचे एक मूर्तिकार जसुच्या घरी आले. ते ब्राँझचे पुतळे बनवण्यात तज्ज्ञ होते आणि त्यांनी एका आठवड्यातच त्यांना साऱ्या खुब्या शिकवल्या.

प्रथम चिकणमातीचा आणि नंतर मेणाचा वापर कसा करायचा, मूस कशी बनवायची आणि तुकडे कसे जोडायचे (वेल्डिंग) हे सारं काही त्यांनी शिकवलं.

''त्यांच्या मदतीनंच आम्ही या नव्या कामात यश मिळवलं.''

तंत्रज्ञान महत्त्वाचं असतंच, परंतु खराखुरा मूर्तिकार त्यात आपलं अंत:करण ओतत असतो. माणसाच्या देहाचे अवयव हुबेहूब मांडू शकणारा माणूस एक चांगला मूर्तिकार असतो; परंतु त्या माणसाचं व्यक्तिमत्त्व पुतळ्यात दाखवू शकणारा मूर्तिकार महान असतो.

''आम्ही बनवलेल्या पहिल्या पुतळ्याचं खूपच कौतुक झालं आणि राजकोट शहराच्या राजमार्गावर त्याची प्रतिष्ठापना करण्यात आली.''

त्यानंतर कामांचा ओघ सुरू झाला. शिबपूर, हिम्मतनगर आणि त्यानंतर संपूर्ण गुजरातेतून पुतळ्यांसाठी मागण्या येऊ लागल्या. एकच अडचण होती – जसु आणि मनहरजवळ मालकीचं चांगलं वर्कशॉप नव्हतं. मुशीत वितळलेले धातू ओतणं आणि वेल्डिंग करून घेणं ही कामं इतरांकडून करून घ्यावी लागत होती आणि तेच खूप त्रासदायक वाटत होतं.

''आगाऊ पैसे देऊनही कधीकधी वेळेत कामं पुरं करून मिळत नसे!'' जसुला आठवतंय.

कधीकधी तर हातगाडीवर लादून आपलं काम जसुला एका वर्कशॉपमधून दुसऱ्या वर्कशॉपमध्ये न्यावं लागत असे. एकदा तर तिनं उघडलेलं गॅस सिलिंडरसुद्धा इकडून तिकडे नेलं होतं!

अखेरीस त्यांनी रायपूरमध्ये एक लहानशी जागा भाड्यानं घेतली. ही जागा थोडी दूर होती. तिथे साचे नेणं आणि तिथून ते परत आणणं हे जिकिरीचं काम होतं आणि

> ***''मला कामाचा सुगावा लागताक्षणी मी माझ्या स्कूटरवरून त्या जागी पोचत असे!''***

"स्कूटरवरून इतक्या दूरवर येण्याचं तिनं धैर्य दाखवलं आहे, हीच कौतुकास्पद गोष्ट आहे. जरी तिच्या गाठीशी अनुभव नसला, तरी आपण तिला एक संधी देऊ या."

त्यांच्या अनुपस्थितीत मुलांकडे कोण बघणार होतं?

जसुनं पुन्हा एक धाडस करायचं ठरवलं.

"मी धीर एकवटून वस्त्रपूरमध्ये थोडी जमीन विकत घेतली."

त्यासाठी या जोडप्यानं स्नेह्यांकडून आणि बँकेकडून कर्ज काढलं. सर्वांत आधी त्यांनी स्वयंपाकघर आणि एक खोली, एवढंच घर बांधलं. त्यावर कामचलाऊ छप्पर चढवलं.

"आम्ही स्वत:च्या हातांनी बांधकाम केलं. मुलांनीसुद्धा वाळू भरणं आणि विटा आणून देणं अशी कामं केली."

हळूहळू त्यांचं स्वप्न सत्यात उतरू लागलं होतं. मागच्या अंगणात त्यांनी एक वर्कशॉप आणि भट्टी बांधली. काही कर्मचारी कामावर घेतले. परंतु त्यानंतर मंदीचा काळ आला आणि फारसं कामच मिळेना.

"आम्ही १ लाख ६५ हजारांचं कर्ज घेतलं होतं आणि तीन महिन्यांत त्याचा हप्ता आम्ही भरूच शकलो नव्हतो."

बँकेनं त्यांना पत्र पाठवून धमकी दिली की, बँक त्यांची जागा जप्त करेल. जसु बँक मॅनेजरला भेटायला गेली आणि तिनं सहा महिन्यांची मुदत मागून घेतली.

कुटुंबासाठी हा सत्त्वपरीक्षेचा काळ होता. मूर्ती बनवण्याचं पुरेसं काम मिळत नसल्यामुळे जसुनं पेंटिंग्ज बनवून द्यायचं काम स्वीकारलं. केवाडिया कॉलनी आणि आणि मध्य गुजरातेतील उकाई डॅमजवळ म्यूरल्स बनवून देण्याचं कंत्राट जसुनं स्वीकारलं.

"या कामातून चांगला पैसा मिळणार होता, परंतु स्कूटरवरून इतकं दूर जाणं सोपं नव्हतं."

या जोडप्यानं २५ हजार रुपयांना एक सेकंड-हँड ॲम्बॅसिडर गाडी विकत घ्यायचं ठरवलं. आता जसुला म्यूरलसाठीचं सामान उकाई धरणापर्यंत सहजपणे नेता येऊ लागलं. ती सारा दिवस तेथे काम करून घरी परत येत असे.

"माझा नवरा माझी पावलं गरम पाण्यानं धुवून देत असे, मुलं माझ्या पावलांना मालीश करत. मग आम्ही सारे जण मिळून स्वयंपाक करत असू."

तीन महिने तिनं अजिबात विश्रांती न घेता असे कष्ट केले. तिनं ते कर्ज संपूर्णत: फेडलं आणि तिनं विकत घेतलेली जमीन सुरक्षित झाली.

जसु म्हणते, "त्यानंतर मी उभ्या आयुष्यात कधीही कर्ज काढलं नाही."

आयुष्यात आता थोडा आराम, विसावा मिळू लागला होता. त्यांनी आता आणखी तीन खोल्या बांधून चांगलं घर उभारलं. जसुनं भाज्या लावल्या. तिची मैत्रीण ऊर्मी भेटायला आली की, या दोघी जणी तासन्‌तास गप्पांमध्ये बुडून जात. अशा वेळेस मुलंच ताजी भाजी तोडून संध्याकाळचं जेवण बनवत.

"मी माझ्या दोन्ही मुलांमध्ये आत्मविश्वास निर्माण करून त्यांना स्वतंत्र बनवलं." त्यासंदर्भातली खालील कहाणी ऐकिवात आहे.

धारा लहान असताना, स्विमिंगपूलजवळच्या जंपिंग बोर्डवरून पाण्यात सूर मारायला खूप घाबरत असे. जसुला हे कळलं तेव्हा ती धाराबरोबर सोळा फुटी शिडी चढून गेली आणि तिथून तिनं धाराला पाण्यात ढकलून दिलं.

"आयुष्यात तुम्हाला खंबीर असावंच लागतं!" ती ठासून म्हणते.

आयुष्यातील अनंत संकटांतून त्या खंबीरपणाच्या जोरावरच जसु तरून गेली आहे. ज्यावेळेस आयुष्य सुंदर आणि परिपूर्ण वाटू लागलं होतं, त्यावेळेसच या सुखी कुटुंबावर एक आपत्ती कोसळली. मनहरभाईंना कॅन्सर झाल्याचं निदान करण्यात आलं. आयुष्य पुन्हा एकदा वादळात सापडलं.

जसुला व्यवसायाकडे आणि पतीच्या शुश्रूषेकडे लक्ष पुरवावं लागलं. सारे प्रयत्न करूनही मनहरभाई १९८९ साली मरण पावले.

जसु म्हणते, "हा प्रचंड मोठा आघात होता; परंतु आमच्या हाती काय होतं?"

मृत्यूच्या आदल्या दिवशी मनहरभाई जसुला म्हणाले होते, "माझ्यावर पैसे खर्च करायचं थांबव. तुला दोन शाळकरी मुलं वाढवायची आहेत."

त्यापुढे ते म्हणाले, "विधवेसारखी जगू नकोस. बांगड्या घाल आणि नेहमीप्रमाणे आयुष्य व्यतीत कर!"

पतिनिधनानंतर तिसऱ्या दिवशीच जसु वर्कशॉपमध्ये गेली. व्यवसाय चालू ठेवणं भाग होतं; परंतु ही सोपी गोष्ट नव्हती. घरी आणि कामाच्या जागी जसुला तिच्या सहचराची घडोघडी आठवण येत होती.

"आता चिक्कणमाती मळण्यापासून ते कारागिरांना वेळेवर पगार देण्यापर्यंत सारी कामं मला एकटीलाच करावी लागत होती."

सर्वांत वाईट गोष्ट म्हणजे, तिला कामासाठी घराबाहेर पडावं लागलं की, मुलांकडे बघणारं घरी कुणीच नसे. दोन तासांत परत येण्याचं आश्वासन देऊन जसु त्यांना घरी ठेवून, कुलूप घालून बाहेर पडत असे. परंतु सरकारी अधिकाऱ्यांची भेट

"कुणीतरी मला थोडी दिशा दाखवली आणि त्यानुसार, मी मन एकाग्र करून स्वत:ला कामात झोकून दिलं."

''मूर्तिकामासाठी मी जे टेबल वापरत असे, त्याचा उपयोग आम्ही डायनिंग टेबल म्हणून करत असू. परंतु त्यातही मोठी मौज होती!''

घेताना बरेचदा अपेक्षेपेक्षा खूप वेळ तिष्ठत थांबावं लागत असे.

''आई या नात्यानं मला अतिशय वाईट वाटत असे; परंतु माझ्यापुढे दुसरा पर्यायच नव्हता.''

जसुच्या चिकाटीला फळ आलं. मनहरच्या मृत्यूनंतर अवघ्या काही दिवसांतच तिला एक खूप मोठं काम मिळालं; शिवाजी महाराजांचा, १० फूट उंचीचा आणि १४ फूट लांबीचा ब्राँझचा पुतळा बनवण्याचं काम तिला मिळालं होतं. कोणत्याही स्त्री-मूर्तिकारानं या आकाराचा पुतळा यापूर्वी बनवलेला नव्हता.

''मला खूपच आनंद झालेला होता; परंतु यासाठी मला भरपूर तयारी करावी लागणार आहे, हे मी जाणून होते.''

जसुनं इतिहासाची पुस्तकं पालथी घातली आणि तिचा स्टुडिओ शिवाजीच्या फोटोंनी भरून गेला. असे पुतळे जिथे उभारलेले होते, ती ठिकाणं तिनं प्रत्यक्ष जाऊन पाहिली; परंतु शिवाजीपेक्षा त्यानं ज्यावर मांड टाकलेली होती त्या घोड्याबाबतच तिला जास्त चिंता वाटत होती.

''फोटो पाहून घोड्यासाठीची मूस कशी तयार करावी, हे मला काही केल्या उमजत नव्हतं.''

ही समस्या सोडविण्यासाठी जसुनं जिवंत घोड्याचा वापर करायचं ठरवलं. ओळख असलेल्या एका पोलीस-प्रमुखाला तिनं फोन केला.

''सर, मला तुमचा एक घोडा पंधरा दिवसांसाठी उसना हवाय.''

आणि अशा प्रकारे अखेरीस तिने ३.२५ टन वजनाचा, शिवाजीचा पुतळा घडवला. खूप गाजावाजा करून राजकोटमधील रेसकोर्स रोडवर या पुतळ्याची प्रतिष्ठापना करण्यात आली.

परंतु आयुष्याचा प्रवास फार काळ निर्विघ्नपणे पार पडत नसतो. १९९४ साली जसु आणि तिची मुलगी एका गंभीर अपघातात सापडल्या. तिच्या उजव्या गुडघ्याचं आणि डाव्या खांद्याचं हाड मोडलं. तिचा पाय चटकन बरा झाला. परंतु खांद्यात धातूची पट्टी बसवावी लागली.

डॉक्टरनी तिला काही काळ काम न करण्याचा सल्ला दिला.

अर्थातच जसुनं या सल्ल्याकडे दुर्लक्ष केलं आणि तिला यातना सहन कराव्या लागल्या. तिच्या खांद्यावर अनेक शस्त्रक्रिया कराव्या लागल्या. महाराणा प्रतापचा ११ फूट उंचीचा पुतळा बनवण्याची संधी तिच्यापुढे चालून आली होती. अशी संधी जसु सहजासहजी सोडणार नव्हती.

"मला एकाच हातानं काम करावं लागत होतं. परांचीवर चढायलासुद्धा खूप त्रास होत होता. परंतु मी तो पुतळा करून दाखवला," ती हसून म्हणते.

अखेरीस एका हितचिंतकाच्या सल्ल्यावरून तिनं मुंबईतील नामवंत अस्थिशल्यविशारद, डॉ. के. टी. ढोलकिया यांचा सल्ला घेतला. योग्य उपचार व विश्रांती घेऊन जसु अखेरीस पूर्णपणे बरी झाली.

"माझी अंबामातेवर श्रद्धा आहे. ती माझी आई, मैत्रीण, गुरू आणि मार्गदर्शक आहे."

जेव्हा जेव्हा जसुला मोठं काम मिळतं, तेव्हा जसु न चुकता चोटिला मंदिरात जाऊन देवीचे आभार मानते.

"मी प्लास्टरमधला हात आणि लंगडणारा पाय घेऊन मंदिराच्या ८०० पायऱ्या चढून जाऊन देवीचं दर्शन घेतलंय," ती जुनी आठवण सांगते.

एके दिवशी सकाळी राजकोट नगरपालिकेकडून आलेलं पत्र जसुनं उघडलं आणि ती आनंदानं नाचू लागली. झाशीच्या राणीचा पुतळा बनवण्याचं काम तिला मिळालं होतं. याच राणीचा पुतळा पाहून तिनं मूर्तिकार बनायचं ठरवलं होतं!

दीर्घकाळ उराशी जपलेलं आणखी एक स्वप्न आता वास्तवात परिवर्तित होत होतं. जसु एका पारितोषिकाचा स्वीकार करण्यासाठी अमेरिकेला गेली. तिनं अमेरिकेत २५ दिवस वास्तव्य केलं आणि अमेरिकाभर पसरलेल्या गुर्जर समाजाचं अतिथ्य आणि अगत्य यांचा अनुभव घेऊन ती धन्य झाली.

"मला अमेरिकेत इतकं प्रेम आणि इतका बहुमान मिळाला की, मला अगदी धन्य वाटलं!"

दरम्यान ध्रुव आणि धारा दोघेही मोठे झाले. त्यांनी विवाह केले आणि दोघेही आयुष्यात स्थिरावले. आता जसुला संसारातून शांतपणे निवृत्त होता आलं असतं; परंतु एकत्र-कुटुंबात राहणं तिला जाचक वाटू लागलं होतं.

"अर्थातच मी माझं काम तर करतच होते, परंतु घरात सदैव कटकटी आणि तणाव असत."

पुरुषी अहंकार हीसुद्धा एक मोठीच समस्या होती. "आपली आई असो की बहीण, घरातली कर्ती स्त्री आपल्यापेक्षा अधिक यशस्वी झालेली पुरुषजातीला

"मी माझ्या कामाचं ओझं वेगवेगळ्या देवतांवर टाकते. एक देवी माझं काम सुकर करते, तर दुसरी देवी मला तंदुरुस्त ठेवते! त्यामुळे माझ्यावर कोणताही ताण येत नाही आणि मी शांतचित्तानं काम करू शकते."

"मी माझी जागा विकत घेण्यासाठी इतके कष्ट उपसले होते! परंतु जेव्हा ती जागाच तणावाचं कारण बनू लागली, तेव्हा मी ठरवलं की, त्या जागेचा त्याग करणंच श्रेयस्कर ठरेल."

कधीही सहन होत नाही. माझ्या मुलाच्या बाबतीत नेमकं हेच झालं!"

जसुच्या मनाला चटके बसत होते आणि डोक्याला त्रास होत होता. घरातलं वातावरण इतकं बिघडलं होतं की, तिला कामावर चित्त केंद्रित करणं अशक्य झालं. यावेळेस तिनं एक अत्यंत धाडसी निर्णय घेतला.

"२००४ साली मी माझी जागा, सोनं-नाणं आणि पैसे यांची माझ्या मुलांमध्ये समान वाटणी केली. त्यानंतर मी शहराबाहेर, तारापूरला राहू लागले."

एका जमिनीच्या भल्यामोठ्या तुकड्यावर जसुनं आपलं नवं घर आणि वर्कशॉप अथपासून बांधून घेतलं. ती म्हणते की, इथे तिला अखेरीस आनंदानं जगता येऊ लागलंय.

"मी माझ्या फार्म हाउसवर राहू लागल्यावर माझा पुनर्जन्मच झालाय, असं मला वाटू लागलंय. आता माझी सर्जनशीलता आणि कामातली सफाई दसपटींनी वाढलीय."

जसुला मोकळी हवा आणि निसर्ग अतिशय आवडतो. तिच्या दिवसाची सुरुवात होते सकाळी साडेसहाला आणि तिचा दिवस संपतो रात्री दहा वाजता. केव्हाही गेलात तरी, वेगवेगळ्या टप्प्यावरच्या घडाईचे १०-१२ तरी पुतळे तिच्या वर्कशॉपमध्ये दिसतात.

कोणत्याही मूर्तीचा सर्वांत महत्त्वाचा भाग असतो, मूर्तीच्या चेहऱ्यावर योग्य भाव दाखवता येणं. हे काम जसु स्वत:च करते; आधी चिकणमाती आणि नंतर मेणाचा वापर करून. मुशीत वितळलेला धातू ओतणं आणि शेवटची झिलई देणं ही कामं तिचे कर्मचारी करतात.

"माझ्यासाठी १५ कर्मचारी काम करत आहेत. मी स्वत:साठीही काम करते आणि त्यांच्यासाठीसुद्धा काम करते. माझं काम म्हणजे कला आणि व्यवसाय यांचा समन्वय."

इथे स्थलांतर केल्यापासून व्यवसाय भरभराटीला आला आहे. गांधींच्या पुतळ्यासाठी अमेरिकेहून मागण्या येऊ लागल्या आहेत. एवढंच नव्हे, तर अमेरिकन लोक आग्रह धरतात की, पुतळ्याच्या प्रतिष्ठापनेच्या वेळेस कलाकारानं स्वत: उपस्थित राहिलंच पाहिजे.

"ते कलाकाराला खूपच प्रतिष्ठेनं वागवतात. 'हा पुतळा जसु शिल्पी यांनी घडवलाय' असं पुतळ्याजवळ लिहिलेलं असतं. भारतात मूर्तिकाराच्या नावाचा

असा उल्लेख केला जात नाही.''

ही गोष्ट अत्यंत चुकीची आहे. याच कारणास्तव, जसुनं ब्राँझचे पुतळे ठेवलेलं एक खास म्युझियम तयार केलंय. त्यात एब्रहॅम लिंकनपासून अमिताभ बच्चनपर्यंत सर्वांचे पुतळे आहेत.

''या सर्व पुतळ्यांच्या चेहऱ्यांवर हास्य आहे. मला हसरी छबीच आवडते.''

आणि असं सांगताना ती स्वत:च खदखदून हसते. जेवढा मोठा पुतळा बनवण्याचं काम मिळेल, तेवढं तिचं हसूसुद्धा अधिक मोठं होतं. जसु तिला अलीकडेच मिळालेल्या एका गौरवास्पद कामाबद्दल सांगते – साडेअठ्ठावीस फूट उंचीचा, पंचमुखी हनुमानाचा पुतळा बनवण्याचं काम तिला मिळालंय.

''मी एवढ्या मोठ्या आकाराचा पुतळा यापूर्वी कधीही बनवला नव्हता. तो पुतळा बनवायला मला पुरं एक वर्ष लागलं.''

हा पुतळा राजस्थानला वेगवेगळे भाग करून रस्त्यावरून न्यावा लागला. तेथे गेल्यावर, हे विविध भाग सोल्डर[१] आणि वेल्ड[२] करून एक प्रचंड मोठा पुतळा बनवण्यात आला.

मला हे काम करायला फारच मौज वाटली आणि सर्वांनी त्या पुतळ्याचं खूपच कौतुक केलं.

आणि अर्थातच त्यासाठी जसुला पैसेसुद्धा भरपूर मिळाले. एका पुतळ्याची किंमत आकारानुसार १६ लाख रुपयांपासून (आठ फूट उंचीचा मार्टिन ल्यूथर किंगचा पुतळा) ते १.२ कोटी रुपयांपर्यंत (हा पंचमुखी हनुमान) मिळते. मुख्य खर्च असतो ब्राँझ धातूचा. त्याशिवाय गरजेचं असतं कलावंतांचं कौशल्य आणि शारीरिक कष्ट.

अनेक वर्षांपूर्वी जसुनं साड्यांऐवजी सुती जाड कापडाच्या जीन्स वापरायला सुरुवात केली आणि केसही अगदी बारीक कापून टाकले. त्यामुळे ती ६५ वर्षांची न वाटता, त्याहून खूप तरुण वाटते!

ती म्हणते, ''जितकं मी अधिक काम करते, तितकीच मी अधिक तरुण बनते!''

जसुला आता चश्मा लावावा लागत नाही आणि तिचं म्हणणं आहे की, तिची

---

१. सोल्डर – धातूचा डाग लावून चिकटवणे.
२. वेल्ड – खूप तापवून धातूचे दोन तुकडे एकजीव करणे.

''काहीतरी मिळवण्यासाठी तुम्हाला काहीतरी झीजही सोसावी लागते.''

''माझ्या आईला जेव्हा अपघात झाला, तेव्हा तिची शुश्रूषा माझ्या भावांनी केली नाही; मीच केली. स्त्री अशीच असते, जबाबदारी निभावणारी!''

हाडंसुद्धा आता खूप मजबूत झाली आहेत. ती नैसर्गिक खतं वापरून पिकवलेली भाज्या-फळं खाते, गायीचं दूध पिते, ताज्या हवेचा आनंद लुटते आणि तिच्या कर्मचाऱ्यांच्या प्रेमामुळे आणि आधारामुळे तिला अत्यंत आश्वस्त वाटतं.

''माझे कर्मचारी ही माझी मुलंच आहेत,'' ती म्हणते. तिला दु:ख फक्त एकाच गोष्टीचं वाटतं; तिचा जिवलग सखा, तिचा पती मनहर या साऱ्या गोष्टींचा उपभोग घ्यायला आज हयात नाही!

''तो जिवंत असताना आम्हाला गुजरातबाहेरचं पुतळ्याचं एकही काम मिळालं नाही आणि आज मी जगभर फिरतेय!''

परंतु मनानं तो आजही तिच्या समीपच आहे.

''एकोणीस वर्षांच्या वैवाहिक आयुष्यात आमचं एकही भांडण झालं नाही. आमच्यात इतकं प्रेम होतं, ते प्रेमच मला आज जिवंत ठेवतंय.''

जसुच्या आयुष्यात इतर कोणताही पुरुष आला नाही आणि येणारही नाही. तिचं लग्न आता तिच्या कामाशी झालंय.

''आयुष्यात मी कधीही हार मानली नाही. भरभरून जगण्यालाच जीवन म्हणतात. मी तसंच जगत आले. तसंच जगत आले!''

आयुष्य म्हणजे विविध अनुभवांचं भांडार!

आयुष्याचा प्रत्येक क्षण असोशीनं अनुभवणं आणि स्वीकारणं ही एक कला आहे.

आब राखून जगणं आणि चिरतरुण राहणं हे या जगण्याच्या कलेचं मर्म आहे!

उत्तरार्ध

तारापूर गावात मी जसु शिल्पीची भेट घेतली, २०१२ सालच्या नोव्हेंबर महिन्यात. साखरेज – गांधीनगर महामार्गापासून थोडं आत असलेल्या या गावात तिचं फार्म हाउस उर्फ वर्कशॉप आहे. आम्ही घरी बनवलेलं साधं जेवण जेवलो आणि त्यानंतर तिनं मला तिचा अत्यंत प्रिय असा प्रकल्प – पुतळ्यांचं म्युझियम दाखवला. तेव्हा त्याचं बांधकाम सुरू होतं.

जसु तेव्हा अत्यंत उत्फुल्ल मन:स्थितीत होती. तिच्या डोळ्यांसमोर अनेक नव्या योजना होत्या आणि तिची प्रकृतीसुद्धा अगदी उत्तम होती.

हे पुस्तक छापायला जायच्या दोनच दिवस आधी मला एक धक्कादायक बातमी कळली. ती १४ जानेवारी, २०१३ रोजी, मकर संक्रांतीच्या दिवशी, हृदयविकाराच्या तीव्र झटक्यानं मरण पावली.

ती ६४ वर्षांची होती.

मी एकही शब्द न बदलता तिची कहाणी छापलीये; कारण तिची तशीच इच्छा होती.

माझं हृदय जड झालंय. परंतु मला ठाऊक आहे की, तिचं आयुष्य, तिचं काम आणि तिची कला या माध्यमातून ती अजरामर झाली आहे आणि इतरांना सदैव प्रेरणा देत राहणार आहे.

स्त्री-उद्योजिकांसाठी सल्ला

एक दिशा निवडा. मग त्या मार्गानं कसं जायचं याबद्दल योजना आखा. त्यावर आपलं पूर्ण लक्ष केंद्रित करा.

प्रारंभी गडबड झाली, अपयश आलं तरी खचून जाऊ नका. प्रारंभी मी बनवलेले साचे फसत असत. मी त्याबद्दल खंत करत बसले नाही. मी पुन्हापुन्हा प्रयत्न करत राहिले आणि त्या कलेवर प्रभुत्व मिळवलं.

तुम्ही तुमच्या नवऱ्याला सांगायला हवंत की, तुम्हाला तुमचा स्वत:चा व्यवसाय करायचा आहे आणि त्यासाठी तुम्हाला त्याच्या मदतीची गरज आहे. जर तुम्ही दोघांनी बसून शांतपणे विचार-विनिमय केलात, एकमेकांना आधार देण्याचं कबूल केलंत, तर तुमचं काम नीटपणे होईल आणि आयुष्यसुद्धा सुखी होईल. तुमचा व्यवसाय झपाट्यानं वाढेल.

जेव्हा स्त्रीला एखादी गोष्ट मिळवायची असते, तेव्हा दैनंदिन आयुष्याबाबत तिला तडजोड करावी लागते. आजकालच्या मुली विचार करतात, 'या मुलाजवळ पैसा आहे, गाडी आणि बंगला आहे, मी याच्याशी विवाह करीन.' मी जर असाच विचार केला असता, तर आज मी कुठे असते?

एकली चलो रे!

दीपाली सिकंद
'ले कॉन्सीर्ज'

वैयक्तिक आघातानंतर आपल्या पायांवर उद्योजिका म्हणून जोमानं उभं राहण्यापूर्वी दीपालीनं राजकारण आणि उद्योग-जगत यांचा जवळून अनुभव घेतला होता. तिच्या 'ले कॉन्सीर्ज' या कंपनीत राकेश झुनझुनवाला यांनी वित्तनिवेश केलेला आहे. ही कंपनी एका अत्यंत आगळ्यावेगळ्या आणि फायदेशीर क्षेत्रात काम करते आहे.

दीपाली सिकंद म्हणते की, 'तिचं आयुष्य म्हणजे एक 'सोप ऑपेरा'[१] आहे.' मी या वक्तव्याशी सहमत नाही! आपले 'सोप ऑपेरे' वाट्याला आलेलं प्राक्तन स्वीकारून तक्रार न करता आलेले भोग भोगणाऱ्या स्त्रिया दाखवत असतात.

दीपाली त्याहून पूर्णत: निराळी आहे. नासत चाललेलं वैवाहिक आयुष्य झुगारून, तिनं नव्या आयुष्याला सुरुवात केली. त्यानंतर एकटीनं, कुणाच्याही मदतीशिवाय, तिनं आपलं तान्हं मूल वाढवलं आणि नवा व्यवसाय जोपासला.

''मी स्वत:चं आणि माझ्या बाळाचं तेवढं देणं लागत होते. मला माझ्या आई-वडिलांवर माझा आर्थिक बोजा टाकायचा नव्हता,'' ती म्हणते.

असाधारण जिद्द आणि दृढनिश्चय यांच्या बळावर तिनं एक छोट्याशा संकल्पनेचं एका प्रचंड मोठ्या व्यवसायामध्ये रूपांतर घडवलं. असा व्यवसाय, जो फक्त फायदेशीरच नाही, तर तो लोकांना सुखदेखील मिळवून देतोय.

दु:खातूनच चांगलं जन्म घेत असतं.

अवघड परिस्थितीच आपल्याला समर्थ बनायला शिकवत असते. हो! तिचं आयुष्य 'सोप ऑपेरा'सारखं नाट्यमय जरूर आहे; परंतु ते प्रक्षेपित मात्र केलं जाणार नाही.

का? कारण बहुधा त्यांना भीती वाटेल! जर त्यांनी दूरदर्शनवर दीपालीसारख्या स्त्रिया दाखवल्या, तर फारच थोड्या अन्य स्त्रिया मूकपणे प्राक्तनाचे भोग भोगत राहतील. अनेक स्त्रिया दीपालीपासून बोध घेतील आणि आपलं आयुष्य सुधारण्यासाठी, खंबीरपणे आणि चिकाटीनं हातपाय हलवू लागतील.

कारण त्यांना जाणीव होईल, 'मीसुद्धा स्वतंत्र अस्तित्व असलेली व्यक्ती आहे आणि माझेसुद्धा काही हक्क आहेत! मी काहीही करू शकेन!'

---

१. सोप ऑपेरा (Soap Opera) – आकाशवाणी किंवा दूरदर्शनवर प्रक्षेपित केली जाणारी घरगुती जीवनावर आधारित, नाट्यमय घटनांनी भरलेली संगीतिका. सामान्यत: साबण कंपन्या जाहिरातीसाठी अशा संगीतिका पुरस्कृत करत असत. त्यामुळे हे नाव रूढ झालं.

एकली चलो रे!

दीपाली सिकंद

'ले कॉन्सीर्ज'

स्वत:चंच असं खास वेगळं आकर्षण असलेल्या कोलकाता शहरात दीपाली लहानाची मोठी झाली.

"तेव्हाच्या आयुष्यात अजिबात तणाव, गुंतागुंत नव्हती. आयुष्य मोठं मौजेचं होतं. त्या जमान्यात टीव्ही नव्हते. मोबाइल फोन नव्हते."

दीपालीनं ला मार्टिन्येअर गर्ल्स स्कूलमध्ये शिक्षण घेतलं आणि शालेय जीवनात खोडसाळ वागण्यामुळे भरपूर शिक्षा भोगली.

"मी अत्यंत धीट, बडबडी आणि बहिर्मुख मुलगी होते." लहान वयातच अनेक अनुभव घेऊन परिपक्व होण्याची संधी कोलकाता शहरानं तिला मिळवून दिली.

"बंगालमध्ये स्त्रियांना सुरक्षित ठेवण्याची प्रथा आहे. त्यामुळे आम्हाला स्वतंत्रपणे वावरू देण्याबद्दल आमच्या आई-वडिलांना कोणतीही भीती वाटत नसे."

दीपालीचे वडील एका शिपिंग कंपनीचे मॅनेजिंग डायरेक्टर होते. तिची आई एक गृहिणी होती; परंतु ती 'युनिसेफ'[१]साठी काम करीत असे. दीपालीच्या आई-

---

१. युनिसेफ (UNICEF) – United Nations International Children's Emergency Fund.

वडिलांनी, दोघांनीही तिला साहसी आणि अपारंपरिक बनण्यासाठी उत्तेजन दिलं. त्यामुळे नववीनंतर एका संपूर्ण उन्हाळी सुट्टीत दीपालीनं एका ट्रॅव्हल एजन्सीत काम केलं आणि प्रवास-व्यवसायाबद्दल सारं काही शिकून घेतलं.

"ती अत्यंत मौजेची गोष्ट असावी, अशा प्रकारे माझे वडील मला म्हणाले, 'जा आणि त्याबद्दल सारी माहिती मिळव.'"

अशाच मानसिकतेमुळे त्यांनी दहावीनंतर दीपालीला एव्हरेस्ट बेसकॅम्पपर्यंत चढाई करायला पाठवून दिलं. 'हिमालयन माउंटनिअरिंग इन्स्टिट्यूट'मध्ये तिनं चक्क सुविख्यात गिर्यारोहक तेन्झिंग नोर्गे याच्याकडून प्रशिक्षण घेतलं.

"मोठं होताना बाहेरच्या जगाचा इतका अनुभव घेता आल्यामुळेच बहुधा माझा आत्मविश्वास वाढला असावा," दीपाली म्हणते.

दीपालीनं बारावीचं वर्ष पूर्ण केलं, त्या साली कलकत्ता युनिव्हर्सिटीनं प्रवेश देणं लांबणीवर टाकलं. दीपालीच्या बहुतेक साऱ्या मैत्रिणींनी परदेशात शिक्षण घेण्यासाठी अर्ज केलेले होते; परंतु देशाबाहेर जाण्याची दीपालीची इच्छा नव्हती. त्यामुळे तिने मुंबईतील सेंट झेव्हिअर्स कॉलेजमध्ये प्रवेश घेतला.

"मी झेव्हिअर्समध्ये १९८३ ते १९८६ या कालावधीत शिक्षण घेतलं. मी मरीन ड्राइव्हरच्या, कुप्रसिद्ध सावित्रीबाई फुले वसतिगृहात राहत होते. तेथे असताना आम्ही काही अफाट आणि अचाट गोष्टी केल्या!"

आठवणीत राहण्याजोगी एक घटना म्हणजे वसतिगृहातील भीषण जेवणाबद्दल तक्रार करताना, या मुलींनी एका मंत्र्याला घेराव घातला होता.

"'मिड डे'च्या मुखपृष्ठावर माझा फोटो झळकला," दीपाली हसून म्हणते.

कॉलेजच्या अखेरच्या वर्षात असताना दीपाली 'स्टुडंट युनियन'मध्ये (विद्यार्थी संघटनेत) निवडून आली. ही विद्यार्थी संघटना त्या वेळेस NSUI (नॅशनल स्टुडंट्स युनियन ऑफ इंडिया) बरोबर संलग्न होती. पदवी मिळवल्यानंतर तिनं राजकारणाचा प्रत्यक्ष अनुभव घेण्याचं ठरवलं. त्यासाठी तिनं दिल्लीतील 'यूथ काँग्रेस'साठी काम करायला सुरुवात केली.

"माझ्या आई-वडिलांनी मला उत्तेजन दिलं, 'तुझं स्वप्न जग!' त्यामुळे मी नेमकं तेच केलं."

दीपालीनं यूथ काँग्रेस प्रेसिडेंट आनंद शर्मा यांच्याबरोबर अनेक समस्यांवर काम केलं. नवे आणि तरुण असे पंतप्रधान राजीव गांधी निवडून आल्यामुळे वातावरणात ऊर्जा आणि आशावाद सळसळत होता.

"हे मानद काम होतं. त्यातून पैसा मिळत नव्हता. परंतु त्यामुळे मला आपल्या तळागाळापासूनच्या समाजाबद्दल खूप माहिती मिळाली."

परंतु समाजात एका दिवसात परिवर्तन घडत नसतं. आशावादी आणि आदर्शवादी

लोकांबरोबरच राजकारणात सर्वसाधारण प्रकारचे 'नेते'सुद्धा असतात. अशाच एका राजकारणी माणसानं – तो बिहारी होता – दीपाली आणि आणखी एका स्त्री-कार्यकर्तीबरोबर असभ्य वर्तन करायचा प्रयत्न केला.

"मी मागे वळले आणि सर्वांसमोर त्याच्या थोबाडीत मारली."

दीपालीबरोबर दोन 'ब्लॅक कॅट' अंगरक्षक सतत तैनात केले गेले. ती जिथे जाईल, तिथे ते जात असत. परंतु या घटनेनंतर दीपालीला अंतर्मुख होऊन आत्मपरीक्षण करणं भाग पडलं.

"मला वाटत होतं की, माझं नातं बरोबरीचं आहे. परंतु वस्तुस्थिती निराळीच होती. मी किती नेत्यांना बदलू पाहणार होते? किती नेत्यांच्या श्रीमुखात मारणार होते?"

राजकारणाबद्दल भ्रमनिरास झाल्यावर दीपाली मुंबईला परत गेली. तिथे तिला 'एस्सार इंडस्ट्रीज'मध्ये काम करणारा एक मित्र भेटला. त्यानं तिला विचारलं, 'कंपनीत ह्यूमन रिसोर्स खात्यात एक जागा भरावयाची आहे. तुला त्यात रस आहे?"

"मी एच.आर. विषयात प्रशिक्षण घेतलेलं नव्हतं; परंतु मला वाटत होतं की, लोकांना संप्रेरित करणं हेच एच.आर.चं काम आहे. त्यामुळे मी त्या जागेसाठी अर्ज केला."

दीपालीची निवड झाली आणि ती १९८९ साली 'रिक्रूटमेंट डिपार्टमेंट'मध्ये (कर्मचाऱ्यांची नियुक्ती करणाऱ्या खात्यात) काम करू लागली. तिनं पटापट बढत्या मिळवल्या आणि ती लवकरच चेअरमनच्या ऑफिसात काम करू लागली. तिथे तिच्यापुढे एका आगळंवेगळं क्षेत्रच खुलं झालं.

"प्रत्येकाला वाटत असतं की, ह्यूमन रिसोर्स खातं म्हणजे माहितीपत्रक आणि कर्मचारी विषयक धोरण. परंतु मला तर 'एस्सार'मध्ये नव्यानं हाती घेतलेल्या 'ग्रीनफील्ड' प्रकल्पांवर (जिथे आधी काहीही नव्हतं, अशा जागी नव्यानं उभारण्यात येणाऱ्या प्रकल्पावर) काम करायची संधी मिळाली."

उदाहरणार्थ, मोबाइल टेलिफोन यंत्रणा. त्यावेळेस, अशा कामावर कोणाला नियुक्त करावं, या जागेसाठी कर्मचाऱ्यानं कोणतं प्रशिक्षण घेतलेलं असणं आवश्यक आहे, याबद्दल कुणालाही कसलीच माहिती नव्हती. अशा प्रकारची कर्मचारी-नियुक्ती करणं हेच तर खरं आव्हान होतं; त्यातच तर खरा थरार होता. दुसऱ्या एका

> ***"तुम्ही प्रत्यक्ष कारखान्यात काम केलेलं नसलं, तर तुम्हाला ग्राहकांबद्दल काहीही समजत नाही आणि तुम्हाला व्यवसाय वाढवताही येत नाही."***

''आजमितीपर्यंत आमच्या कंपनीत मार्केटिंग खातंच नाही. इतरांनी केलेल्या प्रशस्तीमुळेच नवी कामं आमच्याकडे चालत येतात.''

प्रकल्पांतर्गत, मॉरिशसमध्ये एक कापडगिरणी चालू करायची होती.

जरी दीपाली एच.आर. खात्यात नियुक्त होती, तरी अशा प्रकारच्या प्रकल्पांसाठी कर्मचारी-नियुक्ती करताना तिला व्यवसायाबद्दल इत्थंभूत माहिती मिळाली; आणि कशामुळे व्यवसाय यशस्वी होतो, हेसुद्धा समजलं.

परंतु व्यावसायिक आयुष्यात इतकी प्रगती होत असताना, तिचं वैयक्तिक आयुष्य मात्र आवर्तात सापडलं होतं. अनेक वर्षांचा परिचय असलेल्या एका माणसाबरोबर दीपालीनं १९९२ साली विवाह केला होता. आता तिला दिवस गेले होते. परंतु त्या दोघांमधलं नातं इतकं बिनसत गेलं की, अखेरीस तिनं त्याच्यापासून विभक्त होऊन जगायचं ठरवलं.

''मी बंगळुरूला हलले; कारण माझे आई-वडील तिथे राहत होते. मी ठरवलं की, मीसुद्धा बंगळुरूमध्ये राहीन आणि नोकरी करून माझ्या बाळाला वाढवेन.''

जानेवारी, १९९६मध्ये आदित्यचा जन्म झाला. प्रसूतीच्या वेळेस तडकाफडकी सिझेरियन करावं लागलं. परंतु त्याहूनही भीषण संकट तिची वाट पाहत होतं.

''मी ऑपरेशन थिएटरमधून बाहेर येते न येते, तोच मला बातमी कळली की, माझी तोवरची सारी शिल्लक संयुक्त खात्यातून लांबवली गेली आहे. आता माझा कुत्रा, माझं बाळ यांखेरीज माझ्यापाशी काहीही उरलेलं नव्हतं.''

ही खडबडून जागं करणारी घटना होती. दीपालीला आता उमगलं की, तिनं स्वत:साठी आणि आपल्या बाळासाठी या संकटाशी दोन हात करायलाच हवेत.

तिनं निश्चय केला की, ती आई-वडिलांवर किंवा अन्य कुणावर आपला आर्थिक बोजा पडू देणार नाही.

प्रसूतीनंतर दहा दिवसांतच दीपाली कामावर रुजू झाली. बंगळुरूमध्ये तिनं 'जे.टी.एम. मोबाइल नेटवर्क' प्रस्थापित करण्यास मदत केली. हे काम पेलवण्याजोगं होतं. त्यामुळे काम आणि मातृत्व या दोहोंची सांगड घालणं सोपं पडलं. परंतु लवकरच दीपालीला या कामाचा कंटाळा आला.

''मी गेली नऊ वर्षं एच.आर.मध्ये काम करत होते. आता मला काहीतरी वेगळं काम करावंसं वाटत होतं.''

एका चिनी टेलिकॉम नेटवर्कसाठी काम करायची संधी मिळताक्षणी दीपालीनं त्या संधीवर झडप घातली. परंतु ही नोकरी सिंगापूरमध्ये होती. दीपालीनं तिच्या आईलासुद्धा स्वत:बरोबर तिथे नेलं. तरीसुद्धा ते खूप अवघड जात होतं.

“वाणसामान आणणं, विजेची बिलं भरणं, जेवणानंतर भांडी घासणं सारं काही स्वत:च करणं खूप कठीण जात होतं.”

भारतात कुणीतरी ही कामं करीत असे. त्याक्षणी दीपालीला साक्षात्कार झाला की, तिच्याप्रमाणेच लक्षावधी इतरही नोकरदारांची अशीच त्रेधा उडत असली पाहिजे. त्यावेळेस तिला एक कल्पना सुचली : अशा लहानसहान गोष्टी करून देणारी व्यक्ती मिळवून देणं, हाच एक मोठा व्यवसाय होऊ शकणार नाही का?

“अशा प्रकारे ‘ले कॉन्सीर्ज’ या कंपनीचा जन्म झाला. चांगल्या कल्पनेचं बीज सुपीक जमिनीत पेरलं, तरच ते रुजून फोफावतं. भारतात वार्षिक सुट्टीवर आलेली असताना दीपालीला तिच्याच इमारतीतला एक माणूस भेटला. तो ‘आयगेट’ या कंपनीत उच्चपदावर होता. तिनं हळूच तिची कल्पना त्याच्या कानावर घातली. ती म्हणाली, “हॉटेलमधील ‘कॉन्सीर्ज’[१] जे काम करतो, तसं काम करणारी ही व्यक्ती असेल.”

तो म्हणाला, “मला ही कल्पना फार आवडली. अशी सुविधा तू आमच्या कंपनीत पुरवू लागशील का?”

या सद्गृहस्थानं दीपालीला त्यांच्या कंपनीतल्या व्यवस्थापन प्रमुखाकडे नेलं. याचं नाव होतं श्रीयुत जोसेफ. त्यांनासुद्धा ही कल्पना अतिशय आवडली. अशा प्रकारे पहिलं ‘कॉन्सीर्ज-डेस्क’ अस्तित्वात आलं; आणि दीपालीच ते सांभाळू लागली. तिच्या इमारतीतल्या वॉचमननं बाहेर धावपळ करून कामं करायचं कबूल केलं.

या संकल्पनेला इतका भरभरून प्रतिसाद मिळाला! एक महिना कसा उलटला हे कळलंच नाही आणि दीपालीनं ठरवलं की, तिला हाच व्यवसाय करायचा आहे.

“लठ्ठ पगाराची नोकरी सोडून मी या व्यवसायात पडते आहे हे ऐकून माझं डोकं तर फिरलं नाही ना, असं माझ्या वडिलांना वाटू लागलं.”

परंतु दीपालीला हे काम आवडत होतं. विशेषत: त्या कामामुळे लोकांना मिळत असलेला विसावा तिला समाधान मिळवून देत होता. ही सुविधा ज्यांना मिळत होती, त्यांची बिलं भरली जाताना आणि लॉंड्रीतून कपडे घरपोच मिळताना पाहून त्यांचा आनंद गगनात मावत नव्हता. या सुविधेमुळे त्यांच्या आयुष्याची प्रत खूपच उंचावली होती.

---

१. कॉन्सीर्ज – हा फ्रेंच शब्द असून त्याचा अर्थ केअर टेकर, तुमची काळजी वाहणारा असा होतो.

''माझ्या कर्मचाऱ्यांना मी सांगते की, त्यांचं काम आहे (कोणत्याही विनंतीला) 'हो' म्हणायचं आणि ती कोणत्याही प्रकारे पूर्ण करायची. 'नाही' हा शब्द उच्चारता कामा नये!''

इन्फर्मेशन टेक्नॉलॉजीमधील क्रांतिकारक प्रगती तेव्हा नुकती कुठे सुरू होत होती. आपल्या कर्मचाऱ्यांना प्रतिस्पर्ध्यांहून जास्त सुविधा पुरवण्याची आय.टी. कंपन्यांमध्ये चढाओढ सुरू झाली होती. त्याचाच अर्थ असा की, एका आय.टी. कंपनीनं कोणतीही सुविधा त्यांच्या कर्मचाऱ्यांना देऊ केली की, इतर कंपन्या त्वरेनं तीच सुविधा पुरवायला प्रारंभ करत असत आणि याच चढाओढीचा 'ले कॉन्सीर्ज'ला प्रचंड फायदा झाला.

''माझा दुसरा ग्राहक होता 'विप्रो'. त्यांनी एका फटक्यात अशा १४ 'कॉन्सीर्ज-डेस्क्स'ची मागणी केली. त्यामुळे मला हे काम करण्यासाठी ताबडतोब १४ लोक शोधावे लागले आणि त्यांना प्रशिक्षण देऊन तयार करावं लागलं.''

या सुविधेबद्दल कर्णोपकर्णी ख्याती पसरत गेली आणि व्यवसाय जोरात वाढू लागला. पहिलं वर्ष संपता संपता दीपालीच्या कंपनीसाठी १४० कर्मचारी काम करू लागले होते.

''मी 'एस्सार'मध्ये असताना मोठ्या प्रमाणावर माणसांची नियुक्ती केलेली असल्यामुळे नवी माणसं मिळवण्याबद्दल मला कधीच विवंचना वाटली नाही.''

दीपाली जाणून होती की, तिला 'बना-बनाया कॉन्सीर्ज' कधीच मिळणार नाही. उत्तम 'कॉन्सीर्ज'च्या शब्दकोशात 'नाही' हा शब्द असता कामा नये, हा सर्वांत महत्त्वाचा नियम आहे. जोवर त्याला करण्यात आलेली विनंती कायद्याच्या कक्षेत मोडणारी असेल, तोवर ती विनंती त्यानं पूर्ण करायलाच हवी. त्यामुळे या जागेसाठी नियुक्त केली जाणारी व्यक्ती, ग्राहकाची मागणी पूर्ण करण्यासाठी जंगजंग पछाडेल, अशीच असायला हवी.

''मी मुख्यत: सुस्वभावी लोक शोधत असे. कारण सुस्वभाव ही शिकवून येणारी गोष्ट नव्हे. तुम्हाला 'कॉन्सीर्ज' म्हणून मी प्रशिक्षण देऊ शकेन, तुम्हाला प्रशिक्षण देऊन मी 'सुस्वभावी' बनवू शकणार नाही!''

या बाबतीत दीपालीचा स्वत:वर संपूर्ण विश्वास होता; परंतु वित्तनियोजनासारख्या व्यवसायाच्या इतर गोष्टींबाबत तसं नव्हतं.

ती जुनी आठवण सांगते, ''मला सतत जाळणारी चिंता होती की, बँकेत माझे फक्त ५ हजार रुपये असताना मी महिनाअखेरीला साऱ्या कर्मचाऱ्यांचे पगार कसे

चुकते करू शकेन?''

नशिबानं तिला 'आयबीएम' कंपनीसारखे काही मोठे ग्राहक मिळाले. त्यांनी तिला तीन महिन्यांचे पैसे आगाऊ, एकरकमी दिले. १९९८ साली नव्यानं सुरू केलेल्या व्यवसायाला ही मोठीच मदत मिळाली. जमाखर्चाचा ताळेबंद, कायदेशीरदृष्ट्या आवश्यक गोष्टींची आणि प्राप्ती-करारासारख्या गोष्टींची पूर्तता तिला डोकेदुखी वाटत होती. परंतु दीपालीचे वडील तिच्या मदतीला धावून आले आणि या गोष्टी त्यांनी सांभाळल्या.

नव्यानं सुरू केलेली कंपनी ही एखाद्या नवजात अर्भकासारखी असते. सदैव तत्पर राहून तिची जोपासना करावी लागते.

''मला इतक्या गोष्टी करायच्या असत, इतक्या नव्या गोष्टी शिकायच्या असत! मी एकाही रात्री शांतपणे, सुखानं झोपल्याचं मला आठवत नाहीये.''

दररोज इतक्या नव्या आणि वेगवेगळ्या गोष्टींची मागणी केली जात असे की, त्या हाताळण्यासाठी एक ठरीव प्रक्रिया आखणं शक्यच नसे. कुणाला पासपोर्ट हवा असे, कुणाला टेनिसचा प्रशिक्षक हवा असे, कुणाच्या सासूला विमानतळावरून घरी आणायचं असे. तुम्हाला चौकशी करून या गोष्टी पुरवणारे लोक शोधून काढावे लागत.

''प्रारंभी आमचा व्यवसाय फक्त कागद, पेन आणि टेलिफोन यांच्या साहाय्यानं चाले. कालांतरानं आम्ही सुसंघटित झालो आणि नवीन तंत्रज्ञानामुळे आमचं कामही सुकर झालं.''

प्रारंभीच्या काळात आमच्या ग्राहकांना कंपनीच्या नावाचा योग्य उच्चारही करता येत नसे. ते त्याचा उच्चार 'लेस कॉन्सिएर्जेस' असा करीत. त्यावर दीपाली त्यांना नम्रपणे आठवण करून देत असे, ''आम्ही जास्त आहोत, कमी नव्हे!'' आणि या व्यवसायाची थोडक्यात हीच कहाणी आहे.

एखादा ग्राहक बंगळुरूमधील काम देत असे आणि तीच सुविधा इतर शहरांमध्येसुद्धा मागत असे. २००० सालापर्यंत या कंपनीनं मुंबई आणि चेन्नईमध्ये कामं घ्यायला सुरुवात केली. त्यानंतर लगेचच दिल्ली, कोलकाता, पुणे, हैदराबाद आणि अहमदाबाद या शहरांमध्येसुद्धा व्यवसाय सुरू केला.

''याच ग्राहक कंपन्यांची, आणखी इतरही सुविधा पुरवून आम्ही सेवा करू शकू, हे आमच्या लक्षात आलं.''

प्रारंभी आम्ही पुरवलेल्या वाढीव सुविधा होत्या; कंपन्यांना, त्यांच्या कर्मचाऱ्याला पुरस्कार देऊन सन्मानित करण्यात मदत करणं आणि 'हिंदुस्तान लीव्हर' आणि 'स्टँडर्ड चार्टर्ड बँक' यांसारख्या कंपन्यांना 'कस्टमर लॉयल्टी प्रोग्रॅम' (ग्राहक-निष्ठा उपक्रम) आखून देणं. असं असलं तरी कंपनीची मुख्य आमदनी होतेय

> ***''दुसऱ्या सहृदय व्यक्तीच्या सान्निध्यामुळे तुम्हाला केवढी शक्ती लाभेल, याचं मोल कमी लेखू नका.''***

'कॉन्सीर्ज-डेस्क'मधून.

''कंपनीच्या जागी एक 'कॉन्सीर्ज-डेस्क' ठेवण्यासाठी आम्ही कंपनीकडून महिना २० हजार ते २५ हजार रुपये घेत असू. काही प्रकारच्या विशेष सेवांसाठी आम्ही कंपन्यांच्या कर्मचाऱ्यांकडे वेगळं बिल पाठवत असू.''

व्यवसायाला प्रारंभ केल्यापासून चौथ्या वर्षी 'ले कॉन्सीर्ज'नं आपलं दोनशेवं 'सुविधा डेस्क' चालू केलं आणि याच सुसंगत गतीनं कंपनीची वाढ होत राहिली असती; परंतु २००४ साली सारीच कोष्टकं बदलणारी एक घटना घडली; राकेश झुनझुनवाला यांचं वित्तनिवेशक म्हणून कंपनीत आगमन झालं!

''त्यांना माझ्याबद्दल कुठून समजलं, कुणास ठाऊक! मला वाटतंय की, 'स्टँडर्ड चार्टर्ड बँके'तील कुणीतरी त्यांना माझ्याबद्दल सांगितलं असावं की, हा एक आगळावेगळा व्यवसाय आहे आणि त्यांनी विशेष प्रकारचा ग्राहकवर्ग मिळवलेला आहे.''

त्या वेळेस 'ले कॉन्सीर्ज' दोनशे 'सुविधा-डेस्क्स' पुरवत होती आणि त्यातून त्यांची वार्षिक आमदनी होती ३ कोटी रुपये. राकेशना खातरी वाटत होती की, या कंपनीच्या ठायी आणखी उंच भरारी घेण्याची कुवत आहे.

''या वित्तनिवेशामुळे झालेला सर्वांत मोठा फायदा म्हणजे पुढच्या महिन्याचे कर्मचाऱ्यांचे पगार कुठून चुकवू, ही माझी चिंता नाहीशी झाली. मला अधिक सर्जनशील आणि कार्यक्षम होण्यासाठी शांती लाभली.''

त्या सुमारास दीपालीला करारपत्रं, कार्यक्षमतेबाबतच्या अटी आणि व्हेंचर-कॅपिटल (फायदेशीर होण्याची कुवत असलेल्या नव्या व्यवसायात केलेला वित्तनिवेश) यांबद्दल शब्दही माहीत नव्हतं. त्यामुळे मिळालेला हा वित्तनिवेश हा एक छोटासा चमत्कारच होता!

''मला मान्य करायलाच हवं की, श्रीयुत झुनझुनवाला हे अत्यंत चांगल्या स्वभावाचे वित्तनिवेशक आहेत. ते पहाडासारख्या अविचलपणे तुमच्या पाठीशी खंबीरपणे उभे राहतात आणि तरीही तुमच्या कामात ढवळाढवळ करून दडपण आणत नाहीत.''

नवे वित्तनिवेशक संचालक मंडळात आल्यानंतर (२००८ साली अमेरिकेतील 'अॅकेशिया रेडवुड पार्टनर्स' यांनी कंपनीचे १३.७ टक्के शेअर्स घेतले.) कंपनी अधिक झपाट्यानं आणि सुसूत्रपणे वाढू लागली. 'ले कॉन्सीर्ज' यांनी स्वतःसाठी

खास असं सी.आर.एम.[१] तंत्रज्ञान विकसित केलं आणि त्याच्या वापरामुळे ते पुरवत असलेल्या सेवेच्या दर्जात खूपच सुधारणा झाली. कंपनीनं 'मिस मनीपेनी' नावाची नवी सुविधा पुरवण्यास प्रारंभ केला. 'मनीपेनी' म्हणजे एक परिपूर्ण स्वागतिका.

मूळ कल्पना होती की, एक हसतमुख आणि कार्यक्षम स्वागतिका पुरवणं; परंतु 'मनीपेनी'चा दर्जा त्याहूनही उंच असतो.

''ती कोणत्या प्रकारचे कपडे घालेल यापासून ते फोनच्या किती रिंग वाजल्यावर ती फोन उचलेल, इथपर्यंत साऱ्या गोष्टींबद्दल आम्ही हमी देतो आणि नेहमीची 'मनीपेनी' रजेवर असली, तर त्या दिवशी तिच्या जागी आम्ही दुसरी एक मनीपेनी पाठवतो.''

आज, भारतभरात 'ले कॉन्सीर्ज'द्वारे ३०० मनीपेनी पुरवल्या जात आहेत.

मूळ 'ले कॉन्सीर्ज'मधून तिसरा एक व्यवसाय निर्माण झाला आहे. तो म्हणजे 'लाइव्ह'. एकीकडे कंपनीचा ग्राहकवर्ग, अत्युच्च दर्जाचा होता. दुसरीकडे विशेष ब्रँड्सना या खास ग्राहकवर्गापर्यंत पोचायची इच्छा होती. समजा 'कॅडबरी' कंपनीला आपल्या कर्मचाऱ्यांसाठी एक उपक्रम आखून त्यायोगे त्यांना ब्रँडनेम असलेलं बक्षीस मिळवून द्यायचंय. ''अशा वेळेस आम्ही कंपनीच्या ब्रँडसाठी हा उपक्रम आखून देतो आणि त्यायोगे कंपनीच्या कर्मचाऱ्यांनासुद्धा मौज वाटते.''

२००८ साली 'ले कॉन्सीर्ज'नं परदेशात भरारी मारली आणि दुबईत 'क्लब कॉन्सीर्ज' सुरू केला. इथे पुरवली जाणारी सुविधा ही केवळ साधी कामं करून देण्याची नसून, त्यांच्याकरवी अतिश्रीमंत लोकांच्या खास अशा गरजा – प्रवास, भोजन आणि इतर अनेक गोष्टी भागवल्या जातात.

''कुणालातरी शहामृगाच्या पिसांची पर्स हवी असते, तर दुसऱ्या कुणालातरी एखाद्या महाराजाबरोबर पोलो खेळायचा असतो. लग्नाची मागणी घालताना एकाला बदकाची जोडी हवी होती. आम्ही तीसुद्धा पुरवली.''

या सुविधा पुरवण्यासाठी डेस्कपाशी माणूस बसलेला नसतो; तर या गोष्टी कॉलसेंटर्सद्वारा केल्या जातात. मध्यपूर्वेतील आणि आफ्रिकेतील अतिश्रीमंत व्यक्तींच्या व्यवसायाचं लक्षावधी डॉलर्सचं कंत्राट 'ले कॉन्सीर्ज'ला मिळालं आहे.

---

१. सी.आर.एम. तंत्रज्ञान – कस्टमर रिलेशनशिप मॅनेजमेंट टेक्नॉलॉजी म्हणजेच ग्राहकसंबंधविषयक व्यवस्थापनासाठीचं तंत्रज्ञान. या कॉम्प्यूटर सॉफ्टवेअरद्वारे सध्याच्या आणि भविष्यातल्या ग्राहकांशी संबंध जोडण्याच्या विविध अंगांचं व्यवस्थापन सुलभपणे करता येऊन उत्कृष्ट ग्राहकसेवा पुरवणं शक्य होतं.

''मी या जगातली सर्वांत तंदुरुस्त अशी लठ्ठ व्यक्ती आहे. तुम्ही किती तणावमुक्त आहात किंवा किती सुखी आहात, हे सारं तुमच्या मानसिकतेवर अवलंबून असतं.''

भारतभरात पुरवलेली १३०० कॉन्सीर्ज-डेस्क्स जमेस धरून कंपनीनं आर्थिक वर्ष २०१०-११मध्ये ५६ कोटी रुपयांचा व्यवसाय केला. (यातून मिळालेल्या नफ्याचा आकडा सांगण्यात आलेला नाही.)

''मिळालेला पैसा आम्ही पुन्हा कंपनीत गुंतवून कंपनी मोठी करतो.''

'ले कॉन्सीर्ज'चा ४० ते ४५ टक्के व्यवसाय इन्फर्मेशन टेक्नॉलॉजी कंपन्यांकडून मिळतो. बंगळुरू शहरात त्यांची सर्वांत जास्त सुविधा (डेस्क्स) आहेत; परंतु हीच सुविधा आता त्यांनी औरंगाबाद, जयपूर, नाशिक आणि गुजरातमधील मुंध्रा हे बंदर या ठिकाणीसुद्धा पुरवायला सुरुवात केली आहे.

ग्राहकांकडून येणाऱ्या मागणीनुसारच कंपनीचा व्यवसाय वाढत असतो. व्यवसायाचा मुख्य भाग म्हणजे ग्राहक कंपनीतील कर्मचाऱ्यांच्या गरजा पूर्ण करण्यासाठी त्या कंपनीत जातीनं हजर असलेली व्यक्ती. परंतु अशा जातीनं हजर असलेल्या व्यक्तीच्या पाठीशी अनेक तज्ज्ञांची मदत उपलब्ध असते.

''आमच्याकडे आर.टी.ओ., पासपोर्ट, फुलं, करमणूक, लाइव्ह शोज (कलावंतांचे प्रत्यक्ष शोज) या सर्व विषयांमधील तज्ज्ञ आहेत... तुम्ही ज्या गोष्टीची मागणी कराल त्या गोष्टीचा तज्ज्ञ उपलब्ध असतो!''

'ले कॉन्सीर्ज'साठी १७०० कर्मचारी काम करत आहेत आणि कर्मचाऱ्यांची संख्या नित्य वाढतेच आहे.

दीपाली म्हणते, ''कर्मचाऱ्यांनी सोडून जाण्याचं प्रमाण अगदी कमी आहे. कारण त्यांच्या कामामुळे इतक्या लोकांना मदत होते आहे, यातून मिळणारं व्यावसायिक समाधान खूप मोठं असतं.''

'ले कॉन्सीर्ज'मध्ये ७५ टक्के स्त्री-कर्मचारी आहेत. त्यामुळे कामाची जागा अतिशय स्वागतशील बनते. कर्मचाऱ्यांना कामाच्या वेळा, सोयीनुसार निवडता येतात – स्त्रियांना आणि पुरुषांना, दोघांनाही. कारण तुम्ही आयुष्यात सुखी असलात, तरच उत्तम प्रकारे काम करू शकता.

आणि कितीही भीषण वादळात तुम्ही सापडलात, तरी अखेरीस काळ्याकुट्ट ढगांमधून सूर्य नेहमीच डोकावतो.

दीपाली म्हणते, ''अतिशय विचित्र प्रकारे माझ्या वडिलांवर मृत्यूनं झडप घातली. त्यांना केवळ खोकला झालेला होता, परंतु त्यामुळे ते अतिशय अस्वस्थ झाले होते. त्यामुळे मी त्यांना हॉस्पिटलमध्ये घेऊन गेले.''

अभिनेता राजकुमार यांचं अपहरण झाल्यामुळे, त्या दिवशी संपूर्ण बंगळुरू शहरामध्ये बंद पाळला गेला होता. जवळ असलेल्या एकुलत्या एक हॉस्पिटलमध्ये फारच थोडे कर्मचारी उपस्थित होते. दीपालीनं वडिलांना प्रतीक्षाकक्षात सोडलं आणि ती नोंदणीप्रक्रिया पूर्ण करण्यासाठी गेली.

''मी परत आले तोवर ते गेलेले होते!''

CAT स्कॅनसाठी आलेल्या व्यक्तीला देण्यासाठी आणलेलं इंजेक्शन एका नर्सनं चुकून दीपालीच्या वडिलांना दिलं! त्या इंजेक्शनची प्रतिक्रिया इतकी भीषण होती, की ती त्यांच्या जिवावर बेतली.

''तो माझ्या आयुष्यातला सर्वांत भीषण क्षण होता... मी तो कधीही विसरू शकणार नाही! टाहो फोडून रडावं आणि त्या जागी असलेल्या साऱ्या गोष्टींची मोडतोड करावी असं मला वाटत होतं. 'तुम्ही असं करायचं धाडस कसं केलंत' असा आक्रोश करावासा वाटत होता.''

परंतु एकाच जाणिवेनं तुम्ही सुन्न आणि मूक होता. ती जाणीव म्हणजे मृत्यूपुढे कुणाचंही काहीही चालत नसतं. तुमची घटका भरली की, तुम्हाला निमूटपणे जावंच लागतं!

पोलीस आले. वेगवेगळे फॉर्म्स भरावे लागले. दीपाली घरी पोचली, तोवर आईला ही बातमी कळली होती आणि तिला प्रचंड धक्का बसला होता.

''त्या वेळेस माझा मुलगा आदित्य, जेमतेम चार वर्षांचा होता. त्याला आजोबांखेरीज अन्य कुणीही पिता ठाऊक नव्हता. या आघाताला कसं तोंड द्यावं हे त्याला उमगत नव्हतं.''

दीपाली घरी आली, तोवर आदित्यचा कुठेही पत्ता नव्हता. वेडंपिसं होऊन दीपालीनं त्याचा सर्वत्र शोध घेतल्यावर अखेरीस तो सापडला. एका बागेत, एका अनोळखी व्यक्तीजवळ तो बसला होता.

दीपालीनं त्या माणसाला विचारलं, ''तू कोण आहेस? तू माझ्या मुलाबरोबर इथे काय करतो आहेस?''

''हे मूल खूप अस्वस्थ मन:स्थितीत होतं. मी त्याला विचारलं की, त्याचे आई-वडील कोठे आहेत, परंतु तो काहीच उत्तर देईना.'' त्या माणसानं उत्तर दिलं.

अशा प्रकारे दीपालीला राजीव भेटला. त्यांची मैत्री झाली. इतकंच नव्हे, तर आदित्यला या 'छान काकां'चा लळा लागला.

''मी पुन्हा विवाह करण्याचा विचारही केलेला नव्हता... ते आपोआप घडून आलं.''

२००६ साली दीपालीनं एका मुलीला – दियाला जन्म दिला. ४१ वर्षांची असताना दीपालीच्या बाबतीत घडलेला हा आणखी एक चमत्कारच होता!

''लोक वाईट बॉसमुळे नोकरी सोडून देतात. घरातील नोकरांबाबतही तेच घडतं. त्यामुळे प्रत्येकाला नेहमी नीटपणे वागवा.''

''माझ्या आजूबाजूचे लोक हे ऐकून अवाक झाले. मी खूप लठ्ठ होते, कामात अत्यंत व्यग्र होते; परंतु माझ्या डॉक्टरना विश्वास वाटत होता की, मी यातून सुखरूपपणे बाहेर पडेन आणि तसंच झालं!''

काही लोक प्रवाहाबरोबर निमूटपणे वाहत जातात, तर काही लोक जिद्दीनं नदीचा प्रवाहच बदलतात. दीपाली अशा जिद्दी लोकांसारखी आहे.

ऑगस्ट, २००८मध्ये बंगळुरू शहरात संगीताचे कार्यक्रम प्रत्यक्ष दाखवण्यावर (live performance) बंदी घालण्यात आली.

''शहरात इतके कलावंत होते, परंतु त्यांची कला त्यांना सादरच करता येत नव्हती. राजीव स्वत: संगीतकार असल्यामुळे आम्ही ठरवलं की, यातून काहीतरी मार्ग काढलाच पाहिजे.''

या बंदीला बगल देण्याची अनोखी युक्ती दीपालीनं शोधून काढली. ही युक्ती होती, कार्यक्रम बघता बघता जेवता येईल असं रेस्टॉरंट काढणं. त्यासाठी दीपाली सिंगापूरला गेली आणि तिनं थिएटरसाठीचं 'एशिया-पॅसिफिक' लायसेन्स मिळवलं. त्यानंतर तिनं स्थानिक पोलिसांकडून लिकर (मद्य) परवानासुद्धा मिळवला. अखेरीस बंगळुरूवासीयांची उत्कट इच्छा तृप्त झाली. त्यांना गायक-वादकांचे कार्यक्रम प्रत्यक्ष ऐकता येऊ लागले.

''या सर्व प्रक्रियेला खूप वेळ लागला; परंतु या किचकट प्रक्रियेमागचा आमचा हेतू होता गायक-वादकांना व्यासपीठ मिळवून देणं आणि त्यामुळे राजीव आणि त्याचे मित्र यांनासुद्धा अतिशय आनंद झाला.''

हे रेस्टॉरंट – 'कायरा' – बंगळुरूच्या इंदिरानगरमध्ये ऑक्टोबर, २००८ रोजी सुरू झालं. उद्घाटनाच्या दिवशी दीपालीनं पोलीस कमिशनरना तेथे आमंत्रित केलं आणि कराओकेवर गायला लावलं.

'कायरा'च्या यशामुळे ('कायरा'ची मासिक आमदनी ४५ लाख रुपये असल्याचं 'आंत्रप्रनर मॅगझिन' मार्च २०१० यांनी नमूद केलंय) दीपालीला उत्तेजन मिळालं आणि तिनं 'जिग बॉक्स' (Gig Box) नावाचा आणखी एक साहसी प्रकल्प सुरू केला. ही कंपनी कलाकारांचं प्रतिनिधित्व करते आणि लोकांना परिचित असलेल्या संगीताचे बंगळुरूमध्ये आणि भारतभरात कार्यक्रम आयोजित करते.

''मूळ कलाकारांच्या लोकप्रिय गाण्यांची सहीसही नक्कल करणारे 'ट्रिब्यूट बँड' (मूळ कलाकारांना आदरांजली वाहणारे बँड) आम्ही जगभरातून आमंत्रित करतो.

उदाहरणार्थ, पिंक फ्लॉइड आणि त्यांच्या मूळ कॉन्सर्ट्स यांची जादू आम्ही नव्यानं हुबेहूब उभी करतो.''

पिंक फ्लॉइडच्या मूळ कॉन्सर्टच्या वेळेस प्रेक्षकांवर 'कोल्ड-प्ले'[१]ची गाणी लिहिलेल्या कागदी फुलपाखरांचा वर्षाव करण्यात आला होता आणि वराहाच्या आकाराचं एक प्रचंड मोठं बलून हवेत तरंगत ठेवलं होतं. त्याची सहीसही नक्कल करून मूळ कॉन्सर्टचा आभास निर्माण करण्यात आला.

दीपालीच्या सोळा वर्षांच्या मुलाला वाटतंय की, हा व्यवसाय अत्यंत अफलातून आहे! तो गमतीनं म्हणतो, ''आईबरोबर रॉक अँड रोल कॉन्सर्ट्सना जाणारा मी शाळेतला एकमेव मुलगा आहे.''

आदित्यला पडद्यामागची, विशेषत: ध्वनिसंयोजनाची कामं करायला आवडतं.

दीपालीला हे सारं कसं काय जमतं? आणि प्रत्येक स्त्रीला हे कसं काय जमू शकेल?

दीपाली म्हणते, ''माझ्या पाठीशी भरभक्कम आधारयंत्रणा उभी आहे. माझी आईच माझा आधारस्तंभ आहे.''

चौऱ्याहत्तर वर्षांची मीरा सिकंद केवळ नानीची भूमिकाच समर्थपणे पेलत नाही, तर त्याखेरीज तिचा स्वत:चा व्यवसायही सांभाळतेय. ती कंपन्यांच्या गेस्ट हाउसचे व्यवस्थापन सांभाळते.

''माझा व्यवसाय दीपालीएवढा मोठा नाही. मला कामात गुंतलेलं राहायला आवडतं,'' मीरा म्हणते.

दीपालीची आई आणि आजी दोघीही तिच्या शेजारीच राहतात, त्यामुळे मुलांकडे पाहणारं सतत कुणीतरी हजर असतं आणि दीपालीकडे गेली २० वर्षं तीच मदतनीस काम करतेय. त्यामुळे त्याबाबत दीपालीची काहीही तक्रार नाहीये.

''परंतु माझी उद्दिष्टं अव्यवहार्य नाहीत – मला एकाच वेळेस आदर्श पत्नी, आदर्श माता आणि आदर्श व्यावसायिक बनायचं नाही.''

दीपालीचा दिवस सकाळी सहा वाजताच सुरू होतो. ती मुलांना उठवते आणि त्यांना शाळेसाठी तयार करते. ती त्यांना सव्वासात वाजता शाळेत सोडते आणि तिथूनच ऑफिसात जाते. तिथे ती संध्याकाळी साडेसहा वाजेपर्यंत थांबते. परीक्षेच्या वेळेस किंवा प्रॉजेक्ट पुरं करताना मुलं ऑफिसात येतात आणि दीपालीजवळ बसून अभ्यास करतात.

---

१. Cold Play Numbers – कोल्ड प्ले हा अत्यंत लोकप्रिय असा रॉक संगीताचा ब्रिटिश बँड होता. त्यांच्या गाण्यांचे शब्द लिहिलेल्या कागदी फुलपाखरांचा प्रेक्षकांवर वर्षाव करण्यात आला.

"त्यांच्यावर फक्त नजर ठेवावी लागते किंवा त्यांच्या शंकांचं निरसन करावं लागतं."

दीपालीचं ठाम मत आहे की, जेवढा तुम्ही तुमच्या मुलांच्या क्षमतेवर जास्त विश्वास ठेवाल, तेवढीच त्यांची कुवत आणि कामाचा दर्जा सुधारतो. त्यामुळे 'किती अभ्यास केलात?' किंवा 'पुढली परीक्षा केव्हा आहे?' यासारखी भुणभुण अजिबात लावू नये.

परंतु हे कुटुंब काहीही मौजमस्ती न करता नुसतं कामातच बुडून गेलेलं नसतं. यांच्या कुटुंबात दोन अल्सेशियन कुत्रे, दोन लॅब्रेडॉर कुत्रे, एक सायबेरियन कुत्री आणि पगची अनेक पिल्लं यांचादेखील समावेश आहे. बंगळुरू बाहेरच्या त्यांच्या शेतावर शनिवारी आराम करणं ही त्यांची विश्रांती असते. तिथे ते आणखी इतर प्राण्यांसमवेत दंगा करतात, विश्रांती घेतात आणि कामही करतात.

"आमचे फोन आम्ही कधीही बंद करत नाहीत... परंतु तेथे आम्हाला शांती लाभते."

परंतु अतिसंथ आयुष्यसुद्धा कंटाळवाणं वाटू लागतं. जेव्हा घडी नीट बसली होती, सुरळीतपणे सारं चालू होतं, तेव्हा दीपालीनं एक नवं साहस करायचं ठरवलं. जानेवारी, २०१२मध्ये इजिप्तमध्ये सुट्टीवर गेली असता तिनं एक धाडसी निर्णय घेतला.

"मी माझा नव्यानं शोध घ्यायचं ठरवलं."

आपल्या समर्थ सहकाऱ्यांवर भारतातील कारभार सोपवून मे, २०१२मध्ये दीपालीनं कैरोला स्थलांतर केलं. तिथे तिनं 'ले कॉन्सीर्ज इजिप्त'ची सुरुवात केली.

"कैरो हे तंतोतंत १४ वर्षांपूर्वीच्या बंगळुरूसारखं आहे – रस्त्यावरचे वास तसेच आहेत, लोक तसेच आहेत आणि नवीन काहीतरी करण्याची अफाट संधी तिथे उपलब्ध आहे."

तिचं उद्दिष्ट आहे की, गाठीशी असलेल्या अनुभवाच्या बळावर जे भारतात स्थापन करायला १४ वर्षं लागली, तीच गोष्ट इजिप्तमध्ये दोन वर्षांत करून दाखवायची! तिचे आप्त बंगळुरूमध्येच राहिले आहेत; ते दररोज एकमेकांना 'स्काइप'वर भेटतात आणि सुट्ट्या एकत्र घालवतात. मोठं नवीन स्वप्न वास्तवात उतरवण्यासाठी ते एकमेकांना मोकळीक, स्वातंत्र्य आणि आधार देत आहेत.

"मला प्रयत्न करून बघायचं होतं की, मी पूर्वीप्रमाणेच सारं काही शून्यातून उभं करू शकेन की नाही. कोणतीही मान्यता, ओळखी, ओळखपत्रं जवळ नसताना पुन्हा नव्यानं मला हे साधेल की नाही, याची मला परीक्षा घ्यायची होती."

ती गरजेपेक्षा अधिक धडपडते. ती खोल पाण्यात उडी टाकते, कारण तिला त्यात पोहता येईल याची खातरी वाटते. मग ते पाणी संथ असो, गढूळ असो; की प्रचंड खळबळतं असो.

प्रवाहाचा ओघ बदलण्यासाठी दंड थोपटणारेच हे सारं करतात आणि यश खेचून आणतात. आणि ते करताना त्यांना अंतर्यामी पराकोटीच्या सजीवतेची अनुभूती लाभते.

स्त्री-उद्योजिकांसाठी सल्ला

मला वाटतं की, फक्त दोनच महत्त्वाचे नियम पाळले पाहिजेत. पहिला नियम म्हणजे जे काही हाती घ्याल, त्याबद्दल तुम्हाला खरोखरचीच ओढ वाटतेय याची खातरी करून घ्या.

दुसरा महत्त्वाचा नियम म्हणजे, पैशांच्या मोहापायी एखादी गोष्ट कधीही हाती घेऊ नका. पैसा मिळवणं महत्त्वाचं असलं, तरी तुम्हाला पछाडणारं ते एकमेव उद्दिष्ट असता कामा नये. तुम्हाला कोणत्यातरी साहसाची मूलभूत ओढ वाटली, तर त्यातून आपोआपच पैसा मिळेल.

ही गोष्ट सर्वांनाच विशेषत: स्त्रियांना लागू आहे.

मला वाटतं की, व्यवसाय सुरू करताना स्त्रियांना काही गोष्टींचा खूप फायदा होतो; त्या आपली कल्पना इतरांना पटवू शकतात आणि पुरुषांना जे दरवाजे सहजी उघडता येत नाहीत, तिथे स्त्रियांना मुक्तद्वार मिळते. अनेक लोक स्त्रियांकडून गोष्टी खरेदी करणं पसंत करतात. कारण स्त्रियांना त्याबद्दल अधिक उत्कटता वाटत असते आणि त्यांच्या व्यवहारात अधिक पारदर्शित्व असतं.

'मला हे जमणार नाही,' असं म्हणत हातपाय गाळू नका. आत्मविश्वासानं वागा. हीच गोष्ट अत्यंत महत्त्वाची असते. दुसरी महत्त्वाची गोष्ट म्हणजे आपली विनोदबुद्धी जागृत ठेवणं. यशोप्राप्तीसाठीचा तो खातरीलायक मार्ग आहे.

अगदी भीषण परिस्थितीत सापडून थकून गेलेली असतानासुद्धा मी स्वत:ला सतत सांगत असते की, ही परिस्थिती कायम टिकणार नाहीये. मी स्वावलंबी राहायला आणि लोकांबद्दल आणि घटनांबद्दल पूर्वग्रहानं मत न बनवायला शिकले आहे.

तुम्ही जशा आहात त्याबद्दल अभिमान बाळगा आणि जे करत आहात ते मनापासून करा, ते अर्ध्यावर सोडून देऊ नका. तुम्ही तेवढं स्वत:चं देणं लागता!

मनःपूर्वक!

पारू जयकृष्ण
'असाही साँगवॉन'

जेव्हा तिच्या कुटुंबाचा वर्षानुवर्षांचा कापड उत्पादनाचा व्यवसाय रसातळाला गेला, तेव्हा आपल्या दोन मुलांच्या भविष्याची तरतूद करण्यासाठी पारू जयकृष्ण हिनं नव्या व्यवसायाला प्रारंभ केला. २३० कोटींची उलाढाल करणारी 'असाही साँगवॉन' ही कंपनी, मातृप्रेमाची एक दृश्य निशाणीच आहे.

मी पारू जयकृष्णच्या घरातल्या ऑफिसात तिच्या प्रतीक्षेत बसले आहे. या जागी एक वेगळंच पावित्र्य आणि शांतता अनुभवाला येतेय.

पैशानं काहीही विकत घेता येतं; परंतु ही जागा केवळ पैसे उधळून सजवलेली नाही. त्या जागेची स्वत:ची अशी प्रतिष्ठा आणि अगत्यशीलता आहे. स्वत: पारूप्रमाणेच.

गडद निळ्या रंगाचा साधा सलवार-कमीज परिधान केलेली पारू अडुसष्ट वर्षांहून खूप तरुण वाटते. ती उत्फुल्ल आणि उत्साही आहे. तिच्या डोळ्यांत एक खोडसाळ चमक आहे.

आपल्या माहेरपेक्षा अधिक प्रतिष्ठा असणाऱ्या कुटुंबात विवाह व्हावा, असं अनेक मुलींचं स्वप्न असतं. परंतु पारूची स्वप्नं याहून खूप निराळी होती. दैवयोगानं ती जयकृष्ण हरिवल्लभदास यांच्या अहमदाबादेतील सर्वमान्य, सुप्रतिष्ठित कुटुंबाची सदस्या झाली; परंतु आपली स्वत:ची स्वतंत्र ओळख निर्माण करण्याबाबत पारू अत्यंत निश्चयी होती.

प्रारंभीच्या काळात तिनं एक अगदी छोटासा व्यवसाय केला – एक ट्रॅव्हल एजन्सी चालवली. परंतु सेहेचाळिसाव्या वर्षी तिला ज्या समरप्रसंगाला सामोरं जावं लागलं, त्यामुळे तिची अंगभूत कर्तबगारी पल्लवित झाली.

'श्री अंबिका मिल्स'चा वस्त्रोत्पादन-उद्योग बंद पडला, तेव्हा पारूला जाणवलं की, तिच्या दोन किशोरवयीन मुलांचं भविष्य त्यामुळे उजाड होणार आहे. या कुटुंबापाशी भरपूर पैसा होता ही गोष्ट खरी असली, तरी फक्त पैसा पुरा पडतो? तरुण मनांना आयुष्यात व्यवसायाची, ध्येयाची, उत्कट जिद्दीची भूक असते.

आपल्या मुलांच्या भविष्याची तरतूद करण्यासाठी पारूनं नवा आणि मोठा उद्योग सुरू करायचं ठरवलं. ज्या नीतिमूल्यांनी तिला आयुष्यभर दिशा दाखवली, त्याच नीतिमूल्यांच्या पायावर उभारलेला उद्योग!

'असाही सॉंगवॉन कलर्स'नं मिळवलेलं यश सिद्ध करतंय की, व्यवसायाच्या खाचाखोचा माहीत नसतानाही तुम्ही व्यवसाय भरभराटीला आणू शकता. जर आपल्यापुढला आदर्श तुम्हाला ठाऊक असेल, कुठे जायचंय ही दिशा माहीत असेल तर तुम्हाला मार्ग नक्कीच सापडेल.

आणि व्यवसायाबाबत असो किंवा कौटुंबिक आयुष्याबाबत असो, त्यात 'मी'पणा नसावाच. जर तुम्हाला भावनांची देवघेव आणि इतरांबरोबर आणि इतरांसाठी जगण्याची कला अवगत असेल, तर फारसा प्रयत्न न करता तुम्हाला हवं ते सारं घडून येतं.

आपल्या सभोवार जादूचं वातावरण असतं आणि आईच्या हृदयातली जादू तर अनोखीच असते!

मनःपूर्वक!

पारू जयकृष्ण
'असाही साँगवॉन'

एका मध्यमवर्गीय कुटुंबात अहमदाबादमध्ये पारूचा जन्म झाला. "माझे वडील शिक्षक होते. त्यांचा काहीतरी व्यवसाय होता; परंतु दुर्दैवानं मी सहा वर्षांची असतानाच मी पितृछत्र गमावलं."

त्यानंतर आयुष्य खडतर बनलं.

"बहीण-भाऊ मिळून आम्ही पाच भावंडं होतो आणि आमच्या आईवरच आमची जबाबदारी येऊन पडली. आमच्यापाशी फारसा पैसा किंवा ऐशोआराम नव्हता, तरी तिनं आमच्या अभ्यासाकडे भरपूर लक्ष पुरवलं."

परंतु पारूच्या आईनं तिच्या मुलांना दिलेली अनमोल देणगी होती तिनं शिकवलेली नीतिमूल्यं – जैन धर्माच्या मूलतत्त्वांमधून उगम पावलेली नीतिमूल्यं!

"माझी आई 'अयंबील शाला' (उपवासासाठीची विशेष जागा) चालवत असे. त्यामुळे अगदी लहान वयापासूनच मी उपवास करायला सुरुवात केली. जैनधर्मात आम्हाला 'अथ्थम' हा तीन दिवसांचा आणि 'अथ्थाइस' हा आठ दिवसांचा उपवास करावा लागतो."

या प्रथांमुळे शिस्त, एकाग्रता आणि बौद्धिक बळ वाढायला मदत झाली. या नीतिमूल्यांमुळे आयुष्यातील सर्व प्रसंगांना तोंड देण्याचं सामर्थ्य लाभलं.

"मी फक्त सोळा वर्षांची असताना माझी आई निवर्तली. त्यानंतर माझं आयुष्यच बदलून गेलं..."

शाळेत असताना पारू उत्कृष्ट विद्यार्थिनी म्हणून चमकली. ती नेहमी खेळांच्या स्पर्धांमध्ये आणि वक्तृत्व स्पर्धांमध्ये भाग घेत असे. तिनं असंख्य पारितोषिकं आणि प्रशस्तिपत्रकं मिळवली. तिची डॉक्टर बनण्याची तीव्र इच्छा होती, कारण त्यायोगे इतरांचं आयुष्य वाचवून तिला परोपकार करता आला असता.

"परंतु माझ्या आईच्या मृत्यूनंतर मला माझ्या महत्त्वाकांक्षेवर पाणी सोडावं लागलं, कारण घराची आणि माझ्या चार भावंडांची सारी जबाबदारी माझ्यावर येऊन पडली."

त्यामुळे पारूनं विज्ञान शाखा सोडून कलाशाखेत प्रवेश घेतला. तत्त्वज्ञान आणि संस्कृत हे विषय पदवीसाठी निवडले. परंतु एवढीच एक गोष्ट बदलली नव्हती.

"माझ्या आईचा मृत्यू हा माझ्यावरला प्रचंड आघात होता. त्या दिवसापासून मी पांढरे आणि फक्त पांढरेच कपडे वापरू लागले."

पुढली आठ वर्षं पारू सतत एकाच प्रकारचा पांढरा सलवार-कमीज घालत राहिली – मग ती कॉलेजला गेलेली असो, की एखाद्या लग्नाला.

त्याला जिद्द म्हणा, दृढनिश्चय म्हणा किंवा वैयक्तिक तत्त्व म्हणा : एकदा पारूनं एखादी गोष्ट मनावर घेतली की, ती गोष्ट पारू करूनच दाखवत असे.

"मी पदवीपर्यंत गुजराती माध्यमातून शिकले होते. एके दिवशी माझ्या लक्षात आलं की, मला इंग्रजीचं एक वाक्यही धडपणे बोलता येत नाही. मला त्याची प्रचंड लाज वाटली."

पारूनं इंग्रजी शिकायचं ठरवलं. नुसतं शिकायचंच नव्हे, तर त्यावर प्रभुत्व मिळवायचं ठरवलं.

"मी इंग्रजी नीटपणे बोलायला, नीटपणे लिहायला आणि माझ्या भावना इंग्रजीत उत्तम प्रकारे व्यक्त करायला शिकले. मी ते करूनच दाखवलं!"

एम.ए.ची पदवी उत्तम गुणवत्तेसह मिळवल्यानंतर पारू तिसरीच्या विद्यार्थ्यांना 'इंग्रजी साहित्य' हा विषय शिकवू लागली. ती तिची पहिलीच नोकरी होती आणि तिचा मासिक पगार होता फक्त सहाशे रुपये.

"मला आठवतंय की, माझा पहिला पगार मिळाल्यावर मी माझ्या चौघा भावंडांसाठी छोट्या-छोट्या भेटवस्तू आणल्या. त्या क्षुल्लक असल्या, तरी त्या देताना मला खूप अभिमान वाटला!"

आणि त्यानंतर चोविसाव्या वर्षी पारू प्रेमात पडली आणि तेसुद्धा कुण्या ऐऱ्यागैऱ्याच्या नव्हे; तर एका कोट्यधीशाच्या मुलाच्या!

"'ज्यूनिअर चेंबर' नावाच्या संस्थेसाठी मृगेश आणि मी सहा वर्षं एकत्र काम करत होतो. माझा भाऊ, धनपालभाईसुद्धा त्या संस्थेत खूप तन्मयतेनं काम करत असे. तो मृगेशचा मित्र होता."

एके दिवशी दोघांना प्रेमाचा साक्षात्कार झाला.

''आम्ही एकमेकांना इतकं जवळून ओळखत होतो. आम्ही विचार केला की, आपण लग्नच का करू नये?''

परंतु जयकृष्ण हरिवल्लभदास हे अहमदाबादमधील एक नामवंत उद्योगपती होते. इतक्या धनाढ्य कुटुंबानं पारूसारख्या एका साध्याशा मुलीचा सून म्हणून स्वीकार केला असता?

''मी फार सुंदर किंवा अत्याधुनिक नव्हते. मी फक्त पांढरे कपडे वापरत असे. प्रसाधनं वापरत नसे. अत्याधुनिक धाटणीचे कपडे घालत नसे. मी एक साधीसुधी, अभ्यासू आणि खेळाडू मुलगी होते.''

आणखी एक छोटीशी समस्या होती. मृगेश, पटेल समाजातला होता, तर पारू जैन होती. परंतु कधीकधी प्रेमामुळे सारं जिंकता येतं.

''माझे सासू-सासरे अतिशय सकारात्मक आणि आधुनिक विचारसरणीचे होते. त्यांनी माझा ताबडतोब स्वीकार केला.''

पारू आणि मृगेश, ७ डिसेंबर, १९६७ रोजी विवाहबद्ध झाले आणि नव्या जीवनशैलीशी पारूनं चटकन जुळवून घेतलं.

''माझे सासरे विधानसभेचे सदस्य आणि अहमदाबादचे महापौर होते. मोरारजी देसाई आणि इंदिरा गांधी आमच्या घरी येत असत... घरातलं वातावरण खूपच वेगळं होतं.''

परंतु या कुटुंबाची सून या नात्यानं विशेषाधिकार लाभलेले असूनही पारूला नेहमीच काहीतरी करत राहण्याची, आणखी काहीतरी करण्याची ओढ वाटत असे.

पहिल्या वेळेस दिवस गेलेले असतानाच पारूनं आणखी एक पदवीसाठी प्रवेश घेतला. ''माझ्या भावानं मला सांगितलं, 'पारू, आयुष्यात जर तू कायद्याचं शिक्षण घेतलं नाहीस, तर तुझं आयुष्य अपूर्ण राहील. कायद्याचं शिक्षण घेतल्यावर आपली बुद्धी चिकित्सक बनते. आपण जग नीटपणे ओळखू लागतो.'''

त्यामुळे तिने कायद्याचं शिक्षण घ्यायचा निश्चय केला. ''माझा विवाह झाला होता. मला दिवस गेले होते. तरीसुद्धा मी तो अभ्यासक्रम उत्तम प्रकारे पूर्ण केला. परंतु मला वकिली करणं शक्य झालं नाही.''

या मोठ्या थोरल्या एकत्र-कुटुंबाचा भलामोठा एकत्र व्यवसाय होता – 'श्री अंबिका ग्रुप ऑफ टेक्स्टाइल मिल्स'. अशा कुटुंबातील सुनेनं वकील म्हणून व्यवसाय करण्याची काय गरज होती?

''माझ्या इतर साऱ्या जावा ऐशोआराम उपभोगत होत्या. मीसुद्धा तेच आयुष्य जगू शकले असते, परंतु मला नुसतं घरी बसून राहणं आवडत नव्हतं. मला काहीतरी करण्याची ओढ वाटत होती.''

तिचं दुसरं मूल काही महिन्यांचंच होतं; परंतु पारूच्यानं आणखी काळ स्वस्थ

''आयुष्यात, प्रत्येक टप्प्यावर, प्रत्येक गोष्टीत मी झुंझार वृत्तीनं लढत राहिले.''

बसवेना. तिनं एक लहानसा उद्योग सुरू करण्यासाठी तिच्या सासऱ्यांकडे परवानगी मागितली आणि त्यांनी तशी परवानगी दिली.

''मी एक ट्रॅव्हल-एजन्सी सुरू करायचं ठरवलं. मला प्रवास-व्यवसायातलं काही माहीत होतं, अशातला भाग नव्हता. परंतु मी हळूहळू सारं शिकून घेतलं.''

एक मॅनेजर आणि दोन कर्मचाऱ्यांसमवेत छोट्याशा ऑफिसात थाटलेला व्यवसाय हळूहळू वाढवला.

''सासऱ्यांच्या उद्योग-जगातल्या, राजकारणातल्या, तसेच समाजातल्या विविध ओळखींचा मला खूपच फायदा झाला. मी त्या ओळखींचा प्रत्यक्ष वापर केला नसला, तरी त्यामुळे अप्रत्यक्ष मदत नक्कीच झाली.''

पारू कबूल करते की, ही ट्रॅव्हल-एजन्सी हा व्यवसाय नसून एक छंदच होता.

''या व्यवसायातून फार पैसा मिळत नव्हता... आम्हाला मामुली नफा सुटत होता. फायदा एवढाच होता की, त्यामुळे मला फुकट परदेशप्रवास करता येत होता आणि प्रत्येक वर्षी दोन-तीन वेळा आम्ही मुलांसकट परदेशप्रवास करू शकत होतो.''

कालांतरानं पारू व्यवसायात वाकबगार झाल्यावर तिनं तो बऱ्यापैकी वाढवला.

''१९७५ ते १९८०च्या दरम्यान व्यवसायाचा अत्युच्च काळ होता. त्यावेळेस 'स्कायजेट' ही अहमदाबादमधील अतिशय चांगली ट्रॅव्हल-एजन्सी समजली जात असे.''

अर्थात 'श्री अंबिका मिल्स'च्या साम्राज्याची मालकी असणाऱ्या कुटुंबाला हा व्यवसाय 'मोठा' वाटणं शक्यच नव्हतं.

''आमच्या कुटुंबीयांपैकी कुणीही, कधीही त्या ऑफिसात आलं नाही. त्यांनी ऑफिस पाहिलंसुद्धा नाही. त्याबद्दल बोलण्याएवढंही त्यांना ते महत्त्वाचं वाटत नव्हतं. (हसते) परंतु मी तिथल्या प्रत्येक क्षणातून मनमुराद आनंद लुटला.''

आणि मुलांचं काय?

''एकत्र-कुटुंबात राहण्याचा मोठा फायदा म्हणजे घरात सतत कुणीतरी असतंच. त्यामुळे मी दिवसा दोन-चार तास घराबाहेर गेले, तरी मुलांची काळजी घेतली जात असे.''

त्यामुळे घराबाहेर पडून, संपूर्ण आत्मविश्वासानं पारू नवी आव्हानं स्वीकारू शकत होती. तीसुद्धा तिच्या नेहमीच्या जगापेक्षा सर्वस्वी वेगळ्या जगात – क्रिकेट जगतात!

त्याची सुरुवात अशाप्रकारे झाली.

''माझे सासरे 'गुजरात क्रिकेट असोसिएशन'चे अध्यक्ष होते आणि माझे पती 'बी.सी.सी.आय.' (बोर्ड ऑफ कंट्रोल फॉर क्रिकेट इन इंडिया) चे उपाध्यक्ष होते.

आंतरराष्ट्रीय स्तरावरचे क्रिकेट सामने अहमदाबादमध्ये खेळले जावेत, अशी त्यांची मनापासूनची इच्छा होती. परंतु त्यावेळेस गुजरातमध्ये आंतरराष्ट्रीय दर्जाचं स्टेडियमच नव्हतं.''

बी.सी.सी.आय.नं सांगितलं, ''असं स्टेडियम बांधा. आम्ही तुम्हाला तिथे मॅच देऊ.''

त्यामुळे गुजरात क्रिकेट असोसिएशननं स्टेडियम बांधायचं ठरवलं. परंतु हा निर्णय घेतला गेला जानेवारी, १९८३मध्ये आणि मॅच खेळली जाणार होती, नोव्हेंबर, १९८३मध्ये.

परंतु पिचसकट संपूर्ण स्टेडियम अवघ्या दहा महिन्यांत बांधून घेणं शक्य होतं?

या निर्णायक क्षणी, पारू आपल्या सासऱ्यांना म्हणाली, ''काळजी करू नका. माझ्या हाती प्रकल्प सोपवा आणि मी तो वेळेत पूर्ण करेन.''

त्यासाठी पैसा उभा करण्यापासून ते जमीन विकत घेऊन बांधकामावर लक्ष देण्यापर्यंत सारंकाही करावं लागणार होतं.

''मी दिवसाकाठी १८ तास उभी असे. मला क्रिकेटबद्दल काहीही माहिती नव्हतं. वास्तुविद्या – आर्किटेक्चरबद्दल शून्य ज्ञान होतं; परंतु मी सारंकाही सांभाळलं. ती अवघड, अत्यंत अवघड अशी जबाबदारी होती; परंतु मी ती तडीला नेली.''

नोव्हेंबर, १९८३ साली नव्यानं बांधलेल्या स्टेडियममध्ये गुजरातनं सर्वप्रथम आंतरराष्ट्रीय क्रिकेट सामन्याचं यजमानपद सांभाळलं. त्यानंतर लगेचच पारूनं आणखी एक आव्हान स्वीकारलं.

तिनं नवा व्यवसाय सुरू करण्याचा निर्णय घेतला. अहमदाबाद शहर हे 'भारताचं मँचेस्टर' समजलं जात असे. परंतु १९८५ साली सरकारनं धोरण बदललं. अहमदाबादमधील जवळजवळ साऱ्या कापडगिरण्या बंद पडल्या.

त्यात श्री अंबिका समूहाच्या सहा कापडगिरण्यांचाही समावेश होता. हे कुटुंब कोट्यधीश राहिलं; परंतु हाती व्यवसाय उरला नाही.

''त्यावेळेस माझे मुलगे गोकुल आणि मुंजाल सोळा आणि सतरा वर्षांचे होते. आता त्यांचं भवितव्य काय असेल, असा मला प्रश्न पडला.''

जेव्हा एखादा कारखाना व्यवसाय करण्याच्या दृष्टीनं तोट्याचा ठरवला जातो, (sick industrial unit) तेव्हा तो खटला 'बी.आय.एफ.आर.'कडे (ब्यूरो ऑफ इंडस्ट्रियल फायनॅन्स अँड रिस्ट्रक्चरिंग) सोपवला जातो. कोर्टातले, बँकेतले आणि मजुरांचे खटले ही नित्याची गोष्ट होते.

''मला वाटलं की, माझी कोवळी मुलं या चिखलात, या नकारात्मक आयुष्यात गुरफटली, तर त्यांच्या मनावर फारच प्रतिकूल परिणाम होईल. त्यामुळे आम्ही त्या दोघांनाही शिकण्यासाठी परदेशात पाठवून दिलं.''

“एकत्र-कुटुंबाबद्दल मला विलक्षण ओढ वाटते. जरी तुम्हाला खूप जमवून घ्यावं लागलं, तडजोड करावी लागली, तरी एकत्र-कुटुंबाचे खूप फायदेसुद्धा असतात. एकत्र-कुटुंबात राहणं नेहेमीच श्रेयस्कर असतं.”

त्याचवेळेस पारूनं निश्चय केला की, ती कोणतातरी असा प्रकल्प हाती घेईल त्यायोगे त्यांना परत मायदेशी येण्याची ओढ वाटेल!

“हे पाहा, केवळ पैसा कधीही पुरेसा ठरत नसतो. चार पिढ्यांना पुरेल एवढा पैसा आमच्यापाशी होता. परंतु तुमच्या मुलांपाशी फक्त पैसा असेल आणि डोळ्यांपुढे एखादं चांगलं उद्दिष्ट नसेल, तर ती धूम्रपान, दारू, जुगार आणि अमली पदार्थ यांच्या विळख्यात सापडू शकतात. तसं व्हावं अशी माझी अजिबात इच्छा नव्हती.”

नव्या दिशेनं नवा उद्योग सुरू करणं हीच त्या काळाची गरज होती; परंतु जयकृष्ण कुटुंबानं एकेकाळी १० हजार माणसं नोकरीवर ठेवलेली होती. त्यांना अथपासून एखादा छोटासा व्यवसाय सुरू करण्याची कल्पना रुचणं शक्यच नव्हतं.

पारूच्या सासऱ्यांनी तिला प्रयत्न करून पाहण्याची परवानगी दिली; परंतु एका अटीवर!

त्यांची अट होती, “तुला व्यवसाय करायचा, तर जरूर कर, पण कुटुंबाकडून तुला एक रुपयासुद्धा मिळणार नाही.”

पारूनं हे आव्हान स्वीकारलं. आता नेमका कोणता व्यवसाय उभा करायचा, हा महत्त्वाचा निर्णय घ्यायचा होता. त्याबाबतचा निकष अगदी सोपा होता – हा प्रकल्प मोठा असणं आवश्यक होतं.

“मी ठरवलं होतं की, हा प्रकल्प उत्पादनाचाच असायला हवा, म्हणजे तो दीर्घकाळ टिकतो आणि वाढत जातो. आणखी एका गोष्टीबाबत माझा विचार अगदी स्पष्ट होता – आपण सारा माल निर्यात करण्याचाच प्रकल्प उभारायचा.”

अहमदाबाद हे दीर्घ काळापासून कापड गिरण्यांचं माहेरघर समजलं जात होतं; परंतु आता तिथे रासायनिक उद्योगसुद्धा वाढू लागले होते. त्यामुळे रासायनिक उत्पादनच सुरू करायचं हा निर्णय ओघानंच आला.

“मी ‘डाय इंटरमीजिएट्स’[१]चं उत्पादन सुरू करायचं ठरवलं. कारण पर्यावरणविषयक काटेकोर नियमांमुळे पाश्चात्त्य देशातले डाय इंटरमीजिएट्सचे उत्पादक आपले कारखाने बंद करू लागले होते. त्याऐवजी हा माल भारतातून मागवायला त्यांनी प्रारंभ केला होता.”

---

१. डाय इंटरमीजिएट्स – रंगांसाठी लागणारी केमिकल्स.

अशा प्रकारे १९८९ साली पारूनं 'अक्षरकेम'ची सुरुवात केली. डाय इंटरमीजिएट्स या मालाच्या उत्पादनाचं तंत्रज्ञान सहजपणे उपलब्ध होतं. परंतु नवा प्रकल्प सुरू करणं, ही गोष्ट रानटी हत्तीला माणसाळवण्याएवढीच अवघड असते.

त्यासाठी तुम्हाला तुमची पूर्ण शक्ती खर्च करावी लागते.

''मुख्य समस्या होती पैसे उभे करण्याची.''

पारूनं स्नेह्यांकडून २१ लाख रुपये कर्जाऊ घेतले. स्त्री-उद्योजिका असल्यामुळे तिला गुजरात सरकारकडून ५ लाख रुपयांची आर्थिक मदतही मिळाली; परंतु फिरतं भांडवल कुठून आणायचं?

''मी 'बँक ऑफ इंडिया'कडे गेले, कारण मला वाटलं की, ज्या बँकेत 'अंबिका मिल्स'चे व्यवहार चालत होते, तिथेच जाऊन बघावं. ते लोक आम्हाला पूर्वीपासून ओळखत होते.''

बँकेनं उत्तम प्रतिसाद देऊन या प्रकल्पासाठी पैसा द्यायचं कबूल केलं; परंतु पैसे मिळण्याच्या एक-दोन दिवस आधी एका अधिकाऱ्यानं आणखी एका मीटिंगसाठी बोलावलं. त्यांचं बोलणं ऐकून पारू आश्चर्यचकित झाली. तो म्हणाला, ''आम्हाला हेड ऑफिसकडून सूचना आलीय. 'अंबिका मिल्स' संदर्भातील खटल्यांचा अजून निकाल लागायचाय. त्यामुळे आम्ही तुम्हाला कर्ज देऊ शकणार नाही!''

त्यामुळे पारूला 'स्टेट बँक ऑफ इंडिया'कडे जावं लागलं. तिथे जाऊन ती म्हणाली, ''हे पाहा, मी तुम्हाला कोणतंही तारण देऊ शकणार नाही. परंतु मला पैसा उभा करायचाय. माझ्या हातचा प्रकल्प फार चांगला आहे.''

कसंबसं तिनं त्यांना पटवून दिलं; परंतु इतर अडथळेसुद्धा ओलांडावे लागणार होते.

कच्चा माल म्हणून एथिलीन ऑक्साइडची गरज होती आणि त्याचं उत्पादन फक्त बडोद्यातील 'आय.पी.सी.एल.' (इंडियन पेट्रो केमिकल्स लिमिटेड) करीत असे. तिच्या प्रकल्पासाठी या रसायनाची गरज अगदी थोडी होती – महिन्याला फक्त एक टँकर; परंतु तोसुद्धा मिळत नव्हता.

''एथिलीन ऑक्साइडच्या विक्रीमध्ये प्रचंड भ्रष्टाचार चाले. मी लाच द्यायला तयार नव्हते. माझ्याकडे तेवढे पैसेही नव्हते. लाच देण्याची माझ्या मनाची तयारीही नव्हती.''

पारूनं त्यानंतर कुटुंबाच्या ओळखीचा आधार घेऊन 'आय.पी.सी.एल.'च्या चेअरमनची भेट घेतली. त्यांची मदत करायची इच्छा असूनही ते मदत करण्यास असमर्थ होते.

त्यांनी सुचवलं, ''तुम्ही एखाद्या एजंटमार्फत प्रयत्न केलेला बरा.''

पण पारू हटून बसली.

ती म्हणाली, ''हे पाहा, या व्यवसायातली मी एकमेव स्त्री-उद्योजिका असल्यामुळे मला या साऱ्या समस्यांना तोंड द्यावं लागतंय. त्यामुळे माझ्या बाबतीत अपवाद

> *''नामवंत अशा उद्योग-व्यावसायिकाची सून असण्यामुळे कधीकधी माझा फायद्याऐवजी तोटाच होत असे.''*

करून मला महिन्याला फक्त एक टँकर मिळवून द्या!''

या युक्तिवादानं शेवटी बर्फ वितळला. कुणालाही लाच न देता, पारूनं एथिलीन ऑक्साइडचा एक टँकर मिळवला. अशा प्रकारे उत्पादनाला सुरुवात झाली.

आता प्रश्न होता मालासाठी ग्राहक मिळवण्याचा. फक्त निर्यातीसाठी माल बनवणारा प्रकल्प उभारणं ही एक गोष्ट झाली. परंतु परदेशातून मालासाठी मागणी कशी मिळवायची? पारूनं फोनवर संपर्क साधायला सुरुवात केली.

''बहुराष्ट्रीय कंपन्यांच्या खरेदी-अधिकाऱ्यांशी (पर्चेस मॅनेजर्स) मी संपर्क साधत असे. मी म्हणत असे, 'मी अमुकअमुक आहे. माझ्या कंपनीचं नाव हे आहे आणि आम्ही बनवत असलेला हा माल मला तुम्हाला विकायचा आहे.'''

त्यांचं न चुकता उत्तर येई, ''मॅडम, आम्हाला माल पुरवणारे उत्तम उत्पादक आहेत. कृपया आमचा वेळ घेऊ नका.''

परंतु पारू प्रयत्न करत राही.

''मी पुन्हापुन्हा फोन करत असे आणि विनंती करत असे, की त्यांनी माझा माल एकदातरी वापरून पाहावा.''

खूप मनधरण्या केल्यानंतर वर्षभरानं एक-दोन कंपन्यांनी नमुन्याच्या मालाची परीक्षा घेऊन पाहायचं कबूल केलं; परंतु त्यांनी हा माल ताबडतोब नाकारला.

''तो अगदी निकृष्ट प्रतीचा आहे. कृपाकरून आम्हाला पुन्हा त्रास देऊ नका,'' ते म्हणाले.

तरीसुद्धा पारूनं प्रयत्न करायचं थांबवलं नाही. तिच्या लक्षात आलं की, केवळ फोनवर बोलून काम होणार नाही. प्रत्यक्ष भेटून पटवून देणं आवश्यक आहे. परंतु भेटीसाठी वेळ मिळणंसुद्धा अतिशय कठीण होतं.

''अनेकदा मी जात असे आणि भेट न होताच परत येत असे. त्यामुळे पहिली चार-पाच वर्षं सत्त्वपरीक्षेची गेली.''

पारूची पहिली निर्यातीची ऑर्डर एका तैवानच्या कंपनीकडून १९९६ साली आली. या कंपनीचं नाव होतं 'एव्हरलाइट केमिकल्स'. (आज जगात डायस्टफ बनवणारी ही द्वितीय क्रमांकावरची प्रचंड मोठी कंपनी आहे.)

''ही कंपनी माझा पहिला ग्राहक होता आणि आजही तो माझा सर्वोत्कृष्ट ग्राहक आहे,'' ती अभिमानानं सांगते.

परंतु तिनं त्यांना कसं पटवलं?

''माझ्या लक्षात आलं की, आमच्या उत्पादनाचा दर्जा तितकासा चांगला नाही.

त्यामुळे आम्ही दर्जा सुधारण्यासाठी खूप प्रयत्न केले. परंतु एकदा संधी मिळाल्याबरोबर मी उत्तम संबंध प्रस्थापित केले. त्या संबंधांच्या बळावरच माझा पूर्ण व्यवसाय आजतागायत यशस्वीपणे चालतो आहे.''

ही व्यापारी मालाची बाजारपेठ आहे. त्यात खूप लोकांकडून माल येतो. मग अहमदाबादेतील, एका अननुभवी स्त्रीनं चालवलेल्या, लहानशा कारखान्यातून कुणी कशासाठी माल विकत घ्यावा?

''मी नेहमी खरं बोलते आणि तीच माझी शक्ती आहे, असं मला वाटतं. ही सर्वांत मोठी शक्ती आहे. मी स्त्री असल्यामुळे ते माझ्या शब्दावर विश्वास ठेवत.''

पारूनं त्या विश्वासाला कधीही तडा जाऊ दिला नाही. खरंतर तिची स्वत:चीच अशी खास नीतिमूल्यं आणि तत्त्वं होती; त्यामुळे तिची एक वेगळीच प्रतिमा तयार झाली होती.

तिच्या उत्पादनासाठीची मागणी कालानुसार कमी-जास्त होत असे आणि त्याबरोबरच त्याची किंमतही खालीवर जात असे. अनेक पुरवठादार, या किमतीतील चढउतारांचा फायदा घेण्यासाठी पुरवठ्याचा एक वर्षाचा करार करतात. परंतु किमतीचा करार मात्र फक्त तीन महिने कालावधीचाच करतात.

''त्यामुळे जेव्हा मालाची किंमत वर जाते, तेव्हा हे पुरवठादार कोणतीतरी सबब सांगतात की, आमच्या कारखान्यात काहीतरी गडबड झालीये. त्यामुळे तुमचा माल पाठवायला थोडा विलंब लागेल. दुसरीकडे तो माल ते जास्त किमतीला लगेचच विकून टाकतात.''

पारूनं असं कधीच केलं नाही. 'एव्हरलाइट'च्या संदर्भात घडलेली एक घटना तिला आठवतेय.

''आम्ही मार्च महिन्यात एप्रिल, मे आणि जूनसाठीच्या करारावर सह्या केल्या; परंतु एप्रिलमध्ये मालाची किंमत अचानकच वाढली; तीसुद्धा खूपच वाढली.''

किलोला २ डॉलर्सवरून ती किलोला ४.२ डॉलर्सवर गेली.

या मालाच्या विक्रीकडे बघणाऱ्या पारूच्या मॅनेजरनं तिला फोन केला की, आपण हा करार नव्यानं, वाढीव किमतीला करू या किंवा दुसऱ्या कुणालातरी हा माल सध्याच्या वाढलेल्या किमतीला विकू या.

एक क्षणाचाही विचार न करता पारू म्हणाली, ''तुम्ही कुणाची मसलत घेऊन बोलताय, हे मी जाणत नाही. पण मी हा करार बदलणार नाही. मी वेळेवर आणि आधी ठरलेल्या किमतीलाच हा माल विकेन. मग ती किंमत सध्या कितीही वधारलेली असू दे!''

'अक्षरकेम'नं ही संपूर्ण मागणी अगदी वेळेवर आणि आधी ठरलेल्या कमी किमतीत पूर्ण केली. 'एव्हरलाइट'चा खूपच फायदा झाला. स्वत: 'एव्हरलाइट'च्या

''आमची कंपनी अगदी लहानशी होती, आम्हाला ती वाढवायची होती. तुम्हाला कंपनी वाढवायची असते, तेव्हा त्यासाठी तुम्हाला हातपाय हलवावे लागतात. तुमच्याकडे तेवढा पैसा नसला तर IPO (इनिशिअल पब्लिक ऑफरिंग – कंपनीचे शेअर्स बाजारपेठेत विक्रीसाठी उपलब्ध करून देणे) हा एकमेव मार्ग असतो.''

चेअरमननी, पारूला फोन करून तिचे आभार मानले.

''आणि ते आयुष्यभरासाठी माझे एकनिष्ठ ग्राहक बनले!''

खरंतर 'एव्हरलाइट'नं पारूच्या कंपनीला 'सर्वांत महत्त्वाचा पुरवठादार' हे पद दिलं.

चेअरमननं पारूला त्याचा शब्द दिला, ''इतर कुणाही पुरवठादाराला देतो, त्याहून आम्ही तुम्हाला नेहमीच किलोमागे पाच सेंट जास्त किंमत देऊ!''

हा शब्द त्यांनी आजतागायत पाळला आहे!

'एव्हरलाइट' आणि 'क्युंगिन' या दोन्ही कंपन्यांबरोबर काम करणं ही शिकण्याची एक अमूल्य संधी होती. ('अक्षरकेम'नं तयार केलेल्या मालापैकी ५० टक्के माल आजही या दोन कंपन्या विकत घेत आहेत.)

''मी जे काही शिकले ते सारं काही या दोन कंपन्यांकडून शिकले. त्याबद्दल मी त्यांची ऋणी आहे. त्यांच्या लॅबोरेटरीतील लोकांचीही आम्हाला खूप मदत झाली.''

अशा प्रकारे सर्व आघाड्यांवर 'अक्षरकेम'ची प्रचंड घोडदौड सुरू राहिली.

''मालाचा दर्जा, त्याचं पॅकेजिंग, तो पाठवण्याची पद्धत... साऱ्या गोष्टींमध्ये आम्ही प्रचंड सुधारणा केली.''

अनेक गोष्टी शिकून गाठीशी एवढा सारा अनुभव जोडल्यानंतर पारूनं दुसरी एक मोहीम हाती घेतली. १९९३ साली तिनं 'असाही' ही कंपनी स्थापन केली आणि 'कलर-पिग्मेंटेशन'[१]ची फॅक्टरी, गुजरातमधील मेहसाणा गावात सुरू केली. यावेळेसही तिनं अगदी लहान प्रमाणावर (फक्त ४ मेट्रिक टन्स बनवणारी फॅक्टरी) सुरुवात केली. (२०१०-२०११ या वर्षांत 'असाही सॉंगवॉन'चं उत्पादन १५०० मेट्रिक टन्स होतं.)

''एक आनंदाची गोष्ट म्हणजे १९९३ साली माझे मुलगे गोकुल आणि मुंजाल भारतात परत आले आणि त्यांनी व्यवसायाला हातभार लावायला सुरुवात केली... त्यांच्यापुढे दुसरा पर्यायच नव्हता. (हसते.)''

परंतु ते वयानं लहान आणि अननुभवी होते. नवा कारखाना चालवणं हेसुद्धा

---

१. कलर-पिग्मेंटेशन – सूक्ष्म कणांच्या स्वरूपातले रंग.

मोठं आव्हान होतं.

"हाही रसायनांचाच व्यवसाय असला, तरी कलर-पिग्मेंटेशनची मागणी करणारे ग्राहक पूर्णत: वेगळे असतात."

पिग्मेंटचा व्यवसाय प्राथमिक अडचणींमधून जात असतानाच, पारूनं डायकेम प्रकल्पासाठी पैसा उभा करायचं ठरवलं. डायकेमचा व्यवसाय तोवर बऱ्यापैकी स्थिरावला होता. त्या सुमारास 'अक्षरकेम' दर महिन्याला ६० मेट्रिक टन्स एवढं उत्पादन करत असून कंपनीची उलाढाल साधारणत: १० कोटी रुपये होती.

'जेएम फायनॅन्शियल' या ख्यातनाम कंपनीच्या निमेश कंपानींकडे पारू आय.पी.ओ.चा प्रस्ताव घेऊन गेली, तेव्हा ते थक्क झाले. (निमेश कंपानी हे पारूच्या कुटुंबाचे स्नेही होते.)

"हा 'पब्लिक इश्यू'[१] फक्त ४ कोटींचा होता. निमेश कंपानी म्हणाले, 'चार कोटींमध्ये तर तुम्हाला इश्यूचा प्राथमिक खर्चसुद्धा पेलवणार नाही!' मर्चंट बँकरच्या कामासाठी खूप पैसे मोजावे लागतात."

पारू त्यांना म्हणाली, "ते काहीही असो! तुम्ही हे माझ्यासाठी केलंच पाहिजेत!"

अशा प्रकारे, 'हेक्स्ट', 'बी.ए.एस.एफ.', 'क्लॅरिअंट' यांसारख्या आपल्या बहुराष्ट्रीय ग्राहकांबद्दल डांगोरा पिटत, १९९५ साली 'अक्षरकेम', आय.पी.ओ.साठी बाजारात उतरली. त्यांना प्रचंड यश लाभलं.

१९९६ साली कलर-पिग्मेंटेशन व्यवसायानंही जोरदार मुसंडी मारली. 'साँगवॉन' या कोरियन कंपनीकडून त्यांच्याकडे भागीदारीचा प्रस्ताव आला. ही कोरियन कंपनी भारतीय भागीदाराच्या शोधात होती. त्यांनी ज्या लोकांपुढे प्रस्ताव मांडला, त्यांच्यापैकी एक होती पारू.

"त्यावेळेस माझी पिग्मेंट कंपनी सुरू होऊन फक्त दीड वर्ष झालं होतं. त्यामुळे ते माझ्या घरी आले. आमची बोलणी झाली आणि त्यानंतर मी कोरियाला गेले. त्यांच्या चेअरमनना भेटले."

दैवकृपेनं ते सारं सुरळीतपणे पार पडलं.

या यशामगचा एक छोटासा; परंतु महत्त्वाचा मुद्दा होता सांस्कृतिक जवळीक. पारूचे सासरे 'गुजरात स्टेट फर्टिलायझर कॉर्पोरेशन'चे संस्थापकीय अध्यक्ष असल्यामुळे या कुटुंबाचे अतिपूर्वेच्या देशांबरोबर निकटचे संबंध होते.

"मला पौर्वात्य संस्कृतीविषयी खूप समज आहे. कदाचित त्याच कारणामुळे जपान, कोरिया आणि तैवान या देशांतले अनेक ग्राहक मला लाभले असावेत," पारू विचारपूर्वक म्हणते.

---

१. पब्लिक इश्यू – बाजारपेठेत प्रथमच शेअर्स विक्रीसाठी आणणे.

''कौटुंबिक आयुष्य नीटपणे आणि सुरळीतपणे चालू राहू शकतं. फक्त तुम्ही लहानसहान गोष्टींबाबत रुसवे-फुगवे धरू लागलात, तरच अगणित समस्या उभ्या राहतात.''

अशा प्रकारे 'असाही सॉंगवॉन कलर्स लिमिटेड' ही कंपनी संस्थापित झाली. ही कंपनी संयुक्त भागीदारीत होती. त्यांना तंत्रज्ञान विषयात एकमेकांची मदत लाभणार होती. या कंपनीत बनलेलं 'सीपीसी ग्रीन क्रूड' कोरियन कंपनी विकत घेणार होती. कोरियन कंपनीबरोबरच्या करारावर एप्रिल, १९९६मध्ये सह्या झाल्या.

''या कंपनीशी 'सॉंगवॉन'नं भागीदारी केल्यावर त्याच वर्षी आम्ही या कंपनीचे शेअर्स बाजारात विक्रीला आणून १० कोटी रुपये उभे केले.''

त्यानंतर व्यवसाय खूप जोमानं वाढू लागला.

''जेव्हा गोकुल आणि मुंजाल परत आले, तेव्हा या कंपनीचा व्यवसाय फार जोरात चाललेला नसला, तरी ही कंपनी सुरू झाली होती. त्यामुळे ते त्या कंपनीसाठी काम करून मला मदत करू लागले होते. हळूहळू ते शिकत गेले, प्रगती करत गेले आणि त्यांनी कंपनीचीसुद्धा प्रगती केली.''

२००४ साली 'असाही सॉंगवॉन'नं दुसऱ्यांदा शेअर्स बाजारपेठेत विकले आणि दुसऱ्या पब्लिक इश्यूचे ४० कोटी रुपये जमवले.

''दरवेळेस आम्ही 'जेएम फायनॅन्शिअल'ची मदत घेतली. कारण एकदा मी ज्या कंपनीची मदत घेऊन प्रारंभ करते, त्या कंपनीची साथ मी आयुष्यभर सोडत नाही.''

'डीआयसी' (डैनिप्पॉन इंक्स अँड केमिकल्स) या जपानी कंपनीनंसुद्धा असाही सॉंगवॉन या कंपनीत पैसे गुंतवले. जानेवारी, २०००मध्ये या कंपनीनं असाधारण पातळीवर निर्यात करण्याबद्दल गुजरात सरकारकडून पारितोषिक मिळवलं.

''आम्ही विविध प्रकारची उत्पादनं करू लागलो आणि 'सीपीसी ब्ल्यू' तयार करण्यासाठी बडोद्यात नवा कारखाना उभा केला.''

'असाही सॉंगवॉन' आणि 'अक्षरकेम' यांची जोमानं प्रगती होत असतानाच पारूनं आणखी एक आव्हान पेललं. 'गुजरात चेंबर ऑफ कॉमर्स अँड इंडस्ट्री'ची (GCCI) सदस्या म्हणून निवडून येणारी ती पहिलीच स्त्री होती. या शिखरसंस्थेचे राज्यभरात आठ हजारापेक्षा जास्त सदस्य आहेत.

''असं पाहा; एकेकाळी पप्पा (हरिकृष्ण वल्लभदास) गुजरात चेंबर ऑफ कॉमर्सचे अध्यक्ष होते! परंतु आमच्या कापडगिरण्या बंद पडल्यावर, आमची समाजातली प्रतिष्ठासुद्धा लयाला गेली!''

ती प्रतिष्ठा पुन्हा मिळवण्याची पारूची जिद्द होती.

१०० लोकांच्या संचालक-मंडळावर पारू ही एकमेव स्त्री-सदस्या असल्यामुळे

तिला खूप विरोध सहन करावा लागला.

लोक विचारत, "तू कशासाठी इथं आली आहेस? तू इथं काय मोठं करून दाखवणार आहेस?"

त्यांना हे माहीत नव्हतं की, पारूनं एकदा पर्वत चढायला सुरुवात केल्यावर तिचं उद्दिष्ट असतं शांतपणे आणि कार्यक्षम पद्धतीने शिखरमाथा गाठण्याचं!

"मी आठ वर्षं कार्यकारी-सदस्या म्हणून काम करून वेगवेगळ्या गटांचं अध्यक्षपद भूषविलं."

अखेरीस २००७मध्ये, पारू जयकृष्ण अध्यक्ष म्हणून निवडून आली. ६० वर्षांत प्रथमच एका स्त्रीनं अध्यक्षपद भूषविलं होतं!

"हे फारच मोठं आव्हान होतं. कारण आपल्या पुरुषप्रधान संस्कृतीत पुरुषांना स्त्रियांकडून आज्ञा स्वीकारायला आवडत नसतं!"

आणि तेसुद्धा एका खंबीर स्त्रीकडून, जी पुरुषांच्या हातचं बाहुलं न राहता, स्वत:चे निर्णय स्वत:च घेत असते!

"परंतु तो फारच चांगला अनुभव होता. मी अनेक प्रकल्प तडीला नेले आणि यश मिळवलं. चोहीकडून माझ्यावर अभिनंदनाचा वर्षाव झाला आणि तो अनुभवसुद्धा आनंददायी ठरला."

'असाही सॉंगवॉन' कंपनीची घोडदौड चालूच आहे! आर्थिक वर्ष २०१०-११ दरम्यान कंपनीची उलाढाल २३० कोटींपेक्षासुद्धा जास्त झाली. कर वजा जाता झालेला नफा २२.५ कोटी रुपये होता.

"मला वाटतं, आणखी थोड्याच वर्षांत आमची वार्षिक उलाढाल ५०० कोटी रुपयांच्या घरात जाईल; नक्कीच जाईल."

कोरियन आणि जपानी भागीदारांखेरीज आता एक जर्मन कंपनी 'असाही सॉंगवॉन'मध्ये पैसे गुंतवू इच्छिते आहे. 'क्लॅरिअंट' आता ३० कोटींची गुंतवणूक आणि तंत्रज्ञान आणत असून तयार झालेला माल विकत घेण्याच्या करारावरसुद्धा सही करणार आहे.

डाय इंटरमीजिएट्सचा 'अक्षरकेम'चा व्यवसायसुद्धा आता उत्तम चाललेला असून वर्षाला १०० कोटींची उलाढाल होत आहे.

या सर्व यशामागचं गुपित कोणतं? अगदी सोपं!

"आमच्या मालाचा दर्जा सर्वोत्कृष्ट आहे, आम्ही उत्तम प्रकारची सेवा पुरवतो आणि अगदी वेळेवर माल पोचता करतो. त्यामुळे आमचे ग्राहक सदैव संतुष्ट राहतात!"

समजा खरोखरच काहीतरी अडचण उद्भवली आणि माल पोचवायला उशीर होणार असला, तर 'असाही सॉंगवॉन'च्या नियमानुसार, ग्राहकाला तशी आगाऊ सूचना दिली जाते.

"तुमची वेगवेगळी ध्येयं असायला हवीत. या मिनिटासाठी, या दिवसासाठी, या आठवड्यासाठी, या महिन्यासाठी, आयुष्यभरासाठी. तुम्हाला किती शिकायचंय? किती प्रवास करायचाय? किती वेळ झोपा काढायच्या आहेत? वेगवेगळ्या प्रकारची उद्दिष्टं ठरवावी लागतात."

"जर तुम्ही खरं बोललात, तर तुम्हाला कमी त्रास होतो. जर ग्राहकाला विलंबाबद्दल अगाऊ सूचना दिली गेली असेल, तर तो उत्पादनाचं वेळापत्रक त्यानुसार बदलू शकतो आणि त्यामुळे त्याचा तोटा होणं टळतं!"

गमतीची गोष्ट म्हणजे, पारूनं सुरू केलेला पहिला व्यवसाय ट्रॅव्हल-एजन्सी अजूनही सुरूच आहे!

"भावनेपोटी!" हसून पारू म्हणते.

आणि या साऱ्यांमध्ये श्रीयुत जयकृष्णांची भूमिका कोणती?

"त्यांची भूमिका तर सर्वांत महत्त्वाची आहे. माझे पतीच माझे संप्रेरक, मार्गदर्शक, दूरदर्शी सल्लागार आणि आज जे काही उभं आहे त्या साऱ्याचे प्रवर्तक आहेत."

प्रारंभीच्या काळात व्यवसायाच्या छोट्या-छोट्या; परंतु महत्त्वाच्या अंगाबाबत मृगेश पारूला सल्ला देत असत.

"ते मला सांगत की, अमुकअमुक व्यक्तीला भेटायला गेलीस, तर अशा प्रकारे बोल. त्यांच्याकडून या-या गोष्टींची अपेक्षा ठेवता येईल; वगैरे वगैरे. त्यांच्याकडून मी आर्थिक बाबींचं खूपच ज्ञान मिळवलं. त्या क्षेत्रात मी अगदीच अननुभवी होते!"

प्रारंभीच्या काळात, मृगेश ऑफिसमध्ये जातीनं कधीही उपस्थित राहत नसत; परंतु आता पारू, मृगेश, गोकुल आणि मुंजाल दररोज कारखान्यात एकत्र जातात. संध्याकाळी एकत्रच परत येतात.

"पैसे मिळवून त्या जोरावर स्त्रीनं पुरुषाशी बरोबरी कधीही करू नये. ते चुकीचं नव्हे, परंतु ते तुमच्या आयुष्याचं उद्दिष्ट असता कामा नये!"

परंतु मृगेश तर संचालक-मंडळावरही नाहीत....

"तू म्हणतेस ते खरं आहे... ते संचालक-मंडळावर नाहीत... ते कोणतंही पद दृश्यपणे, अधिकृतपणे सांभाळत नाहीत."

एका पुरुषाच्या दृष्टीनं हे काही वेगळंच नव्हे काय?

"असं पाहा; जयकृष्ण कुटुंबाचं समाजात प्रतिष्ठित स्थान आहे. आम्ही कुठेही गेलो, तरी लोक आम्हाला ओळखतात. त्यामुळे सामाजिक लौकिकासाठी त्यांना कोणत्याही पदाच्या कुबड्यांची गरजच नाही!"

परंतु मृगेशनी किंवा अन्य कुणीही कुटुंबीयानं कधीही तक्रार केली नाही की,

पारू आई आणि पत्नी या नात्यानं तिच्या जबाबदाऱ्या नीटपणे पार पाडत नाहीये?

"मी माझ्या कुटुंबाकडे कधीही दुर्लक्ष केलं नाही; एक मिनिटभरसुद्धा नाही. माझं घर हाच माझा प्राधान्यक्रम होता."

जातीनं एकमेकांसमवेत तुम्ही किती वेळ घालविता, यापेक्षा तुमची मनानं किती जवळीक आहे, ही गोष्टच महत्त्वाची असते. जयकृष्ण कुटुंब हा आजही मोठा संयुक्त परिवार आहे.

"माझ्या सासूबाई पद्माबेन ८४ वर्षांच्या आहेत. माझ्या मुलांचे विवाह झाले आहेत आणि त्यांनासुद्धा मुलं आहेत. परंतु आम्ही सारे जण एकत्र राहतो, एकत्र जेवतो. रोज घडलेल्या घटनांबाबत सर्वांना सारं काही ठाऊक असतं."

रविवारचं दुपारचं जेवण सर्वांनी एकत्र घ्यायचं हा नियमच आहे. मग इतर काम कितीही महत्त्वाचं का असेना! त्याचप्रमाणे सर्व महत्त्वाच्या समारंभांना – वाढदिवस, वर्धापन दिन, पूजा यांना – उपस्थित राहणं हासुद्धा अलिखित नियमच आहे. इतकंच नव्हे, तर आम्ही सारे जण, अकरा कुटुंबसदस्य दरवर्षी दोनदा एकत्र प्रवास करतो.

परंतु कधीकधी यामुळे घुसमट होत नाही? तरुण मंडळींना, आपलं वेगळं अवकाश हवं असं वाटत नाही?

"तुझा प्रश्न बरोबरच आहे. परंतु नशिबानं आमच्यापाशी पैसा आहे. आमची चार कुटुंबं चार घरांमध्ये राहतात; परंतु भावनिकदृष्ट्या आणि मनानं आम्ही सदैव एकत्र असतो."

दोन घरं, गांधीनगरमध्ये एकमेकांलगत आहेत, तर दोन कुटुंबं कुटुंबाच्या मालकीच्या शाहीबागमधील घरात एकत्र राहत आहेत. मुलांना त्यांच्या स्वतंत्र खोल्या आहेत. सुना त्यांचे स्वतंत्र छंद जोपासत आहेत. प्रत्येकाला वैयक्तिक निवडीचं स्वातंत्र्य आहे. परंतु साऱ्यांनी एक मूलभूत तत्त्व स्वीकारलं आहे.

"जे कुणी कुटुंबप्रमुख या स्थानी असेल, त्याचा किंवा तिचा शब्द शिरोधार्य असतो."

मग ते तुम्हाला पटो किंवा न पटो; परंतु तो शब्द अंतिम समजला जातो. तो तुम्हाला स्वीकारावाच लागतो. त्याबबत चर्चा संभवत नाही.

"मला अत्यंत अभिमान वाटतो की, गेल्या ४४ वर्षांमध्ये मी माझ्या सासू-सासऱ्यांना कधीही उलटून बोलले नाही. कधीच नाही."

"वस्तुस्थिती अशी आहे की, कुटुंबांमध्ये जे बखेडे होतात, ते आयुष्यातील महत्त्वाच्या निर्णयांबाबत होत नाहीत. ते नेहमी क्षुल्लक कारणांमुळे होतात."

"मला आठवतंय, माझं नव्यानं लग्न झालेलं असताना मी एक पिवळ्या रंगाची शिफॉनची साडी नेसले होते. मला वाटत होतं की, ती मला शोभून दिसतेय. परंतु जेव्हा सासऱ्यांनी माझ्याकडे पाहिलं, तेव्हा ते शांतपणे म्हणाले, 'तू आरशात तुझी छबी पाहिली आहेस?'"

''माझं आयुष्याचं ध्येय आहे, 'मनःशांती'. दिवसाच्या अखेरीस मला शांत झोप लागायला हवी. मनात एकही विचार न येता!''

एकही प्रतिशब्द न उच्चारता पारू तिच्या बेडरूममध्ये गेली. तिनं दुसरी साडी नेसली.

''मी न रागावता, न रुसता, हसतमुखानं बाहेर आले; कारण मला ठाऊक होतं की, पप्पा क्वचितच बोलत आणि कारणावाचून कधीही बोलत नसत. त्यांच्या बोलण्यामागे कोणतंतरी तर्कशुद्ध कारण असे. मी जाणून होते की, ते माझ्याहून अनेकपटींनी अधिक सुज्ञ आहेत आणि ते नेहमीच माझ्या हिताचंच सांगतील.''

त्यांच्या बोलण्यामुळे पारूच्या लक्षात आलं की, खरोखरच ती साडी खूप झिरझिरीत होती. ते ज्या समारंभासाठी उपस्थित राहणार होते, त्यासाठी ती अगदी अनुचित दिसली असती. एकत्र-कुटुंबात समतोल राखणं ही तारेवरची कसरत असते आणि त्यासाठी एकच नेता असणं आवश्यक असतं.

''आता जेवणाचा मेन्यू ठरवायचंच उदाहरण घ्या. तुम्हाला कारलं आवडतं, मला टिंडे आवडतात, तिला भेंडी आवडते – अशा वेळेस कोणती भाजी करायची हे कुणी ठरवायचं? हे फक्त माझ्या सासूबाई ठरवतात.''

''आमच्या घरातला नियम होता, तुम्ही दोन भाज्या निवडायच्या. त्यातली एक तुमच्या आवडीची निवडायची. परंतु पानात काहीही टाकता कामा नये!''

आज्ञाधारकपणा, शिस्त आणि आपल्याहून मोठ्या माणसांना आपल्याहून जास्त समजतं यावरचा खराखुरा विश्वास, या गोष्टी आजकालच्या शब्दकोशातून अदृश्यच झाल्या आहेत. पण याच गोष्टींमुळे या कुटुंबातला एकोपा साधला जातो. जयकृष्ण कुटुंबीय ज्या प्रकारे व्यवसाय करतात, त्यावरसुद्धा याच गोष्टींचा प्रभाव असल्याचं जाणवतं.

एवढ्या मोठ्या कुटुंबाचे दैनंदिन व्यवहार सुरळीतपणे पार पाडण्यासाठी, नोकरांचा मोठा ताफा आहे. ड्रायव्हर्स, स्वयंपाकी, माळी, अन्य व्यवस्थापक मिळून ५५ लोक या कुटुंबाच्या मालकीची ३५ एकर जागा नीटपणे सांभाळत आहेत.

या कुटुंबीयांखेरीज अनेक पाळीव प्राण्यांकडेसुद्धा हे कर्मचारी लक्ष पुरवत आहेत. त्यांच्याकडे ४ घोडे, ७ कुत्रे, ५० बदकं आणि काही कोंबडे आहेत.

''आमच्या प्रचंड मोठ्या घरांसाठी आणि बागांसाठी नोकरांचा प्रचंड मोठा ताफा ठेवावा लागतो. व्यवस्थापनाकडे जातीनं लक्ष पुरवावं लागतं. मला या साऱ्याची खूपच आवड आहे. माझ्या संमतीखेरीज कुठेही एक पानसुद्धा तोडलं जात नाही.''

पारूला माळीकामाची प्रचंड गोडी आहे. ज्या जागी आज हिरव्यागार बागा फुललेल्या आहेत, तीच जागा एकेकाळी अगदी ओसाड पडलेली होती.

''आम्ही १९८० साली ही जागा विकत घेतली. त्या काळी इथे रस्ता नव्हता,

वीज नव्हती, पाणीसुद्धा नव्हतं. इथं पोचायला दीड तास लागत असे.''

कोल्ड कॉफीनं भरलेला थरमॉस घेऊन पारू इथे दर आठवड्याला येत असे. ही जागा रंग-रूपाला आणण्याचा प्रयत्न करत असे.

''मी केलेली सर्वांत पहिली गोष्ट म्हणजे इथे निलगिरीची पाच हजार झाडं लावली. लावलेल्या १०० झाडांपैकी ९० मरून जात असत. कारण इथली जमीन रेताड आहे; परंतु हळूहळू आम्ही ही जागा आज जशी दिसते आहे तशी हिरवीगार केली.''

पारूनं उभ्या केलेल्या दोन्ही कारखान्यांच्या भोवतालच्या रमणीय बागा पाहून पारूचं निसर्गप्रेम ताबडतोब लक्षात येतं.

''झाडं-फुलं-बागा तिथे असायलाच हव्यात!''

'साऱ्या गोष्टींत सौंदर्य, साऱ्यांबरोबर सौहार्द', पारूचा हाच मूलमंत्र आहे.

''माझ्या वीस वर्षांच्या व्यावसायिक आयुष्यात कुणीही एकदाही माझे पैसे बुडवलेले नाहीत.'' ती हसतमुखानं म्हणते.

अर्थात पारूनं तिचे भागीदारसुद्धा काळजीपूर्वकच निवडले आहेत.

''मी फक्त चांगल्या लोकांशीच व्यवहार करते; ज्या बहुराष्ट्रीय कंपन्या घासाघीस करत नाहीत आणि ठरल्या वेळेला चेक पाठवतात, अशांबरोबरच मी व्यवहार करते!''

पारू आता स्वत:चा थोडासाच वेळ व्यवसायासाठी खर्च करते. आणखी दोन वर्षांनी ती सत्तरी ओलांडेल. त्यानंतर ती व्यवसायातून वानप्रस्थ स्वीकारेल.

''गेली तीन-चार वर्षं गोकुल आणि मुंजाल सारं काही इतकं नीटपणे सांभाळत आहेत! त्यामुळे भविष्यकाळात माझी भूमिका सल्लागार स्वरूपाचीच राहणार आहे.''

परंतु पारू नेहमीएवढीच व्यस्त आहे – योगासनं, वाचन, बागकाम या गोष्टींमध्ये आणि सासूबाईंच्या प्रेरणेमुळे समाजसेवेत!

साऱ्या गोष्टींचा समतोल ती इतक्या सहजतेने राखू शकतेय!

''मी चेंबरची अध्यक्षा असताना इतक्या प्रकल्पांकडे बघत होते, शिवाय व्यवसाय सांभाळत होते, शिवाय घराकडे बघत होते आणि त्याखेरीज वेगवेगळ्या सभासमारंभांना उपस्थित राहत होते!''

परंतु या साऱ्यामुळे शीण येणं टाळता येतं?

''जर तुम्ही नीट संयोजन करत असाल, जर कुटुंबाशी तुमच्या भावनिक तारा जुळलेल्या असतील, तर तुम्हाला सर्वांचा पाठिंबा आपोआपच लाभतो.''

आयुष्य म्हणजे मौज.

आयुष्य म्हणजे आनंद.

''ज्या क्षणी मला त्याचा कंटाळा येईल, त्या क्षणी मी काम करणं थांबवेन.''

स्त्री-उद्योजिकांसाठी सल्ला

स्त्री आहात म्हणून अधिक आक्रमक किंवा अधिक भांडखोर असणं गरजेचं नसतं. माझं तत्त्व आहे, 'सत्यमेव जयते'. तुम्ही खरं बोलत असाल, तर तुमच्यापुढे कोणत्याही समस्या, अडथळे उभे राहणार नाहीत. तुम्ही सदैव प्रगती करत राहाल.

दुसरी महत्त्वाची गोष्ट म्हणजे, तुमच्या डोळ्यांपुढे स्वप्नं असायला हवीत. वेगवेगळी स्वप्नं – आजसाठी, उद्यासाठी, पुढल्या वर्षासाठी, जन्मभरासाठी! तुम्ही स्वप्नं पाहिलीत, तरच तुम्ही ती साध्य करू शकाल.

आणखी एक गोष्ट; तुम्ही नेहमी आताचा क्षण जगायला शिकलं पाहिजे. हे पाहा, मी आता तुझ्याजवळ इथं बसलेली आहे. या क्षणी माझ्या मनात ऑफिसबद्दल कोणताही विचार येत नाहीये. तू निघून गेलीस की, लगेचच मी माझं इतर काम सुरू करेन. पण हा क्षण केवळ तुझ्याशी बोलण्याचा आहे.

घर आणि व्यवसाय यांतील समतोलाबद्दल म्हणाल, तर स्त्रीनं घराला आणि मुलांनाच प्राधान्यक्रम दिला पाहिजे. ज्या क्षणी मुलं स्वतंत्र, स्वावलंबी बनतील, त्यानंतर तुम्हाला हवं ते करायला तुम्ही स्वतंत्र असाल.

मला असं वाटतं की, कमवायची आवश्यकता नसेल, तुमचा नवरा पुरेसं मिळवत असेल, तर पैशांसाठी काम करू नका. त्याऐवजी कोणतीतरी छान, सर्जनात्मक गोष्ट करा. तुम्ही एक स्त्री आहात. सहृदय, भावनाप्रधान आहात. तुम्ही कुटुंबासाठी, समाजासाठी, जगासाठी झटा.

आणि जर तुम्ही ठरवलंत की, तुम्हाला इतर कोणत्याही गोष्टीपेक्षा व्यवसाय आणि कीर्ती महत्त्वाची वाटतेय, तर इतर गोष्टींवर पाणी सोडा. मग आपल्या मुलांकडे दुर्लक्ष होतंय, याची खंत करत बसू नका. कुटुंब, नवरा, सासू यांच्याकडे नीटपणे पाहता येत नाही म्हणून वाईट वाटून घेऊ नका. कारण तुम्ही एकत्र-कुटुंबात राहत नसाल, तर ती गोष्ट अपरिहार्यच असणार आहे.

एकच गोष्ट लक्षात ठेवा : तुम्ही कोट्यवधी रुपये कमावलेत; परंतु तुम्ही अंतर्यामी सुखी नसाल, तर सारं काही व्यर्थ असेल. हे मी फक्त स्त्रियांनाच सांगत नाहीये, तर पुरुषांनादेखील सांगतेय!

तिची भरारी सातासमुद्रापारची!

बिनापानी तालुकदार

'पॅन्झी एक्स्पोर्ट्‌स'

आसामी हस्तव्यवसायाच्या कलाकुसरीच्या विविध गोष्टी घेऊन ही गुवाहाटीची साहसी उद्योजिका जगभर प्रवास करत असते. भाषेचे, सुरक्षिततेचे आणि घरातील विरोधाचे अडसर बाजूला सारून तिनं 'स्त्री-निर्यातदार' म्हणून आपलं एक विशेष स्थान प्रस्थापित केलेलं आहे.

बिनाला तिच्या सेल फोनवर संपर्क साधण्याचा प्रयत्न केला, तर तो सतत बंद तरी असतो किंवा संपर्कक्षेत्राच्या बाहेर तरी असतो. तो नंबर चुकीचा तर नाही ना, अशी मला शंका येऊ लागते. तरीसुद्धा मी प्रयत्न करायचं सोडत नाही.

अखेरीस माझ्या प्रयत्नांना यश मिळतं. मी तिच्या सेल फोनवर तिच्याशी संपर्क साधू शकते. ती क्षमायाचनेच्या स्वरात म्हणते, ''मी आताच ब्राझीलहून परत आलीये.''

ही आगळीवेगळी आणि कुतूहलजनक गोष्ट आहे. आम्ही गुवाहाटीमध्ये एका रविवारी दुपारी भेटतो. त्यांच्या कौटुंबिक समारंभादरम्यान ती माझ्यासाठी वेळ देते. माझ्या कल्पनेपेक्षा ती खूपच लहान वयाची आणि अतिशय आकर्षक आहे. तिने आसामी सिल्कची साडी अतिशय नीटनेटकेपणाने परिधान केलीये. साडी नेसणं ही तिची वैयक्तिक आवड आहे. ती अत्यंत धीट आणि स्पष्टवक्ती आहे.

''मी एक स्त्री आहे आणि मी आसामची रहिवासी आहे. त्यामुळे हे सारं करणं अजिबात सोपं-सुलभ नाही. परंतु मी खूप कष्ट घेते आणि प्रगती करण्यासाठी सतत झगडते.''

ती मोकळेपणानं आणि फटकळपणानं इतर समस्यांबद्दल बोलते. कुटुंबानं समजून न घेणं, या विषयीसुद्धा ती बोलते. कारण एका स्त्रीसाठी महत्त्वाकांक्षा हा काटेरी मुकुट ठरू शकतो.

परंतु हा काटेरी मुकुट ती स्वत:चा आब राखून पेलते. काट्यांऐवजी गुलाबपुष्पांच्या सुगंधावर लक्ष केंद्रित करते.

तिची भरारी सातासमुद्रापारची!

बिनापानी तालुकदार
'पॅन्झी एक्स्पोर्ट्स'

बिनापानी गुवाहाटीमध्ये जन्मली आणि वाढली. पाच बहीण-भावंडांपैकी ती सर्वांत थोरली होती.

"माझं बालपण अतिशय सुखाचं होतं. माझे वडील बी.एड. कॉलेजात शिकवत असत आणि त्यांनी मला शिकून नावारूपाला येण्यासाठी नेहमीच उत्तेजन दिलं."

खरं सांगायचं, तर बिनानं डॉक्टर व्हावं, असं त्यांचं स्वप्न होतं, तर तिनं वकील व्हावं, असं तिच्या आईला वाटत असे. परंतु तिला पेंटिंग, कला आणि हस्तकला या गोष्टींची अधिक गोडी होती.

"घरी सारे जण म्हणत, 'कला आणि हस्तकला शिकून काय फायदा होणार आहे?'"

आसामी माध्यमाच्या गोपाल बोरो हायस्कूलमधून शालेय शिक्षण पूर्ण केल्यावर, बिनानं दिसपूर कॉलेजमध्ये बी.ए.साठी प्रवेश घेतला; परंतु शिकत असतानाच, अठराव्या वर्षी तिनं तिच्याहून नऊ वर्षांनी मोठ्या असलेल्या सुकुमार तालुकदार यांच्याशी विवाह केला.

"आमचा प्रेमविवाह होता."

जुलै, १९९८मध्ये बिनाच्या मुलाचा जन्म झाला. त्याच वर्षी तिनं आणखी एका संस्थेला – 'पॅन्झी' या लघुउद्योगाला जन्म दिला. हा लघुउद्योग गुवाहाटीच्या

'डायरेक्टरेट ऑफ इंडस्ट्रीज अँड कॉमर्स'च्या – 'डी.आय.सी.'च्या (उद्योग आणि व्यापार संचालक मंडळ) अखत्यारीखाली होता.

"डी.आय.सी.चे मॅनेजिंग डायरेक्टर, श्रीयुत प्रफुल्ल सैकिया यांनी त्यासाठी माझं मार्गदर्शन केलं, कारण मला कुटीरोद्योग चालू करायची तीव्र इच्छा होती."

'पॅन्झी'ची सुरुवात अगदी लहान प्रमाणावर झाली. बिना स्वतःच बांबू आणि सुकवलेली फुलं वापरून शोभेच्या वस्तू बनवत असे. हा व्यवसाय सुरू करण्यामागे दोन कारणं होती. वेगवेगळ्या धर्तीची कलाकुसरीची काम करण्यात बिनाला खूप आनंद लाभत असे. दुसरी गोष्ट म्हणजे, त्यावेळेस तिच्या कुटुंबात कोणतीतरी आर्थिक समस्या उभी राहिलेली होती.

"या व्यवसायामुळे मला इतर स्त्रियांनाही मदत करता येईल, असं मला वाटत होतं."

ऑक्टोबर, २०००मध्ये श्रीमती रेणू चौधरी आणि श्रीमती चंद्रप्रोवा तालुकदार यांच्याबरोबर बिनाने 'आसाम वुमन वेल्फेअर सोसायटी' या एन.जी.ओ.ची नोंदणी केली. कच्चा माल मिळवणं आणि शोभेच्या वस्तू बनवणं यासाठी ग्रामीण स्त्रियांना सहभागी करून घेण्याच्या हेतूनं, ही संस्था स्थापन करण्यात आलेली होती.

"माझा विचार होता की, मी दिलेल्या नमुन्याप्रमाणे त्या स्त्रिया शोभेच्या गोष्टी बनवून देतील, मी त्या विकत घेईन आणि 'पॅन्झी'मार्फत विकेन."

हा उद्योग अगदी लहान प्रमाणावर सुरू होता. कुटुंबाकडून त्यासाठी कोणताही आधार किंवा उत्तेजन दिलं जात नव्हतं; परंतु तिच्या पतीचा मात्र सकारात्मक दृष्टिकोन होता.

"प्रारंभी त्यांनी मला खूपच उत्तेजन दिलं. त्यामुळेच मी हैदराबादमधील 'एनआयइएसइटी' येथे जाऊन गार्मेंट डिझाइनचा सर्टिफिकेट कोर्स पूर्ण केला."

सुकुमारनं तिला प्राथमिक भांडवल म्हणून १५०० रुपयेसुद्धा दिले. परंतु आर्थिक मदत घेण्याची ती तिची पहिली आणि शेवटचीच वेळ होती. "त्यानंतर मी व्यवसायातून कमावलेले पैसेच त्यात पुन्हा गुंतवते आहे."

सुकवलेल्या फुलांच्या पुष्परचना ही पुरातन काळापासून आसामची खासियत आहे. शिलाँग, मिझोराम, नागालँड अशा दूरदूरच्या भागातून फुलं गोळा केली जातात. ती सावलीत सुकवली जातात आणि त्यानंतर त्यांच्यावर नैसर्गिक पदार्थ आणि रासायनिक गोष्टी वापरून प्रक्रिया केल्या जातात.

"अशा प्रकारे फुलांचं सौंदर्य अबाधित राखून आम्ही त्यांचं आयुष्य वाढवतो."

ही सारी प्रक्रिया हातानं, नाजूकपणे करावी लागते. त्यामुळे फार मोठ्या प्रमाणावर करता येत नाही. २००४ साली बिनानं 'इंडियन इन्स्टिट्यूट ऑफ आंत्रप्रनर' यांनी गुवाहाटीत आयोजित केलेला एक कोर्स केला. तिच्या लक्षात आलं

की, तिला अनेक गोष्टी करता येतील. या कोर्समुळे तिला व्यवस्थापन आणि विपणन (मॅनेजमेंट अँड मार्केटिंग) या गोष्टींचं बरंच ज्ञान मिळालं.

"'इन्डियन इन्स्टिटयूट ऑफ मॅनेजमेंट'मधील डॉ. सुनील सैकिया यांनी मला खूपच उत्तेजन दिलं. या कोर्समुळे माझा व्यवसाय वाढविण्याबद्दल माझ्या मनात आत्मविश्वास जागा झाला."

त्याच वर्षी बिनानं 'आवाज' नावाची कला आणि हस्तकला शिकवणारी प्रशाला सुरू केली. इथे ती चित्रकला व पेंटिंगचं प्राथमिक व उच्च शिक्षण देत असे. गुवाहाटीमधील गणेशपुरी भागातील तिच्या पतीच्या कुटुंबाच्या मालकीच्या एका इमारतीत तिनं ही प्रशाला उघडली.

"आम्ही सर्वांत वरच्या मजल्यावर राहत होतो आणि त्याखालच्या मजल्यावर ही प्रशाला होती."

ही प्रशाला अत्यंत लोकप्रिय झाली. त्यात १५०पेक्षा जास्त विद्यार्थी आले आणि बिनाला दिवसभर व्यस्त ठेवू लागले. प्रारंभी ती तिन्ही तुकड्यांना शिकवत असे. ऑक्टोबर, २००५मध्ये तिच्या मुलीचा जन्म झाल्यावर बिनानं आपल्या काही हुशार विद्यार्थिनींची साहाय्यक शिक्षिका म्हणून नियुक्ती केली आणि त्यांनी ती जबाबदारी पार पाडली.

"मी वर्गात शिकवत असताना किंवा पेंटिंग करत असताना माझी मुलगी माझ्याजवळ बसून राही. ती खूपच रडू लागली, तर माझ्या विद्यार्थिनीच तिच्याकडे बघत."

बिनाच्या पालकत्वाच्या या आगळ्यावेगळ्या शैलीमुळे तिच्या मुलीला कोणताही त्रास झाला नसला, तरी त्यामुळे तिचं तिच्या नवऱ्याबरोबरचं नातं मात्र बिघडू लागलं.

"त्यांना वाटू लागलं की, मी माझ्या कर्तव्यांकडे, माझ्या मुलीकडे दुर्लक्ष करते आहे. त्यांना माझं काम करणं डाचू लागलं."

घरातील सलोखा अबाधित राहावा म्हणून बिनानं ती प्रशाला बंद करून टाकली. तिनं पाच कर्मचारी नेमले होते आणि महिन्याकाठी तिला २५ ते ३० हजार नफा सुटत होता. गुवाहाटीच्या दृष्टीनं ही रक्कम खूपच मोठी होती. परंतु बिना मात्र या प्रशालेला एक छंद समजत होती.

"आम्ही अनाथाश्रमांना आणि इतर संस्थांना देणग्या देत होतो. उरलेले पैसे मी माझ्या स्वत:च्या खर्चासाठी वापरत होते. त्यामुळे मला आर्थिकदृष्ट्या कुणावरही अवलंबून राहावं लागत नव्हतं."

बिनानं ही प्रशाला बंद केली असली, तरी स्वत:ला तिनं मिटून घेतलं नाही. १९९८ साली सुरू केलेला कुटीरोद्योग आता आणखी वाढवायचा तिनं

> ***''ब्राझीलमध्ये सारे जण जीन्स घालतात. त्यामुळे माझी साडी विचित्र वाटते. तरीही मी साडीच नेसते आणि मला व्यवसायाला उत्तम प्रतिसाद मिळतो.''***

निर्णय घेतला.

''आपण तयार केलेल्या वस्तू निर्यात कराव्यात, असं मी ठरवलं.''

सुकवलेली फुलं निर्यात करणं अवघड होतं. त्यामुळे बिनानं रेशमी कापडाकडे लक्ष वळवलं. स्वतःचे विशेष असे रंग आणि पोत असलेलं आसाममधलं 'मुगा' आणि 'एरी' रेशमी कापड खूप प्रसिद्ध आहे. आपलं डिझाइनिंगमधलं कौशल्य वापरून बिनानं 'एरी सिल्क'च्या हँडबॅग्ज आणि स्टोल्स बनवायला सुरुवात केली. 'नॅशनल स्मॉल इंडस्ट्रीज कॉर्पोरेशन'च्या (NSIC) मदतीनं बिनाला परदेशातील प्रदर्शनात उपस्थित राहण्याची संधी मिळाली.

''जे.के. महन्ता 'एन.एस.आय.सी.'चे संचालक होते आणि त्यांना माझं काम आवडलं, म्हणून त्यांनी मला ब्राझीलमधील प्रदर्शनासाठी पाठवलं.''

बिनाची ही पहिलीच परदेशवारी होती. पुढल्या असंख्य परदेशवाऱ्यांची ती सुरुवातीची नांदीच होती. त्या प्रदर्शनासाठी दक्षिण आफ्रिकेतला एक ग्राहक आलेला होता. त्याला बीनाची सिल्क हँडबॅग खूप आवडली. त्यानं तशी हँडबॅग त्यापूर्वी कधीच पाहिलेली नव्हती. त्यानं १० हजार हँडबॅग्जची मागणी नोंदवली.

''ही माझी पहिलीच एक्स्पोर्ट ऑर्डर होती.''

१० हजार बॅग्ज बनवण्यासाठी बिनाला फिरत्या भांडवलाची गरज होती. दक्षिण आफ्रिकेतील ग्राहकाकडून आलेलं 'लेटर ऑफ क्रेडिट' घेऊन ती बँकेकडे कर्जाऊ पैशांची मागणी घेऊन गेली आणि ते कर्ज तिनं मिळवलं.

या मागणीसाठी पुरवठा करणं, ही काही सोपी गोष्ट नव्हती. प्रत्येक पर्स हातानं शिवावी लागत होती आणि बिनापाशी प्रशिक्षित कारागीर नव्हते.

''मी या कामासाठी माझ्या पूर्वीच्या १०-१२ विद्यार्थिनी मिळवल्या आणि ते काम आटोक्यात आलं.''

ही मागणी पूर्ण करायला एक वर्ष लागलं. त्यासाठी खूप घाम गाळावा लागला आणि रक्त जाळावं लागलं; परंतु दुर्दैवानं त्यातून नफा सुटला नाही.

''मी फारच कमी किंमत लावली होती. मला निर्यातीसाठी आवश्यक असणाऱ्या औपचारिक गोष्टींबद्दल, मालाचं पॅकिंग आणि शिपिंग यांच्या खर्चाबद्दल, काहीही ठाऊक नव्हतं.''

परंतु तिनं ही गोष्ट अक्कलखाती जमा केली आणि त्याकडे केवळ एक अनुभव म्हणून बघितलं; जीवनाच्या शाळेतलं एक लहानसं अपयश म्हणून बघितलं. ती

जीवनाच्या शाळेतल्या अशा इतर अनेक परीक्षांमध्ये उत्तमरीत्या यशस्वी झाली.

"मी आसामी माध्यमातून शिकले आहे. मला सफाईदार इंग्रजी बोलता येत नाही. परंतु परदेशात प्रवास करताना मला कधीच कोणतीही अडचण आली नाही."

साओ पाओलो (ब्राझील)ला जाण्यापूर्वी बिनानं एक चतुराईची गोष्ट केली. तिनं एक पुस्तक विकत आणून पोर्तुगीज या ब्राझीलच्या अधिकृत भाषेतील काही महत्त्वाचे शब्द आणि वाक्प्रचार शिकून घेतले. त्याबरोबरच तिनं थोडे स्पॅनिश आणि रशियन शब्द शिकून घेतले.

"मला परदेशी भाषा शिकायला आवडतात आणि कदाचित त्यामुळेच मला निर्यातीच्या व्यवसायात यश मिळालं असेल."

तुम्ही चुकीचे शब्द वापराल, तुमचे उच्चार गमतीशीर वाटतील, परंतु तुमचा प्रयत्न पाहून मनं जोडली जातात. परंतु परदेशी जाताना बिना तेवढीच सवलत देते. कुठेही गेली तरी ती भारतीय पोशाखच पसंत करते.

"मला पारंपरिक पद्धतीच्या आसामी रेशमाच्या साडीत, ठळक कुंकू आणि अलंकारात पाहून लोकांना आश्चर्य वाटतं. मला वाटतं, त्यामुळे त्यांचं कुतूहल जागं होतं आणि ते माझ्या स्टॉलला भेट देतात."

परंतु 'साडीतली स्त्री' म्हणून काही तोटेसुद्धा सोसावे लागतात.

"प्रारंभी मला ते तेवढंसं जाणवत नसे; परंतु आता मी एक स्त्री असल्यामुळे पक्षपात होतोय हे माझ्या लक्षात येऊ लागलंय. अनेकदा महत्त्वाच्या प्रदर्शनांसाठी मला 'एक्स्पोर्ट प्रमोशन कौन्सिल'कडून आमंत्रणच मिळत नाही."

तक्रार केली असता बिनाला उत्तर मिळालं की, सर्व पुरुषांच्या प्रतिनिधिमंडळात एका स्त्री-उद्योजिकेला नेणं, ही मोठीच डोकेदुखी ठरते आणि एवढ्यावरच हे थांबत नाही!

"पुरुषांना वाटतं की, ती आपला माल खपवायला आलीये, त्याअर्थी ती स्वत:सुद्धा विकाऊ असली पाहिजे!"

अनेकदा तिच्याकडे असभ्य विचारणा केल्या गेल्या. बिनाला आठवतंय की, एका ग्राहकानं निर्लज्जपणे सरळ प्रश्न विचारला होता, "तू किती पैसे घेशील?"

बिनानं विचारलं, "तू मालासाठी मागणी नोंदवतो आहेस?"

त्या ग्राहकानं छद्मी हास्य केल्यावर बिना कडाडली, "तुला इथल्या बाजारात दहा डॉलर्सना बाई मिळत असेल! परंतु दहा काय लाखो डॉलर्स मोजलेस तरी तुला

> ***"मेड इन चायना लेबलच्या सवंग मालानं बाजारपेठ ओसंडून वाहतेय. त्यामुळेच आम्ही हातानं बनवलेल्या गोष्टी वेगळेपणानं उठून दिसतात."***

> ***"कधी मला नफा होतो, तर कधी तोटा! तरीही मी माझं स्वप्न जिवंत ठेवायला धडपडत असते!"***

भारतीय स्त्री मिळणार नाही!"

या कालीच्या रौद्र अवतारात बिनानं त्याच्यावर आणखी एक अखेरचा घाव घातला, "माझी तशी इच्छा झाली, तर मीच तुझ्याकडे येईन. आता तोंड काळं कर!"

तिची धिटाई पाहून मी अवाकही झाले आणि मोहूनही गेले. तशीच तिची प्रांजल कबुली ऐकूनही! बिना ज्या वस्तुस्थितीबद्दल परखडपणे बोलतेय, ती वस्तुस्थिती अस्तित्वात असली तरी कुणीही त्याबद्दल उल्लेख करू धजत नाही. कारण बहुतेक वेळा गृहीत धरलं जातं की, स्त्रिया हे संकट स्वत:वर स्वत:नंच ओढवून घेत असतात.

"माझ्या कुटुंबीयांना याची किती जाण आहे हे मला ठाऊक नाही... ही आपणा स्त्रियांपुढली नेहमीची समस्या आहे."

आजच्या जगात राम सीतेला अग्निपरीक्षा करायला लावत नसला, तरी इतर प्रकारे तो तिचे जिणे असह्य करू शकतो.

"माझा नवरा माझ्यावर थोडा नाराज असतो. कधीकधी वाटतं की, हे सारं सोडून द्यावं."

बिनाच्या डोळ्यांत एक हरवलेपणा डोकावतो... या प्रश्नाला सोपं उत्तर नाही. कदाचित थोडं जास्तच उघडपणे बोलले की काय; असं वाटून ती विषय बदलते.

"पत्नी खूप काळ परदेशातच राहू लागली, तर तिच्या नवऱ्याला तिची अनुपस्थिती जाणवते. तो थोडाबहुत नाराज तर राहतोच. जाऊ दे! दुसऱ्या विषयावर बोलू या."

बिना वेगवेगळे प्रयोग करून पाहते आणि नव्या गोष्टी बनवते. जर्मनीतील एका फॅशन-शोतून प्रेरणा मिळवून तिनं मोगा-सिल्कचं एक जॅकेट बनवलंय. त्याचा नैसर्गिक रंग आणि सुंदर पोत पाहून इटलीमधील एका जाणकार ग्राहक आकृष्ट झाला.

सवयीनं निर्यातीसंदर्भातील पत्रव्यवहार सांभाळण्यात बिना तरबेज झालीय. परंतु मालाच्या दर्जात सातत्य राखणं, हे मोठंच आव्हान असतं. वजनात किंवा डिझाइनमध्ये अगदी थोडासा बदल झाला, तरी तो खपवून घेतला जात नाही. मोठी किंमत मोजून तिला ही गोष्ट शिकावी लागली.

"मी पाठवलेला सारा माल दोनदा नाकारला गेलाय. मला त्यावेळेस खूप तोटा सोसावा लागला."

एकदा तिनं पाठवलेला माल कझाकिस्तानात अडकून पडला. बिनाला तिथं समक्ष जाऊन त्यात लक्ष घालावं लागलं. तो माल किरकोळीनं स्थानिक बाजारात खूप पडेल किमतीला विकावा लागला.

अशा चुकांमुळे विक्री आणि नफ्याचे आकडे खूपच खाली-वर होत असतात. यावर्षी नफा ३३ लाखांच्या घरात असेल, अशी अपेक्षा आहे. गेल्या वर्षी भरपूर मागण्या आल्यामुळे नफा ७० लाखांवर पोचला होता.

विक्रीवर ३० ते ४० टक्के नफा सुटतो. परंतु एखादी ऑर्डर नाकारली गेली, की, सारा नफा शून्यावर येतो. परंतु हे सारं बिना निमूटपणे पचवते.

''मी कधीही कुणासमोर 'असं झालं नि तसं झालं' असं रडगाणं गात नाही. मी इतका तोटा सोसलाय... परंतु त्याबद्दल तुम्ही मला कधीही रडताना पाहणार नाही.''

एका प्रसंगी बिनानं सरळ आपले दागिने लॉकरमधून काढले नि बँकेत नेले. अशा प्रकारे तिने उरलेलं कर्ज शांतपणे फेडलं.

''आज तोटा झालाय. उद्या नफा होईल. देवाची इच्छा असेल, तर मी ते सारं परत मिळवीन.''

बिनाचा विश्वास आहे की, पावलागणिक देव तिच्या पाठीशी उभा आहे; त्यामुळेच ती आजच्या स्थानावर पोचू शकलीये!

''माझ्या आयुष्यातल्या सर्वांत मोठ्या आघाताबद्दल तुम्हाला सांगते.''

श्रीलंकेतील प्रदर्शनानंतर परत येताना, बिना दिल्लीतील इंदिरा गांधी आंतरदेशीय विमानतळावर पहाटे एक वाजता पोचली. यापूर्वी ती जिथं राहिली होती, त्या पहाडगंजमधील स्वस्तातल्या हॉटेलात रात्र काढायचं तिनं ठरवलं.

यावेळेस हॉटेलात कुणीही दिसलं नाही, परंतु प्रवासामुळे बिना थकून गेलेली होती. तिनं त्याबद्दल फारसा विचार केला नाही. तिला फक्त झोपेची आवश्यकता होती.

पहाटे तीन वाजता दरवाजावर थाप पडली.

''मी दचकून उठले. यावेळेस दरवाजा कोण ठोठावत असणार?''

ठोठावणं जोरात होऊ लागलं. लवकरच दरवाजावर लाथाबुक्क्या पडू लागल्या. एक नव्हे; तर दोन-तीन माणसं असावीत.

''मी स्वागत-कक्षाला फोन लावला तर मॅनेजर नुसता हसला.''

त्यावेळेस बिनाच्या लक्षात आलं की, ती मोठ्याच संकटात सापडलीये. ''मी इतकी हादरले होते की, मला नीटपणे विचारही करता येईना!''

तिनं गुवाहाटीमध्ये तिच्या नवऱ्याला फोन केला. त्यानं तिला ताबडतोब १००

''मला माझी स्वतःची स्वतंत्र ओळख हवीये.''

> *"बाहेरच्या विवंचना घरात आणून काय लाभ होणार? घरात मी नेहमी आनंदी असते."*

हा पोलीस हेल्पलाइनचा नंबर फिरवायचा सल्ला दिला. तिच्या नशिबानं ते ताबडतोब धावून आले; काही मिनिटांतच तिथे पोचले. तो दरवाजा तुटायच्या काही सेकंदांपूर्वी ते तिथे पोचले.

गुन्हेगार हरियाणामधले काही विद्यार्थी होते. तेसुद्धा या हॉटेलात राहत होते. ते पकडले गेले आणि त्यांच्यावर 'बलात्कार आणि खुनाचा प्रयत्न' असा गुन्हा दाखल करण्यात आला, परंतु ते जामिनावर सुटले.

"मी साऱ्या जगभरात एकटीनं प्रवास करते. मी पॅरिसच्या रस्त्यांवर पहाटे दोन वाजतासुद्धा निर्धोकपणे फिरू शकते. काही समस्या उद्‌भवत नाही. परंतु दिल्ली (ती थरथर कापते)... दिल्लीत मला अजिबात सुरक्षित वाटत नाही."

लक्षावधी अन्य स्त्रियांची हीच भावना आहे!

रस्त्यावर काय किंवा उद्योगजगात काय; खूप जणींची कुमक असली, तरच सुरक्षितता लाभते.

"मला अनेक समस्यांना तोंड द्यावं लागलंय... कारण माझ्या क्षेत्रात फारच थोड्या स्त्रिया आहेत. जर आम्ही अनेक जणी या क्षेत्रात उतरलो असतो, तर आमची कुमक तयार झाली असती. आम्हाला बळ लाभलं असतं."

बिनाचं मत आहे की, अनेक स्त्रिया निर्यात-व्यवसायात उतरू इच्छितात, परंतु हा व्यवसाय सोपा नसल्यामुळे त्या कचरतात.

"मी अनेक ठिकाणी पाहिलंय की, स्त्री निर्यात-व्यवसायात असेल, तर पति-पत्नी त्यात एकत्रितपणे काम करतात आणि पतीच सारा प्रवास करतो."

मग बिनाला हे सारं कसं शक्य होतं? आता तिची मुलं मोठी झाली आहेत. चांगलं शिक्षण मिळावं म्हणून तिचा मुलगा कुमार, बोर्डिंग स्कूलमध्ये शिकतोय. घरात स्वयंपाकाला बाई आहे. त्यामुळे तशी इच्छा झाली, तरच बिना स्वयंपाकघरात पाऊल ठेवते.

तिचा नवरा आणि तिची मुलगी देबाहुती यांना तिच्या परदेशवाऱ्यांची सवय झालीये. तिच्या गैरहजेरीत तिचे कर्मचारी तिच्या शोरूमकडे बघतात. खेड्यामध्ये हस्तव्यवसाय सुरू आहे, तर गुवाहाटीमधील लहानशा कारखान्यात शिवणकाम केलं जातं.

भारतातील प्रत्येक राज्यातील हस्तकलेच्या वस्तू ठेवलेली शोरूम युरोपमध्ये उघडण्याचं बिनाचं स्वप्न आहे. ही महत्त्वाकांक्षा मोठी आहे, परंतु ती म्हणते की, ती सत्यात उतरवता आली, तर फारच मजा येईल!

परंतु जेव्हा नातेवाईक कुचके ताशेरे झोडतात किंवा तिला 'भटकभवानी' म्हणतात, तेव्हा ते मोठं मौजेचं वाटत नाही.

''मी असल्या ताशेऱ्यांकडे संपूर्ण दुर्लक्ष करते. माझं काम किती अवघड आहे, याची त्यांना काहीही कल्पना नाही.''

बिना शाकाहारी आहे. त्यामुळे परदेशात जेवण मिळणं ही कठीण समस्या ठरते. विशेषत: ब्राझीलसारख्या, बीफ (बैलाचं मांस) हे मुख्य अन्न असलेल्या देशात तर फारच अडचण होते. एकदा बिनाला फक्त फळं आणि ज्यूसवर नऊ दिवस काढावे लागले होते.

''प्यायचं पाणीसुद्धा खूप महाग असतं!''

प्रदर्शनाच्या जागी बिनाजवळ कोणीही मदतनीस किंवा कर्मचारी उपलब्ध नसतात. जड खोकी तिलाच उचलावी लागतात. ती फक्त एकाच गोष्टीचा भार कधी वाहत नाही – तो म्हणजे अपराधी भावनेचा!

''मी घराबाहेर असते तेव्हा कधीही घराबद्दल विवंचना करत नाही आणि जेव्हा मी घरी असते, तेव्हा बाहेरच्या विवंचनांचे तणाव घरी आणत नाही!''

तत्त्वज्ञान मोठं सोपं-सरळ असलं, तरी आचरणात आणायला बहुतेक सर्वांना खूप कठीण वाटेल असं आहे.

तुम्ही जिथे असाल, तेव्हा वर्तमानकाळातला तोच क्षण जगा!

तुमच्या कुवतीएवढीच नव्हे, तर त्याहूनही उंच भरारी मारा!

स्त्री-उद्योजिकांसाठी सल्ला

तुम्ही जे काही हाती घ्याल ते उत्कटतेनं आणि सकारात्मक वृत्तीनं करा. तुम्ही जे योजाल किंवा जी नोकरी कराल, त्यात हीच वृत्ती ठेवा आणि पूर्ण समर्पिततेनं काम करा, म्हणजे यश नक्कीच चालत येईल!

व्यवसाय करताना स्त्रियांनी नीटपणे हिशोब ठेवायला शिकलं पाहिजे. ते थोडं अवघड असतं, पण आता ते मला जमलंय. मी प्रवास करते, तेव्हा केलेल्या प्रत्येक खर्चाची 'एक्सेल शीट'वर नोंद करते. परत आल्यावर मी माझ्या चार्टर्ड अकाउंटंटजवळ बसते आणि आम्ही हिशोब करतो.

स्त्रियांनी नेहमी साधा पेहेराव ठेवावा आणि नम्रतेनं वागावं. प्रवास करताना मी जीन्स घालते; परंतु वर दुपट्टा (ओढणी) घेते. मी सर्वांशी मित्रत्वानं वागते, परंतु फाजील सलगी कधीही करत नाही.

पतिपत्नींनी एकमेकांना समजून घेतलं पाहिजे. सुरुवातीला आमच्यात तणाव निर्माण झाला होता. मी व्यवसायात पडावं असं माझ्या पतींना वाटत नव्हतं, परंतु मी खंबीर राहिले आणि प्रगती केली. आता सर्वांनाच कळलंय की, माझ्यात कुवत आहे आणि मी व्यवसायाकडे गांभीर्यानं पाहतेय.

जर नवरेलोकांनी थोडं समजुतीनं घेतलं, तर स्त्रिया खूप उंच भरारी मारू शकतील आणि कोणतीही गोष्ट साध्य करू शकतील!

जिवलग बहीण

इला भट्ट
'सेवा' (SEWA)

जातीपातीची आणि कर्फ्यूची बंधनं झुगारून देऊन, इलाबेन त्यांच्या कामगार-भगिनींच्या हक्कांसाठी झगडल्या. त्या कामगार-भगिनी होत्या भाजीविक्रेत्या, कचरा गोळा करणाऱ्या स्त्रिया, सुइणी आणि अशाच उद्योगातल्या अन्य अगणित स्त्रिया! 'सेवा'च्या स्थापनेला ४० वर्षं झालेली आहेत. आता सेवाच्या सदस्य-भगिनींची संख्या १७ लाखांवर पोचली आहे. भांडवलशाहीनं बुजबुजलेल्या आजच्या जगात 'सेवा' गांधीवादी तत्त्वं जिवंत ठेवून कार्य करीत आहे.

‘इंडियन इन्स्टिट्यूट ऑफ मॅनेजमेंट’, अहमदाबाद येथील एक विद्यार्थिनी असताना मी बरेचदा ‘बनासक्राफ्ट’ या सी.जी. रोडवरच्या दुकानात जात असे. तिथे अत्यंत सुंदर भरतकाम केलेले पलंगपोस, उशांचे अभ्रे आणि वॉल हँगिंग्ज विकत मिळत. घरच्यांसाठी भेटवस्तू म्हणून आम्ही त्या गोष्टी विकत घेत असू.

‘बनासक्राफ्ट’ची निर्मिती ‘सेवा’नं केल्याचं मला ठाऊक होतं. मी इलाबेन भट्ट यांच्याबद्दलसुद्धा बरंच ऐकलेलं होतं. परंतु त्याबद्दल मी अधिक खोलात जाऊन कधी चौकशी केली नव्हती.

त्यानंतर अनेक वर्षं उलटल्यावर मी त्यांना भेटले आणि त्यांच्या तोंडून सारी माहिती ऐकताना थक्क झाले. त्यांची कहाणी अगणित वेळा इतरांना सांगून इलाबेन नक्कीच कंटाळून गेल्या असतील. तरीसुद्धा त्यांनी पुन्हा एकदा त्याबद्दल मला विस्तारानं सांगितलं.[१]

“मी अर्थशास्त्रज्ञ नव्हे की समाज-सेविका नव्हे. मला कामगारसंघटनांचा अनुभव होता आणि स्वतःचे छोटे छोटे उद्योग स्वतःच्या हिमतीवर करणाऱ्या स्त्रियांना संघटित करून त्यांना स्वावलंबी-सक्षम बनवण्यासाठी ‘सेवा’नं धडपड केली.”

भाजीविक्रेत्या, चिंध्यांच्या गोधड्या शिवणाऱ्या, कचरा उचलणाऱ्या स्त्रियांनासुद्धा काही मूलभूत हक्क आहेत, हे साधं सत्य लोकांच्या गळी उतरवण्यासाठी ‘सेवा’ला खूप झुंझावं लागलं.

‘सेवा’च्या कामासाठी इलाबेनना आणि त्यांच्या कार्यकर्त्या भगिनींना गिरणी मालकांशी, महानगरपालिकेशी आणि राज्यसरकारशी दोन हात करावे लागले. त्यांनी प्रतिनिधिमंडळांचं नेतृत्व केलं, निषेध नोंदवला, कर्फ्यूकडे दुर्लक्ष करून धरणं धरलं. गरज पडेल तेव्हा कायदेशीर लढतसुद्धा दिली.

मी पुढे वाकून इलाबेनचा प्रत्येक शब्द ऐकायचा निकराचा प्रयत्न करतेय, कारण त्या अत्यंत मृदू आवाजात बोलतात.

आयुष्यात पहिल्याप्रथमच मला ‘गांधीवादी’ या शब्दाचा अर्थ लख्खपणे उमगला.

या स्त्रीच्या दुबळ्या देहात पोलादी, कणखर मन आहे.

समाजाच्या भल्यासाठीच काम करण्याची जिद्द आहे.

संकटात पिचणाऱ्या प्रत्येक व्यक्तीच्या भल्यासाठी माझी ही ‘बेन’ (बहीण) झगडते आहे.

---

१. इलाबेन यांच्या कार्याची सखोल ओळख करून घेऊ इच्छिणाऱ्यांनी त्यांचं ‘We are poor but so many : The story of self employed women in India’ हे ‘ऑक्सफर्ड युनिव्हर्सिटी प्रेस’नं प्रसिद्ध केलेलं पुस्तक जरूर वाचावं. या पुस्तकाचा मराठी अनुवादही ‘मेहता पब्लिशिंग हाऊस’तर्फे प्रकाशित करण्यात आला आहे.

जिवलग बहीण

इला भट्ट
'सेवा' (SEWA)

इला भट्ट यांचा जन्म झाला अहमदाबादमध्ये परंतु त्या लहानाच्या मोठ्या झाल्या सुरतेत. तिथे त्यांचे वडील वकिली करत असत.

"माझे वडील, माझे चुलतभाऊ, माझे काका सारे जण वकीलच होते. आम्ही तिघी बहिणी होतो. आम्हाला भाऊ नव्हता."

इलाबेन तेराव्या वर्षी मॅट्रिक झाल्या. त्यावेळेस स्वातंत्र्याची चळवळ जोरात सुरू होती. १९४८ साली त्यांनी कॉलेजमध्ये प्रवेश घेतला, तेव्हा भारत स्वतंत्र झाला होता. तेव्हा वातावरणात आदर्शवाद होता. देशाला पुन्हा बळ मिळवून देण्याचं उद्दिष्ट डोळ्यांपुढे होतं.

"माझ्या मनात माझ्या व्यावसायिक आयुष्याबद्दल कोणताही संदेह नव्हता. कारण गांधीजींनी मार्ग दाखवून दिलेला होता."

अहमदाबादमधील एल.ए. शाह लॉ कॉलेजमधून १९५४ साली पदवी मिळवल्यानंतर इलाबेन 'टीएलए' (टेक्स्टाइल लेबर असोसिएशन) साठी काम करू लागल्या. महात्मा गांधींनी १९१७ साली 'टीएलए'ची स्थापना करून देशभरातील कामगार संघटनांपुढे आदर्श घालून दिला होता. इला बेन[१] 'टीएलए'साठी काम करू लागल्या,

---

१. बेन – गुजरातेत स्त्रीला 'बेन' (बहीण) म्हणून संबोधण्याची पद्धत आहे.

तेव्हा कापड गिरण्यांमधले दीडलाख कामगार ‘टीएलए’चे इमानी सदस्य होते.

“मी टीएलए’च्या कायदाविभागात काम करू लागले. गिरणी कामगारांचे लहानलहान खटले लढवू लागले. प्रामुख्याने हे खटले पगारवाढ, बोनस अशा संदर्भात असत.”

‘टीएलए’च्या कर्मचाऱ्यांमध्ये इलाबेनखेरीज कुणीही अन्य स्त्री नव्हती. कोर्टातही तीच कथा होती. इलाबेनच्या नोकरीच्या सुरुवातीच्या काळात, लेबरकोर्टमध्ये जाण्याचं त्यांच्या मनावर दडपण येई.

“माझ्या कपड्यांबद्दल किंवा माझ्या ठेंगणेपणाबद्दल कुणीही लहानसाही शेरा मारला, तरी मी अस्वस्थ होऊन चाचरू लागत असे. कोर्टात इतर कुणीही स्त्री क्वचितच नजरेला पडत असे.”

इलाबेननं ‘टीएलए’च्या कचेरीतसुद्धा खळबळ माजवली. कारण त्या डोक्यावरून पदर घेत नसत. डोक्यावरून पदर घेण्याची पद्धत अहमदाबादेत प्रचलित असली तरी इलाबेन लहानाच्या मोठ्या झाल्या त्या दक्षिण गुजरातेत ही पद्धत प्रचलित नव्हती.

“माझ्याबद्दलची तक्रार अनसुयाबेन साराभाईंपर्यंत नेण्यात आली. त्या तेव्हा ‘टीएलए’च्या अध्यक्षा होत्या. जरी अनसुयाबेन नेहमीच डोक्यावरून पदर घेत असत, तरी त्यांनी माझ्यावर तशी सक्ती केली नाही.”

ही बहुधा इलाबेनची अगदी पहिली – सौम्य प्रकारची बंडखोर लढत असावी. ज्या गोष्टीबद्दल पूर्ण विश्वास असे, त्या गोष्टीबाबत त्या खंबीरपणे वागत.

१९५६ साली इलाबेननी रमेश भट्ट यांच्याशी विवाह केला. या विवाहाबद्दल त्यांचे आई-वडील फारसे राजी नव्हते.

रमेश भट्ट हे कॉलेज दिवसांपासून इलाबेनचे सहाध्यायी होते. ते देखणे होते आणि विद्यार्थिनेता म्हणून क्रियाशील होते.

“ते मला जे. सी. कुमारप्पा सारख्यांची उत्तम पुस्तकं वाचायला देत असत,” इलाबेन हसून सांगतात.

रमेशनी इलाला सर्वस्वी नव्या कल्पना आणि अनुभव यांचं दर्शन घडवलं. १९५१ साली स्वतंत्र भारताची पहिली जनगणना झाली. मैनाफलिया नावाच्या सुरतेमधील झोपडपट्टीमधून या जनगणनेसाठी माहिती गोळा करताना, रमेशभाई इलाबेनना त्यांच्यासमवेत घेऊन गेले. तेथील स्त्रियांची भीषण परिस्थिती पाहून इलाबेनच्या मनावर खोलवर ठसा उमटला.

“रमेशनी मला इतक्या विविध गोष्टी शिकवल्या. त्यांचा माझ्यावर जबरदस्त प्रभाव पडला.”

परंतु इलाबेन उच्चमध्यमवर्गीय ब्राह्मण कुटुंबात जन्मलेल्या होत्या, तर रमेशभाई एका गिरणीकामगारचा मुलगा होते. त्यामुळे इलाबेनच्या कुटुंबीयांचा या विवाहाला

विरोध होता.

"आपल्या मुलीच्या विवाहामुळे समाजातली आपली पत उंचावावी, असं मुलीच्या आई-वडिलांना नेहमीच वाटत असतं आणि आर्थिकदृष्ट्या निम्न स्तरावरच्या घरात माझं कसं होईल, ही खरीखुरी चिंतासुद्धा त्यांना अस्वस्थ करत होती."

इलाबेन आणि रमेशभाईंना सात वर्षे प्रतीक्षा करावी लागली; परंतु अखेरीस कुटुंबीयांनी या विवाहाला संमती दिली. हा खादीधारी जोडप्याचा साधासुधा विवाहसमारंभ होता. विवाहानंतर नवपरिणित जोडप्यानं गुजरात विद्यापीठाच्या कँपसमध्ये संसार थाटला. तिथं रमेशभाई प्राध्यापक होते.

"गुजरात विद्यापीठातील आणि मी काम करत होते त्या 'टीएलए'मधील वातावरण अत्यंत बौद्धिक स्वरूपाचं होतं. मी तिथे इतकं शिकले! मी त्यामुळे खूपच परिपक्व झाले!"

१९५८ साली इलाबेनची मुलगी आमी हिचा जन्म झाला. त्यापाठोपाठ मिहीरचा जन्म झाला. या कालावधीत इलाबेन अर्धवेळ काम करत होत्या. १९६१ साली त्यांनी पुन्हा पूर्णवेळ कामाला सुरुवात केली. यावेळेस त्या गुजरात सरकारच्या 'लेबर मिनिस्ट्री'मध्ये (कामगार खात्यात) 'एम्प्लॉयमेंट ऑफिसर' (नियुक्ती अधिकारी) म्हणून काम करू लागल्या. त्यानंतर गुजरात सरकारनं त्यांच्यावर 'व्यवसायासंबंधित माहिती'ची (Occupation Information) जबाबदारी सोपविली.

"हे काम करताना मी 'नॅशनल कोड ऑफ ऑक्युपेशन' (राष्ट्रीय व्यवसाय-व्याख्यासूची)मधील विविध व्यवसायांच्या तेव्हाच्या व्याख्या तपासून त्याबद्दल आढावा घेतला, नव्यानं समाविष्ट केलेल्या व्यवसायांच्या व्याख्या बनवल्या."

१९६८ साली, इलाबेन पुन्हा 'टीएलए'मध्ये दाखल झाल्या आणि त्यांच्या स्त्री-विभागाच्या प्रमुखा म्हणून काम बघू लागल्या. यावेळेस इस्त्राईलमधील तेलअवीव्ह येथील एका प्रशिक्षण उपक्रमासाठी बोलावणं आलं असता, त्यासाठी 'टीएलए'नं इलाबेनची निवड केली. हा त्यांच्या आयुष्यातला एक निर्णायक टप्पा होता.

"मी तिथे जे शिकले ते खरोखरच अद्‌भुत आणि अपूर्व होतं. कामगारसंघटना आणि सहकारी संस्थांच्या संयुक्त बळावर तो संपूर्ण देश कशाप्रकारे चालवला जातोय, हे मला जवळून पाहायला मिळालं."

ती विमानकंपनी असो, एखादी बँक असो किंवा शेती असो. तेथील सर्व कर्मचाऱ्यांना कामगारसंघटनेचं संपूर्ण सदस्यत्व देण्यात येत असे. त्या कामगाराच्या पत्नीलासुद्धा मतदानाचा अधिकार मिळत असे. ही कल्पना जवळजवळ गांधीवादी तत्त्वासारखीच होती.

'कामगार व सहकारी संस्था' यातली आंतरराष्ट्रीय पदविका मिळवून तीन महिन्यांनी इलाबेन भारतात परत आल्या. आपण काहीतरी करायलाच हवं, असं

'''सेवा'ची अधिकृत नोंदणी करण्यासाठीसुद्धा आम्हाला लढत द्यावी लागली. कारण आमची ही संकल्पनाच सर्वस्वी नवी होती. आम्ही काम, कामगार आणि कामगारसंघटना यांच्या व्याख्येबद्दलच सवाल उभे केले होते.''

त्यांना तीव्रपणे वाटू लागलं होतं; परंतु नेमकं काय करावं ही दिशा सापडत नव्हती. परंतु सरकारसाठी आणि 'टीएलए'साठी दीर्घकाळ काम करून त्यांना एक गोष्ट मात्र लख्खपणे उमगली होती : अनेक आर्थिक व्यवसाय, अनौपचारिक स्तरावरचे असंघटित लोकच करत होते.

या 'अनौपचारिक' स्तरावरच्या कामगारांची कोणतीही संघटना नव्हती, त्यांना कोणतीही हक्काची सवलत उपलब्ध नव्हती आणि त्यांना कामगार कायद्यांद्वारे कोणतंही संरक्षण दिलं जात नव्हतं.

''सुसंघटित करण्याचा अनुभव माझ्या गाठीशी असल्यामुळे मला वाटलं की, हे लोकसुद्धा कामगारचळवळीचा एक घटक बनले पाहिजेत.''

परंतु याचा प्रारंभ कुठून आणि कसा करायचा? या अनौपचारिक स्तरावरच्या व्यावसायिकांपाशी कोणताही करार नसतो की मालक-कर्मचारी असं अधिकृत नातं नसतं. खरं सांगायचं तर, १९७१च्या जनगणनेत स्वत:च स्वत:चे छोटे-छोटे उद्योग करणाऱ्या स्त्रियांना, 'कामगार' म्हणून अधिकृत मान्यतासुद्धा देण्यात आलेली नव्हती.[१]

अहमदाबादमधील कापडबाजारात डोक्यावर ओझी वाहणाऱ्या आणि हातगाड्या ओढणाऱ्या स्त्रियांचा समूह, त्याच वर्षी इलाबेनकडे त्यांची गाऱ्हाणी सांगण्यासाठी आला. इलाबेनने त्यांच्यासाठी लढा दिला आणि कापडव्यापाऱ्यांनी या स्त्रियांची मजुरी वाढवून देण्याचं कबूल केलं.

१९७२ साली इलाबेन आणि कापडबाजारात काम करणाऱ्या त्यांच्या भगिनींनी स्वत:ची 'सेवा' (SEWA : Self Employed Women's Association) नामक संघटना स्थापन करायचं ठरवलं. या त्यांच्या प्रयत्नांना 'टीएलए'चे अध्यक्ष अरविंद बुच यांनी पाठिंबा दिला. अशा प्रकारे 'टीएलए'च्या स्त्री-शाखेच्या आश्रयानं 'सेवा'चं कार्य सुरू झालं. अरविंद बुच 'सेवा'चे अध्यक्ष झाले आणि इलाबेन सचिव म्हणून 'सेवा'चं कामकाज पाहू लागल्या.

''गांधीवादी तत्त्वांच्या पायावर 'सेवा'ची उभारणी झाली आहे. हीच 'सेवा'ची विशेषता आहे, असं मला वाटतं. म्हणजे आपल्या अधिकारासाठी आवाज उठवा, परंतु त्यावेळेस नारेबाजी आणि हुल्लडबाजी या कामगारसंघटनांच्या प्रथा टाळा!''

---

१. १९७१ साली भारतातील कर्मचाऱ्यांपैकी ८९ टक्के लोक अनौपचारिक स्तरावर काम करत होते. आज तो आकडा ९३ टक्क्यांवर पोचलेला आहे.

रचनात्मक कार्याद्वारे बदल घडवा.

अनौपचारिक स्तरावर काम करणाऱ्या स्त्रियांचं व्यवसायानुसार सर्वेक्षण करणं हे 'सेवा'नं हाती घेतलेलं पहिलं काम होतं. कारण प्रत्येक व्यवसायातील स्त्रियांपुढच्या समस्या काय आहेत, हे कळलं असतं तरच त्या समस्यांचं निवारण करता आलं असतं.

या समस्यांबद्दल माहिती गोळा करणाऱ्या स्त्रिया, त्याच व्यवसायातील असत. त्यामुळे चिंध्यांच्या गोधड्या शिवणाऱ्या स्त्रियांच्या समस्या जाणून घेण्यासाठी, तोच व्यवसाय करणारी एक स्त्री, त्यांना दहा सोपे प्रश्न विचारत असे. समस्या व्यवसायागणिक वेगळ्या असल्या, तरी या दहा प्रश्नांना दिल्या गेलेल्या उत्तरांवरून त्यांच्या समस्यांबद्दल पूर्ण चित्र उभं राहत असे.

"सर्वांनाच अत्यंत जाचक होणारे दोन मुख्य प्रश्न होते : एक म्हणजे भांडवलाचा अभाव आणि दुसरा प्रश्न म्हणजे मध्यस्थ-दलालांचा त्रास."

थोडक्यात सांगायचं म्हणजे, रोजचा माल आणण्यासाठी घेतलेल्या कर्जावर या स्त्रियांना दिवसाला १० टक्के व्याज द्यावं लागत असे. भाज्या विकणाऱ्या स्त्रियांपैकी ४९ टक्के स्त्रियांपाशी त्यांच्या स्वत:च्या मालकीच्या हातगाड्या नव्हत्या. त्यांना त्या भाड्यानं घ्याव्या लागत. महिन्याकाठी त्यांना ५० रुपयांपासून ३४० रुपयांपर्यंत आमदनी होत असे आणि बहुसंख्य स्त्रिया कर्जात रुतलेल्या होत्या.

या सर्वेक्षणाचा आणखी एक फायदा झाला. त्यामुळे 'सेवा'नं या स्त्रियांची मनं जिंकून घेतली.

"आम्ही अनेक कुटुंबांबद्दल माहिती गोळा केली. त्यांची आर्थिक स्थिती आणि त्यांच्यापुढल्या लहानलहान समस्या याबद्दलचा तपशील लिहून घेतला. त्यानंतर आम्हाला मिळालेल्या माहितीबद्दल आम्ही त्यांच्याशी चर्चा केली."

डिसेंबर, १९७३मध्ये झालेल्या अशाच एका सभेत पूरीबाजारात (वापरलेल्या वस्तूंचा बाजार) काम करणारी चंदाबेन म्हणाली, "इलाबेन, आपण आपली स्वत:ची बँक का चालू करत नाही?"

इलाबेन समजुतीच्या स्वरात म्हणाल्या, "कारण आपल्यापाशी त्यासाठी पुरेल एवढा पैसा नाही. बँक सुरू करण्यासाठी खूप भांडवल उभं करावं लागतं."

चंदाबेननं उत्तर दिलं, "आपण गरीब असू, पण आपण कितीतरी जणी आहोत!"

हे उत्तर अत्यंत मार्मिक होतं.

प्रत्येक 'बेन'मागे कमीत कमी दहा रुपये गोळा करून सहा महिन्यांमध्ये पुरेसं भांडवल जमा झालं. 'सेवा'च्या कार्यकारिणीवरच्या १५ स्त्रियांना त्यांच्या नावाच्या सह्या करायला शिकवण्यात आलं. एका कागदावर त्यांच्या मोडक्या-तोडक्या सह्या घेण्यात आल्या. मे, १९७४मध्ये 'श्री महिला 'सेवा' सहकारी बँक लिमिटेड'[१]च्या उद्‌घाटनाला गुजरात सरकारनं, अनेक मिनतवाऱ्यांनंतर मान्यता दिली.

"स्त्रियांपुढे अनेक समस्या होत्या; परंतु प्रत्येक समस्येचं निवारण करणं आम्हाला शक्य होणार नव्हतं. त्यामुळे कोणत्या सर्वांत बिकट समस्येचं निवारण हाती घ्यावं?"

त्या बँकेचं प्रचारातलं नाव आहे 'सेवा बँक'.

७१,३२० रुपयांच्या प्राथमिक भांडवलावर सुरू करण्यात आलेल्या 'सेवा बँके'ला सुरुवातीला अगदी कमी रकमेची कर्जं देता येत होती; परंतु या छोट्या कर्जांमुळे स्त्रियांचं आयुष्य खूपच सुधारलं.

"आज सोमवारच्या दिवशी ५० रुपये कर्ज घ्यावं, पुढल्या सोमवारी ५१ रुपये देऊन ते फेडावं. पुन्हा ५०-६० रुपये कर्जाऊ घ्यावेत अशा प्रकारे स्त्रियांचे व्यवहार चालत."

इलाबेन या बँकेच्या अध्यक्षा होत्या. विश्वास आणि स्वधर्म या सोप्या तत्त्वांवर ही बँक चालवली जात होती. एका वर्षातच बँकेजवळचं फिरतं भांडवल तीन लाख रुपयांवर पोचलं आणि वाढतच गेलं. त्याबरोबरच 'सेवा' संघाची सदस्य संख्यासुद्धा वाढत गेली.

१९७५ सालापर्यंत सेवाची सदस्यसंख्या ५,२५८ झाली होती आणि प्रत्येक सदस्या वर्षाला पाच रुपये सदस्यशुल्क देत होती.

'आंतरराष्ट्रीय स्त्री वर्ष' म्हणून मेक्सिको सिटीत आयोजित केलेल्या परिषदेत, त्याच वर्षी इलाबेन उपस्थित राहिल्या. तिथे त्यांच्या लक्षात आलं की, जगभरातील स्त्रिया जवळजवळ एकसारख्या समस्यांनाच तोंड देत होत्या.

"घानामधील एस्थर ऑक्लूनं, आक्रा शहराच्या बाजारपेठेतील विक्रेत्या स्त्रियांपुढल्या समस्या विषद केल्या. मी 'सेवा'बद्दलचे आणि 'सेवा बँके'संदर्भातले अनुभव सांगितले."

अनुभवांच्या या देवघेवीमुळे एक गोष्ट स्पष्टपणे लक्षात आली – निम्न आर्थिक स्तरातील स्त्रियांच्या समस्या दूर करण्यासाठी एका जागतिक संस्थेची स्थापना करणं आवश्यक आहे. या जाणिवेच्या बीजातूनच 'विमेन्स वर्ल्ड बँकिंग'[१] अस्तित्वात आली आणि मिकाएला वॉल्श ही वॉल स्ट्रीटवरची बँकर त्या बँकेची पहिली अध्यक्षा झाली.

दरम्यान सदस्य-स्त्रियांच्या गरजांनुसार 'सेवा'च्या कार्याची व्याप्ती वाढतच चाललेली होती.

'एल.डी. इंजिनिअरिंग कॉलेज' आणि 'नॅशनल ऑक्युपेशनल हेल्थ इन्स्टिट्यूट' यांच्या मदतीनं सुधारित स्वरूपाची हातगाडी तयार करण्यात आली होती. या हातगाडीच्या खालच्या भागात लहान बाळाला ठेवण्याजोगी जागा असून या हातगाडीला ब्रेकसुद्धा लावता येत होते.

---

१. महंमद युनुस यांनी बांगलादेशात 'ग्रामीण बँक' सुरू केली, त्याच्या तीन वर्षं आधीच 'सेवा बँक' सुरू झालेली होती!

साक्षरता मोहिमेला विशेषसा प्रतिसाद न मिळाल्यामुळे 'सेवा'नं आपलं लक्ष समाजकल्याण उपक्रमांकडे वळवलं. भाजी विकणाऱ्या स्त्रियांची मुलं सांभाळण्यासाठी एक पाळणाघर सुरू करण्यात आलं आणि 'महिला सेवा ट्रस्ट'तर्फे 'सेवा' सदस्यांना माफक दरावर, स्वास्थ्य, बाळंतपण, वैधव्य आणि मृत्यू यांसाठी मदत देणारा विमा उपलब्ध करून देण्यात आला.

''डोळे तपासून स्त्रियांना चश्मे देणं यासारख्या अनेक साध्या गोष्टी आम्ही हाती घेतल्या.''

'सेवा'नं एका मोठ्या समस्येशी जोरदार झुंज दिली. विक्रेत्यांचा पोलिसांकडून आणि नगरपालिका कर्मचाऱ्यांकडून होणारा छळ थांबवला. हे लोक विक्रेत्यांना दंड करणं आणि त्यांच्याकडून लाच उकळणं याखेरीज त्यांना मारहाण आणि लाथाबुक्क्यांचे प्रहारही करत असत.

''आम्ही विक्रेत्यांना संघटित करायला सुरुवात केली, तेव्हा सर्वप्रथम आम्ही 'पोलीस ॲक्ट' (पोलीस कायदा) नीटपणे वाचला. या कायद्यानुसार विक्रेत्यांना गुन्हेगारच समजलं जात होतं!''

या विक्रेत्यांना अधिक माणुसकीनं वागवावं, त्यांना विक्रीपरवाने द्यावेत, यासाठी आम्ही अहमदाबाद महानगरपालिकेशी आणि पोलिसांशी दररोज झुंजत होतो.

''मला आठवतंय की, त्यांनी फक्त ४०० विक्री परवाने मंजूर केलेले होते आणि तेसुद्धा सारे पुरुषविक्रेत्यांना दिले होते, कारण स्त्रीला विक्री करण्याचा हक्क आहे, ही गोष्ट त्यांना मंजूरच नव्हती!''

'सेवा'नं स्त्री-विक्रेत्यांच्या मागण्या नमूद करणारी पत्रकं वाटली आणि शहरभर धरणी धरून निदर्शनं केली. अखेरीस या प्रयत्नांमुळेच सुप्रसिद्ध 'लॉ गार्डन मार्केट'ची निर्मिती करण्यात आली. परंतु हक्कांच्या लढतीच्या दैनंदिन व्यवहारात, एक पाऊल पुढे, तर दोन पावलं मागे अशीच स्थिती होती.

''कधीकधी परिस्थितीत थोडी सुधारणा होई. परंतु नवा पोलीस-अधिकारी किंवा कॉर्पोरेशन-अधिकारी नियुक्त होताक्षणी परिस्थिती ताबडतोब पूर्वपदाला जाई किंवा त्याहूनही बिघडत असे.''

अखेरीस इलाबेननी गुजरातचे मुख्यमंत्री बाबुभाई पटेल यांची भेट घेतली. त्यांचा पाठिंबा मिळवला. 'सेवा'च्या ओळखपत्रांना विक्रीपरवाना समजण्यात येईल असं त्यांनी मान्य केलं.

---

१. १९७९ साली 'विमेन्स वर्ल्ड बँकिंग'ची अधिकृत नोंदणी करण्यात आली. आज ही बँक २८ देशांतील २ कोटी ४० लाख, अत्यंत लहान उद्योजकांना वित्तसाहाय्य देतेय.

''माझ्या मुलांचा जन्म झाला, तेव्हा मी तरुण होते. ती वाढत असताना मी त्यांना भरपूर वेळ देऊन, अपत्यसौख्य उपभोगू शकत होते. मी 'सेवा'मध्ये जास्त जास्त व्यस्त राहू लागले, तोवर माझी मुलं पुढील शिक्षणासाठी घराबाहेर पडण्याच्या मार्गावर होती.''

आयुष्यात प्रथमच या गरीब, पण धडपड्या स्त्रियांच्या आवाजाकडे कुणीतरी लक्ष दिलं होतं.

या आणि अशाच अनेक प्रयत्नांची दखल घेतली गेली आणि इलाबेनना 'मॅगसेसे पुरस्कारा'नं सन्मानित केलं गेलं. १९७७ साली, सामाजिक नेतृत्वासाठी त्यांना हा पुरस्कार देण्यात आला.

त्यावेळेस 'सेवा'साठी २० कर्मचारी स्त्रिया अर्धवेळ काम करत होत्या. 'सेवा' संघटनेचा कारभार २२ सदस्या असलेली कार्यकारीसमिती चालवत होती आणि 'सेवा'च्या संचालकमंडळावर, सात वेगवेगळ्या व्यवसायांमधून निवडून आलेल्या १५३ पुढारी स्त्रिया काम करत होत्या. या सात व्यवसायात कपडेवाल्या, दूधवाल्या, भाजीवाल्या, कबाडीवाल्या, चिंध्यांच्या गोधड्या शिवणाऱ्या, हातगाड्या ओढणाऱ्या आणि अशीच अन्य कामं करणाऱ्या स्त्रियाच समाविष्ट केल्या गेल्या होत्या.

प्रत्येक गटाचे पुढारी दर महिन्याला भेटत आणि आपल्या भगिनी कोणत्या समस्यांना तोंड देत काम करत आहेत, याची त्यांना संपूर्ण माहिती असे. या पुढारी स्त्रियांमुळे संचालकमंडळाला वास्तवाची जाणीव करून देणारा दुवा लाभत असे. ('सेवा' सदस्यांना राष्ट्रीयीकृत बँकांनी १९७५-१९७६ दरम्यान १५ लाख रुपयांची कर्जं दिली होती.)

प्रत्येक 'बेन' महत्त्वाची आहे, कुणीही कमी किंवा जास्त महत्त्वाचं नाही, ही कल्पना 'सेवा'चं मुख्य तत्त्व आहे. सदस्यांना जे हवं असेल, ते त्यांना मिळतं.

आता 'सेवा' ही पूर्णत: स्त्री-संस्था ठेवण्याचा निर्णयच पहा. सुरुवातीच्या काळात, पुरुषसदस्यांना 'सेवा'मध्ये प्रवेश द्यायला हरकत नाही, असं इलाबेनना वाटत होतं. परंतु स्त्री-सदस्यांनी याला जोरदार विरोध केला.

त्या म्हणाल्या, ''आजूबाजूला पुरुष असले, तर आमच्यावर त्यांचं दडपण येईल आणि ते आमच्यावर वर्चस्व गाजवू पाहतील आणि तणाव निर्माण करतील.''

त्यामुळे पुरुषांना 'सेवा'त प्रवेश नाकारण्यात आला. परंतु तरीही तणावमुक्ती लाभली नाहीच! १९७६-१९७७ साली, 'सेवा बँके'ला मोठ्याच आपत्तीला तोंड द्यावं लागलं. देशात आणीबाणी जाहीर करण्यात आली होती आणि इंदिरा गांधींनी कर्जं माफ केल्याची बातमी पसरली.

ती बातमी ऐकताक्षणी स्त्रियांनी कर्जांची परतफेड करणं बंद केलं.

मुख्य प्रश्न होता 'स्टेट बँके'सारख्या बँकांनी 'सेवा'च्या सदस्यांना दिलेल्या मोठ्या रकमेच्या कर्जांबाबत.[१] अशा बँकांना इंदिरा गांधींकडून सूचना आलेली होती की, त्यांना 'छोट्या कर्जदारांना' शोधून काढावं आणि त्यांना कर्जं द्यावीत. या बँकांनी या सूचनेनुसार कर्जं दिली.

''जेव्हा स्त्रिया कर्जं फेडेनात, तेव्हा 'सेवा'वर ठपका ठेवण्यात आला. आमच्यादृष्टीनं तो अवघड समय होता.'' विरोधाभास असा की, 'सेवा बँके'ला याची झळ पोचली नाही. कारण त्यांची, पैशांच्या व्यवहाराबाबत खास अशी स्त्रियांची दृष्टी होती.

''त्यावेळचा आणि आजचाही आमचा नारा आहे – 'बचत'. ज्या स्त्रिया नेमानं पैसे शिल्लक टाकत असत, त्यांनाच आम्ही कर्जं देत होतो, त्यामुळे आमची कर्जं क्वचितच बुडत असत!''

दरम्यान निवडणुका झाल्या, नवं सरकार आणि नवे कॉर्पोरेटर्स सत्तेवर आले. सहकार्याची भावना जाऊन नव्यानं झगडे करावे लागले.

१९८१ साली दिलेला माणेक चौकातला लढा सर्वांत संस्मरणीय आहे. नव्यानं निवडून आलेल्या म्युनिसिपल कॉर्पोरेटर्सना, रस्त्यावर बसून भाजी विकणाऱ्यांची हकालपट्टी करावयाची होती, 'शिस्तबद्ध मार्केट' निर्माण करायचं होतं. स्कूटर पार्क करण्यावरून झालेल्या क्षुल्लक बखेड्यानं उग्र स्वरूप धारण केलं आणि मारामारी झाली. १० दिवसांपेक्षा अधिक काळ संचारबंदी (कर्फ्यू) जारी करण्यात आली आणि भाजीविक्रेत्यांच्या पोटावर पाय येऊन त्यांची उपासमार होऊ लागली.

''जेव्हा औपचारिक चर्चांमधून काहीही निष्पन्न झालं नाही, तेव्हा 'सेवा'नं सविनय कायदेभंग करायचं ठरवलं. रस्त्यावर बसून विक्रेत्या भाजी विकायला सुरुवात करणार होत्या. पुढे जे परिणाम घडतील, त्यांना तोंड देण्याची आमच्या मनाची तयारी होती.''

''आम्ही सकाळी आठ वाजता भाजीबाजारात पोचलो. जणूकाही हिंसाचारच घडणार आहे, अशा आविर्भावात पोलिसांच्या चार व्हॅन्स तैनात करण्यात आलेल्या होत्या.''

पोलीस इलाबेनजवळ आले आणि म्हणाले, ''कर्फ्यू मोडताना तुम्हाला काहीही फिकीर वाटत नाही असं दिसतंय. इथं दंगाधोपा झाला, तर काय कराल?''

इलाबेन शांतपणे म्हणाल्या, ''तसं काहीही होणार नाही, याची आम्ही काळजी घेऊ.''

बाजारात ग्राहकांची गर्दी होऊ लागली होती आणि धंद्याला जोमानं सुरुवात झाली होती. पोलिसांनी काढता पाय घेतला आणि भाजीविक्रेत्यांनी पुढले पाच दिवस माणेक चौकात भाजी विकली.

''पुढले पाच दिवस आम्ही ट्रॅफिककडे लक्ष पुरवलं. व्यवसाय रात्री उशिरापर्यंत

---

१. १९८६ साली 'सेवा बँके'चं फिरतं भांडवल १ कोटींपेक्षा जास्त होतं.

''गरिबी ही सतत चालणारी एक दंगल आहे. ती देवानं निर्माण केलेली आपत्ती नव्हे. समाजाच्या संमतीमुळेच गरिबी उद्भवते आणि सुरूच राहते.''

चालू राहत होता. झालेली सर्व प्राप्ती विक्रेत्यांच्या स्वत:च्या खिशात जात होती. कुणाला हप्ते द्यावे लागत नव्हते की कुणी माल जप्त करत नव्हते.''

अखेरीस अधिकाऱ्यांबरोबर समझोता झाला आणि विक्रेत्यांचा होणारा छळ थांबला.[१]

परंतु आणखी एक वादळ जोरानं घोंघावत रौद्र स्वरूप धारण करू लागलं होतं. आजवर 'सेवा', 'टीएलए'च्या छत्राखाली काम करत होती आणि इलाबेन तिची कार्यकर्ती होती. परंतु आता त्या नात्यामध्ये तणाव उत्पन्न होऊ लागला होता.

''मला १९७७ साली मॅगसेसे पारितोषिक मिळालं, तेव्हा 'टीएलए'च्या नेत्यांना वाटलं की, हे तर 'टीएलए'नं केलेलं कार्यच आहे. मग तिचाच अधिकृत गौरव का केला जात आहे?''

परंतु १९८१ साली हा तणाव विकोपाला गेला.

दलितांसाठी मेडिकल कॉलेजात राखीव जागा ठेवण्याच्या मुद्द्यावरून अहमदाबादेत दंगल उसळली. 'सेवा'नं प्रार्थनासभा आयोजित केली आणि शांतता राखण्यासाठी कळकळीची विनंती केली. या प्रार्थनासभेत ठराव पास करण्यात आला आणि त्या ठरावान्वये दलितांवर होणाऱ्या हल्ल्यांचा निषेध करण्यात आला.

अखेरीस 'सेवा'च्या एकतृतीयांश सदस्या दलित होत्या. स्वत:च्या पायांवर उभं राहून त्या पोट भरत असल्यामुळे सततच्या संचारबंदीमुळे त्यांचा व्यवसाय चालत नव्हता. परंतु दलितांसाठी मेडिकल कॉलेजात राखीव जागा ठेवण्याच्या मुद्द्याला 'टीएलए'चा पाठिंबा नव्हता. 'सेवा'नं त्याबाबत स्वतंत्रपणे जाहीर निवेदन करावं ही गोष्ट त्यांना अजिबात आवडली नाही.

दोन दिवसांनी गुजरातचे मुख्यमंत्री माधवसिंह सोलंकी यांनी मान्यवरांची एक बैठक बोलावली. त्यात इलाबेन दलितांसाठीच्या राखीव जागांच्या बाजूनं ठासून बोलल्या.

''तिथं टीव्ही कॅमेरा आहे, रेडिओ आहे याची मला अजिबातच कल्पना नव्हती. त्यामुळे मी जे काही बोलले, ते सर्व काही प्रसारमाध्यमांनी प्रक्षेपित केलं. दलितांमधली माझी लोकप्रियता प्रचंड वाढली, तर इतर सर्व जण माझा तिरस्कार करू लागले.''

दररोज रात्री इलाबेनच्या उस्मानपुऱ्यातील लहानशा घरावर दगडांचा मारा केला

---

१. 'सेवा'नं दाखल केलेल्या अर्जाची दखल घेऊन सुप्रीम कोर्टानं विक्रेत्यांना हुसकून लावण्यावर बंदी घातली होती. व्यवस्थापनाला सूचना केली होती की, त्यांनी या विक्रेत्यांना कायमस्वरूपी विक्रीसाठीची जागा मिळवून देऊन या समस्येवर कायमस्वरूपी तोडगा शोधावा.

जाऊ लागला. लोकांचा राग थंडावेपर्यंत, या कुटुंबाला दुसरीकडे जाऊन राहावं लागलं. त्यानंतरसुद्धा त्यांच्यावरचा बहिष्कार सुरूच राहिला.

''झाडूवाले, वाणी सर्वांनी आम्हाला वाळीत टाकलं. माझं भेटणं माझ्या नातेवाइकांनासुद्धा आवडेनासं झालं.''

'टीएलए'नं याबाबत कठोर भूमिका घेतली. ते म्हणाले, ''तू 'टीएलए'ची कर्मचारी असूनही आज्ञाभंग केला आहेस.''

१ मे, १९८१ रोजी 'टीएलए'नं इलाबेनना 'टीएलए'मधून काढून टाकलं आणि 'सेवा'लासुद्धा हद्दपार केलं.

''आम्ही रस्त्यावरच आलो. त्यांनी आमचं बँक डिपॉझिट जप्त केलं... आम्हाला जिवे मारण्याचा प्रयत्न केला. मला विलक्षण दुखावल्यासारखं आणि विश्वासघात झाल्यासारखं वाटलं.''

'टीएलए'च्या छत्राशिवाय 'सेवा' चालविण्याचा विचार इलाबेनच्या मनाला शिवलासुद्धा नव्हता. 'टीएलए'च्या आधाराशिवाय 'सेवा' कशी जिवंत ठेवता येणार होती?

रमेशभाई इलाबेनना हळुवारपणे म्हणाले, ''ही इष्टापत्तीच समज!''

आणि प्रत्यक्षात खरोखरच तसं घडलं.

१९८१ साली 'सेवा'ची एक ऑफिस बिल्डिंग होती, एक ग्रामीण केंद्र होतं, एक वाहन आणि काही टाइपरायटर्स होते. परंतु 'टीएलए' 'सेवा'कडून त्यांची संघटनक्षमता हिरावून घेऊ शकली नव्हती. वेगवेगळ्या व्यवसायातल्या, वेगवेगळ्या जमातींच्या वेगवेगळ्या धर्माच्या स्त्रियांना एका छत्राखाली संघटित करण्याचा 'सेवा'चा दहा वर्षांचा अनुभव कुणीही हिरावून घेऊ शकणार नव्हतं.

''या स्त्रियांमधील एकोप्यामुळे, त्यांच्या धैर्यामुळे आम्ही या संकटातून तरून गेलो.''

खरं सांगायचं, तर 'सेवा'मागच्या संकल्पनेचं 'टीएलए'ला आकलनच झालेलं नव्हतं. गिरणीमालक आणि गिरणीकामगार या दोहोचंही स्पष्ट मत होतं की, स्त्रिया घरातच असलेल्या बऱ्या. विरोधाभासाची प्रत्यक्षातली वस्तुस्थिती नेमकी उलट होती. गिरण्यांच्या नूतनीकरणामुळे या स्त्रियांचे नवरे बेकार झालेले असल्यामुळेच या स्त्रियांवर कुटुंबाच्या पालनपोषणाची जबाबदारी येऊन पडली होती.

''दरवेळेस एखादी कापडगिरणी बंद पडली की, बेकार झालेल्या नवऱ्यांच्या बायकाच रस्त्यावर येऊन विक्री करत किंवा घरबसल्या शिवणकाम करत आणि कुटुंबाला आधार देत.''

'टीएलए'च्या शृंखलांमधून मुक्त झाल्यावर 'सेवा' आता मर्जीनुसार धोरण आखायला मुक्त झाली होती; 'सेवा' सदस्यांना शक्य तेवढे फायदे आणि अधिकार मिळावेत म्हणून झगडणार होती.

स्वतंत्र झालेल्या 'सेवा'नं चिंध्यांच्या गोधड्या शिवणाऱ्या स्त्रियांच्या वेतनवाढीसाठी

“मी अतिविचार करत नाही. परंतु एका बाबतीबद्दल मी अगदी ठाम राहते, सुरुवातीपासूनच मला कोणतीही गोष्ट योग्य प्रकारेच करायची असते.”

लढा द्यायचं ठरवलं. त्यांना ही कामं नगावर देणारे छोटे कंत्राटदार त्यांचं वेतन वाढवून द्यायला अजिबात तयार नव्हते. त्याऐवजी त्यांनी आवाज उठवणाऱ्या स्त्रियांना काम देणंच बंद केलं.

“आमच्या लक्षात आलं की, या स्त्रियांच्या ठायी सौदा करण्याचं सामर्थ्यच नाहीये. ते त्यांना कसं मिळवून द्यावं?”

याला तोडगा म्हणून ‘सेवा’नं जुलै, १९८२मध्ये स्वत:चंच गोधड्या बनवण्याचं केंद्र चालू केलं. त्याचं नाव होतं ‘सबीना सहकारी संस्था’.

“आम्ही स्वत:च चिंध्या आणून त्यांच्या गोधड्या शिवू लागलो आणि आमच्याच केंद्रातून त्यांची विक्री करू लागलो. त्यामुळे आम्हाला सौदा करण्याचं सामर्थ्य लाभलं.”

आता या स्त्रियांपुढे पर्याय खुला झाला – नगावर गोधड्या शिवून द्या किंवा ‘सेवा’चं सदस्यत्व स्वीकारा. कारागीर स्त्रियांचा तुटवडा जाणवू लागल्यावर त्यांना नगावर काम देणाऱ्या कंत्राटदारांना त्यांचं नगामागचं शिलाईवेतन वाढवून द्यावंच लागलं आणि शिवणकाम करणाऱ्या सर्वच स्त्रियांचा फायदा झाला.

अर्थात ‘सबीना सहकारी संस्थे’च्या सदस्यांना ‘सेवा’कडून अन्य सुविधा – बँक, पाळणाघर, विमा इत्यादीसुद्धा मिळत होत्या. त्याखेरीज ‘सबीना’नं मिळवलेला नफा त्यांच्यात ‘डिव्हिडंड’ (नफ्याचा हिस्सा) म्हणून वाटून दिला जात होता. या सर्व गोष्टींमुळे त्यांच्या मनात संस्थेबद्दल अभिमानाची आणि स्वामित्वाची भावना निर्माण होत होती.

“या सर्व मुस्लीम स्त्रिया मीटिंग घ्यायला, आपले व्यवहार सांभाळायला शिकल्या. या प्रक्रियेमुळे त्यांचं सबलीकरण झालं.”

याचा परिणाम त्यांच्या संपूर्ण आयुष्यावरच घडून आला. बिस्मिल्ला नावाची एक वृद्ध स्त्री – सारे जण तिला ‘खाला’ (आत्या) अशी हाक मारत – गोधड्यांचा व्यापार करत असे. तिचा नवरा दुपारची झोप घेत असे, तेव्हा ती गुपचुप घराबाहेर पडत असे. त्याच्या जेव्हा हे लक्षात आलं, तेव्हा त्यानं तिला बेदम मार दिला. परंतु तिला बरं वाटताक्षणी ती पुन्हा ‘सबीना सहकारी संस्थे’त हजर झाली!

अखेरीस ‘सबीना’मधील कार्यकर्त्यांनी तिला वजन काट्यावर वजन करण्याची नोकरी दिली आणि महिन्याला पाचशे रुपये पगार देऊ केला. तिनं तिच्या नवऱ्याची कशी समजूत घातली, कोण जाणे, परंतु ती दररोज सकाळी कामावर हजर राहू लागली. तिच्या डोळ्यात तिला वाटणाऱ्या धास्तीचं प्रतिबिंब दिसत असलं, तरी तिच्या ओठांवर मात्र हसू असे.

''काही महिन्यांनी सर्वांना एक अद्भुत दृश्य दिसलं – 'खाला'चा नवरा दररोज दुपारी आपल्या पत्नीसाठी गरमागरम जेवणाचा डबा घेऊन दुकानात येऊ लागला!''

सहकारी संस्था सुरळीतपणे चालवणं, ही सोपी गोष्ट नसते. प्रारंभीच्या काळात आम्हाला काही बाबतीत अपयश आलं. कचरा गोळा करणाऱ्या स्त्रियांची सहकारी संस्था बंद पडली, कारण त्यांचं नेतृत्व करणाऱ्या स्त्रीलाच लोभ आवरता आला नाही. ती आणि तिचा नवरा स्वत:च दलाली खाऊ लागले आणि त्यांनी सहकारी संस्थेच्या बँकखात्यातले पैसेसुद्धा लांबवले. ही सहकारी संस्था बंद करणं, हा अत्यंत त्रासदायक आणि कडवट अनुभव ठरला.

''परंतु या अपयशातून 'सेवा'नं मोलाचा धडा घेतला.''

योग्य प्रकारची देखरेखीची यंत्रणा स्थापन करून 'सेवा'नं आपलं काम सुरूच ठेवलं आणि कालांतरानं 'कामगार संघटना' आणि 'सहकारी तत्त्व' यांच्या संयुक्त विद्यमामुळे चमत्कार घडून आले. हे संस्थेच्या कार्याचं मूलतत्त्व बनलं. 'सेवा'च्या सदस्या ज्या विविध आर्थिक उद्योगात व्यस्त होत्या, त्या प्रत्येक उद्योगाची 'सहकारी संस्था' स्थापन करून 'सेवा'नं ती नोंदणीकृत केली.

जमीनविषयक सहकारी संस्था, दुग्धोद्योग सहकारी संस्था, कारागिरांची सहकारी संस्था, वैद्यकीय सुविधा, पाळणाघरं, व्हिडिओ-निर्मिती अशा व्यवसायांच्यासुद्धा सहकारी संस्था स्थापन करण्यात आल्या.

परंतु याबरोबरच त्यांना विरोधालासुद्धा सामोरं जावं लागलं.

''आमच्या 'सहकारी संस्थां'ची नोंदणी करताना समस्या उद्भवली, कारण यातल्या अनेक 'सहकारी संस्था' कोणत्याही मालाचं उत्पादन करत नव्हत्या. सुइणींच्या सहकारी संस्थेची नोंदणी करताना रजिस्ट्रारनं सवाल उभा केला की, बाळंतपणं करणं हा आर्थिक उद्योग कसा समजता येईल. व्हिडिओ तयार करणाऱ्यांच्या सहकारी संस्थेची नोंदणी करायला त्यांनी नकार दिला, कारण दिग्दर्शक, निर्माते, ध्वनिमुद्रण आणि कॅमेऱ्यावर चित्रण करणारे लोक निरक्षर होते.''

परंतु 'सेवा'नं आपले प्रयत्न निकरानं सुरू ठेवले आणि यश मिळवलं. त्यांच्या कार्याची दखल घेण्यात आली. १९८५मध्ये इलाबेनना 'पद्मश्री' देऊन आणि १९८६ साली 'पद्मभूषण' पुरस्कार देऊन गौरवण्यात आलं. राष्ट्रपतींनी राज्यसभेची सदस्या म्हणून इलाबेनचं नामांकन केलं. त्या भूमिकेतून त्यांनी सरकारचं लक्ष, अनौपचारिक स्तरावरचे कामगार आणि रस्त्यावरचे फिरते विक्रेते, यांच्या समस्यांकडे वेधून घेतलं.

जेव्हा तुम्ही प्रकाशात येता, तेव्हा लोक तुमचं म्हणणं ऐकून घेतात. तुमचं म्हणणं ऐकून घेतलं गेलं, तर त्याचा धोरण बनवताना उपयोग होतो.

एका शिबिराच्या वेळेस 'हँडिक्राफ्ट बोर्ड'नं 'सेवा'ला दिल्लीत उपस्थित राहण्यासाठी आमंत्रण दिलं होतं. शिबिरात उपस्थित असलेल्या प्रत्येक व्यक्तीला त्यांनी प्रश्न

'''सेवा'हा प्रचंड इमला नव्हे. 'सेवा' एखाद्या वृक्षासारखी आहे; त्यामुळे कुठल्याही दिशेनं वारा आला तरी वृक्ष हलतो, परंतु त्याची घट्ट मुळं त्याला उन्मळू देत नाहीत!''

विचारला, ''तुम्ही अहमदाबादचे पोलीस कमिशनर किंवा म्युनिसिपल कमिशनर असता, तर तुम्ही कोणती धोरणं आखली असती?''

प्लॅनिंग कमिशनचे उपाध्यक्ष एम. एस. स्वामिनाथन आणि अध्यक्षा लक्ष्मी जैन त्या सत्राच्या वेळेस उपस्थित होत्या. त्यांनी सारी उत्तरं काळजीपूर्वक ऐकली. त्या सत्रात त्यांनी केलेल्या नोंदींच्या आधारे, त्यांनी प्लॅनिंग कमिशनच्या अहवालात एक संपूर्ण प्रकरण लिहून काढलं. त्या प्रकरणाचं शीर्षक होतं – 'स्वतःच्या उद्योगात काम करणाऱ्यांसाठी न्याय्य नियम' किंवा 'दो टोकरी की जगह' (दोन टोपल्या ठेवता येतील, एवढी जागा).

स्वतःच्या उद्योगात काम करणाऱ्यांसाठी एक राष्ट्रीय आयोग निर्माण करण्यात यावा, अशी मागणी 'सेवा'तर्फे अनेक वर्षं केली जात होती. अखेरीस १९८७ साली असा आयोग स्थापन करण्यात आला आणि तेव्हाचे पंतप्रधान राजीव गांधी यांनी त्या आयोगाच्या पहिल्या अध्यक्षा म्हणून इलाबेनची नियुक्ती केली. त्यांच्याखेरीज या आयोगात पाच अन्य सदस्य होते आणि त्यातले कुणीही राजकारणी नव्हते.

''आम्ही देशभर दौरा काढून स्वतःच्या उद्योगांमध्ये काम करणाऱ्या स्त्रियांपुढल्या समस्या जाणून घ्यायचा प्रयत्न केला. त्यावर कोणते तोडगे शोधता येतील, याबद्दल विचारविनिमय केला.''

१९८८ साली या आयोगानं मार्गदर्शक ठरेल असा ४०० पानी अहवाल सादर केला. त्या अहवालाचं नामकरण केलं गेलं 'श्रमशक्ती'. या अहवालात सुचवलेल्या गोष्टी, स्वतःचे उद्योग करणाऱ्या स्त्रियांसाठी धोरणं व उपक्रम आखताना, मध्यवर्ती सरकार, राज्यसरकार आणि विविध स्त्री-संस्थांनी उपयोगात आणल्या.

या तळागाळातल्या, कष्टाळू स्त्रियाच इलाबेनच्या निकटच्या सहकारी, स्नेही आणि 'कार्यभगिनी' होत्या. चंदाबेन – वापरलेल्या कपड्यांच्या बदल्यात स्टेनलेस स्टीलची भांडी देऊन बोहारणीचा व्यवसाय करणारी स्त्री, कापडबाजारात डोक्यावर ओझी वाहणारी सूपा गोबा आणि माणेक चौकातली रुबाबदार भाजीविक्रेती लक्ष्मी टेटा यांचं इलाबेनच्या कार्याला मोलाचं साहाय्य झालं.

''चंदाबेन आणि लक्ष्मीबेन यांच्यात उपजतच नेतृत्वगुण होते.''

परंतु 'सेवा'सारख्या चळवळीसाठी अनेक प्रकारची कौशल्यं असलेल्या अनेक कार्यकर्त्या आवश्यक असतात. इलाबेन करत असलेलं कार्य पाहून 'सेवा'कडे अनेक हुशार, सुशिक्षित व्यावसायिका आकृष्ट झाल्या.

यातील सर्वप्रथम दाखल झालेली कार्यकर्ती होती रेनाना झाबवाला. ती खादीची साडी कशीबशी नेसून हजर झाली. तिनं 'हार्वर्ड' आणि 'येल' या सुविख्यात युनिव्हर्सिटीजमधून पदव्या मिळवल्या होत्या. ती १९७७ साली आली आणि एक वर्ष प्रत्यक्ष अनुभव घेण्याचा तिचा मानस होता; परंतु ती कधीच परत गेली नाही.

ती एक अत्यंत कुशल संयोजिका होती आणि 'सेवा'ची पहिली सहकारी संस्था स्थापन करण्यात तिचा मोलाचा सहभाग होता. १९८१ साली ती 'सेवा कामगार संघटने'ची सचिव म्हणून निवडून आली. १९९५ सालापर्यंत तिनं ही जबाबदारी सांभाळली.

हार्वर्डमध्ये शिक्षण घेऊन भारतात परत आलेल्या मिराई चॅटर्जीनं १९८४ साली 'सेवा'त पदार्पण केलं तर रीमा नानावटीनं आय.ए.एस.ची नोकरी लाथाडून 'सेवा'च्या कार्यात मोलाचं साहाय्य केलं. १९८६ साली चार्टर्ड अकाउंटंट जयश्री व्यास हिनं 'सेंट्रल बँक ऑफ इंडिया'मधील नोकरी सोडून दिली आणि 'सेवा' बँकेला अधिक उंचीवर नेण्याचं कार्य हाती घेतलं.

''या साऱ्या जणी निखळ सेवाभावनेनंच 'सेवा'त काम करू लागल्या आहेत.''

परंतु या 'व्हाइट ब्लाउज विमेन' (पांढरपेशा स्त्रिया) 'ब्लू ब्लाउज विमेन'ची (कामगार वर्गातील स्त्रियांची) 'सेवा' करत आहेत. त्या त्यांच्यावर वर्चस्व गाजवण्यासाठी आलेल्या नाहीत.

''आम्ही 'सेवा'ची स्थापना केली, तेव्हा आम्ही 'टीएलए'चे कायदेकानू, त्यांचं संविधान (जे गांधीजींनी लिहिलं होतं) अमलात आणू लागलो. गांधीजींनी डोळ्यांपुढे ठेवलेली ब्रीदवाक्यं होती 'संपत्तीचा सदुपयोग' आणि 'वेळाचा सदुपयोग'.''

या संविधानानुसार 'मानद सदस्य' नेमण्याची सूट दिलेली आहे. हे मानदसदस्य स्वत: कामगार नसले, तरी ते कामगार कल्याणासाठी आपलं आयुष्य वेचू शकतात.

''अशा मानदसदस्यांची 'सेवा'तली जास्तीत जास्त संख्या असू शकते २५०. त्यांना इतर सदस्यांसारखेच हक्क दिले जातात.''

गांधीजींच्या विकेंद्रीकरणाच्या तत्त्वानुसार 'सेवा'चा कारभार चालतो. प्रत्येक सहकारी संस्था स्वायत्त असूनही 'सेवा' या मूलसंस्थेचा एक घटक असतो. कारण प्रत्येक कामगार स्त्री 'सेवा'ची सदस्या असते.

''त्यामुळे 'सेवा'ची रचना वडाच्या झाडासारखी आहे. एका वडाच्या झाडाच्या पारंब्या रुजतात आणि नवं वडाचं झाड निर्माण होतं. अशा प्रकारे मूळ झाडाचा विस्तार होतच राहतो.''

पारंब्या रुजून नवं झाड होतं आणि कालांतरानं वडाचा मूळ वृक्ष वेगळा ओळखता येत नाही. कारण वटवृक्षाचं एक अरण्यच निर्माण झालेलं असतं.

''मला 'सेवा'च्या या रचनेचं कौतुक अशासाठी वाटतं की, तुम्हाला ती नष्ट करताच येणार नाही. तुम्ही एक पारंबी तोडलीत, तर वृक्ष मरणार नाही, कारण इतर

"मी जगातील कोणत्याही शहरात गेले, तरी आवर्जून तिथल्या मध्यवर्ती भाजीमंडईला भेट देते. सर्वत्र विक्रेत्यांची परिस्थिती सारखीच असते."

पारंब्या त्याला आधार देत राहतील; कारण आम्ही सर्व जण एकमेकांशी संलग्न आहोत!"

इलाबेन स्वत: तशाच वागल्या आहेत. १९९७ साली 'सेवा'च्या कारभारातून निवृत्त होऊन त्यांनी 'सेवा'ची सूत्रं पुढल्या पिढीच्या हाती सोपवली.

"मी ऑफिसात जाणं पूर्णपणे थांबवलं; कारण मी ऑफिसात गेले, तर लोक माझ्याकडेच येत असत."

सावलीत नसलेलं झाडच जोमानं वाढू शकतं, त्यामुळे पुढील पिढीला पूर्ण स्वातंत्र्य मिळालं, तरच ती यशस्वी होऊ शकते.

१५ वर्षांनंतर आजही हे वटवृक्षाचं अरण्य अधिकच विस्तारलं आहे, विस्तारत आहे; आणि त्याची मुळं घट्ट रुजलेली आहेत. 'सेवा'च्या कामगार संघटनेच्या १७ लाख सदस्या आठ राज्यांमध्ये राहत आहेत. 'सेवा'च्या छत्राखाली ११० सहकारी संघटना[१], १५ आर्थिक संघटना आणि ३ उत्पादक कंपन्या[२] कार्यरत आहेत आणि या साऱ्याचं आर्थिक सामर्थ्य केवढं असावं?

"आता असं पाहा, 'सेवा' बँकेचं फिरतं भांडवल आहे १७०.४ कोटी रुपये आणि त्याखेरीज सहकारी संस्थांद्वारे २०० कोटी रुपये उभे राहतात."

काळाच्या ओघात 'सेवा'नं नव्या सहकारी संस्था स्थापन केल्या. उदाहरणार्थ विमा-सेवा (सदस्यांना अल्प शुल्कावर विमा आणि निवृत्ती वेतन देण्यासाठी), 'महिला हाउसिंग सेवा ट्रस्ट'; परंतु 'सेवा' आकारानं कितीही वाढली, तरी तिची विश्वास टाकण्याची आणि एक कुटुंब असल्याच्या भावनेची संस्कृती मात्र आबाधित राहिली आहे.

'सेवा'च्या कचेऱ्या अगदी साध्यासुध्या असतात, तिथली कामं करण्यासाठी समाजातल्या स्थानिक स्त्रियाच नियुक्त केल्या जातात; व्यवहाराची भाषा असते गुजराथी.

"'सेवा बँके'चा कारभार व्यावसायिक चालवत असले, तरी बँकेच्या संचालकमंडळावरल्या सदस्या कामगार वर्गातल्याच असतात आणि विविध व्यवसायातील सदस्यांमधून निवडून दिल्या जातात."

खरंतर आज 'सेवा'ची जनरल सेक्रेटरीसुद्धा (संस्थेतली ही सर्वांत जास्त अधिकार असलेली सत्ताधारी स्त्री असते) कामगारवर्गातलीच आहे. ज्योती मकवान ही खेडा जिल्ह्यातील शेतकी मजुरांच्या कुटुंबात जन्मली व वाढली असून सुरुवातीला

---

१. या ११० सहकारी संघटनांपैकी तीन संघटनांचा कारभार बंद पडला आहे.

२. 'सेवा ट्रेड फॅसिलिटेशन सेंटर' या कंपनीचे १५ हजार कारागीर भागधारक आहेत. तेच मालाचं उत्पादन करून कंपनीला माल पुरवतात.

ती तंबाखू-कामगार म्हणून काम करत असे.

पांढरपेशांपासून कामगारवर्गापर्यंतचं एक वर्तुळ अशा प्रकारे पूर्ण झालं आहे.

२०१२च्या एप्रिल महिन्यात 'सेवा'चा चाळिसावा वर्धापनदिन साजरा करण्यात आला. मागे वळून पाहिलं की वाटतं, ते घडायचं होतं, म्हणूनच घडलं. त्यासाठी कोणती योजनाही आखली नव्हती किंवा डोळ्यांपुढे तसं कोणतं नेमकं उद्दिष्टसुद्धा ठेवलं नव्हतं.

जे काही केलं, ते अगदी साधेपणानं केलं.

"मी तरुण होते. माझ्या रक्तात ऊर्जा आणि आदर्शवाद सळसळत होता."

तिच्या आयुष्यभराच्या सहचराच्या बाबतीतसुद्धा तसंच होतं.

"रमेश हा पारंपरिक नवऱ्यांप्रमाणे, गरमागरम जेवण वाढून मिळावं अशी मागणी करणारा नाही. आमचं घरसुद्धा अगदी साधंसुधं होतं. आम्ही घरात नोकर ठेवलेले नव्हते. आमची मुलं आपापले कपडे धुवून टाकत असत."

भट्ट कुटुंबीय लग्नासारख्या समारंभांना क्वचितच उपस्थित राहत असत. गांधीवादी असल्यामुळे त्यांना संपत्ती आणि प्रतिष्ठेचं प्रदर्शन पाहून यातना होत असत. 'लोक काय म्हणतील' याची त्यांनी विशेष फिकीर केली नाही किंवा 'आपण किती यश मिळवलंय' याबद्दलही कधी चिंता केली नाही.

"'सेवा'मध्ये आम्ही लहानसहान यशांचा आनंद साजरा करून आमच्या मनांना उभारी देत असू. आम्हाला अपयशाची घृणा वाटत नाही. कारण आम्ही खऱ्या अर्थानं यश कधीही चाखलेलं नाही... परंतु आम्ही अपयशातून जो बोध घेत गेलो, त्यामुळे सतत प्रगती करू शकलो."

पूर, दंगली, भूकंप आणि कोर्टाचे कज्जे – 'सेवा'नं साऱ्या गोष्टींना तोंड दिलं आहे. त्या संकटांमधून ती तावूनसुलाखून बाहेर पडली आहे. तिनं संकटं पचवून अधिक बळ मिळवलं आहे.

आज ऐंशीव्या वर्षी इलाबेन शारीरिक आणि बौद्धिकदृष्ट्या अजूनही क्रियाशील आहेत. कामगारवर्गाला उपयुक्त ठरेल असा नवा कायदा मंजूर व्हावा म्हणून त्या आजमितीलासुद्धा कायदेमंडळाच्या सदस्यांपुढे धरणं धरून बसत आहेत. सत्तेचं विकेंद्रीकरण व्हावं, यासाठी त्या आजही प्रयत्नशील आहेत.

"लोकांच्या ठायी अफाट कल्पकता असते. मी सदैव लोकांवर, स्थानिक कुवतीवर आणि स्थानिक अर्थव्यवस्थेवर भिस्त ठेवली आहे. सर्व जागच्या स्त्रियांवर, माझ्या भगिनींवर विश्वास टाकला आहे!"

आपण साऱ्याच जणी काही खूप गरीब नसतो. पण आपल्यापैकी प्रत्येक स्त्री, तिला जिव्हाळ्याच्या वाटणाऱ्या प्रश्नांसाठी झगडत असते.

बोलण्याचं बळ यावं, ताठ मानेनं जगता यावं, आपली आणि आपल्या बोलण्याची दखल घेतली जावी म्हणून आपली अव्याहत धडपड चालू असते!

स्त्री-उद्योजिकांसाठी सल्ला

तुमचं आयुष्य, विशेषत: घरकाम साधंसोपं करा. तुमचं घर स्वच्छ, राहण्याजोगं आणि स्वास्थ्यदायी असलं की, पुरेसं असतं. स्त्रियांनो, तुम्ही कामाच्या ओझ्याखाली दबून जाता. तसं न करता तुम्ही कुटुंबासाठी प्राथमिक गोष्टी करून दिल्यात, तरी ते पुरेसं ठरेल.

मी स्वयंपाक आणि स्वच्छता यांसाठी अवास्तव वेळ कधीच वाया घालवला नाही. मी गरजेएवढंच करत असे आणि त्यामुळे मला इतर गोष्टींसाठी अधिक वेळ काढता येत असे.

घरात कामासाठी खूप यंत्रं जमा करू नका. जेवढी जास्त यंत्रं वापराल, तेवढीच त्यासाठीची कटकट वाढेल. आमच्या (कामगार) भगिनींच्या घरात अगदी थोडीच भांडीकुंडी असतात. त्या पौष्टिक जेवण बनवत असल्या, तरी फक्त एक-दोन गोष्टीच बनवतात.

आई काम करत असेल, तर मुलं जास्त शहाणी होतात. मुलांना नेहमीच काहीतरी करून बघायचं असतं. त्यादृष्टीनं त्यांना घरकामाचं प्रशिक्षण देऊन त्यात त्यांची मदत घेतली, तर तुम्हाला एकत्र काम करण्याचा आनंदही मिळेल आणि कामही चटकन हातावेगळं होईल.

तुमच्या मनात विचारांना पुरेशी जागा असू द्या. नाहीतर विचार कसा घडणार? आज टीव्ही, पुस्तकं, फॅशन्स, खाद्यपदार्थ आणि अशाच अन्य गोष्टींचे विचार मनाचं अवकाश व्यापून टाकत आहेत. विचारांसाठी मनात थोडी मोकळी जागा सोडा!

व्यापकदृष्टीनं विचार करायला शिका. आपण चहा पितो किंवा इतर कोणतीही गोष्ट करतो, तेव्हा त्या गोष्टीचा स्वत:वर, समाजावर आणि जगावर कोणता प्रभाव पडतो; इतरांशी त्या गोष्टीचं कोणतं नातं असतं, याचा विचार करायला शिका.

स्वत:ची परिस्थिती सुधारा आणि समाजाच्या कल्याणासाठी योगदान द्या. शांत, सर्जनात्मक, स्त्रियांचं नेतृत्व असलेला समाज निर्माण करायला हातभार लावा.

जगाला प्रेम अर्पावे!

शोना मॅक्डॉनल्ड
'शोनाक्विप'

जेव्हा पराकोटीचं अपंगत्व असलेली तिची मुलगी जन्माला आली, तेव्हा डॉक्टरांनी शोनाला सल्ला दिला की, तिनं त्या मुलीला एखाद्या अपंगांची देखभाल करणाऱ्या संस्थेत दाखल करावं. त्याऐवजी दक्षिण आफ्रिकेतील या आईनं, तिच्या लेकीला – शेलीला उत्तम प्रतीचं आयुष्य मिळवून देण्याची प्रतिज्ञा केली. हे उद्दिष्ट साध्य करता करता, तिनं तिच्या अपंग लेकीसारख्या हजारो मुलांचं आयुष्यसुद्धा अधिक सुकर बनवलं.

अपंगत्व असलेलं मूल वाढवणं ही विधात्यानं घेतलेली सत्त्वपरीक्षाच असते.

ही परीक्षा देण्याची कुणी कधीही तयारी केलेली नसते, किंवा ती परीक्षा द्यावी म्हणून कुणी कुणाला उत्तेजनही देत नसतं.

डॉक्टरांनी सल्ला दिला, ''तिला (अपंगांची काळजी घेणाऱ्या) संस्थेत दाखल करा.''

हितचिंतक म्हणाले, ''आणखी एक मूल होऊ द्या.''

परंतु शोना मॅक्डॉनल्ड म्हणाली, ''हेच माझं मूल आहे.''

अपंग देहात सुंदर मन असलेलं जितंजागतं मूल!

अशा प्रकारे एका तरुण दक्षिण आफ्रिकन आईच्या आणि तिची मुलगी शेली यांच्या कधीही न संपणाऱ्या लढ्याला सुरुवात झाली.

आपल्या चिमुकल्या मुलीच्या आयुष्याचा दर्जा सुधारावा या आंतरिक तळमळीतून तिनं प्रयत्न सुरू केले. तिच्या लेकीच्या इवल्याशा देहाला आधार देण्यासाठी तिनं चाकांची खुर्ची बनवली. आपल्या लेकीला इतरांशी संवाद साधता यावा, म्हणून तिनं शिकवण्याच्या नव्या पद्धती शोधून काढल्या.

तिच्या या प्रयत्नांचं आता जगभरातील असमर्थ, अपंग लोकांच्या यातनांना वाचा फोडण्याच्या जागतिक चळवळीत रूपांतर झालं आहे. अपंगांचं आयुष्य थोडंसं सुखावह व्हावं, यासाठीची ही सामाजिक मोहीमच आहे. त्या मोहिमेमुळे त्यांच्या गरजा भागवल्या जात आहेत.

अशा अपंगांना माणुसकीनं वागवलं जाणं गरजेचं आहे; त्यांना समाजाचा एक घटक म्हणून आस्थेची वागणूक देणं आवश्यक आहे.

परिपूर्णतेपेक्षा प्रेम अधिक गरजेचं आहे, हे सारं तिनं या सामाजिक मोहिमेद्वारे जगाला पटवून दिलं आहे.

जगाला प्रेम अर्पावे!

शोना मॅक्डॉनल्ड
'शोनाक्विप'

शोना केप टाउनमध्ये जन्मली आणि वाढली. व्यवसाय करण्याचा विचार तिच्या मनाला शिवलादेखील नव्हता.

"अगदी तरुण वयापासूनच इतरांना मदत करण्याची मला ओढ वाटत असे."

शोना नऊ वर्षांची असताना ती तिच्या शिवणयंत्रावर हलके, दिखाऊ अलंकार बनवून शेजाऱ्यापाजाऱ्यांना विकत असे. त्यातून भटक्या कुत्र्यांसाठी निवारा तयार करण्यासाठी पैसे जमवत असे. 'नॅशनल सीबर्ड रेस्क्यू इन्स्टिट्यूट'ची ती एक अल्पवयीन संस्थापक-सदस्या होती.

"समुद्रात तेलगळती झाल्यानंतर वाचवलेल्या एका पेंग्विनकडे माझी शेजारीण आस्थेनं बघत असे. मी तिला मदत करू लागले. मी ते पेंग्विन स्वच्छ करून द्यायला आणि त्याला अन्न भरवायला तिला मदत केली. बघता बघता या उपक्रमातून एका संस्थेचा जन्म झाला." (ही संस्था म्हणजे SANCOBB – सदर्न आफ्रिकन फाउंडेशन फॉर द कंझर्व्हेशन ऑफ कोस्टल बर्ड्स आजही दक्षिण आफ्रिकेतील सुप्रसिद्ध संस्था आहे.)

परंतु शाळेसारख्या नेहमीच्या गोष्टी मात्र तिला अवघड वाटत. डिस्लेक्सिया[१] या

---

१. Dyslexia – मेंदूतील समस्येमुळे शिकण्यात येणारी अडचण – बोलण्यास विलंब, स्पेलिंग करण्याची अक्षमता, लक्षात ठेवणं, सारांश सांगणं, घडघड बोलणं यात कमकुवतपणा. नीट, न चुकता वाचणं आणि लिहिणं जमत नाही.

व्याधीमुळे तिला शब्दांचं स्पेलिंग करणं किंवा गणितं सोडवणं जमत नसे.

"मी शालेय शिक्षण पूर्ण केलं; परंतु मला कॉलेजात जायची संधी मिळाली नाही." परंतु शोनानं रात्रीच्या कॉलेजमध्ये प्रवेश घेतला. तिथे ती कला आणि मूर्तिकला शिकली.

दरम्यान वैयक्तिक आयुष्यात महत्त्वाच्या घडामोडी घडत होत्या. शाळेत असतानाच शोनाची माइकशी मैत्री झाली होती. त्यांनी लगेचच लग्न केले. शोनाला विसाव्या वर्षी पहिलं अपत्य झालं, त्यापाठोपाठ दोन वर्षांतच दुसरं अपत्य झालं.

त्यानंतरच तिचं आयुष्य पूर्णपणे बदलून गेलं.

"१९८२ साली शेलीचा जन्म झाला. जन्मतःच तिच्यात अपंगत्व होतं. तिचे दोन्ही हातपाय लुळे होते. मेंदूलासुद्धा पक्षाघात झाला होता. तिला चालता किंवा बोलता येणं अशक्य होतं."

एका तरुण कुटुंबावर हा प्रचंड मोठा आघात होता. शोना जिवाच्या आकांतानं या व्याधीसंबंधी माहिती गोळा करण्याचे प्रयत्न करत होती. डॉक्टर तिला फक्त एकच सल्ला देत होते – "हे मूल तुला भार होणार आहे. तिला अपंगांची काळजी घेणाऱ्या संस्थेत ठेव आणि आणखी एक मूल होऊ देण्याबद्दल विचार कर."

शोना हे ऐकून हादरूनच गेली. शेली फक्त पाचच महिन्यांची होती आणि डॉक्टरांनी तिला त्याज्य ठरवून टाकलं होतं.

"डॉक्टरांचं म्हणणं चुकीचं आहे, हे मला सिद्ध करून दाखवायचं होतं. माझी मुलगी अगदी टाकाऊ आहे; तिला दूर सारणं हा एकमेव पर्याय आहे, ही गोष्ट स्वीकारणं मला शक्य होणार नव्हतं."

अशा प्रकारे दीर्घकालीन लढतीची सुरुवात झाली. शोनाला एक सर्वसाधारण मूल आणि एक अपंग मूल वाढवायचं होतं. शेली बसू शकत नव्हती, बोलू शकत नव्हती किंवा कुशीवर वळूही शकत नव्हती. तिला खायला आणि अन्न गिळायला त्रास होत होता. सूर्यप्रकाशात तिला दिसू शकत नव्हतं. याखेरीज तिची श्रवणशक्ती ९० टक्के गेली होती.

"तिची देखभाल करण्याची स्वतःची पद्धत शोधून काढण्याखेरीज माझ्यापुढे दुसरा पर्याय नव्हता. त्यामुळे मी नेमकं तेच केलं. शेलीचं आयुष्य सुखावह व्हावं, यासाठी मी विविध उपाय शोधू लागले."

शोनानं आपली नोकरी सोडून दिली आणि आपल्या मुलीची काळजी घेऊन तिला सुख देण्यावर आपलं सारं चित्त केंद्रित केलं. नशिबानं तिचा नवरा स्वतःचा व्यवसाय चालवत होता. त्यानं तिला खूप आधार दिला. परंतु तरीही हे सारं अजिबात सोपं नव्हतं. गरजेनुसार एक साधी चाकाची खुर्ची बनवून घेणंसुद्धा त्यावेळेस दक्षिण आफ्रिकेत शक्य होत नव्हतं. अशी खुर्ची आयात करणंसुद्धा शक्य नव्हतं; कारण सरकारच्या वर्णभेदाच्या धोरणामुळे, दक्षिण आफ्रिकेवर अन्य देशांनी

आर्थिक आणि राजनैतिक बहिष्कार टाकला होता.

"त्यावेळेस इंटरनेट अस्तित्वातच नव्हतं; त्यामुळे मी माझ्या इंग्लंडमधील भावंडांना अपंगत्वावर मिळेल तेवढी माहिती पाठवायला सांगत असे."

एका स्वीडिश मासिकात शोनाला एका खास अशा विजेवर चालणाऱ्या चाकाच्या खुर्चीचं चित्र दिसलं. दोन वर्षांच्या शेलीसाठी ती अगदी योग्य ठरेल, असं तिला वाटलं. परंतु दक्षिण आफ्रिकेत तशीच खुर्ची कशी मिळणार होती?

केप टाउन युनिव्हर्सिटीच्या बायोमेडिकल विभागाबरोबर शोनानं संपर्क साधला. तिथे तिला तिच्यासारखीच एक उत्साही व्यक्ती भेटली.

"मला काय हवंय हे जाणून घेऊन तशीच चाकाची खुर्ची बनवून देणारी एक असाधारण व्यक्ती – मि. प्राइस – मला तिथे भेटली."

शेलीला तिची छोटीशी, बॅटरीवर चालणारी चाकांची खुर्ची अतिशयच आवडली. त्यात बसून तिला आजूबाजूचं जग पाहता येत होतं. खुर्चीचा दांडा हलवून ती खुर्ची पुढेमागे किंवा गोलगोल फिरवू शकत असे. एके दिवशी तिच्या मोठ्या बहिणीनं, किमने, त्या खुर्चीत बसण्याचा हट्ट धरला. खूप मनधरणी केल्यावर, शोनानं तिला तशी परवानगी दिली.

"आपली बहीण, खुर्ची अनेक दिशांना वळवतेय, हे पाहून शेली आनंदानं हसू-ओरडू लागली. जेव्हा शेलीला आम्ही पुन्हा त्या खुर्चीत बसवलं, तेव्हा तीसुद्धा किमप्रमाणेच खुर्ची हलवू-वळवू लागली."

शोनाला यातून खूपच मोठा बोध झाला. अंगी अपंगत्व असलेल्या मुलांना हालचालीसंदर्भात वेगवेगळे प्रयोग करून बघता येत नाहीत. त्यामुळे सुरुवातीला तरी त्यांना इतरांचं अनुकरण करूनच शिकावं लागतं.

"त्या खुर्चीत बसून कोणत्या वेगवेगळ्या गोष्टी करता येतात, याचं एकदा आकलन झाल्यावर शेली खाली उतरू लागली, रस्त्याच्या कडेला जाऊन रस्त्यावरसुद्धा जाऊ लागली... तिला सुरक्षित ठेवता ठेवता माझी त्रेधातिरपीट उडू लागली!"

आता इतर सर्वसाधारण मुलांप्रमाणेच शेलीसुद्धा प्रत्यक्ष अनुभवातून शिकू लागली. कधीकधी ती चाकाची खुर्ची स्वयंपाकघरात नेऊन, हात लांब करून भांड्यांना हात लावून बघत असे.

"मी तिला सतत सुरक्षित ठेवू पाहत असे. परंतु हळूहळू माझ्या लक्षात येऊ लागलं की, इतर कोणत्याही मुलाप्रमाणे, तिनंसुद्धा अनुभवातून शिकलं पाहिजे. एकदा तिचा हात भाजला, तर पुन्हा तसं करायचं नाही, हे ती शिकेल."

शोनानं हेच तत्त्व शेलीच्या आयुष्यातील इतर गोष्टींबाबतसुद्धा स्वीकारलं. तिचं शब्दभांडार वाढवण्यासाठी तिनं हेच तत्त्व अमलात आणलं.

"जे मूल हलू आणि बोलू शकत नाही, त्याच्या दृष्टीनं 'वर' आणि 'खाली'

''मी फक्त आजच्या दिवसातच जगते. कारण मी (भविष्याबाबत) फार विचार केला, तर मी इतकी घाबरून जाईन की, आता मी जे करतेय, तेदेखील मला करता येणार नाही!''

यांसारखे शब्द अर्थहीन असतात. त्यामुळे मी तिला उचलून घेऊन जिना चढत असे आणि असं करताना 'शेली वर चढतेय' असं म्हणत असे.''

ती क्रिया प्रत्यक्ष करून पाहिली की, त्या क्रियेचा अर्थ स्पष्टपणे उमगतो. परंतु इतकी प्रगती करूनही शेलीला शाळेत प्रवेश मिळू शकत नव्हता. ते कायद्याच्या विरुद्ध होतं.

''अपंगत्व असलेल्या मुलांना नेहमीच्या शाळेत जाण्याची परवानगी दिली जात नसे. त्यांना वेगळ्या अशा 'विशेष' शाळांमध्ये घालावं लागत असे. परंतु अशा शाळांमध्येसुद्धा तिला प्रवेश मिळत नव्हता, कारण ती पुरेशी हुशार आहे हे त्यांना सिद्ध करता येत नव्हतं.''

एकच पर्याय खुला होता – पाळणाघराचा! शोनाला तो अजिबात पसंत नव्हता.

''माझ्या मुलीला शिक्षण घेता यावं, तिला काहीतरी भवितव्य असावं अशी माझी इच्छा होती. त्यामुळे मी तिला घरीच शिकवायला सुरुवात केली.''

ज्या आईच्या डोळ्यांपुढे उद्दिष्ट असतं, ती इकडचा पर्वत तिकडेसुद्धा हलवू शकते. तिची स्वत:ची कल्पकता, उपचारक शिक्षण पद्धत आणि व्यावसायिक उपचारपद्धती या सर्व गोष्टींचा एकत्रित वापर करून शोनानं शेलीला वाचायला शिकवलं. शेली हुशार होती; परंतु तिला शक्य तेवढं प्रोत्साहन देणं गरजेचं होतं.

''या टप्प्यावर मी विचार करू लागले की, सरकारी धोरण कशा प्रकारे बदलता येईल, ज्यायोगे तिला शाळेत प्रवेश मिळू शकेल, इतर सर्वसाधारण मुलांसारखेच हक्क तिला प्राप्त होतील.''

या हक्कांसाठी झगडणारी कृतिशील संघटना शोनानं संस्थापित केली. कालांतरानं तिनं फक्त अपंगांसाठीच नव्हे, तर सर्वधर्मांच्या आणि सर्ववंशांच्या मुलांसाठी समान शैक्षणिक धोरण असावं, यासाठी आवाज उठवला.

''आम्ही नशीबवान होतो, कारण त्यावेळेस संपूर्ण राजनैतिक यंत्रणेतच क्रांतिकारक उलथापालथ घडत होती. आम्ही बदल घडवून आणण्यासाठी लढत दिली आणि तसा बदल घडवूनही आणला.''

सरतेशेवटी, सोबत एक मदतनीस घेऊन नेहमीच्या शाळेत जाण्यास, शेलीला परवानगी देण्यात आली. दरम्यान शोनाच्या लक्षात आलेलं होतं की, यासंदर्भात अजून खूप काम करणं आवश्यक आहे. अपंग मुलं असलेले तिच्यासारखे हजारो अन्य आई-वडील होते. ते सारे जणच एकमेकांना मदत करू शकले असते आणि

आधारही देऊ शकले असते.

"एका रोगनिवारणतज्ज्ञाच्या आणि काही स्नेह्यांच्या मदतीनं मी आणखी एक 'ना-नफा' तत्त्वावरची संस्था सुरू केली. तिचं नाव होतं 'इंटरफेस'. या संस्थेचं एका राष्ट्रीय पातळीवरच्या चळवळीत रूपांतर झालं."

शेलीच्या संगोपन-शिक्षणात शोनानं वापरलेल्या साऱ्या युक्त्या आणि तंत्रं इतर आई-वडिलांना शिकवण्यासाठी शोनानं 'प्रशिक्षण शिबिरं' घेतली. अशा मुलांना एकमेकांबरोबर सुलभतेनं संवाद साधता यावा, यासाठी शेलीनं छोटी-छोटी विविध उपकरणं – स्विचेस, खेळणी वापरून प्रयोग करून पाहिले.

"अशा मुलांना हातांचा नीटपणे वापर करता येत नसला, तरी त्यांना खेळता यावं अशी माझी इच्छा होती."

या प्रयोगांच्या प्रक्रियेदरम्यान, शोनाच्या लक्षात आलं की, जर मुलं नीटपणे बसलेली नसली, तर त्यांना नीटपणे संवाद साधता येत नाही.

"जर त्यांना मान ताठ ठेवता आली नाही, डोकं नीटपणे वर उचलता आलं नाही, तर त्यांना तुमच्याकडे नीटपणे बघता येत नाही किंवा देहाचा तोलही सांभाळता येत नाही. अशा परिस्थितीत त्यांना आपले हात मोकळे ठेवून कोणतीही गोष्ट बोटांनी कशी दाखवता येईल?"

अनेक आई-वडिलांनी शोनाला विचारलं की, त्यांच्या मुलांच्या गरजेनुरूप चाकांची खुर्ची ती बनवून देऊ शकेल का? यातूनच १९९२ साली 'शोनाक्विप'चा प्रारंभ झाला. केवळ इतरांना मदत व्हावी, याच हेतूनं या व्यवसायाची सुरुवात झाली.

"आमच्याकडे भांडवलही नव्हतं किंवा डोळ्यांपुढे व्यवसायाबाबत कोणतीही योजना नव्हती. सुरुवातीला आम्ही एक खुर्ची बनवली. त्यानंतर दुसरी खुर्ची बनवली."

हा सारा उद्योग शोनाच्या गॅरेजमधून केला जात होता. शेलीची बेबीसिटरच संध्याकाळी व्यवस्थापन-साहाय्यक म्हणून काम करत होती. परंतु यावेळेस मात्र शोनानं या कंपनीची रीतसर नोंदणी (रजिस्ट्रेशन) केली.

"माझ्या 'ना-नफा' तत्त्वावरच्या संस्थांसाठी पैसा उभा करायचे मी खूप प्रयत्न केले होते. 'लायन्स क्लब'कडून देणगीस्वरूपात आणि केक्सची विक्री करून मी पैसा उभा केला होता. परंतु सातत्यानं असे प्रयत्न करत राहणं, मला शक्य होत नव्हतं."

"गेली शेकडो वर्षं, ज्या चाकाच्या खुर्च्या बनवल्या जात आहेत, त्या खुर्चीत बसणाऱ्या व्यक्तीची सोय लक्षात घेऊन बनवल्या जात नाहीत; तर खुर्ची ढकलणाऱ्याची सोय लक्षात घेऊन त्या बनवल्या जात आहेत. मला 'याचि देही याचि डोळा' ही गोष्ट बदलून दाखवायची आहे."

''जगभरातील साडेसहा कोटी लोकांना चाकांच्या खुर्चीची गरज असते; परंतु ८० टक्के चाकांच्या खुर्च्या अमेरिकन किंवा युरोपियन मापानुसार बनवल्या जातात.''

सरकारी धोरणात झालेल्या बदलामुळे परदेशातून आलेल्या देणग्या एका मध्यवर्ती सरकारी खजिन्यात जमा केल्या जात होत्या आणि कोणत्याही संस्थेकडे थेट पोचत नव्हत्या. एवढंच नव्हे, तर अनेक देणगीदार नव्या आणि अधिक लोकप्रिय कामांसाठी देणग्या देऊ लागले होते.

''आफ्रिकेत जवळजवळ साऱ्या देणग्या एचआयव्ही/एड्ससाठी दिल्या जाऊ लागल्या. अनेक ना-नफा तत्त्वावरच्या सेवाभावी संस्था बंद पडल्या, कारण देणग्यांद्वारे येणाऱ्या पैशांचा ओघ आटला.''

ही वस्तुस्थिती स्वीकारणं फारच अवघड होतं.

''मी निर्णय घेतला की, देणग्या मिळत नाहीत म्हणून रडगाणं गाण्याऐवजी मी माझ्या स्वत:च्या पूर्ण जबाबदारीवर गोष्टी तयार करीन. त्यात अपयश आलं तर त्याची जबाबदारी मीच स्वीकारीन.''

परंतु शोनाच्या मनात काही मुद्द्यांबाबत थोडा संदेह होता. लोकांच्या अपंगत्वाकडे 'बाजारपेठ' म्हणून बघणं आणि त्यातून नफा मिळवणं ही गोष्ट नैतिकदृष्ट्या चुकीची नाही का? शोनानं ठरवलं की, अशा खुर्च्यांसाठी ती पैसे घेईल; परंतु फक्त त्यासाठीचा खर्च भरून निघून आपल्या पायावर या व्यवसायाला उभं करण्याएवढीच किंमत लावेल.

त्यातूनही महत्त्वाची गोष्ट होती हा व्यवसाय चालवायला शिकणं. ''मला खूप धडपडावं लागलं, कारण आर्थिक बाबींबद्दल, पैशांची आवक-जावक, खर्चाच्या अंदाजावरून मालाची किंमत ठरवणं, असे शब्दसुद्धा मला ठाऊक नव्हते.''

परंतु शोनाला तंत्रज्ञानाबद्दल पुरेशी माहिती होती. त्या गोष्टीवरच तिनं तिचं सारं चित्त केंद्रित केलं. 'स्कोलिओसिस'[१]ला कसा प्रतिबंध करावा, कण्याची जैविक-रासायनिक एकसंधता (biochemical alignment) कशी टिकवावी, अशा गोष्टींवर तिनं आपलं चित्त केंद्रित केलं. ज्या जागी भार पडून क्षतं पडतात किंवा अपंगांचे जे स्नायू वापरात न आल्यामुळे कायमचे आखूड होतात अशा समस्यांवर तोडगे शोधण्याचा ती प्रयत्न करत असे.

''या मुलांच्या आयुष्याची प्रत वाढवू शकतील, अशा गोष्टी शोधून काढण्याचा मला ध्यास लागला होता.''

---

१. स्कोलिओसिस – पाठीच्या कण्याला इंग्रजी 'सी' – C किंवा इंग्रजी 'एस' – S अक्षरासारखा बाक येणं.

आणि वाटेत येणाऱ्या आव्हानांशी झुंझण्याचं बळ तिला लाभत होतं; कारण तिच्या धडपडीमुळे, अपंगत्व आलेल्या मुलांच्या आणि त्यांच्या कुटुंबीयांच्या जीवनाची प्रत उंचावते आहे, हे तिला स्पष्टपणे दिसत होतं.

ज्या मुलांनी आजवरचं सारं आयुष्य जमिनीवरच्या गादीवर झोपून काढलेलं होतं, ती आता एकट्यानं (चाकांच्या खुर्चीतून) इकडेतिकडे फिरू शकत होती. ज्या मुलांना शिकवणं केवळ अशक्य आहे, असा निष्कर्ष काढण्यात आलेला होता, तीच मुलं आता वाचायला शिकू लागली होती.

या गोष्टींसाठी मागणी वाढत गेली आणि त्याबरोबरच 'शोनाक्विप'सुद्धा आकारानं मोठी होत गेली.

"'शोनाक्विप'ची वाढ कुठवर होणार आहे, हे मला ठाऊक नव्हतं. मला एकच गोष्ट ठाऊक होती की, हे प्रयत्न मी चालू ठेवलेच पाहिजेत!"

कालांतरानं 'शोनाक्विप' विक्रीवर थोडा नफा मिळवू लागली. ज्या मुलांना अशा गोष्टी परवडत नव्हत्या, त्यांना त्या कमी किमतीत उपलब्ध करून देण्यासाठी हा नफा वापरला जाऊ लागला. अशा प्रकारे 'शोनाक्विप' हे एक सामाजिक कार्य बनलं.

शोना म्हणते, "मी समाजसेवा करणारी उद्योजिका आहे, याची मला जाणीवही झालेली नव्हती. अनेक वर्षांनी त्याबद्दल मला पुरस्कार देऊन गौरवण्यात आलं, तेव्हा मला त्याची जाणीव झाली."

'शोनाक्विप'चं सर्वांत महत्त्वाचं उत्पादन आहे 'माडिबा' बगी. शोनानं शेलीसाठी अगदी सुरुवातीला जी चाकांची खुर्ची बनवली होती, त्यासारखीच ही बगी आहे. फेरबदल करता येण्याजोगी त्यातील बसण्याची सोय, सेरेब्रल पाल्सी झालेल्या मुलांच्या गरजा लक्षात घेऊन योजण्यात आलेली आहे. अगदी तान्हुल्यांपासून ते मोठ्या वयाच्या माणसांना बसता येईल, अशा विविध आकारांमध्ये ही बगी उपलब्ध आहे.

"नेल्सन मंडेला यांचा गौरव करण्याच्या इराद्यानं, आम्ही या बगीला 'माडिबा' हे नाव दिलंय. माडिबा हे नेल्सन मंडेलांचं पारंपरिक नाव आहे."

या बगीपाठोपाठ 'शोनाबगी', 'स्नोकी' आणि 'स्टँडिंग फ्रेम' या गोष्टी विकसित करण्यात आल्या. वापरणाऱ्यांच्या गरजा लक्षात घेऊन स्वत: शोनानंच या गोष्टींचं डिझाइन बनवलं आहे.

"मला वाटतं, मी घेतलेलं मूर्तिकलेचं शिक्षण त्यासाठी उपयुक्त ठरलंय. त्रिमिती लक्षात घेऊन गोष्टी बनवण्याचं मला वेडच आहे."

परंतु या सर्जनशीलतेमागे एक उदात्त हेतू होता.

"ज्याबाबतीत योग्य अशा वस्तू उपलब्ध होत्या, त्याबाबतीत मी फारसं डोकं

> ***"मी सकाळी मीटिंगला उपस्थित राहण्यासाठी विमानात बसते आणि तिथे फक्त २० स्त्रिया आणि २०० पुरुष उपस्थित असतात."***

"कंपनी मोठी करताना, नफ्याकडे न बघता, आंतरिक ऊर्मींनुसार काम करण्याची पद्धत जपून ठेवणं हे मोठंच आव्हान आहे."

लढवलं नाही आणि प्रयत्नही केले नाहीत. परंतु ज्या समस्यांसाठी कोणतीही गोष्ट उपलब्ध नव्हती, त्यासाठी मी विचारपूर्वक तोडगे शोधले आणि वस्तू बनवल्या."

एवढंच नव्हे, तर या गोष्टी वापरणारी प्रत्येक व्यक्ती निराळी असते, तिच्या स्वतःच्या वेगळ्या अशा गरजा असतात. त्यामुळे प्रत्येक व्यक्तीच्या वैयक्तिक गरजांनुसार या गोष्टींमध्ये फेरफार करून गरजेबरहुकूम माल बनवावा लागतो. या गोष्टींसाठी, तसंच या गोष्टी वापरणाऱ्यांच्या आणि त्यांच्या कुटुंबीयांच्या प्रशिक्षणासाठी खूप वेळ खर्चावा लागतो आणि सहनशील राहावं लागतं. परंतु या सर्व गोष्टींकडे बारकाईनं लक्ष पुरवण्याचा 'शोनाक्विप'ला ध्यासच आहे.

"कण्याला इजा झालेल्या आणि ऑफिसात बसून काम करणाऱ्या व्यक्तीला ज्या प्रकारची चाकांची खुर्ची लागेल, त्याहून दूरच्या खेड्यात राहणाऱ्या आणि नीटपणे बसूही न शकणाऱ्या मुलाला, सर्वस्वी वेगळ्या प्रकारची खुर्ची लागेल... बरेच उत्पादक नेमकं या गोष्टीकडेच दुर्लक्ष करतात."

वस्तुतः अपंग लोकांकडे समाज दुर्लक्षच करत आलेला आहे आणि या अपंगांचं जीवन सुकर करण्याचं दुर्लक्षिलं गेलेलं कामच शोना गेली तीन दशकं, प्रसिद्धीचा हव्यास न बाळगता, शांतपणे करत आलेली आहे. तिनं हॉस्पिटल्स, समाजसेविका आणि सरकारबरोबर काम केल्यामुळे, तिच्या कामाद्वारे तिनं राष्ट्रीय पातळीवरच्या धोरणांमध्ये बदल घडवून आणले आहेत.

आता सरकार टेंडर्स काढून योग्य प्रकारच्या खुर्च्या बनवून घेत आहे आणि उपचार करणाऱ्या कर्मचाऱ्यांना (थेरपिस्टना) योग्य ते प्रशिक्षण देऊन, त्यांच्याकरवी खुर्च्या वापरणाऱ्यांना योग्य प्रकारे बसायला शिकवलं जाऊ लागलंय.

सरकारच्या पाठिंब्यामुळे मागणी वाढू लागलीय. २००४ साली शोनानं केप टाउनजवळच्या वाइनबर्ग येथे एक फॅक्टरी चालू केली. तिथं अपंगांच्या वापरासाठीच्या वेगवेगळ्या गोष्टी तयार केल्या जातात. गरजेनुसार त्यात फेरबदल केले जातात. इथे काम करणारे बरेच कर्मचारी (अपंग असून) स्वतःच व्हीलचेअरमध्ये बसून काम करतात.

'शोनाक्विप'ची झपाट्यानं वाढ होऊ लागल्यावर, शोनाच्या लक्षात आलं की, अनेकदृष्ट्या हे काम तिच्या अवाक्याबाहेर जाऊ लागलं आहे. दरवर्षी 'शोनाक्विप'चा व्यवसाय ६५ टक्क्यां[१]नी वाढतो आहे, हे पाहून असा मोठा व्यवसाय चालवण्यासाठी कुशल लोक शोधणं आवश्यक ठरलं.

---

१. २०१० साली 'शोनाक्विप'चं वार्षिक उत्पन्न ३० लाख अमेरिकन डॉलर्स एवढं होतं. यापैकी अर्धं उत्पन्न सरकारनं केलेल्या मालासाठीच्या मागणीतून मिळालेलं होतं.

"बँक मॅनेजर्ससारखे अनेक इतर लोक माझ्यामागे लकडा लावत होते की, मी व्यावसायिक कर्मचाऱ्यांची नियुक्ती करावी."

शोनानं त्यांचा सल्ला मानला आणि २०१० साली व्यवसायात निष्णात अशा लोकांची नियुक्ती केली. पण तसं केल्यामुळेच गोंधळ माजला. जे लोक कंपनीचा कारभार पाहू लागले होते, त्यांच्यात व्यवसायाबद्दलचं नैपुण्य होतं; परंतु कंपनीचं उद्दिष्ट आणि जीवितकार्य यांबद्दल त्यांना काहीही जाणीव नव्हती.

"इतरांना मदत करण्याचा सेवाभाव अंगी असलेल्या लोकांनाच त्यांनी कामावरून काढून टाकलं. केवळ एका वर्षात कर्मचाऱ्यांची संख्या सत्तर करून चाळिसावर गेली."

शोनाच्या दृष्टीनं इतर बाबतीतही हा अवघड कालखंड होता.

"मी एका वैयक्तिक संकटातून जात होते. विवाहानंतर तीस वर्षांनी मला घटस्फोट घ्यावा लागला. त्यामुळे माझं मनोबल संपूर्णपणे खच्ची झालं. मी कंपनी इतरांच्या ताब्यात जाऊ दिली, कारण मी स्वत:च कौटुंबिक आघाडीवर झुंझत होते..."

अखेरीस शोनानं वैयक्तिक दु:ख बाजूला सारून निग्रहानं व्यवसायाची धुरा स्वत:च्या खांद्यांवर घेतली. या घसरणीतून व्यवसाय सावरायला खूप वेळ लागला. त्यावेळेस तिला प्रकर्षानं जाणीव झाली की, योग्य प्रकारचे कर्मचारी हीच कंपनीची सर्वांत मोलाची मालमत्ता असते.

"आता नोकरीसाठी अर्ज करणाऱ्या प्रत्येक व्यक्तीची मुलाखत मी स्वत: घेते. कोणती गोष्ट या लोकांना क्रियाशील बनवते, याचा मी स्वत: अंदाज घेते..."

ज्या लोकांना जगात सकारात्मक बदल घडवण्याची इच्छा असेल, असेच लोक ती निवडते. या जोडीला त्यांना अकाउंटिंगसारखी इतर कौशल्यं अवगत असावी लागतात, बालविकास किंवा सामाजिक कार्याचा अनुभव असावा लागतो. शोनाला वाटतं की, व्यवसायासाठीची अन्य कौशल्यं नोकरी करता करता शिकता येतात; परंतु सेवाभावी मानसिकता, ही शिकवून येणारी गोष्ट नसते. ती उपजतच असावी लागते.

"आता साऱ्या कर्मचाऱ्यांचं एकमेकांशी नीटपणे जुळतंय आणि ते एकमेकांना मदत करत आहेत हे पाहण्याचं काम मी स्वत: करते. जिग्सॉ पझलमधले तुकडे चपखल बसतात, त्याप्रकारे या कर्मचाऱ्यांचंसुद्धा आपापसात सौहार्द असावं, याकडे माझं प्रामुख्याने लक्ष असतं."

कंपनीत नुकताच आणखी एक मोठा बदल घडून आलाय. १९ वर्षे शोनाच्या घरातच काम केल्यावर 'शोनाक्विप'नं आता स्वत:च्या वेगळ्या इमारतीत ऑफिस थाटलंय.

शोना कबुली देते, "घरी ऑफिस होतं, तेव्हा सावळा गोंधळ असे. सगळीकडे चाकांच्या खुर्च्या पसरलेल्या असत. कर्मचारी आमचंच स्वयंपाकघर, आमचाच फ्रिज आणि आमचीच टॉयलेट्स वापरत असत..."

शोना स्वत: मात्र अजूनही तिच्या घरूनच काम करते. तिनं जिन्याखाली एक डेस्क ठेवलंय, तेच तिचं ऑफिस आहे. ती असं करू शकतेय, कारण निष्ठावान

"माझे काही स्नेही मला भेटायला यायचं टाळत असत. त्यांना भीती वाटत असे की, त्यांना शेलीचा संसर्ग होऊन तेसुद्धा तिच्यासारखेच बनतील... अशा लोकांना मी माझ्या आयुष्यातून हद्दपार केलं."

कर्मचारी दैनंदिन कारभार समर्थपणे सांभाळत आहेत.

"मी कर्मचाऱ्यांना प्रशिक्षण देण्याचं काम आता स्वत: करत नाही. 'डिपार्टमेंट ऑफ हेल्थ'मधली माझी एक सहकारी ते काम स्वत: करते आणि ती ते माझ्यापेक्षा अधिक व्यावसायिकतेनं पार पाडते."

गेल्या वीस वर्षांमध्ये 'शोनाक्विप'नं ६५ हजार लोकांना मदत केली आहे; परंतु हा सागरातला केवळ एक जलबिंदूच आहे! आता WHO – 'जागतिक आरोग्य संघटना' हे उपक्रम जगभरात राबवणार आहे.

शोनानं दोन वर्षांपूर्वी 'Uhumbo' नावाची संस्था चालू केली आहे. ही संस्था संशोधन आणि सामाजिक प्रबोधन यांसाठी पैसे उभे करतेय. या संस्थेसाठी शोनाचा खूपच वेळ खर्च होतोय.

"नीटपणे बसता येण्याचे आणि चाकांच्या खुर्चीचे आर्थिक फायदे होतात, हे सिद्ध करण्याचं काम मी सध्या हाती घेतलं आहे. त्यासाठी मी अपंगांच्या आई-वडिलांचे आणि त्यांची काळजी घेणाऱ्या लोकांचे अनुभव जमा करतेय."

शोनानं हाती घेतलेलं आणखी एक कार्य तलस्पर्शी आहे. अशा अपंग मुलांना त्यांच्या आई-वडिलांनी आणि प्रशिक्षकांनी आपल्या कुटुंबात खऱ्याखुऱ्या अर्थानं सामावून घ्यावं; त्यांना 'दयनीय' म्हणून वागवू नये किंवा मूकपणे बघ्याची भूमिका करावी लागू नये, यासाठी शोनाचे प्रयत्न जोरानं सुरू आहेत. या गोष्टींखेरीज अपंगांसाठी नव्या उपयुक्त गोष्टी आणि शैक्षणिक साधने बनवणं हा अजूनही तिच्या विशेष जिव्हाळ्याचा विषय आहे.

"माझ्या स्टुडिओमध्ये अत्यंत हुशार असे डिझाइनर्स आणि इंजिनिअर्स आहेत. आधी बनवलेल्या गोष्टींमध्ये नव्याने फेरबदल केल्यामुळे त्या गोष्टी अधिक आकर्षक झाल्या आहेत, शिवाय त्यांचा उत्पादनखर्चही कमी झाला आहे."

आजकाल तर शोना या गोष्टींचे सुटे भाग झिंबाब्वे आणि नामिबिया यांसारख्या दूरच्या देशांमध्ये पाठवू लागली आहे. तिथे तिच्या कंपनीनं प्रशिक्षित केलेले लोक हे भाग एकत्र जोडून वस्तू बनवण्याचं काम करत आहेत. शोनाला विश्वास वाटतो की, अशा प्रकारे हळूहळू जगभरातील अपंगांना काम मिळवून देता येईल.

स्त्री सर्वांचीच जबाबदारी पेलत असते. घरीदारी, कामाच्या जागी ती सदैव व्यस्त असते.

शोना विनोदानं म्हणते, "काम करणाऱ्या स्त्रियांना खरोखरच एका पत्नीची आवश्यकता असते!"

शेली हे शोनाचं मोलाचं प्रेरणास्थान आहे, परंतु त्याबरोबरच ती आयुष्यभरासाठीची एक अवघड जबाबदारीसुद्धा आहे. आज शेली तीस वर्षांची झाली आहे. घरानं आणि कंपनीनं तिला आपली मानून आपल्यात सामावून घेतलं असलं, तरी समाज तिला कधीही पूर्णपणे स्वीकारणार नाही.

"शेली जेव्हा शाळेत होती, वयात येत होती, तेव्हा तिला इतर मुली आपल्या पुरुषमित्रांबरोबर जाताना दिसत असत. अशा गोष्टींपासून ती नेहमीच वंचित राहणार आहे, ही जाणीव तिला दुःख देत असे."

शोना प्रांजल कबुली देते की, कधीकधी तिला शेलीच्या भवितव्याबद्दल खरोखरच खूपच चिंता वाटते; कारण अजूनही अपंगांना संस्थेत दाखल करावं, असं समाजाकडून दडपण आणलं जात असतं. परंतु आपणा सर्वांवरच अशी वेळ केव्हा ना केव्हा येणार नाहीये का?

शोनाची आई आज नव्वद वर्षांची आहे. तिची काळजी घ्यावी लागते. जरी तिच्या आई-वडिलांनी तिला शेलीबाबत कधीही आधार दिलेला नव्हता, तरीही शोनानं आईची जबाबदारी स्वीकारली आहे.

"माझ्या आईची इच्छा होती की, आमचं आयुष्य सुखी, परिपूर्ण असावं. अपंग मूल हा त्या आयुष्यावरला कलंक आहे असं तिला वाटत होतं; परंतु अखेरीस... साऱ्या गोष्टी नीटपणे पार पाडता आल्या."

शोनाच्या दोन्ही मुली – थोरली आणि धाकटी – अतिशय आधार देत असत. प्रारंभी तिचा नवराही खूप पाठिंबा देत असे; परंतु कालांतरानं शोनाचा उद्योग खूप वाढला. तिला सतत प्रवास करावा लागू लागला आणि साऱ्याच गोष्टी बिघडल्या.

"मी आकर्षक पत्नी, उद्योजिका, धोरणं ठरवणारी, सतत प्रवास करणारी आणि मुलांकडे बघणारी व्यक्ती अशा विविध भूमिका एकाच वेळेस पार पाडू शकत नव्हते..."

जरी घटस्फोटाच्या प्रक्रियेतून जाणं हा अत्यंत क्लेशकारक अनुभव होता, तरी शोनानं ते दुःख पचवून नवं आयुष्य स्वीकारलंय. आयुष्याच्या नव्या पर्वाला तिनं प्रारंभ केलाय.

ती हसून म्हणते, "मला वाटतं, आपण बदलाचा फारच बाऊ करत असतो. आता मला खरोखरच अतिशय मुक्त वाटतंय. पूर्वी करता न आलेल्या अनेक गोष्टी करायला आता मी मोकळी झालीये."

आणखी प्रवास, आणखी अभ्यास. स्वतःसाठीचा खास असा आणखी वेळ.

उच्च उद्दिष्ट गाठायची जोरदार आणि जाज्वल्य इच्छा.

साऱ्या मानवजातीसाठी झिजायची तीव्र ओढ. शोनाचं क्षितिज विस्तारतंच आहे!

स्त्री-उद्योजिकांसाठी सल्ला

मला वाटतं, तुम्ही फक्त स्वत:वर विश्वास ठेवायला शिकलं पाहिजे. आत्मविश्वासानं वागलं पाहिजे. प्रयत्नांना सुरुवात करा. आपल्याला काय जमेल असं आपल्याला वाटतंय, त्याहून प्रत्यक्षात आपण कितीतरी जास्त कर्तृत्व दाखवू शकतो; त्याबद्दल आपला आत्मविश्वास असला पाहिजे.

खरी समस्या अशी आहे की, आजच्या युगातला समाज स्त्रियांच्या कर्तृत्वासाठी त्यांची पाठ थोपटत नसतो. त्याऐवजी तो स्त्रियांच्या मनात अपराधीपणाची भावनाच निर्माण करत असतो की, काहीतरी यश संपादन करण्यासाठी तुम्ही तुमच्या आई म्हणून किंवा पत्नी म्हणून असलेल्या जबाबदाऱ्या नीटपणे पार पाडलेल्या नसणार! लोक पुरुषांना कधीही म्हणत नाहीत, "अरे, तू तुझ्या मुलाकडे दुर्लक्ष करून कामासाठी फिरत असतोस!" त्याऐवजी जग पुरुषाची पाठ थोपटतं, " तू अतिशय यशस्वी उद्योजक आहेस!"

तुम्हाला योग्य वाटेल, तेच करा आणि जग काय म्हणेल याची फारशी फिकीर करू नका. अनुभवानं तुम्ही वेगळ्या प्रकारे गोष्टी करायला शिकू लागाल आणि गरजेनुरूप सतत बदल घडवत राहाल. प्रत्येक तासाला, प्रत्येक मिनिटाला आपण परिवर्तनशील राहून, आपल्या आजूबाजूच्या लोकांच्या गरजा पूर्ण करायला शिकलं पाहिजे.

तुम्ही ज्या गोष्टी निवडाल, त्यानुसार तुमचं भविष्य घडेल. तुम्ही पिचत पडायचा निर्णय घेऊ शकता किंवा तुम्ही स्वावलंबी, सक्षम बनण्यासाठी पावलं उचलू शकता.

जे लोक तुमच्या उद्दिष्टांसाठी आधारभूत ठरतील, अशाच लोकांच्या सहवासात रहा; म्हणजे तुम्ही उद्दिष्टांकडे एकाग्रतेनं आणि जोमानं वाटचाल करू शकाल.

सरस्वती

व्यावसायिक प्रशिक्षण घेतलेल्या या स्त्रिया, आपला व्यवसाय नावारूपाला आणून, त्याद्वारे आपली स्वतंत्र ओळख निर्माण करत आहेत. त्यांना पारंपरिक भूमिकांमध्ये अडकून पडावं लागलेलं नाही. त्यांना आपलं आयुष्य आपल्या मनाप्रमाणे घडवायचं भरपूर स्वातंत्र्य मिळालं आहे.

शांती, प्रेम आणि व्यवसाय

नीना लेखी

'बॅगइट्'

'सोफाया पॉलिटेक्निक'ची विद्यार्थिनी असतानाच नीनानं गंमत म्हणून कॅनव्हास बॅग्ज बनवायला सुरुवात केली. एकोणतीस वर्षांनी तिची कंपनी, 'बॅगइट्', हा राष्ट्रीय ब्रँड बनला आहे आणि त्याची वार्षिक विक्री ३४ कोटींच्या घरात आहे.

नारायण उद्योगभवन ही काही फार सुंदर जागा नव्हे.

'बॅगइट्'नं बनवलेला माल अत्याधुनिक, आकर्षक दुकानांमध्ये विक्रीसाठी ठेवला जात असला, तरी 'बॅगइट्'च्या मुख्य ऑफिसात बेतलेल्या, शिवलेल्या, तपासणीसाठी नजरेखालून घातल्या जाणाऱ्या आणि नीटपणे पॅक केलेल्या मालाचा सावळा गोंधळ असतो. 'बॅगइट्'चा उद्योग नारायण उद्योग भवानतल्या अनेक लहानलहान गाळ्यांमधून चालवला जातो.

नीना लेखी ऑफिसात प्रवेश करते. तिने एक साधासा काळ्या-निळ्या रंगाचा चुण्यांचा शर्ट घातला आहे आणि तिच्या चेहऱ्यावर प्रसन्न हास्य आहे.

"मला फक्त दहा मिनिटं दे. चालेल ना?" ती विचारते.

आणि ती तिच्या डेस्कच्या मागच्या बाजूला जमिनीवर मांडी ठोकून बसते आणि ध्यान लावते.

दहा मिनिटांतच ती जगाला सामोरी जायला सिद्ध होते.

तिच्या स्वत:च्या व्यक्तिमत्त्वासारखीच तिची 'बॅगइट्' ही कंपनी आहे. वर वर पाहता त्यात गडबड गोंधळ दिसला, तरी त्यात एक प्रकारची शांतताही आहे. विचारांबद्दल आणि उद्दिष्टांबद्दल त्यात एक प्रकारचा ठामपणा जाणवतो. त्यामुळेच ही कंपनी सुसूत्रपणे चालू ठेवता येतेय.

कॉलेजमध्ये असताना, गंमत म्हणून नीनानं या व्यवसायाला सुरुवात केली. पंचवीस वर्षांनंतर या व्यवसायाने जो आकार आणि जी श्रेणी प्राप्त केली आहे, ती नक्कीच अभिमानास्पद गोष्ट आहे. परंतु अजूनही त्यामागचा मूलभूत हेतू मात्र मौज हाच आहे.

प्रयोग करून नवं वास्तव घडवण्यातली मौज. फक्त कापड आणि कृत्रिम चामड्यावरचेच प्रयोग नव्हेत, तर तुमच्या आयुष्याच्या धाग्यांवरचेही प्रयोग.

कारण आयुष्याच्या धाग्यांच्या विणीबाबतची सर्जनशीलता, हा सर्वांत मौल्यवान प्रयोग असतो.

शांती, प्रेम आणि व्यवसाय

नीना लेखी

'बॅगइट्'

मुंबईतल्या एका सुखवस्तू कुटुंबात नीना लेखी जन्मली आणि वाढली. ''माझं बालपण अतिशय आनंदाचं होतं. आम्ही वरळी सीफेसवर राहत होतो आणि मी एका अत्यंत चांगल्या शाळेत – ग्रीनलॉन्स हायस्कूलमध्ये शिक्षण घेतलं.''

नीनाचे वडील उद्योजक होते. त्यांचा गिअर्स आणि मशीनरीचे भाग तयार करण्याचा व्यवसाय होता. नीनाची आई गृहिणी असली, तरी फारशी घरी राहत नसे. ती माता ब्रजदेवीजींची उपासक होती. आपल्या गुरुसमवेत राहता यावं, म्हणून ती देशभर फिरत असे.

''मी बारा वर्षांची असल्यापासून घराकडे, माझ्या भावाकडे, माझ्या वडिलांकडे आणि अभ्यासाकडे एकटीनं लक्ष पुरवत होते, असं मला स्मरतंय.''

परंतु या घरावर दैवाची कृपादृष्टी होती.

नीना शाळेत असताना एक हुशार विद्यार्थिनी, उच्च गुण मिळवणारी आणि वर्गप्रमुखसुद्धा होती. ती कॉलेजात गेल्यावर स्वातंत्र्याच्या वाऱ्यानं झपाटून गेली.

''मला वाटे, मी एफ.वाय.ज्यूनिअर कॉलेजमध्ये आहे! फिकीर कसली करू? मी प्रत्येक सिनेमा बघणार म्हणजे बघणारच! ड्रग्ज, अल्कोहोल, बॉयफ्रेंड्स साऱ्याची चव चाखणारच!''

या 'उद्योगां'मुळे कमर्शियल आर्टच्या प्रवेशासाठी अत्यंत आवश्यक अशा

'फाउंडेशन कोर्स'मध्ये ती नापास झाली.

"आयुष्यात प्रथमच मी नापास झाले होते. माझ्या मनाला ते फारच लागलं." नीना पेडर रोडवरच्या 'सोफाया पॉलिटेक्निक'पासून तिच्या वरळीतील घरापर्यंत रोज पायी जात असे; मग कडक ऊन असो की पाऊस! वाटेत तिचे डोळे सतत भरून येत असत. असं तीन-चार महिने चालू राहिलं.

"मला चित्रकला आणि पेंटिंग अतिशय आवडत असे, म्हणून मला कमर्शिअल आर्टचा कोर्स करायचा होता."

परंतु तो मार्ग आता बंद झाला होता. आता नीनापुढे दोनच पर्याय खुले होते – सोफाया पॉलिटेक्निकमधून स्क्रीन प्रिंटिंग शिकायचं किंवा इंटीरिअर डिझायनिंग शिकायचं.

"हे अर्धवेळाचे कोर्स होते, त्यामुळे मी दोहोंसाठी नाव नोंदवलं," ती म्हणते. स्क्रीन प्रिंटिंगचे वर्ग सकाळी नऊपासून दुपारी बारापर्यंत असत, तर इंटीरिअर डिझायनिंगचा क्लास संध्याकाळी दीड तास असे. त्यामुळे मधला सारा वेळ रिकामा असे आणि नीना तो वेळ वाया घालवणार नव्हती.

"मधल्या वेळात घरी जाऊन काय फायदा होणार होता? मी पार्ट टाइम जॉब घ्यायचं ठरवलं."

खास बनवलेल्या गालिचांसाठी सुप्रसिद्ध असलेल्या 'श्याम अहुजा' या दुकानात नीनानं नोकरी घेतली. सोफाया कॉलेजपासून चालत जाता येईल एवढ्या कमी अंतरावर, महालक्ष्मी मंदिराच्या समोरच्या बाजूला, हे दुकान होतं.

"मी तिथे विक्रेती म्हणून काम करू लागले. माल किती आहे त्याची मोजदाद ठेवणं, बिलं बनवणं आणि ग्राहकांशी बोलणं या गोष्टी मी तिथे शिकले."

पगार महिन्याला पाचशे रुपये होता, परंतु तिला पैशांची गरज नव्हती.

"मी बराचसा पगार टॅक्सीनं हिंडण्यात खर्चून टाकत असे. परंतु परदेशातल्या मुलांप्रमाणे अठराव्या वर्षी नोकरी करणं हे मला भूषण वाटत होतं."

'थोडं कमवा; थोडं शिका; केवळ मौजेसाठी सारं करा' अशा प्रकारेच १९८४ साली वयाच्या अठराव्या वर्षी नीनानं बॅगा बनवायचा व्यवसाय सुरू केला.

"माझी जिवलग मैत्रीण मोना हिच्या आणि माझ्या डोक्यात ही कल्पना आली. साधीसाधी घोषवाक्यं लिहिलेले टी-शर्ट्स असतात, तशाच बॅगा का बनवू नयेत, असा विचार आमच्या मनात आला."

ऐटबाज बॅगा!

पोहून झाल्यावर शॉवर घेत असताना दोघींनी 'बॅगइट्' हे नाव ठरवलं. ती म्हणते, "मायकेल जॅक्सनच्या सुप्रसिद्ध 'बीट इट्' या गाण्यावरून हे नाव आम्हाला सुचलं."

या बॅगा साध्या कॅन्व्हास कापडाच्या बनवलेल्या होत्या. बहुतकरून रविवारी त्या हे काम करत. त्यांच्या इमारतीचा लिफ्टमन त्यांना कापड कापून, बेतून देत असे, तर 'झिप' दुरुस्त करणारा माणूस शिंपीकाम करत असे.

नीना म्हणते, ''नशिबानं, मी शाळेच्या सुट्टीत शिवणकाम शिकले होते.''

अशा प्रकारे, 'बॅगइट्'ला सुरुवात झाली.

नीनानं अब्दुल रहमान स्ट्रीटसारख्या मुंबईतल्या गल्ल्या पालथ्या घालून कॅन्व्हासचं कापड शोधलं. तेव्हा ती आधुनिक फॅशनचे कपडे विकणाऱ्या 'माइक क्रिपलानी' या दुकानात काम करत होती.

नीना या दुकानाच्या मालकाकडे गेली आणि तिनं बनवलेल्या बॅगा त्यांनी या दुकानात विक्रीला ठेवाव्यात, अशी तिनं त्यांना विनंती केली. त्यांचा खप झाल्यास नफ्याचा तिचा हिस्सा त्यांनी तिला द्यावा असं तिनं म्हटलं.

या सुमाराला नीनाची मनोजशी – नीना त्याला 'मांजो' अशी हाक मारते – ओळख झाली. तो तिच्या अगदी जवळच्या मैत्रिणीचा भाऊ होता.

''मांजो कपड्यांच्या व्यवसायात होता आणि तो मालाचा खप व्हावा म्हणून प्रदर्शनं आयोजित करून त्यात त्याचा माल ठेवत असे. त्याला माझ्या बॅगा आवडल्या. तो त्यासुद्धा विक्रीसाठी ठेवू लागला.''

त्यानंतर काही दिवसांतच 'ओबेरॉय शॉपिंग आर्केड'नं तिला विक्रीसाठी थोडी जागा उपलब्ध करून दिली. या साऱ्या गोष्टींमुळे, त्यावर्षी नीना महिन्याकाठी तीस बॅगा विकू शकली.

''या बॅगा बनवायला बॅगेमागे २५ रुपये खर्च येत होता आणि आम्ही त्या साठ रुपयांना विकत होतो. ही फार मोठी रक्कम नव्हती. आम्ही महिन्याकाठी हजार रुपये मिळवत होतो.''

दरम्यान नीना फाउंडेशन परीक्षेत उत्तीर्ण झाली; परंतु कमर्शिअल आर्टचा कोर्स करायचा तिला धीर झाला नाही. त्याखेरीज, तोवर तिनं बॅगा बनवायला सुरुवात केलेली होती आणि त्यादृष्टीनं 'टेक्स्टाइल डिझाइन' हा पर्याय अधिक चांगला होता.

''मला हा कोर्स अतिशय आवडला. मी त्यात उत्तम यशही मिळवलं. खरं सांगायचं, तर मला टेक्स्टाइल डिझाइनचा राज्य पुरस्कार मिळाला.''

कॉलेज, प्रॅक्टिकल्स, वाढता व्यवसाय या साऱ्या गोष्टी सांभाळून तिनं हे यश मिळवलं, हे विशेष! 'अमरसन्स'सारख्या दुकानांनी 'बॅगइट्' ब्रँडच्या बॅगा ठेवायला सुरुवात केल्यावर, तिला उत्पादन आणखी वाढवावं लागलं.

''मी सकाळी नऊ ते पाचच्या दरम्यान कॉलेजमध्ये असे. सात वाजता शिंपी येत. आता मी दोन शिंपी नोकरीवर ठेवले होते आणि याखेरीज आम्ही रविवारी पूर्ण दिवस काम करत असू.''

''कॉलेजमध्ये असताना मी मजा म्हणून बॅगा विकत होते. आतासुद्धा मी हा व्यवसाय मौजेखातर करतेय... इतकी सारी वर्षं, या व्यवसायामागचा मुख्य हेतू नफा नव्हता, तर आनंदच व्यवसायाचा केंद्रबिंदू होता.''

''माझ्या घोडदौडीकडे माझे कुटुंबीय अविश्वासाच्या नजरेनंच पाहत होते. पंजाबी कुटुंबातल्या एकाही मुलीनं यापूर्वी असं केलेलं नव्हतं. परंतु कुणीही मला अडवलं नाही.''

''माझ्या आईनं मला भरपूर उत्तेजन दिलं. इतर लोकांची करमणूक होत होती.''

परंतु हळूहळू यातून होणारी आमदनी केवळ पॉकेटमनीच्या स्वरूपातली राहिली नाही. हा भरभक्कम पैसा होता. तरुण मुलींप्रमाणे नीना तो मजेनं उधळत होती. त्याबरोबरच घरासाठी, पडद्यांसारख्या छोट्या-छोट्या गोष्टीसुद्धा विकत आणत होती.

''मी कुटुंबाला आर्थिक मदत करू लागले, कारण डॅडींचा व्यवसाय कमी होऊ लागला होता.''

तिची भागीदार मोना अमेरिकेला गेल्यामुळे भागीदारीतून बाहेर पडली, परंतु त्यामुळे नीनाच्या व्यवसायावर काहीही परिणाम झाला नाही. १९८७ सालापर्यंत व्यवसाय सुरू करून तीन वर्षं झाल्यावर 'बॅगइट्' महिन्याला ३०० बॅगा विकत होती. आता या बॅगा केवळ कॅन्व्हासच्या नसत. सिंथेटिक लेदरचासुद्धा वापर केला जाई.

''मी चामड्याच्या बॅगा बनवून पाहिल्या होत्या. मी गायीचं कातडं विकत आणलं आणि आमच्या व्हरांड्यात ते रंगवलं.''

त्याची दुर्गंधी घरभर पसरली.

मेलेल्या जनावरांची कातडी वापरणं कसंतरीच वाटू लागलं.

त्यामुळे नीनानं सिंथेटिक लेदर वापरायचं ठरवलं. तिनं वेगवेगळ्या प्रकारे त्यावर प्रक्रिया केल्या. अखेरीस त्याला खऱ्या चामड्यासारखं रूप देण्यात तिला यश मिळालं.

''कृत्रिम (सिंथेटिक) लेदर वापरण्याचा आणखी एक फायदा असा झाला की, अगदी कमी एमआरपी[१]ला अशा बॅगा विकता येऊ लागल्या.''

'वापरा आणि फेकून द्या' अशा धर्तीच्या आकर्षक आणि चतुराईनं बनवलेल्या, असा 'बॅगइट्'च्या बॅगांचा लौकिक पसरला.

---

१. एमआरपी – मॅक्सिमम रीटेल प्राइस – किरकोळ विक्रीची जास्तीत जास्त किंमत.

इतर अनेक डिझाइनर्सप्रमाणे नीना आंतर्देशीय कॅटलॉग्जमधल्या फॅशन्सची डोळे मिटून नक्कल करत नसे. छोट्या-छोट्या, आगळ्यावेगळ्या खुलावटीवर तिचं लक्ष केंद्रित झालेलं असे.

"उदाहरण द्यायचं, तर तुम्ही ट्रॅकपॅंट्स घालून जिमला जाता. ट्रॅकपॅंट्सच्या नेफ्यात एक-दोन नोटा ठेवता येण्यासारखे लहानसे कप्पे केले, तर ते खूपच उपयुक्त ठरतात, नाही का?"

अशा प्रकारच्या अंत:प्रेरणेचा वापर करून नीना प्रत्येक बॅगेचं डिझाइन बनवत असे. ग्राहक त्यावर बेहद्द फिदा होत. १९८९ सालापर्यंत 'बॅगइट्' हा खराखुरा व्यवसाय बनला आणि त्याची वार्षिक उलाढाल ३० लाखांच्या घरात गेली.

आणि अजूनही नीना एक विद्यार्थिनीच होती.

"माझ्या टेक्स्टाइल डिझाइनिंग कोर्सबरोबरच मी पत्रव्यवहाराद्वारे बारावीची परीक्षा पास झाले होते. सोफायानंतर मी बी.कॉम.साठी एलफिन्स्टन कॉलेजात नाव घातलं."

दिवसा खूप काम करणे आणि रात्री खूप मौजमस्ती करणे, हे नीनाचं ब्रीदवाक्य बनलं. घरच्यांना ही जीवनशैली मुळीच आवडली नाही.

नीना म्हणते, "रात्री खूप वेळ मी घराबाहेर राहत असल्यामुळे माझी आई खूपच वैतागत असे."

मांजो त्यांच्या टोळक्यात होता. शाळेच्या दिवसांपासून नीना त्याला ओळखत होती.

"एका रात्री आम्ही एका पबमध्ये बसलो होतो, तेव्हा त्यानं मला लग्नाची मागणी घातली."

नीना अवाक झाली.

ती स्वत:शीच म्हणत होती, "देवा रे! मला इतक्यात लग्न करायचं नाहीये. मला घाईघाईनं त्यात पडायचं नाही... मी फक्त २३ वर्षांची आहे."

परंतु जेव्हा नीना पुन्हा रात्री खूप उशिरा घरी पोचली, तेव्हा तिची चांगलीच खरडपट्टी निघाली.

"माझी कातडी वाचवण्यासाठी म्हणून मी डोक्यात आलेलं पहिलंच वाक्य बोलून टाकलं. मी आईला सांगितलं की, मांजोनं मला लग्नाबाबत विचारलं आहे."

दुसऱ्या दिवशी सकाळीच आम्हा दोघांच्या आयांनी चर्चा करून लग्नाची तारीख पक्की करून टाकली.

ती हसून म्हणते, "माझ्या काहीही लक्षात येण्यापूर्वीच माझा साखरपुडा झाला. आणखी दोन महिन्यांतच आमचा विवाहसुद्धा झाला."

नीनाच्या दृष्टीनं ही अतिशय चांगली गोष्टच ठरली.

''कामातल्या उत्साहामुळे म्हणा किंवा करत असलेलं काम अतिशय आवडत असल्यामुळे म्हणा... वेळ कसा उडून जातो हे मला कळतच नाही!''

''मांजोची बहीण रीटा माझी जिवलग मैत्रीण होती. मी त्यांच्या घरी अनेकदा जात असे. त्याच्या सर्व कुटुंबीयांशी माझी चांगली ओळख होती. हे सारं इतकं सुखद होतं...''

मांजो एक मोठ्या, संयुक्त-कुटुंबात राहत होता. तरीही कुटुंबीयांनी कोणतेही नियम घातले नाहीत, कोणत्याही अपेक्षा किंवा मागण्या केल्या नाहीत.

नीना म्हणते, ''माझ्या सासूबाई माझ्या आईहूनही प्रेमळ होत्या. मला त्या एखाद्या राणीसारखं सुखात ठेवत.''

तिनं काम करून व्यवसाय चालू ठेवावा, याबद्दल कुणीही हरकत घेतली नाही. मांजोचे कुटुंबीय कपड्यांचा व्यवसाय करीत. ते उत्पादनही करत आणि किरकोळीनं विक्रीसुद्धा करत.

''परळमधल्या एका इमारतीत मांजोचे दोन लहान गाळे होते. त्यातल्या एका गाळ्याच्या पोटमाळ्यात मी सुरुवातीला बस्तान बसवलं.''

नीना या तिच्या 'कारखान्या'त आठवड्याचे सोमवार ते शुक्रवार हे पाच दिवस, सकाळी दहा ते रात्री आठ वाजेपर्यंत काम करत असे. आता तिनं मदतीसाठी वीस कर्मचारी नियुक्त केले होते, त्यांपैकी एक जण उत्पादन व्यवस्थापनाकडे बघत होता.

''उत्पादनाखेरीज तो हिशोब ठेवणं, कारागिरांना आगाऊ रक्कम देणं अशी सर्व कामं सांभाळत होता.''

तिनं व्यवसायाचा कोणताही आराखडा आखलेला नव्हता, तरीही 'बॅगइट्' झपाट्याने मोठी होत होती. प्रगतीचा प्रवाह सुसूत्र चालू होता. आणखी दोनच वर्षांत व्यवसाय इतका वाढला की, ही उसनी घेतलेली जागा त्यासाठी अपुरी पडू लागली. त्यामुळे तिच्या वडिलांच्या मालकीच्या, औद्योगिक परिसरातील गाळ्यात तिनं व्यवसाय हलवला.

''मला जागा अपुरी पडू लागली की, मी त्याच इमारतीतला आणखी एक गाळा भाड्यानं घेऊ लागले!''

परंतु भाड्याची जागा वापरणं नीनाला तितकंसं आवडत नव्हतं. भारतीयांची मानसिकता जागा विकत घेण्याची असते. पैसेसुद्धा गुंततील, वाढतील आणि भाडेखर्च वाचेल असं बहुतेकांना वाटत असतं.

''भीक मागा, कर्ज काढा, चोरी करा... कोणत्याही मार्गानं स्वत:च्या मालकीची

जागा मिळवा, ही माझी विचारसरणी होती,'' नीना म्हणते.

नीना आणि तिचा भाऊ मुकेश, यांनी नेमकं याच प्रकारे केम्प्स कॉर्नरवरचं एक दुकान विकत घेतलं होतं.

''आम्हा दोघांत मिळून फक्त दोन लाख रुपये होते. परंतु आम्ही आप्तमित्रांकडून कर्ज काढलं. ते दुकान १८ लाखांना विकत घेतलं.''

हे फक्त नीनाचा माल विकणारं, 'बॅगइट्'चं पहिलं रीटेल स्टोअर (किरकोळीनं विक्री करणारं दुकान) होतं. त्याचं नाव होतं – INXS. या दुकानात 'बॅगइट्'चा सर्व प्रकारचा माल ठेवण्यात आला होता. लवकरच ते तरुण, आधुनिक खरेदीदारांचं अत्यंत आवडतं दुकान बनलं.

''ते दुकान माझ्या भावाच्या मालकीचं होतं आणि तोच त्याचं व्यवस्थापन सांभाळत होता.''

नीनाला सर्वांत आवडणारी गोष्ट म्हणजे सर्जनशीलतेचा वापर करून नवीनवी, आगळीवेगळी डिझाइन्स बनवणं! त्याच ओढीनं ती या व्यवसायात पडली. परंतु व्यवसाय चालवायचा, तर तुम्हाला त्याची व्यावहारिक बाजूसुद्धा सांभाळावी लागते. फिरतं भांडवल उभं करण्यासारख्या कटकटीच्या गोष्टींकडे बघावं लागतं.

''मी सर्वांत जवळ असलेल्या, देना बँकेत खातं उघडलं. मांजोच्या कंपनीचंसुद्धा तिथेच खातं होतं; त्याचा फायदा झाला.''

नीनाचं कंपनीच्या नफ्याकडे फारसं लक्ष नसूनसुद्धा कंपनी दरवर्षी ३० टक्क्यांनी मोठी होत होती. बँकेकडून मदत मिळवण्यासाठी एवढी गोष्ट पुरेशी होती.

''डिझाइनर्स हे थोडेसे विक्षिप्तपणे वागत असतात, या गोष्टीची त्यांना जाणीव असते.''

विक्षिप्त माणूस इतरांपेक्षा वेगळा वागतो. तो मनाला भावतील असेच निर्णय घेतो. आयुष्यात आणि व्यवसायात वेगवेगळे मार्ग दिसत असतात. कोणत्या मार्गानं वाटचाल करायची हा सर्वस्वी तुमचाच निर्णय असतो.

''त्यांच्या ब्रँडच्या नावे विकण्यासाठी मी बॅगा बनवून द्याव्यात, असे प्रस्ताव अनेकांनी माझ्यापुढे ठेवले. तसं केलं असतं, तर व्यवसाय अनेक पटींनी वाढला असता. परंतु त्या मार्गाने जायचं नाही, या माझ्या निर्णयावर मी ठाम राहिले.''

म्हणूनच पादत्राणांच्या क्षेत्रातली 'रीगल' ही मोठी कंपनी नीनापाशी तिच्या मालाची मागणी करू लागली, तेव्हा नीनानं माल पुरवण्याची तयारी दाखवली. परंतु स्पष्टपणे सांगितलं की, त्यांनी तिच्या 'बॅगइट्' या ब्रँडनंच हा माल विकला पाहिजे.

'''शॉपर्स स्टॉप'नं माझ्याकडे मालासाठी विचारणा केली. तेव्हा त्यांनासुद्धा मी हीच अट घातली.''

आपला ब्रँड सुप्रसिद्ध व्हावा ही कोणत्याही डिझायनरची नैसर्गिक अंत:प्रेरणा

“जगभरात काय घडतंय याची जाणीव करून देण्यासाठी मी माझ्या डिझायनर्सना परदेशवाऱ्यांसाठी घेऊन जाते.”

असते; आणि व्यवसायाच्या दृष्टीनंसुद्धा ही गोष्ट महत्त्वाचीच ठरीते. नवनवीन रीटेल स्टोअर्स उभी राहू लागली, तसतशी ‘बॅगइट्’ची बाजारपेठ वाढली. ‘लाइफस्टाइल’ आणि ‘पँटलून्स’ या दोन्ही लोकप्रिय दुकानांमध्ये ‘बॅगइट्’च्या मालासाठी वेगळा खास विभाग ठेवण्यात आला आहे. दुसऱ्यांच्या त्या दुकानांमध्ये ‘बॅगइट्’नं आपलं छोटंसं दुकान थाटलं आहे.

२००६-०७ सालापर्यंत ‘बॅगइट्’ ही बऱ्यापैकी मोठी कंपनी झाली होती. वर्षाला ७ कोटींची उलाढाल करत होती. ‘बॅगइट्’मध्ये ५० पूर्णवेळाचे कर्मचारी काम करत होते आणि ४५० लोक कंत्राटावर काम करून देत होते. त्यावेळेस प्रथमच नीनाच्या मनात महत्त्वाकांक्षा जागी झाली.

“मी मांजोनं आयोजित केलेल्या ‘पाय्’ (Pi) नावाच्या उपक्रमात सहभाग घेतला; आणि त्या उपक्रमामुळे मी दूरगामी उद्दिष्टांबद्दल आणि स्पष्टपणे आखलेल्या ध्येयांबाबत बरंच शिकले.”

नीनानं स्वत:ची दुकानं उघडण्याचा निर्णय घेतला. तसं केल्यामुळे तिच्या ‘बॅगइट्’ या ब्रँडला आणखी प्रसिद्धी मिळाली असती. तो ब्रँड ओळखीचा होण्यास मदत झाली असती.

“आम्ही फ्रँचाइस तत्त्वावर धंदा वाढवला.”

त्यांनी कंपनीचे भागधारक वाढवले नाहीत; परंतु फ्रँचाइस घेणाऱ्यांकडून पैशांची गुंतवणूक मिळवली.

व्यवसाय वाढवायचा, तर मानसिकता बदलावी लागते. वेगळ्या धोरणांचा अवलंब करावा लागतो.

नीना म्हणते, “आता मी जागा खरेदी करण्याचा हव्यास सोडून दिलाय. आम्ही सारी दुकानं भाड्यानंच घेतो. कंपनी वाढवायची, तर तसंच करावं लागतं.”

किरकोळीवर व्यवसाय करणाऱ्यांना मार्गदर्शन करणारे सल्लागार ‘बॅगइट्’ने नियुक्त केले आहेत. आता ‘बॅगइट्’ व्यवसायाचा वार्षिक आराखडा आणि महत्त्वाची उद्दिष्टं आखून (KRA – ‘की रिझल्ट एरियाज’) त्यानुसार काम करते.

“आवडणारं काम मनापासून करण्याची कार्यसंस्कृती आम्ही अजूनही जोपासत असलो, तरी ‘केआरए’मुळे आम्हाला व्यापक स्वरूपावरच्या व्यवसायाची आणि आम्ही डोळ्यांपुढे ठेवलेल्या उद्दिष्टांची, सतत आठवण होत राहते.”

कंपनीचा आकार वाढल्यामुळे, ही गोष्ट अधिकच महत्त्वाची झाली आहे. कंपनीत आता २२० पूर्णवेळाचे कर्मचारी आणि ५०० कंत्राटतत्त्वावरचे कारागीर

काम करत आहेत. त्यामुळे कंपनी आता पूर्वीसारखी अनौपचारिक पद्धतीने किंवा वैयक्तिक जवळिकीनं चालवता येणं शक्य राहिलेलं नाही. त्यात कामाची नेमकी पद्धत आणि नियम घालून देणं गरजेचं बनलं आहे.

आता उत्पादनाचं विकेंद्रीकरण करण्यात आलं असून, मुंबईभर पसरलेल्या कंपनीच्या मालकीच्या छोट्या-छोट्या केंद्रांमधून माल बनवला जातो. तरीही 'नारायण उद्योग भवन' हे अजूनही कंपनीच्या उत्पादनाचं केंद्रस्थान आहे. "आम्ही नवी डिझाइन्स आणि नमुने इथेच बनवतो. मी स्वत: त्यात जातीनं लक्ष घालते."

फॅशन क्षेत्रात उत्पादनाची योजना वर्षभर आधीच आखली जाते. परंतु (युरोप-अमेरिकेप्रमाणे) वसंत-ग्रीष्म (स्प्रिंग-समर) आणि शरद-शिशिर (ऑटम-विंटर) याप्रमाणे फॅशन्समधले बदल भारतात घडत नाहीत.

"मी आंतरराष्ट्रीय फॅशन्सकडे आणि त्यातील नव्या लाटांकडे नजर ठेवून असले, तरी भारतात वर्षभर भडक रंगाचे कपडे वापरले जातात. आपण हिवाळ्यातसुद्धा लाल-पिवळे रंग आणि कुर्ती-टॉप्स वापरतो, त्यामुळे तुमच्या ग्राहकाच्या आवडीनिवडी लक्षात घेऊन तुम्हाला माल बनवावा लागतो."

'बॅगइट्'ची निष्ठावान ग्राहक आहे मोठ्या शहरातील स्त्री. मोठ्या शहरातील तरुण स्त्रिया आणि मनानं तरुण असलेल्या स्त्रिया 'बॅगइट्'च्या चाहत्या असतात. त्यांना आधुनिक धर्तीचा, गर्दीतही उठून दिसणारा माल हवा असतो. परंतु त्यांना त्यांच्या पैशांचा पुरेपूर मोबदलाही हवा असतो. अशा स्त्रियांचं मन जिंकणं, हे अवघड आव्हान असतं.

"कोणतंही नवं डिझाइन बनवलं की, ते वापरण्यायोग्य असल्याची कसून परीक्षा घेतली जाते. त्यानंतरच त्याचं मोठ्या प्रमाणावर उत्पादन केलं जातं."

नीना अजूनही तिच्या साऱ्या दुकानांमध्ये आठवड्यातून एकदा आवर्जून चक्कर मारत असते. त्यायोगे तिला तिच्या ग्राहकांच्या आवडीनिवडींचा अंदाज बांधता येतो. तिला नव्या कल्पना सुचतात आणि स्फूर्ती मिळते.

"हे पाहा, सर्वांत आधी आम्हीच मोबाइल फोन्ससाठीची पाउचेस (छोटीशी लांबट पर्स) विक्रीसाठी बाजारात आणली. ती इतकी लोकप्रिय झाली की, आता सारे जणच त्या कल्पनेचा वापर करत आहेत!" ती म्हणते.

साऱ्याच कल्पना संपूर्णत: आगळ्यावेगळ्या असाव्या लागत नाहीत. कधीकधी मेकअपचं सामान आणि दागिने ठेवण्याजोगा लहानसा कप्पा बनवला तरी तो उपयुक्त ठरतो आणि लोकांना आवडतो किंवा तुमच्या इअरफोनची वायर पर्समधून काढता येण्याजोगं छोटंसं पापणीसारखं छिद्रसुद्धा उपयुक्तता वाढवतं.

"बाजारात उपलब्ध असलेल्या गोष्टींची नक्कल करणं मला अजिबातच आवडत नाही. कोणतीतरी नवी गोष्ट करण्यातच खरीखुरी मौज असते!"

''ध्यान लावल्यामुळे मला आत्मपरीक्षण करायला, कोणत्या मार्गानं किती जलद गतीनं जावं याचा निर्णय घ्यायला फुरसत लाभते. अनेक लोक नुसते ऊर फुटेपर्यंत धावत राहतात... धावतच राहतात.''

जर माल बनवण्यात तुम्हाला आणि तो वापरण्यात तुमच्या ग्राहकांना आनंद वाटत असेल, तर तुमच्या मालाचा खप आपोआपच वाढत जातो. मार्च, २०१२मध्ये संपलेल्या आर्थिक वर्षात 'बॅगइट्'नं ३४ कोटी रुपयांचा माल विकला.

''आम्ही आता वर्षाकाठी पाच लाख उत्पादनं बनवतो. त्यात हँडबॅग्ज, कमरेचे पट्टे, पाकिटं, मोबाइल फोनसाठीची पाउचेस अशा सर्व गोष्टींचा समावेश आहे. खरंतर बॅगेखेरीज या इतर गोष्टींच्या विक्रीतूनच ५० टक्के आमदनी होते.'' नीना म्हणते.

आश्चर्याची गोष्ट म्हणजे 'बॅगइट्'ची इतकी झपाट्यानं वाढ झालेली असली, तरी नीना तिथे घालवत असलेला वेळ खूपच कमी झाला आहे.

ती म्हणते, ''मी आता आठवड्यातून फक्त तीनच दिवस काम करते.'' तिनं आठ वर्षांपूर्वीच, तिची मुलगी वेदुची हिचा जन्म झाल्यावर, या गोष्टीला सुरुवात केली.

वयाच्या छत्तिसाव्या वर्षी अपत्य होऊ देण्याचा निर्णय तिनं विचारांती घेतला होता?

''सुरुवातीला मी गर्भनिरोधक 'लूप' वापरत होते आणि त्यानंतर जेव्हा आम्हाला मूल हवंसं वाटलं... तेव्हा त्या गोष्टीला खूप वेळ लागला.''

आणि त्याबरोबरच मातृत्व पेलणं हे एक आव्हान बनलं.

''मूल झाल्यानंतर मला कामावर जाणं कठीण झालं. त्यामुळे खूप वर्षं माझ्यावरचा तणाव खूप वाढला होता. कित्येकदा तुम्हाला कामावर जाण्याची आत्यंतिक तळमळ वाटत असते आणि तसं करणं शक्य होत नाही. मला वाटतं, काम करणाऱ्या प्रत्येक आईला या अवस्थेतून जावंच लागतं.''

परंतु इतर अनेक जणींपेक्षा नीना भाग्यवान होती. घर आणि काम यांतील समतोल राखण्याची तिनं स्वत:ची अशी वेगळी पद्धत शोधून काढली होती. 'बॅगइट्'मध्ये जवळिकीचं कौटुंबिक वातावरण असल्यामुळे, नीना तिथं प्रत्यक्ष उपस्थित राहिली नाही, तरी चालून जातं.

कारण मनानं ती सदैव तिथेच असते.

''प्रत्येकाची कामाची आणि लोकांशी वागायची स्वत:ची अशी वेगळी पद्धत असते. लोकांच्या मनात कंपनीबद्दल आपुलकी, बांधिलकी निर्माण करणं, ही माझी

पद्धत होती.''

या गोष्टीचं आनंददायी फलित म्हणजे अनेक वर्षांपूर्वी – अगदी १९८९ सालापासून – 'बॅगइट्'मध्ये काम करू लागलेले अनेक लोक अजूनही तिथेच काम करत आहेत. ते वेगवेगळ्या खात्यांचे प्रमुख या नात्यानं आता नव्या आणि गुंतागुंतीच्या जबाबदाऱ्या सांभाळत आहेत.

''कामासाठीची उत्कट ओढ या सर्वांच्या मनात जागी ठेवण्याचा माझा प्रामाणिक प्रयत्न असतो.''

जेव्हा एखादा कर्मचारी त्याच त्याच कामाला कंटाळलाय, असं नीनाला जाणवतं, तेव्हा ती त्याच्या कामाचं स्वरूप बदलते.

''ती कोणत्या प्रकारची माणसं आहेत – अंत:प्रेरणेनं काम करणारी आहेत की तार्किक विश्लेषण करून काम करणारी आहेत – याचा मी अंदाज घेते. त्यानुसार त्यांच्यापुढे नवी आव्हानं ठेवते. त्यांनी पूर्वी न केलेल्या गोष्टी करण्याची त्यांना संधी मिळवून देते.''

गेल्या वर्षी 'बॅगइट्'च्या 'डिझाइन' खात्याच्या प्रमुखाची तिनं मार्केटिंग (विपणन) खात्यात बदली केली. तिथं त्यानं उत्तम कामगिरी करून दाखवली.

या अपारंपरिक पद्धती आहेत; परंतु त्या उपयुक्त ठरत आहेत. नीनाचा आणखी एक निर्णय असाच अपारंपरिक होता. तिनं पुण्याजवळच्या चिमुकल्या गावी – खटरकडक येथे आपलं निवासस्थान हलवलं. तिथे तिच्या नवऱ्यानं, मांजोनं, नुकतीच प्रायोगिक तत्त्वावरची एक शाळा सुरू केली आहे.

''पूर्वी माझा नवरा त्याच्या कुटुंबाच्या व्यवसायात होता. आता तो जे काम करतोय, ते तो पैशांसाठी करत नाहीये. तो आमचे गुरू, ऋषी प्रभाकरजी, यांच्या विविध प्रकल्पांसाठी मदत करतोय.''

यातला एक प्रकल्प होता ऋषिकुल विद्यालय, सर्व प्रकारचं शिक्षण देणारी प्रशाला. हिची स्थापना २००२ साली METच्या आवारात करण्यात आली होती. खटरकडक येथील शाळा, या प्रयोगाचा पुढचा टप्पा आहे.

''आमच्या मुलीनं आणि इतर मुलांनी नैसर्गिक वातावरणात वाढावं, अशी आमची इच्छा होती. आजूबाजूला पर्वत असावेत, ताजी हवा खेळती राहावी आणि टीव्ही, गूगलसारखी मुंबईतली कचरापट्टी तिथे नसावी असं आम्हाला वाटत होतं.''

या शाळेत सध्या ५ ते १४ वर्षे वयाची ६० मुलं राहत आहेत. ही शाळा अगदी निर्जन अशा एकांतवासात आहे. या जागीच नीना आठवड्याचे काही दिवस राहते.

''मी शनिवारी दुपारी खटरकडकला जाते आणि बुधवारी दुपारी तिथून थेट

कामाच्या जागीच जाते.'' नीना म्हणते.

अर्थात काम चालूच असतं. सोमवार-मंगळवार नीना सारे अहवाल वाचण्यात खर्च करते आणि नव्या कल्पनांसाठी वेळ काढते. या गोष्टींसाठी ऑफिसात निवांतपणा लाभणं केवळ अशक्य असतं.

''मी आठवड्यातून एक दिवस पूर्ण मौन पाळते. तो दिवस मला अतिशय महत्त्वाचा, अत्यंत पूज्य वाटतो.''

मांजोशी विवाह झाल्यानंतर नीना आणि मांजोनी एका ध्यानाच्या उपक्रमात सहभाग घेतला होता. तेव्हापासून त्यांच्या आत्मिक प्रवासाला प्रारंभ झाला. त्या दोघांनाही त्यांचा गुरू मिळाला आणि आत्मिक उन्नतीचा मार्गसुद्धा सापडला.

''मला वाटतं की, माझ्या पद्धतीनं मी माझ्या आईच्याच मार्गानं प्रवास करते आहे... आत्मशोधाचा. माझ्या दृष्टीनं आयुष्यातील सर्वांत महत्त्वाच्या गोष्टी आहेत शांती आणि आनंद; पैशांच्या मागे धावणं नव्हे!''

आयुष्याबाबतचा नीनाचा हा दृष्टिकोन मांजोला पूर्णपणे पटलेला आहे आणि त्याचा त्याला पाठिंबा आहे. त्याचप्रमाणे भावनिक पातळीवर त्याचा 'बॅगइट्'लासुद्धा पाठिंबा आहे.

''मांजोनं मला दिलेली मुख्य शिकवण म्हणजे शांतपणे जगायला शिकणं. व्यवसायाचं अवाजवी दडपण न घेणं. प्रेमानं, आनंदानं, हसत-खेळत जगणं. त्यानं मला या साऱ्या गोष्टी शिकवल्या आहेत.''

चांगलं आयुष्य हे चांगल्या जेवणासारखं असतं. ताटात गरजेहून जास्त वाढून घेऊ नका. जेवढं सहजपणे खाता येईल, तेवढंच वाढून घ्या आणि त्याचा आनंदानं आस्वाद घ्या.

नीना म्हणते, ''मला स्वयंपाकाची फार ओढ वाटत नाही. मी इतरांवर लक्ष ठेवण्याचं काम करते. इतर कुणी नसलं, तरच मी स्वयंपाकघरात पाऊल ठेवते. माझ्या स्वत:च्या हातांनी मुलीचा डबा भरायला हवा, असं मला अजिबात वाटत नाही.''

त्याप्रमाणेच नीना अगदी क्वचितच स्वत:साठी खरेदीला बाहेर पडते. तिला काहीही विकत आणून हवं असेल, अगदी तिच्या मुलीसाठीसुद्धा हवं असेल, तरी ती तिच्या मदतनिसाला खरेदीसाठी पाठवते.

''वेळ अत्यंत मोलाचा आहे. मी परदेशात असते, तेव्हाच खरेदीसाठी जाते. कारण त्यावेळेस अनेक दुकानांमध्ये जाण्यामागचा हेतू असतो – नव्या फॅशन्स नजरेखालून घालून त्यातून सर्जनात्मक प्रेरणा मिळवण्याचा.''

स्वत:ची 'फ्रँचाइस' दुकानं परदेशात उघडण्याचा आणि बॅगा आणि तत्सम गोष्टींखेरीज अन्य गोष्टीसुद्धा बनवण्याचा तिचा मानस आहे.

"अलीकडेच माझ्या लक्षात आलंय की, भारतात चांगल्या ट्रॅक पॅंट्स मिळत नाहीत आणि लगेचच माझ्या डोक्यात कल्पना आली की, आपण स्पोर्ट्सवेअर बनवायला सुरुवात केली पाहिजे!"

अनेक खळाळते ओढे दिसतात.

अनेक दिशा खुणावत असतात.

पथिक क्षणभर विसावा घेतो आणि मनातील होकायंत्राचा कौल घेतो. त्यानुसार तो आपला मार्ग निवडतो...

स्त्री-उद्योजिकांना सल्ला

जे करायला मनापासून आवडत असेल, तेच करा! ही सर्वांत महत्त्वाची गोष्ट आहे, असं मला वाटतं. जर तुम्हाला कोणतीतरी गोष्ट करायला मनापासून आवडत असेल, तर ती गोष्ट करणं कष्टाचं वाटत नाही. ती गोष्ट करताना वेळेचं भान राहत नाही. कोणताही ताण जाणवत नाही.

स्त्रियांच्या दृष्टीनं व्यवसाय आणि घर दोन्ही गोष्टींमध्ये समतोल राखणं, ही तारेवरची कसरतच असते. विशेषत: घर, मुलं आणि त्या संदर्भातील लाखो गोष्टींकडे तुम्ही एकट्याच लक्ष देत असाल, तर असा समतोल राखणं अधिकच अवघड होऊन बसतं. त्यामुळेच अनेक बायका व्यवसाय अर्ध्यावरच सोडून देतात. स्वत:च्या स्वप्नांना तिलांजली देतात.

परंतु जेव्हा तुम्हाला कोणत्याही व्यवसायाबद्दल आत्यंतिक ओढ वाटत असते आणि 'मला हे काम करायचंच आहे!' असा उत्साह वाटत असतो, तेव्हा तुम्ही आपला व्यवसाय अर्ध्यावर कधीही सोडून देणार नाही; कारण काहीही न करता घरात बसून राहणं तुम्हाला शक्यच होणार नाही. कारण तुमच्या अंतरंगात ऊर्जेची ज्वाला धगधगत असेल!

ऊर्जास्रोत

संगीता पटनी
'एक्स्टेन्सिओ सॉफ्टवेअर'

'बिट्स[1] पिलानी'मधून पदवी मिळवल्यावर या मुलीनं 'हिंदुस्तान लीव्हर' आणि 'आयशर' या कंपन्यांमध्ये नोकरी केली. त्यानंतर तिच्या भावाबरोबर स्वत:ची एक सॉफ्टवेअर कंपनी सुरू केली. मातृत्व आणि व्यवसाय या दोन्ही गोष्टींचा उत्तम प्रकारे समन्वय घालण्याचा तिनं आदर्शच आपल्यापुढे उभा केला आहे.

१. बिट्स – बिर्ला इन्स्टिट्यूट ऑफ टेक्नॉलॉजी.

तिचा फोन सतत घणघणत असतो.

"मला फक्त एक मिनिट वेळ द्या. हा फोन मला घ्यायलाच हवा." संगीता म्हणते. ती फोनवर बोलू लागते, "हॅलो... बास बेटा, बास. मी आता लंच घेतेय. मी थोड्या वेळात घरी येईन."

मध्ये खूप वेळ स्तब्धता.

"रात्री झोप लागली नव्हती ना तुला? हंऽऽऽ! आई आहे मी तुझी. तुझ्याबद्दल सारं काही मला समजतं. झोपून जा बरं. ओके. बाऽय."

ही एक विचित्र वस्तुस्थिती आहे. मी ज्या पुरुषांचे इंटरव्ह्यू घेते, त्यांना कामाच्या वेळेत मुलांचे फोन कधीही येत नाहीत. स्त्रियांना बहुधा येतातच!

मातृत्वाचा हाच अर्थ आहे. चोवीस तास तुम्ही मनानं गुंतलेल्या असता; मग तुम्ही कुठेही असा!

संगीता त्याचं अचूक विश्लेषण करते.

"स्त्रीच्या दृष्टीनं मातृत्व निभावणं ही अत्यंत अवघड कसोटी असते. त्यापेक्षा उद्योजिका असणं खूप सोपं असतं."

मोठ्या कंपनीत गुलामीची नोकरी करण्यापेक्षा स्वत:चा व्यवसाय करणं नक्कीच सोपं असतं.

स्त्रीच्या दृष्टीनं उद्योजिका बनणं ही तिच्या स्वतंत्र अभिव्यक्तीसाठीची सुसंधीच असते. आव्हान स्वीकारून ती जगाला दाखवून देऊ शकते, "हे मी करून दाखवलंय!"

मानमरातब, सत्ता किंवा पैशांना स्त्रिया भुलत नाहीत असं संगीता म्हणते, "पुरुषांप्रमाणे स्त्रियांना सहजपणे ढोंग करता येत नाही!"

आम्ही पंचतारांकित हॉटेलमधल्या बनावट जेवणाकडे वळतो आणि चांगल्या मोलकरणी मिळणं कसं अवघड झालंय, याबद्दल चर्चा करतो.

ही खरीखुरी समस्याच आहे आणि कुणीतरी त्यावर तोडगा शोधेल, अशी आम्ही आशा करतोय. कारण तसं झालं, तर जग खूपच सुखी होईल!

ऊर्जास्त्रोत

संगीता पटनी

'एक्स्टेन्सिओ सॉफ्टवेअर'

संगीता पटनी नागपूरमध्ये जन्मली आणि वाढली.

"माझे वडील रेल्वेखात्यात माइनिंग इंजिनिअर म्हणून काम करत होते. मी नागपूरमध्येच वाढले आणि तिथेच मी शालेय शिक्षण घेतलं."

संगीता घरातली एकुलती एक मुलगी होती. एक थोरला भाऊ आणि दुसरा तिच्या पाठचा होता. ती एका पारंपरिक कुटुंबात वाढली.

"मारवाडी कुटुंबामध्ये स्त्रीनं घर सांभाळावं, स्वयंपाक करावा आणि मुलांकडे बघावं असं गृहीत धरलं जातं."

नशिबानं संगीताच्या वडिलांनी धनबादच्या 'इंडियन स्कूल ऑफ माइन्स'मधून शिक्षण घेतलं होतं. त्यामुळे शिक्षणाबद्दल त्यांना खूपच आस्था वाटत होती. त्यांचा दृष्टिकोनही व्यापक होता. असं असूनही जेव्हा संगीताला 'बिट्स पिलानी' येथे प्रवेश मिळाला, तेव्हा तिला तिथे जाऊ द्यायला ते फारसे राजी नव्हते.

"माझ्या मोठ्या भावानं 'पिलानी'मधून बी.टेक.ची पदवी मिळवण्यासाठी माझ्या आधीच प्रवेश घेतला होता. त्यांनी मला समान हक्क द्यावेत असा मी हट्ट धरला."

अशा प्रकारे १९८१ साली संगीतानं इलेक्ट्रॉनिक्स आणि इलेक्ट्रिकल इंजिनिअरिंगमध्ये पदवी मिळवण्यासाठी 'बिट्स पिलानी'त प्रवेश केला. १९८५ साली पदवीचा अभ्यासक्रम पूर्ण केल्यावर ती नागपूरला परत आली. कारण कुटुंबीय

म्हणू लागले की, आता तिनं लग्न करायला हवं.

योग्य वर मिळेपर्यंतच्या प्रतीक्षेच्या काळात संगीतानं तेथील एका खाजगी इंजिनिअरिंग कॉलेजात शिकवण्यास प्रारंभ केला.

''शैक्षणिक क्षेत्र तेव्हा नव्यानंच खुलं होऊ लागलं होतं. मी १९८५ सालाबद्दल बोलतेय.''

याच सुमारास पी.सी. (पर्सनल कॉम्प्यूटर्स) बाजारात उपलब्ध होऊ लागले होते, परंतु ते कसे उपयोगात आणावे, याबद्दल कुणालाच फारशी माहिती नव्हती. संगीताच्या डोक्यात त्याबद्दल काही कल्पना होत्या आणि लेक्चररची नोकरी करून कमावलेले २५ हजार रुपये तिच्या खिशात खुळखुळत होते.

''काही अनुभवी चार्टर्ड अकाउंटंट्सबरोबर माझ्या वडिलांची मैत्री होती. त्यामुळे आम्ही तिघांनी एक कंपनी चालू केली. मी अगदीच लहान मुलगी होते; परंतु मी एका बाबतीत उजवी होते – मला कॉम्प्यूटर्सबद्दल ज्ञान होतं.''

या कंपनीचं नाव होतं 'डेटा सेल' आणि ती कंपनी डेटा एन्ट्री (माहितीची कॉम्प्यूटरवर नोंद करणं) आणि पगार देण्याची प्रक्रिया पार पाडणं अशी कामं करून देऊ लागली. परंतु ही कंपनी स्थिरावण्यापूर्वीच सहा महिन्यांतच एक दुर्घटना घडली.

''माझे वडील अपघातात सापडले आणि मृत्यू पावले. ते फक्त पन्नास वर्षांचे होते.''

हे कुटुंब उदयपूरला हललं. ते त्यांचं मूळ गाव होतं आणि तिथे त्यांचे नातेवाईक होते. परंतु उदयपूरमध्ये फारच थोड्या नोकऱ्या उपलब्ध होत्या.

''इंजिनिअर्सना काम देऊ शकतील, अशा तिथे फक्त दोनच कंपन्या होत्या. त्यामुळे त्यापैकी एका कंपनीत मी काम करू लागले.'' संगीता अलिप्तपणे सांगते.

'राजस्थान स्टेट माइन्स अँड मिनरल्स' ही सरकारी कंपनी होती. परंतु त्यावेळचे त्या कंपनीचे मॅनेजिंग डायरेक्टर अनिल वैश हे अतिशय व्यापक दृष्टिकोन असलेले आय.ए.एस अधिकारी होते. ते अत्यंत चांगले बॉस आणि गुरू होते.

त्यांनी २४ वर्षीय संगीताला आव्हानात्मक काम दिलं.

त्यांनी तिला सांगितलं, ''तू इथलं संगणकखातं सुरू करून दे.''

ज्या कंपनीत कुणी कॉम्प्यूटर्सबद्दल ऐकलंसुद्धा नव्हतं; मग वापरणं तर दूरच, अशा कंपनीत हे काम करणं ही मोठीच जबाबदारी होती. त्याखेरीज संगीतानं एका मोठ्या प्रकल्पाचा 'कंट्रोल अँड इन्स्ट्रुमेंटेशन' विभागसुद्धा हाती घेतला.

''मी एका फॅक्टरीचा आराखडा बनवला आणि त्याची 'प्रोसेस कंट्रोल सिस्टीम' आखून दिली. याची पूर्ण जबाबदारी माझ्यावर सोपवण्यात आली होती. कामात मला संपूर्ण मोकळीक देण्यात आली होती.''

संगीता तेथे पाच वर्षं काम करत होती, त्या काळात तिनं संपूर्ण EDP खातं नव्यानं उभं केलं. १९९१ साली तिनं ती नोकरी सोडली, तेव्हा त्या खात्यात आठ माणसं काम करू लागली होती.

"आम्ही पेरोल (पगारवाटप) आणि माइनिंग-प्रॉफिट-मॅनेजमेंट (खाणकामातून मिळालेल्या नफ्याचं व्यवस्थापन) पूर्णपणे कॉम्प्यूटरच्या मदतीनं करू लागलो होतो. त्यासाठीचे सारे कॉम्प्यूटर-प्रोग्रॅम्स आम्ही स्वत: अथपासून बनवले होते."

दरम्यान १९८८ साली संगीतानं सुनीलबरोबर विवाह केला. हा कुटुंबीयांनी ठरवलेला विवाह होता. सासरचे लोक दिगंबर जैन संप्रदायातले होते; परंतु उदारमतवादी होते.

"माझे सासरेसुद्धा माइनिंग-इंजिनिअर आहेत. माझे पती 'ओएनजीसी'साठी काम करत असत. १४ दिवस ते समुद्रावरच्या प्लॅटफॉर्मवर काम करत आणि १४ दिवस जमिनीवर काम करत."

त्यामुळे विवाहानंतरसुद्धा संगीता उदयपूरमध्येच राहून नोकरी करत राहिली. परंतु कालांतराने तिला त्या गावाचा आणि त्या नोकरीचा कंटाळा आला.

"तेथून बाहेर पडायचा मी निश्चय केला. मी मुंबईत 'हिंदुस्तान लीव्हर'मध्ये असिस्टंट मॅनेजरची नोकरी स्वीकारली."

संगीताच्या व्यावसायिक आयुष्यातला तो आणखी एक उत्तेजक टप्पा होता. तिनं तिथे देशात पहिल्यांदाच घडवल्या गेलेल्या ERP[१]च्या वापरात सहभाग घेतला. त्यासाठी १९९१ साली त्यांनी अमेरिकेत बनवलेलं 'श्रिंक-रॅप्ड'[२] (Shrink wrapped), MFC Pro हे सॉफ्टवेअर उपयोगात आणलं. त्यावेळेस भारतातील इतर कंपन्या स्वत:च गरजेनुसार बनवलेले पर्याय वापरत होत्या.

"'लीव्हर्स'बरोबर काम करणं हा आगळावेगळा अनुभव होता. RSMMच्या तुलनेत हा अत्यंत वेगळा अनुभव होता."

'लीव्हर्स' ही प्रचंड मोठी, सतत नवं तंत्रज्ञान विकसित करून वापरात आणणारी एक बहुराष्ट्रीय कंपनी होती. त्यावेळेस ते त्यांच्या संपूर्ण कार्यप्रणालीत – उत्पादनापासून ते निर्यातीपर्यंत आणि अकाउंटिंगपर्यंत बदल घडवून आणत होते. हे एक फार मोठं आव्हान होतं.

"आमचा १० ते १२ मॅनेजर्सचा एक संघ होता आणि हे सारे सुधारित बदल कार्यान्वित करायला आम्हाला छत्तीस महिन्यांहूनही जास्त वेळ लागला."

लीव्हर्समध्ये पाच वर्षं काम केल्यावर संगीतानं पुन्हा एकदा नोकरी बदलली.

---

१. ERP– Enterprise Resource Planning.

२. Shrink wrapped – Readymade software.

''मी 'बिट्स पिलानी'त जायला निघाले, तेव्हा माझी आजी म्हणाली, 'फार शिकलीस तर चांगला नवरा शोधणं अवघड होऊन बसेल!'''

तिनं इंदूरमधील 'आयचर मोटर्स'मध्ये 'सिस्टिम्स हेड' म्हणून नोकरी स्वीकारली. ती त्यावेळेस ३२ वर्षांची होती. तिला त्यावेळेस मूल हवं होतं, परंतु नोकरी सोडावीशी वाटत नव्हती. मग त्या बाळाकडे कोण बघणार होतं?

''माझे सासू-सासरे इंदूरमध्ये राहत होते आणि ते नेहमीच माझ्या पाठीशी उभे राहत. त्यामुळे मी तिथे जायचं ठरवलं. मला तिथे कमी पगारावर जावं लागलं असलं, तरी तिथलं काम खूप आव्हानात्मक वाटलं. 'सॅप'चा (SAP)[१] वापर करण्यासाठी मला त्या संपूर्ण टीमचं नेतृत्व करायचं होतं.''

पुन्हा वेगळी कंपनी आणि वेगळी कार्यसंस्कृती. एका दृष्टीनं भारतीय, तर दुसऱ्या बाजूनं जपानी!

'''आयचर'मध्ये आम्ही एकमेकांची मतं विचारात घेऊन, सर्वानुमतीनं काम करत असू. 'लीव्हर्स'मधलं कामकाज श्रेणीनुसार चालवलं जात असे.''

'आयचर' ही प्रामुख्यानं इंजिनिअरिंग कंपनीच होती. त्यामुळे तिथे फॅक्टरी हेच मुख्य कार्यक्षेत्र होतं; तिथे बसूनच संगीता काम करत असे. तिच्या केबिनमधून तिला ॲसेंब्ली लाइन दिसत असे.

''वरिष्ठ व्यवस्थापन गटातली मी एकमेव स्त्री होते.''

या सर्व धामधुमीदरम्यान १९९७ साली संगीताच्या मुलीचा जन्म झाला आणि सासू-सासऱ्यांची मदत घेऊन तिने नोकरी सुरू ठेवली असली, तरी त्यात तिला पूर्वीएवढी मौज वाटत नव्हती.

''माझ्यापुढली हीच मोठी समस्या आहे. मला फारच लवकर कंटाळा येतो!''

या वेळेपर्यंत संगीताचा भाऊ विपिन अमेरिकेत गेला होता. तो हाडाचा तंत्रज्ञ होता आणि स्वत:ची सॉफ्टवेअर कंपनी चालू करावी असा विचार त्याच्या डोक्यात घोळत होता.

संगीताच्या डोक्यात एक कल्पना लख्खकन चमकली.

''तंत्रज्ञ म्हणून मला वाटत होतं की, कंपन्या कॉम्प्यूटर्स वापरणाऱ्यांसाठी पुरेसं काम करत नाहीयेत. मला आठवतंय, मी जेव्हा 'आयचर'मध्ये काम करत होते.

---

१. SAP – हे जर्मन कंपनीनं तयार केलेलं Enterprise software आहे. व्यवसायाची विविध अंगं व ग्राहक संबंध यांच्या व्यवस्थापनासाठी SAP चा उपयोग केला जातो.

तेव्हा 'सॅप' शिकायची आम्हाला लोकांवर सक्ती करावी लागत होती... त्याची पुरेशी सवय होण्यासाठी, त्यांना आठवड्याहूनही जास्त वेळ लागत होता.''

सुंदर आणि वापरायला सोपं असं सॉफ्टवेअर विकसित करायच्या कल्पनेनं संगीता उत्तेजित झाली.

''मी 'आयचर'मध्ये काम करत होते, तेव्हा आम्ही 'प्रोटोटाइपिंग'[१]चं काम हाती घेतलं होतं. मी आणि माझ्या भावानं मिळून पैसे उभे केले होते. नागपूरमधल्या एका कन्सल्टिंग कंपनीमधून हे काम करून घेतलं होतं.''

अखेरीस, व्यवहार्य गोष्टी लक्षात घेऊन संगीतानं आपल्या मुलीला घेऊन नागपूरमध्ये बस्तान बसवलं.

''ते दिवस 'डॉटकॉम'च्या तेजीचे होते. 'जावा' इंजिनिअर्स सापडणं महाकठीण होऊन बसलं होतं. प्रोटोटाइपवर काम केलेल्या सहा इंजिनिअर्सना आम्ही आकृष्ट करून घेतलं आणि आमचं स्वत:चं सॉफ्टवेअर डेव्हलपमेंट ऑफिस थाटलं. अशा प्रकारे फेब्रुवारी, २००० मध्ये 'एक्स्टेन्सिओ'ला सुरुवात झाली.''

'एक्स्टेन्सिओ' ही मध्यस्थाचं काम करणारी कंपनी आहे. ती प्रमुख उत्पादकांकडची माहिती उपभोक्त्यांकडे पोचवण्याचं काम करते. थोडक्यात सांगायचं तर 'सॅप' किंवा 'पीपलसॉफ्ट'ची माहिती 'जीयूआय'वरून (ग्राफिकल यूजर इंटरफेस) उपलब्ध करून दिली जाते. परंतु सर्वसाधारण उपभोक्त्याला, वापरणाऱ्याला, ती माहिती परिचित अशा 'मायक्रोसॉफ्ट एक्सेल'वर बघायची इच्छा असते.

''एक्सेल वापरून 'पीपलसॉफ्ट'चा डेटा कसा मिळवायचा? 'एक्स्टेन्सिओ'नं उपभोक्त्यांच्या याच समस्येवर तोडगा शोधून काढला.''

प्रारंभी त्यांची कल्पना होती की, तुम्ही कुठेही असलात तरी एका शब्दावर Alt+click केलंत की, त्याविषयीची सर्व माहिती कॉम्प्यूटर स्क्रीनवर एका बबलमधून दाखवली जाईल.

''त्यावेळेस या कंपनीचं नावच होतं 'माय बबल' आणि कन्झ्यूमर वेब पोर्टल्सवर आम्ही लक्ष केंद्रित केलं होतं.''

२००० सालाच्या मध्यापर्यंत त्यांनी बनवलेलं पहिलं सॉफ्टवेअर तयार झालं, तोवर कॉम्प्यूटर व्यवसायात मंदीची लाट उसळली होती. त्याचबरोबर मालाला येणारी मागणीसुद्धा आटली होती.

''नशिबानं आम्ही काही ग्राहक टिकवू शकलो आणि त्या बळावर जिवंत राहू

---

१. Prototyping Work – हे सॉफ्टवेअर काही महत्त्वाच्या गोष्टी लक्षात घेऊन बनवलेलं असतं, परंतु ते पूर्णपणे तयार केलेलं नसतं. वापरणाऱ्यांची मतं, सूचना लक्षात घेतल्यानंतर हे पूर्णपणे तयार केलं जातं.

शकलो,'' संगीता जुनी आठवण सांगते.

परंतु या जोरावर ते किती काळ तग धरू शकले असते? ग्राहकांचा ओघ खूप काळापर्यंत सुरू होणार नाही, हे तर स्पष्टपणे दिसत होतं.

''मी म्हणाले, आपण एंटरप्राइज मार्केटकडे मोहरा वळवू यात.''

या बाजारपेठेची संगीताला पूर्णपणे माहिती आणि संपूर्ण जाण होती.

''आम्हाला आमचं उत्पादन पुन्हा नव्यानं बनवावं लागलं. त्यासाठीचं सारं तंत्रज्ञान नव्यानं विकसित करावं लागलं. आम्ही डेटा मिळवून तो अनेक इंटरफेसेसवर देण्यासाठी एंटरप्राइज ॲडाप्टर्स विकसित केले.''

हे सारं काम तिने सर्वोत्तम नव्हे; पण बऱ्यापैकी कुवतीच्या प्रोग्रॅमर्स आणि इंजिनिअर्सच्या मदतीनं पार पाडलं.

'''आयचर'मध्ये असताना मी ही महत्त्वाची गोष्ट शिकले. तुम्ही दहावी पास मुलाला हाताशी धरून त्याला सारी माहिती करून दिलीत, त्याला उत्तेजन दिलंत आणि प्रेरणा दिलीत तर जादू घडून येते!''

लोकांची कुवत खूप प्रचंड असते, त्यांचं कौशल्य, उत्तेजनाचं खतपाणी घालून वाढवता येतं ही संकल्पना 'एक्स्टेन्सिओ'नं प्रत्यक्षात कार्यान्वित केली.

''शालेय शिक्षणसुद्धा पूर्ण न केलेल्यांना मी नोकरीवर ठेवलं, परंतु ते अतिशय डोकेबाज निघाले. प्रेमात पडल्यामुळे बी.एस्सी. नापास झालेले किंवा त्यामुळे शिक्षण अर्ध्यावर सोडून दिलेले लोकसुद्धा मी नोकरीवर ठेवले आहेत...''

परंतु अशांचं नेतृत्व करणारा माणूस मात्र जाणकार तंत्रज्ञ असावा लागतो!

''माझ्या भावानं, विपिननं या संपूर्ण कामाचा आराखडा आखला. त्यानं अर्धशिक्षित इंजिनिअरला हाताशी धरून वेगवेगळी प्रॉडक्ट्स तयार केलेली आहेत; आणि त्या गोष्टीचा त्याला प्रचंड अभिमान वाटतो.''

आणि तेसुद्धा दूर राहून! सुरुवातीची एक-दोन वर्षं विपिननं प्रॉडक्ट डेव्हलपमेंटवर पूर्ण वेळ काम केलं; परंतु त्याची पहिली आवृत्ती निघाल्यावर तो पुन्हा त्याच्या नोकरीवर रुजू झाला.

''विपिनला नवी प्रॉडक्ट्स बनवण्याची आत्यंतिक ओढ वाटते. तो एकाच वेळेस वीस वेगवेगळ्या गोष्टी करू शकतो!''

जरी तंत्रज्ञ-पाठीराखा म्हणून विपिनचा मोठाच आधार असला, तरी दैनंदिन व्यवहारात त्याचा फारसा सहभाग नसतो.

''गरजेशिवाय आम्ही अजिबात पैसा खर्च करत नाही. त्याचं मला बाळकडूच मिळालेलं आहे. आमचा खर्च शक्य तेवढा कमी ठेवायचा माझा आटोकाट प्रयत्न असतो.''

''तो व्यवसायाच्या अभियांत्रिकीच्या अंगाकडे लक्ष पुरवतो. आमचे आराखडे

आणि धोरणं योग्य असल्याची खातरी करून घेतो. त्याखेरीज व्यवसायाची सारी जबाबदारी मीच सांभाळते.''

अगदी प्रारंभीच्या काळात जेव्हा कंपनी 'डॉटकॉम' व्यवसायात होती, तेव्हा कंपनीसाठी ४५-५० कर्मचारी काम करत होते; परंतु 'एंटरप्राइज' धर्तीवर व्यवसाय चालवण्यासाठी फार कर्मचारी गरजेचे नसतात.

''भारतातील बऱ्याच कंपन्या 'सर्व्हिस' कंपन्या असतात आणि त्या कुशल कर्मचाऱ्यांचा पुरवठा मागणीनुसार करत असतात (बॉडी शॉपिंग). अशा ठिकाणी खूप माणसं नेमावी लागतात. परंतु तुम्ही नव्या गोष्टींचं संशोधन करून ते विकत असाल (IP – इंटलेक्चुअल प्रॉपर्टी) तर तुम्हाला खूप माणसं नेमावी लागत नाहीत.''

त्यामुळे 'एक्स्टेन्सिओ'चे महत्त्वाचे कर्मचारी संख्येने फक्त सातच होते आणि ते सारे नागपूरस्थित होते.

''पहिलं एक-दीड वर्ष आम्ही नवं प्रॉडक्ट बनवत होतो. त्यानंतर व्यवसायाचं हे स्वरूपच आम्हाला बदलून टाकावं लागलं आणि सारा प्रयत्न पुन्हा नव्याने करावा लागला.''

आणि तुम्ही सॉफ्टवेअर-प्रॉडक्ट तयार केलंत, तरी ते विकणं हे एक आव्हानच असतं.

संगीता म्हणते, ''एंटरप्राइज प्रॉडक्ट विकायला ६ ते १२ महिन्यांचा कालावधी लागतोच.''

आणि ते काम गुंतागुंतीचं असतं.

'''लीव्हर्स'मधले माझे सारे सहकारी सीआयओ (चीफ इन्फर्मेशन ऑफिसर्स) म्हणून वेगवेगळ्या कंपन्यांमध्ये काम करू लागले आहेत. परंतु सीआयओच्या हातात कंपनीचं निर्णय स्वातंत्र्य नसतं.''

सीआयओ हा मार्केटिंग, सेल्स आणि फायनान्स खात्यातील लोकांचं काम सुलभ करून देण्याचं काम करत असतो. त्यामुळे आपलं प्रॉडक्ट चांगलं आहे हे तुम्हाला या सर्व लोकांना पटवून द्यावं लागतं.

''आमचं तंत्रज्ञान अत्यंत उत्तम असतं. त्यामुळे आम्ही प्रायोगिक तत्त्वावर त्यांना हे प्रॉडक्ट वापरायला देऊन त्याचं महत्त्व पटवतो.''

तुम्हाला त्यांची व्यावसायिक समस्या कळली की, त्यावर तोडगास्वरूप प्रॉडक्ट बनवून, प्रायोगिक तत्त्वावर ते वापरू द्यायचं.

''दोन महिने तुम्ही हे प्रॉडक्ट वापरा आणि ते तुम्हाला उपयुक्त वाटलं तर आपण विक्रीबाबत बोलू.''

'एक्स्टेन्सिओ'नं या युक्तीनंच पहिला एंटरप्राइज-ग्राहक 'जे ॲन्ड जे' मिळवला.

या साऱ्याला खूप वेळ लागतो. परंतु एकदा का तुम्हाला दरवाजाच्या फटीत

पाय घुसवता आला की, बहुतेक वेळा तो दरवाजा उघडण्यात तुम्हाला यश लाभतं.

"सर्वसाधारणपणे आम्ही पाहणीसाठी पंचवीस यूजर लायसेन्सेस (वापर परवाने) देतो. एक जण आपल्या एक्सेलवर 'सॅप' वापरू लागला की, दुसऱ्यालासुद्धा तीच सुविधा हवी असते, नाही का? दुसऱ्याचं पाहून तिसऱ्यालासुद्धा तीच गोष्ट हवीशी वाटते..."

सी.पी.यू. (कॉम्प्यूटर प्रोसेसर युनिट) सॉकेटवर 'एक्स्टेन्सिओ' अमर्यादित परवाने विकू पाहत असे.

"आमच्या प्रॉडक्टचा जितक्या विविध गोष्टींसाठी वापर केला जाऊ लागेल, तेवढा त्यांच्या सीपीयूवरचा ताण वाढेल. मग त्यांना आणखी परवाने विकत घ्यावे लागतील."

विक्रीनंतर पुरवल्या जाणाऱ्या सेवेसाठी किंमत १८ ते २० टक्क्यांनी वाढवली जाते. बहुतकरून प्रत्येक सौदा एक लाख ते अडीच लाख यू.एस. डॉलर्सचा (१५ लाख रुपयांपासून १.४ कोटी रुपयांपर्यंतचा) असतो. त्यामुळे 'एक्स्टेन्सिओ' ठरावीक आकाराच्या कंपन्यांवरच लक्ष केंद्रित करते.

"आम्ही फक्त मोठ्या कंपन्यांनाच आमची प्रॉडक्ट्स विकतो – २०० कोटींपेक्षा जास्त उलाढाल करणाऱ्या कंपन्यांवरच आम्ही लक्ष केंद्रित करतो."

अशा ग्राहकांच्या मनात विश्वास निर्माण करण्यासाठी 'एक्स्टेन्सिओ'नं 'सॅप', 'आयबीएम' आणि 'मायक्रोसॉफ्ट' कंपन्यांची प्रमाणपत्रं मिळवली.

"आम्ही सध्या 'एंटरप्राइज मोबिलिटी' या क्षेत्रावर लक्ष केंद्रित केलं आहे."

कामाच्या जागी गेलेल्या लोकांना 'सॅप', 'ओरॅकल' किंवा 'पीपलसॉफ्ट' डेटा, मोबाइल फोन्सवर उपलब्ध करून देणं सध्या आवश्यक बनलं आहे. मोबाइल फोन्सवरून त्यांना मालाची मागणी नोंदवणं, माल कुठवर पोचलाय हे शोधून काढणं गरजेचं ठरत आहे.

"आमची विशेषता म्हणजे आम्ही ही माहिती तिन्ही मार्गांनी – 'एमएस ऑफिस'वर, मोबाइल फोन्सवर आणि वेब्जवर – उपलब्ध करून देतो."

पहिली पाच-सहा वर्षं संगीता तिचा ७० ते ८० टक्के वेळ अभियांत्रिकीवर खर्च करत होती. आता ती मुख्यत्वे नवा व्यवसाय मिळवण्यासाठी वेळ खर्च करत आहे.

"मी माझा १० ते १५ टक्के वेळ माझ्या सध्याच्या ग्राहकांवर, त्यांच्या नव्या गरजा पाहण्यावर आणि त्यांच्याकडून आणखी काम कसं मिळवता येईल हे शोधण्यावर खर्च करत असते. उरलेला वेळ मी माझ्या 'भागीदारां'समवेत काम करत असते."

हे 'भागीदार' म्हणजे लहान आकाराच्या उद्योजकांच्या कंपन्या असतात. ते 'एक्स्टेन्सिओ'च्या मागणीनुसार प्रॉडक्ट्स तयार करून ती IP (शोधाचे हक्क)

तत्त्वावर विकत असतात. त्यामुळे इन्शुरन्स कंपन्या, किरकोळ विक्रीदार आणि लहानलहान उद्योजक यांसारखे नव्या प्रकारचे ग्राहक आकृष्ट करून घेता येतात.

"आमच्या चेन्नईमधल्या एका 'भागीदारा'नं गेल्या सात महिन्यांमध्ये सात समस्यांवरचे तोडगे शोधून काढले आहेत. वाहन कुठवर पोचलंय, हे दाखवणारी यंत्रणा, दूरचे पैसे वसूल करण्यासाठीची यंत्रणा, विक्रीव्यवस्थापनाची दुय्यम यंत्रणा अशा गोष्टी त्यानं विकसित केलेल्या आहेत."

या 'भागीदारां'ना पाठिंबा आणि उत्तेजन देण्याचं काम संगीता करत असते. त्यांनी तयार केलेली प्रॉडक्ट्स ती त्यांना स्वत: विकून देत नाही; परंतु ती विकण्यासाठी ती त्यांना मदत पुरवते. हेच काम अधिक कार्यक्षम पद्धतीनं करता यावं म्हणून २००९ साली तिनं बंगळुरूला स्थलांतर केलं.

"'एक्स्टेन्सिओ'ची आणखी प्रगती करून देण्यासाठी मला हे पाऊल उचलावंच लागलं."

अभियांत्रिकीगट अजूनही मुख्यत: नागपूरमधून काम करत असला, तरी विक्री आणि त्यानंतरची सेवा पुरवण्यासाठी काही लोक आता मुंबई, चेन्नई आणि बंगळुरूमधून काम करत आहेत. 'भागीदारां'सह आता एक्स्टेन्सिओ कुटुंबात पंचवीस लोक आहेत.

"आम्ही बाहेरून काहीही वित्तसाहाय्य घेत नसल्यामुळे आम्ही अगदी जपून खर्च करतो."

उदाहरणार्थ, विक्रीनंतरच्या सेवेसाठी फार खर्च करावा लागत नाही; कारण बऱ्याचशा समस्यांवरचे तोडगे, सॉफ्टवेअर अंतर्गत असलेली तपास-यंत्रणाच पार पाडत असते.

"आम्ही अशा प्रकारे तंत्रज्ञान विकसित केलंय की, प्रत्यक्ष माणसानं जाऊन समस्या दूर करण्याची गरज उरत नाही."

अनेक कंपन्या आपल्या नावाची जाहिरात करण्यासाठी वारेमाप पैसा उधळतात. त्याऐवजी संगीता वैयक्तिक स्नेहसंबंध जोपासण्यावर आणि उत्तम दर्जाचं प्रॉडक्ट तयार करण्यावर भर देत आली आहे.

"आमच्या मालाचा दर्जा उत्तम आहे, ही वस्तुस्थिती ग्राहकांच्या मनावर ठसवण्यासाठी आम्ही 'गार्टनर' आणि 'फॉरेस्टर' सारख्या मीमांसकांबरोबर संवाद साधत असतो."

शक्य तेवढा उपयोग होईल अशा गोष्टींवरच वेळ खर्च करणं ही व्यवसायासंबंधीची महत्त्वाची युक्ती असते.

"'आयबीएम' कंपनी आपल्या 'भागीदारां'साठी अनेक गोष्टी करते. त्यामुळे मी त्यांच्याबरोबर संबंध प्रस्थापित करण्यासाठी जोरदार प्रयत्न केले आणि त्या प्रयत्नांमुळे

"मी माझ्या मुलीला ताजे पोहे बनवून दिले नाहीत, तर आई म्हणून मी उणी पडतेय असं मला वाटेल!"

खूप फायदा झाला."

संगीता 'एक्स्टेन्सिओ'च्या उत्पन्नाच्या आकड्यांबद्दल बोलायला फारशी राजी नव्हती. गेल्या दहा वर्षांत त्यांचे वीसएक ग्राहक आहेत. परंतु अजूनही ती बेताच्या आकाराचीच कंपनी आहे.[१] आणि बहुधा ती हेतुपुरस्सर लहान आकाराची ठेवली जाईल.

"तुम्ही थोड्या कर्मचाऱ्यांबरोबर काम करत असाल, तर त्या कर्मचाऱ्यांशी भावनिक संबंध जोडणं सोपं जातं. तुमची कंपनी आकारानं मोठी झाली रे झाली की, त्यात राजकारणाची खेळी सुरू होते. मोठ्या कंपन्यांमध्ये काम करताना मला याच राजकारणाचा उबग आला होता."

अशी भावनिक पातळीवरची जवळीक प्रस्थापित झालेली होती, म्हणूनच संगीता आपला अभियांत्रिकीसंघ नागपूरमध्ये ठेवून, स्वत: बंगळुरूला हलू शकली.

"अर्थात प्रारंभी मला ते फार जड गेलं, कारण मी त्यांच्यासमवेत खूप वर्षं काम केलं होतं, त्यांना खूप शिकवलं होतं," ती हसून म्हणते.

"माझे कर्मचारी माझ्या कंपनीत टिकून राहिले आहेत, ते दोन कारणांमुळे. एक कारण म्हणजे त्यांना खातरी वाटतेय की, अशा दर्जाचं काम त्यांना इतरत्र कुठेही मिळणार नाही. मी त्यांना जी संधी उपलब्ध करून दिली, ती त्या वयाच्या आणि व्यवसायाच्या टप्प्यावर इतर कुणालाही मिळत नसते."

दुसरं कारण आहे; मनापासून जुळलेले स्नेहसंबंध.

"ज्या लोकांना नागपूरमध्येच राहण्याची आंतरिक तळमळ वाटत होती,असेच लोक मी निवडले. अशा माणसांना तुम्ही चांगला पगार, आव्हानात्मक काम आणि माया दिलीत, तर ते नेहमीच तुमच्याशी एकनिष्ठ राहतात."

सोयीनुसार कामाची वेळ निवडण्याची पद्धत 'एक्स्टेन्सिओ'मध्ये अनेक वर्षं प्रचलित असली, तरी हळूहळू त्याबद्दल काही नियम अमलात आणले जाऊ लागले आहेत.

"पूर्वी लोक पहाटे दोन वाजता कामावर येत, सकाळी आठ वाजेपर्यंत काम करत, घरी जात आणि पुन्हा दुपारी दोन वाजता कामावर येत." संगीता हसून म्हणते, "आता आम्ही काही नियम घालून दिले आहेत."

---

१. NSSCOM नुसार 'एक्स्टेन्सिओ' ही विकसनशील कंपनी आहे आणि तिची उलाढाल ५ कोटी रुपयांहून कमी आहे.

तरीही संगीता स्वत: १० ते १२ तास काम करते. नागपूरमध्ये असताना किंवा बंगळुरूमध्ये आल्यावर ती सकाळी पावणेनऊ वाजता ऑफिसात येते आणि परत जाण्याची ठरावीक वेळ कधीही असत नाही.

असं असताना तिच्या घराकडे आणि मुख्यत: तिच्या मुलीकडे कोण बघतं?

"मी इंदूरमध्ये 'आयचर' कंपनीत काम करत होते, तेव्हा माझ्या सासू-सासऱ्यांचा मला मोठाच आधार होता. तिथून नागपूरला आल्यावर मला घरासाठी फारच चांगले नोकर मिळाले."

ही आणखी एक महत्त्वाची भावनिक गुंतवणूक आहे.

"हे संबंध जोडण्यासाठी त्यांच्याशी प्रेमाने वागा; त्यांना मदत करा. त्यांच्यापुढे कोणती समस्या उभी राहिली, तर त्या समस्येचं निवारण करा. असं केलंत, तर ते तुमच्या कुटुंबाचाच एक घटक बनतात."

संगीता तिच्या मोलकरणींना नेहमी उत्तेजन देत असते की, त्यांनी त्यांच्या मुलींना शिक्षण द्यावं.

"माझी मोलकरीण मला माझ्या मोठ्या बहिणीसारखीच वाटते आणि मला ती फार जवळची वाटते... हेसुद्धा खरं आहे."

हे कुटुंब आगळंवेगळंच आहे. संगीता आणि तिची मुलगी निधी, बंगळुरूमध्ये राहतात, तर संगीताचा नवरा सुनील गल्फमध्ये काम करतो.

"गेली पंधरा वर्षं सुनील कतार देशातल्या ऑइल-प्लॅटफॉर्मवर काम करतोय. तो तिथे २८ दिवस काम करतो आणि त्यानंतर २८ दिवसांच्या सुट्टीवर घरी येतो."

त्यामुळे आयुष्य सोपं बनतं की आणखीच अवघड?

"आयुष्यात काही काळ असा असतो की, तेव्हा तुम्हाला आपला पती सतत आपल्याजवळ असावा, असं वाटत असतं. आणि आयुष्यात असाही काळ येतो, जेव्हा तो तुम्हाला सतत तुमच्याजवळ नको असतो." संगीता प्रांजल कबुली देते.

"परंतु लग्नाला बावीस वर्षं झाल्यावर मला आता ते अंगवळणी पडलं आहे."

"कधीकधी ते अतिशय अवघड वाटतं; परंतु तो घरी आला की, अनेक कामांची जबाबदारी उचलतो. तो खराखुरा घरवेडा आहे!"

घरात तुरीची डाळ कुठे ठेवलीये, असं तुम्ही संगीताला विचारलं, तर तिला त्याचं उत्तर देता येणार नाही.

"ती कुठे विकत मिळते, हेसुद्धा मला माहीत नसतं. ती काय भावानं विकत मिळते याची मला काहीही कल्पना नसते."

कारण या साऱ्या आघाड्या सुनील सांभाळतो!

"परंतु तो घरी असला की, माझा सारा वेळ त्याच्यामागेच खर्च होतो, हेसुद्धा तितकंच खरं आहे. मी करत असलेल्या कामाचं त्याला कौतुक वाटतं. ते काम

अवघड आहे, हेसुद्धा तो जाणून आहे!''

तिचे सासू-सासरेसुद्धा तिला तेवढाच आधार देत असत.

''मी इंदूरमध्ये राहत होते, तेव्हा माझ्या सासूबाई माझ्यावतीनं चक्क रदबदली करत. त्या म्हणत, 'या समारंभांना माझ्याबरोबर माझ्या सुनेनंही यावं अशी तुमची अपेक्षा असेल, तर तुम्ही मलासुद्धा या समारंभांना बोलवू नका!'''

(एकता कपूर, या गोष्टीकडे तुम्ही लक्ष द्यावंत!)

इतकी सहानुभूतीची वागणूक आणि आधार मिळालेला असूनही मातृत्वाची जबाबदारी पेलणं सोपं नव्हतं. खरंतर आई बनण्यातच खूप अडचणी आल्या.

''माझ्या लग्नानंतर आठ वर्षांनी मला निधीच्या वेळेस दिवस गेले. काही समस्यांमुळे मला त्यापूर्वी दिवस जात नव्हते!''

मूल होऊ द्यावं की नाही, ते तिला नीटपणे वाढवता येईल की नाही; हाच संदेह सुरुवातीची एक-दोन वर्षे तिच्या मनात होता.

''मी गर्भारपण लांबणीवर टाकून पस्तावले. त्या चुकीची मला प्रचंड मोठी किंमत मोजावी लागली. मी गर्भधारणेसाठीचे उपचार घेतले. लोक सांगतात तेवढे काही हे उपचार सोपे नसतात.''

परंतु सकारात्मक विचारांती तिला त्याबद्दल खंत-खेद वाटत नाही. स्वत:चा व्यवसाय सुरू केल्यामुळे तिला कामाच्या वेळा सोयीनुसार निवडता आल्या आणि निधीसाठी जास्त वेळ देता आला.

''तिच्या संदर्भातील एकाही कार्यक्रमाला मी कधी अनुपस्थित राहिले नाही. ती आजारी असताना मी तिला कधीही एकटं टाकून कामावर गेले नाही. स्वत:चा उद्योग असला की, तुम्हाला अधिक निर्णयस्वातंत्र्य घेता येतं.''

आणि महत्त्वाचं, उपयुक्त काम केल्याचं समाधानही लाभतं!

''मोठ्या कंपन्यांमधलं २० टक्के काम तुमच्या आवडीचं असतं आणि उरलेला ८० टक्के वेळ आज्ञापालन, लाल फीत आणि राजकारणात वाया जात असतो.''

नोकरीत, तुम्ही मुलापासून दूरही राहता आणि तुमचं कामही तुम्हाला आवडत नाही; ही 'यशा'साठीची फार मोठी किंमत ठरते. परंतु अजिबातच काम न करणंसुद्धा दुस्सह वाटतं.

''मी पैशांसाठी नोकरी केली नाही. मेंदूला चालना मिळावी, म्हणून मी नोकरी करत होते! फक्त स्वयंपाक आणि घरकाम करत राहिले असते, तर मला वेड लागलं असतं!''

अर्थात आयुष्याच्या या बाजूतून तुमची सुटका नसते.

''बंगळुरूला हलल्यानंतर सहा महिने मला घरकामासाठी बाई मिळाली नव्हती. मी स्वयंपाकात किती वेळ खर्चत होते, त्याची मी डायरीत नोंद ठेवलेली आहे.

दिवसाकाठी पाच तास वेळ त्यात खर्च होत होता!''

आणि स्वयंपाकीण असली, तरी एक गोष्ट तिला करता येत नाही – आईच्या हातचं जेवण ती तुमच्या मुलीला देऊ शकत नाही! ''माझ्या मुलीला शाळेतूनच सकाळचा नाष्टा आणि दुपारचं जेवण मिळतं. परंतु यावर्षी तिनं हट्ट धरलाय की, मी तिला डबा बनवून द्यावा. त्यामुळे मी सकाळी साडेसहा वाजता उठते आणि तिचा डबा बनवते.''

इतर कोणत्याही आईप्रमाणे!

कारण आया आपल्या कर्तव्याला चुकत नाहीत.

प्रेमाची चिमूट, आस्थेची फोडणी,
कुजबुजता आशीर्वाद, प्रत्येक मूक क्षणी.
असा त्या झुलविती पाळणा जगाचा, क्षणोक्षणी, क्षणोक्षणी!

स्त्री-उद्योजिकांसाठी सल्ला

तुम्हाला खरोखरच कोणती गोष्ट करायला आवडते, याचा सर्वांत आधी शोध घ्या. त्या गोष्टीत मनापासून गम्य वाटत नसेल, तर तुम्ही कोणताही व्यवसाय दीर्घकाळापर्यंत करू शकणार नाही. मातृत्व तुमचा अणुरेणू व्यापून टाकत असतं; परंतु तुम्हाला एखाद्या गोष्टीबद्दल खरोखरीची तळमळ वाटत असेल, तर त्यासाठी तुम्ही हर प्रयत्नानं वेळ काढू शकाल.

दुसरी महत्त्वाची गोष्ट म्हणजे, तुमच्या विवाहानंतर तुम्ही अपत्याबद्दल विचार करू लागाल, तेव्हा तुम्ही कामावर गेल्यावर तुमच्या अनुपस्थितीत त्या बाळाकडे कोण लक्ष देईल, याचा विचार करा. मला वाटतं की, अगदी प्रारंभीपासूनच तुम्ही अशी नाती जोपासायला सुरुवात करायला हवी. त्यामुळे त्यांच्या मदतीनं तुमच्या मुलाच्या संगोपनाला मदत होईल. तुमच्या आईबरोबर आणि सासूबरोबर जवळिकीचं नातं जोडा. त्यांच्या आधाराची तुम्हाला खूपच गरज पडणार आहे.

एकदा तुम्हाला असा आधार लाभला की, अपत्यजन्म लांबणीवर टाकू नका. तुमची तिशी उलटून गेल्यावर मूल होऊ देण्यात खूप धोका असतो. मग जननक्षमता-तज्ज्ञांची (fertility experts) याबाबतीतली आश्वासनं काहीही असोत!

मला प्रांजलपणे वाटतं की, ज्या मुली उच्चशिक्षणाकडे वळतात, त्यांच्या पाठ्यक्रमात मातृत्व आणि व्यवसाय यांतील समतोल कसा राखावा, या विषयाचा अंतर्भाव केला जायला हवा. माझी आई नोकरी करत नसल्यामुळे माझ्यापुढे याबद्दलचा कोणताही आदर्श उपलब्ध नव्हता. त्यामुळे काय करावं, काय करू नये, कोणती गोष्ट केव्हा करावी, याबद्दल मला काहीही ज्ञान नव्हते.

माझं स्पष्ट मत आहे की, स्त्री हा कूस असलेला पुरुषच आहे. कार्यक्षमता किंवा पराक्रमाच्या बाबत ती पुरुषांएवढीच समर्थ असते; परंतु तिच्या ठायी मुलाचं संगोपन आणि लालनपालन करण्याची जी तृष्णा असते, ती कशी भागवावी याचं ज्ञान तिनं मिळवणं आवश्यक असतं. याच एका बाबतीमुळे अनेक स्त्रिया, त्यांच्या व्यवसायात डगमगतात.

सर्वांत प्रथम शिशुसंगोपनाबाबत तुम्ही पर्याय शोधून ठेवलेला असलात, तर इतर साऱ्या गोष्टी जुळून येतील!

अग्निपरीक्षा

सत्या वडलामणी

'मुरलीकृष्ण फार्मा'

सत्यानं जेव्हा निर्यातीसाठी, 'एफडीए'च्या (Food and Drug Administration) नियमांनुसार बनवलेल्या औषधांचं उत्पादन करणारी फॅक्टरी उभारायचा निर्णय घेतला, तेव्हा उत्पादनाचा काहीही अनुभव तिच्या गाठीशी नव्हता. वाटेत कितीही अडचणी आल्या, कितीही विलंब लागला तरी, जागतिक दर्जाची कंपनी चालू करण्याच्या तिच्या ध्येयाबाबत ती अविचल राहिली.

तुमच्यापाशी पदवी असेल.

तुमच्या मनात तीव्र इच्छा असेल.

परंतु तुम्ही एक स्त्री असाल, तर तुम्ही व्यवसाय करू शकाल? तुमच्या आयुष्याचा भाग असलेल्या प्रत्येक व्यक्तीची याबद्दल उलटसुलट मतं असतील आणि ते तुमचं काम ठप्प करू शकतील. अशा वेळेस तुम्ही नेमकं काय कराल?

"माझे सासरे जुन्या पठडीतल्या विचारांचे होते. स्त्रियांनी नोकरी करू नये, असे त्यांचे मत होते. त्यात पुरुषांचं वर्चस्व असलेल्या फार्मा इंडस्ट्रीत तर स्त्रियांनी अजिबात काम करू नये, यावर ते ठाम होते."

परंतु सत्याचा दृढनिश्चय होता आणि ती नशीबवान होती. तिच्या आई-वडिलांचा तिला मोठा पाठिंबा होता. त्या जोरावर तिने घर आणि ऑफिस या दोन्ही आघाड्या समर्थपणे सांभाळल्या.

अखेरीस सत्या या जीवघेण्या शर्यतीतून बाहेर पडली. आपल्या इच्छेनुसार जगता यावं, यासाठी तिनं एक छोटीशी ट्रेडिंग कंपनी सुरू केली. परंतु त्यानंतर तिची महत्त्वाकांक्षा जागी झाली आणि तिनं स्वत:ची फॅक्टरी चालू करण्याचा निर्णय घेतला.

पुढली सात वर्षं, उद्योग-जगतातले अनेक भलेबुरे अनुभव तिला सहन करावे लागले. धडपड, यातना, परवाने आणि परवानग्या मिळवण्यासाठीची निरंतर धावपळ!

मुलुंडमधल्या तिच्या छोट्याशा ऑफिसात आम्ही भेटलो, तेव्हा तिनं दिलेली वेळ तिला राखता आली नाही. तिच्या कंपनीच्या स्थापनेत प्रत्येक गोष्ट विलंबानं घडत गेली, त्याचंच हे रूपकात्मक दर्शन आहे!

परंतु असं म्हणतात ना की, 'सबर का फल मीठा होता है!' 'एम. के. फार्मा'ची कहाणी गोड, वास्तवाचं दर्शन घडवणारी आणि संप्रेरक आहे. ती उभारणाऱ्या स्त्रीसारखीच!

पर्वत प्रत्येक जिवाला साद घालत असतो.

त्यावर आरोहण करावं की नाही, हा सर्वस्वी तुमचाच निर्णय असतो. परंतु एकदा तुम्ही आरोहण करू लागलात की, अजिबात मागे वळून पाहू नका!

अग्निपरीक्षा

सत्या वडलामणी

'मुरलीकृष्ण फार्मा'

सत्याचा जन्म विशाखापट्टणममध्ये झाला. मुंबई आयआयटीच्या विस्तीर्ण परिसरात ती लहानाची मोठी झाली.

"माझे वडील मुंबईच्या आयआयटीमध्ये प्रोफेसर होते. माझी आई शिक्षिका होती. आयआयटीतील सर्व मुलांप्रमाणे मलासुद्धा इंजिनिअर बनायचं होतं."

तिला आयआयटी किंवा व्हीजेटीआयमध्ये प्रवेश मिळाला नाही, तेव्हा सत्यानं विशाखापट्टणममधील आंध्र युनिव्हर्सिटी कॉलेजात प्रवेत घेतला. त्या जमान्यात फारच थोड्या मुली इंजिनिअरिंगकडे वळत असत.

"आम्ही ज्या धाब्यावर जेवायला जात असू, त्या धाब्याच्या मालकानं एक आडवा पडदा टाकून आम्हा मुलींना बसायची सोय करून दिली होती. इतर लोकांनी आमच्याकडे रोखून बघू नये, म्हणून त्यानं ही युक्ती योजली होती."

कॉलेजच्या दुसऱ्या वर्षात असतानाच तिनं लग्न केलं.

"हा प्रेमविवाह होता. माझा नवरा, ईश्वर राव, आयआयटीत एम.टेक. करत होता, तेव्हा आमची ओळख झाली."

ईश्वर मुंबईतील 'मुकुंद आयर्न ॲन्ड स्टील' कंपनीत नोकरी करत होता. विवाहानंतर त्यानं विशाखापट्टणमला बदली करून घेतली. इंजिनिअरिंगच्या शेवटच्या वर्षात असताना, २ डिसेंबर, १९८६ रोजी सत्यानं तिच्या थोरल्या मुलाला

जन्म दिला.

ती हसून म्हणते, ''मी इंजिनिअरिंगचा अभ्यासक्रम कसाबसा पूर्ण केला.'' पदवी मिळवल्यानंतर, सत्यानं विश्रांती घेतली. तिच्या तान्ह्या मुलाला वेळ देऊन तिनं वैवाहिक आयुष्यातला आनंद लुटला. परंतु १९८९ साली हे कुटुंब पुन्हा मुंबईत परत गेलं. त्यानंतर घराबाहेर पडून नोकरी करण्याची तीव्र इच्छा तिच्या मनात जागी झाली.

''मी माझा वेळ वाया घालवतेय, असं मला वाटू लागलं. त्यामुळे कोणतीतरी नोकरी घ्यायचं मी ठरवलं. अशा प्रकारे मी कॉम्प्यूटर व्यवसायात प्रवेश केला आणि मार्केटिंग शाखेत काम करू लागले.''

''या नोकरीत मला महिन्याचे फक्त एक हजार रुपये मिळत होते, परंतु कामाला सुरुवात तर झाली होती!''

''फोर्ट भागातल्या 'सीएनसी कॉम्प्यूटर्स' या कंपनीत मी पहिली नोकरी घेतली. त्यानंतर साकीनाक्यातल्या एका खाजगी कंपनीत मी काम करू लागले. त्या कंपनीचं मला आता नावही आठवत नाहीये.''

तिची तिसरी नोकरी होती 'के.सी. ग्रुप ऑफ इंडस्ट्रीज'मध्ये. ती तिथं सेल्स इंजिनिअर म्हणून काम करत होती.

''काम करता करता माझ्या लक्षात आलं की, मार्केटिंग शाखा ही माझी विशेषता आहे. ते काम मला अतिशय चांगलं करता येत असे.''

त्या सुमारास सत्याचे सासरे, वडलामणी सुब्बाराव, मुंबईला आले. ते फार्मा इंडस्ट्रीतले जाणकार बुजुर्ग होते. 'रॅनबॅक्सी' कंपनीतली नोकरी सोडून त्यांनी 'आर्मर फार्मास्युटिकल्स' कंपनीत कार्यकारी संचालक हे पद स्वीकारलं. त्यांच्यामुळे सत्याची या कंपनीच्या संस्थापकांशी – डॉ. आत्मा डी. गुप्तांशी ओळख झाली.

''आम्ही एक-दोन वेळा भेटलो आणि त्यांचं मत पडलं की, आता मी करतेय त्याहून खूप जास्त जबाबदारीची मार्केटिंगची कामं मी करू शकेन.''

त्यांच्या सूचनेमुळे सत्यानं त्यांच्या कंपनीत नोकरी स्वीकारली. हे तिचं काम सोपं होतं; मध्य प्रदेशातील मंदग्रिती येथील कंपनीच्या एका फॅक्टरीसाठी 'युनिसेफ'ची मान्यता मिळवायची होती. ही मान्यता डेन्मार्कमधून मिळणार होती.

हे काम आव्हानात्मक वाटल्यामुळे सत्यानं ते आनंदानं स्वीकारलं. परंतु तिचे सासरे मात्र फारसे खूश झाले नाहीत.

''त्यांचे विचार जुन्या पठडीतले होते. स्त्रियांनी नोकरी करू नये, असं त्यांचं मत होतं.''

स्त्रियांनी नोकरी केलीच, तर ती फार्मा इंडस्ट्रीत अजिबात करू नये असं त्यांचं

ठाम मत होतं. परंतु ही लहानशी आणि अल्पकाळासाठीची जबाबदारी असल्यामुळे, त्यांनी परवानगी दिली. सत्यानं हा प्रकल्प उत्तम प्रकारे पूर्ण केला. त्यामुळे डॉ. गुप्ता इतके प्रभावित झाले की, त्यांनी तिला नवी आणि खूपच जबाबदारीची नोकरी देऊ केली. 'इंटरनॅशनल मार्केटिंग मॅनेजर' हे पद त्यांनी तिला देऊ केलं.

"ही नोकरी स्वीकारता यावी म्हणून मला घरच्यांची खूप मनधरणी करावी लागली. माझ्या आई-वडिलांची मला खूपच मदत झाली. त्यांनी माझ्या मुलांना सांभाळायची जबाबदारी स्वीकारली."

नशिबानं सत्याचे वडील अजूनही आयआयटीत शिकवत होते, तर सत्या अगदी जवळच असलेल्या हिरानंदानी कॉम्प्लेक्समध्ये राहत होती.

"माझा मोठा मुलगा शाळेत जात असे. तिथून थोडा वेळ बेबीसिटरकडे जात असे, त्यानंतर माझी आई त्याला घरी घेऊन जात असे."

आता सत्याला आणखी एक मुलगा झाला होता. तिनं 'आर्मर'मधली नोकरी घेतली, तेव्हा तो फक्त एक वर्षाचा होता.

"त्यामुळे गुंतागुंत बरीच वाढली," ती कबूल करते. परंतु नोकरी करण्याची तिची इच्छा इतकी जाज्वल्य होती की, आता घरी बसणं तिला शक्य होणार नव्हतं. तिनं कसंबसं सारं पार पाडलं – घर, नोकरी, मुलं, सासू-सासरे आणि फार्मा व्यवसायाबद्दल शक्य तेवढं शिकून घेणं.

"मला फार्मा व्यवसायाची काहीही माहिती नव्हती. मी सारंकाही डॉ. गुप्ताकडून शिकले. मी काम करावं, असं माझ्या सासऱ्यांना सुरुवातीला वाटत नसलं, तरी मी व्यवसायाकडे गांभीर्यानं पाहतेय, हे त्यांच्या लक्षात आलं. त्यानंतर त्यांनीसुद्धा मला खूप काही शिकवलं."

सत्याच्या लक्षात आलं की, फार्मा इंडस्ट्रीमधलं काम तिला अतिशय आवडतंय आणि विशेषत: 'एपीआय' (API) म्हणजे औषधं बनवण्यासाठी लागणाऱ्या कच्च्या मालाबद्दल तिला विशेष गम्य वाटतंय.

"माझं काम होतं 'एपीआय' निर्यात करण्याचं. मी आग्नेय आशियातल्या देशांमधील निर्यातीकडे पाहू लागले आणि काही काळानं युरोपातील निर्यातीचं कामसुद्धा सांभाळू लागले."

१९९५-९६च्या दरम्यान 'आर्मर' कंपनीमध्ये काही समस्या उद्भवल्या होत्या. त्यामुळे सत्यानं 'बायोकेम सिनर्जी' नावाच्या कंपनीत नोकरी घेतली. त्या सुमारालाच तिच्या सासऱ्यांना दुसऱ्या टप्प्यावरचा कर्करोग झाल्याचं निदान करण्यात आलं. त्यातच त्यांचं निधन झालं.

"ते अतिशय हुशार, अत्यंत प्रामाणिक होते. त्यांनी अनेक प्रकल्प उभे केले; परंतु त्यातून त्यांनी कधीही पैसा केला नाही. आमच्या दृष्टिकोनात फरक असला,

''प्रेमासाठी लग्न करणं सोपं असतं, परंतु आयुष्यातील कोणत्यातरी टप्प्यावर प्रेम कमी होऊ लागतं. अशा वेळेस तुम्ही दुसऱ्या कशावरतरी चित्त केंद्रित करू लागता. मी माझ्या व्यवसायावर माझं पूर्ण चित्त केंद्रित केलं.''

तरी मला त्यांच्याबद्दल निस्सीम आदर वाटत असे,'' सत्या सांगते.

'बायोकेम सिनर्जी'मध्ये सत्या इंटरनॅशनल मार्केटिंगमधलं डेप्युटी जनरल मॅनेजर पद सांभाळू लागली आणि तिची धावपळ आणखीच वाढली. ती मुंबईमधील ऑफिस सांभाळत होती आणि फॅक्टरी मध्यप्रदेशातल्या पिठमपूर येथे होती. पिठमपूर इंदूरजवळचं गाव आहे.

''मी मार्केटिंग आणि लॉजिस्टिक्स (पुरवठा) हे विभाग सांभाळत होते. त्यामुळे मला खूपच प्रवास करावा लागत असे.''

आतापर्यंत सत्याला फार्मा इंडस्ट्रीची संपूर्ण माहिती झालेली होती. त्या क्षेत्रात तिच्या भरपूर ओळखी झाल्या होत्या. सर्वांत महत्त्वाची गोष्ट म्हणजे तिचा आत्मविश्वास खूपच वाढला होता. सेमी-सिन्थेटिक (काही प्रमाणात कृत्रिम) कॅप्सूल्स ही 'आर्मर'ची विशेषता होती, तर 'सेफालेक्सिन' ही 'बायोकेम'ची विशेषता होती.

''त्यामुळे दोन प्रमुख क्षेत्रांबद्दल मला खूप माहिती मिळाली.''

१९९६ साली सत्यानं 'अजंटा फार्मा'मध्ये जनरल मॅनेजरची नोकरी स्वीकारली. इंटरनॅशनल मार्केटिंगची जबाबदारी तिच्यावर सोपवण्यात आली होती. तिनं तिथे फक्त वर्षभरच काम केलं, कारण घराच्या आघाडीवरची गुंतागुंत वाढत होती.

''माझी मुलं खूपच लहान होती आणि माझ्या सासूबाई दिल्लीला परत गेल्या होत्या. माझा नवरा अंकलेश्वरला 'युनायटेड फॉस्फरस'मध्ये काम करू लागला होता.''

सत्याचे आई-वडील मुलांची नीटपणे काळजी घेत असले, तरी तिचं आयुष्य अतिशय धावपळीचं बनलं होतं. 'अजंटा'चं ऑफिस कांदिवलीत होतं. त्यामुळे सत्याला सकाळी सात वाजताच घर सोडावं लागत होतं.

''आमचं ऑफिस साडेसहाला बंद होत असलं, तरी त्याच वेळेस आमचे मॅनेजिंग डायरेक्टर सर्व खाते-प्रमुखांना मीटिंगसाठी बोलवत.''

मीटिंग ८-८.३०पर्यंत चालत असे!

''मी घरी पोचेपर्यंत रात्रीचे दहा वाजता. त्यामुळे मी प्रवासाला गेलेली नसे, तेव्हासुद्धा माझी मुलं झोपलेली असतानाच मी घराबाहेर पडत असे आणि ती झोपी गेल्यावर मी घरी परत येत असे.''

सत्याच्या लक्षात आलं की, आयुष्यातलं काहीतरी अत्यंत महत्त्वाचं तिच्या

हातून निसटून जात आहे. ही नोकरी, अशा प्रकारचं आयुष्य आणि व्यवसाय यांसाठी तिला फार मोठी किंमत मोजावी लागत होती. परंतु याला एक पर्याय होता.

''मी विचार केला की, मी एक लहानशी ट्रेडिंग (मालाची खरेदी-विक्री करणारी) कंपनी चालू करीन. मी स्वतःच्या जबाबदारीवर, वैयक्तिक धोका स्वीकारून ती चालवेन. असं केलं की, मला माझ्या मुलांना जास्त वेळ देता येईल.''

सत्यानं तिच्या बॉसला सांगितलं की, ती नोकरी सोडतेय आणि स्वतःची कंपनी चालू करतेय. एका बाबतीत तिचे विचार अगदी स्वच्छ होते; तिच्या नव्या कंपनीसाठी ती आताच्या कंपनीतल्या ओळखी किंवा ग्राहक वापरणार नव्हती.

त्यांनीसुद्धा मला या काळात 'वर्ल्ड एड कॉन्फरन्स'साठी परदेशात पाठवलं.

''मी ज्या नोकऱ्या सोडल्या, त्या कंपन्यांच्या मालकांशी माझे आजसुद्धा अत्यंत चांगले संबंध आहेत. त्यामागचं कारण असं आहे की, माझ्या मालकीची नसलेली कोणतीही गोष्ट मी कंपनीतून नेलेली नाही.''

सत्यानं तीन महिन्यांचा आगाऊ सूचनेचा काळ संपवला आणि डिसेंबर, १९९७मध्ये तिनं 'एम. के. एंटरप्राइज'ची स्थापना केली. 'बायोकेम सिनर्जी'मधला सत्याचा सहकारी – विपुल गोंधिया आणि तिची आई, श्रीमती सीता महालक्ष्मी हे दोघे तिचे भागीदार बनले.

''ही कंपनी परदेशातून मालासाठीची मागणी मिळवत असे. परदेशी कंपन्यांकडून मागणी आली की, त्याचा पुरवठा करण्याची जबाबदारी आम्ही भारतातील उत्पादकांवर सोपवत असू आणि २ ते ३ टक्के कमिशन मिळवत असू.''

'फेरो जीएमबीएच एक्स्पोर्ट' या जर्मन कंपनीचं भारतात प्रतिनिधित्व करण्याचं कामसुद्धा 'एम. के. एंटरप्राइज'नं मिळवलं. त्यासाठी त्यांना दरमहा ठरावीक रक्कम दिली जाऊ लागली.

१९९८ साली सत्यानं या कंपनीचं प्रायव्हेट लिमिटेड कंपनीत रूपांतर केलं आणि 'मुरलीकृष्ण एक्स्पोर्ट्स प्रायव्हेट लिमिटेड' असं त्याचं नामकरण केलं.

''त्या कंपनीचे माझ्याकडे ५० टक्के शेअर्स आहेत, तर विपुल आणि माझ्या आईकडे प्रत्येकी २५ टक्के शेअर्स आहेत.''

पुढल्या पाच वर्षांत 'एम. के. एंटरप्राइज'नं ट्रेडिंगलासुद्धा सुरुवात केली. सत्याचा एक स्विस खरेदीदार, कंपनीचा भागीदार बनला. परंतु २००३ साली मालाच्या शिपमेंटबाबत कंपनीत काही समस्या उद्भवली. त्यावेळेस सत्याच्या एका निकटच्या स्नेह्यांनी – डॉ. विजय शास्त्रींनी तिला एक कल्पना सुचवली.

ते म्हणाले, ''तू उत्पादन का करत नाहीस? ट्रेडिंग ही फार काळ यशस्वी

> ***"मी कधीही इतर कुणाचं तंत्रज्ञान चोरलं नाही किंवा नोकरी करत असताना स्वतःचा व्यवसाय चालू केला नाही, कारण मला सचोटी आणि निष्ठा अत्यंत महत्त्वाची वाटते. माझी सदसद्विवेकबुद्धी नेहमी स्वच्छ राहिली पाहिजे."***

राहणारी गोष्ट नव्हे!"

ही कल्पना आकर्षक होती. कायद्यानुसार चालवल्या जाणाऱ्या व्यवसायांचं महत्त्व वाढत चाललेलं असल्यामुळे ही कल्पना व्यवहार्य वाटत होती. परंतु सत्याला उत्पादनाबद्दल काहीही ज्ञान किंवा अनुभव नव्हता. त्यामुळे तिने एक चलाखीची गोष्ट केली – तज्ज्ञाची मदत घेतली.

डॉ. शास्त्री फार्मा व्यवसायातील तंत्रज्ञानाचे अनुभवी तज्ज्ञ होते. त्यांच्या नावावर अनेक पेटंट्स होती.

"मी उत्पादन सुरू करावं असं तुम्हाला वाटतंय? मग तुम्हीसुद्धा त्यात सामील व्हा!" सत्या त्यांना म्हणाली.

डॉ. शास्त्रींनी संमती दिली. अशा प्रकारे २००४ साली 'मुरलीकृष्ण फार्मा प्रायव्हेट लिमिटेड' ही कंपनी संस्थापित करण्यात आली. या कंपनीचे अन्य भागधारक होते. सत्याचा नवरा, तिची आई, तिचे दीर मोहन वडलामणी, स्विस खरेदीदार 'व्हेनोकेम एजी' आणि हाँग काँगस्थित 'एल्कॉन इन्व्हेस्टमेंट्स.'

"सुरुवातीपासूनच आमचा विचार होता की, प्रामुख्यानं निर्यातीसाठी माल बनवणारी आणि 'एफडीए'चे नियम पाळणारी फॅक्टरी सुरू करायची. मला फॉर्म्युलेशन्सबद्दल काहीही ज्ञान नव्हतं, म्हणून आम्ही मोठ्या प्रमाणावर लागणाऱ्या औषधांचं (बल्क ड्रग) उत्पादन करणार होतो."

'एफपीआय' (औषधांसाठीचा कच्चा माल – active pharma ingredients) बनवणारी आणि 'एफडीए'चे कायदेकानू पाळणारी फॅक्टरी उभारायला २० ते ३० कोटी रुपयांची गुंतवणूक करावी लागते.

"आमच्यापाशी तेवढा पैसा नव्हता. त्यामुळे सेमी-फिनिश्ड फॉर्म्युलेशन्सचा पर्याय आमच्यापुढे खुला होता. त्यांपैकी आम्ही 'पेलेट्स'चा पर्याय पसंत केला."

सर्वसामान्यांना कळेल, अशा भाषेत सांगायचं तर, कॅप्सूलच्या आत लहानलहान मणी दिसतात. ते पेलेट्स असतात. या प्रकाराचा एक फार मोठा फायदा असतो; त्यातलं औषध काही काळानं शरीरात सोडलं जातं. "उदाहरण द्यायचं, तर ओमेझ (ओमेझाप्रोल) हे अँटॅसिड ड्रग प्रभावी होण्यासाठी, ते लहान आतड्यात पोचल्यावर (कॅप्सूलमधून) बाहेर पडलं पाहिजे."

परंतु पेलेट्स बनवण्यापेक्षा 'सॉल्व्हंट्स' (विद्रावक पदार्थात विरघळलेली औषधं)

बनवणं सोपं आणि जलद असतं. परंतु तंत्रज्ञान तज्ज्ञानं त्याला विरोध केला.

सत्या म्हणते, ''याबाबतीतला विजयचा सल्ला अत्यंत मोलाचा होता.''

विजयनं सत्याच्या निदर्शनाला आणून दिलं की, सॉल्व्हंट्समुळे कॅन्सर होण्याची शक्यता असते. आंतरराष्ट्रीय बाजारपेठेत त्यांचं उत्पादन आता हळूहळू बंद करण्यात येत आहे. मग अशा प्रकारच्या उत्पादनाकडे कशासाठी वळायचं?

हा निर्णय अत्यंत सुज्ञपणाचा असला तरी तो खर्चिक ठरला.

''सॉल्व्हंट न वापरता उत्पादन करण्यासाठी आम्हाला खूपच संशोधन करावं लागलं. आमचा माल बनवण्याची नवी रीत शोधून काढावी लागली.''

आणि हे सारं अगदी मोजक्या पैशात करायचं होतं. ''आम्हाला अर्थव्यवहाराचा काहीही अनुभव नव्हता. त्यामुळे कंपनीसाठी पैसा उभा करणं हा माझ्या दृष्टीनं एक नवाच अनुभव होता.''

साईदास मल्लाडी या तिच्या दूरच्या एका भावानं तिला याबाबतीत मदत केली. तो बंगळुरूमधला उद्योजक होता. त्यानं सत्याची 'बँक ऑफ महाराष्ट्र'बरोबर ओळख करून दिली आणि तिची शिफारस केली. बँकेनं तिला १.२ कोटींचं कर्ज दिलं. उरलेले ६५ लाख तिनं इतर निवेशकांकडून मिळवले.

जुलै, २००४मध्ये बँकेच्या कर्जाला मंजुरी मिळाली; परंतु बांधकाम सुरू व्हायला नोव्हेंबर महिना उजाडला. पहिल्याच वर्षी समस्या उभ्या राहिल्या, कारण सत्यानं एक लहानसा प्रयोग करून पाहिला होता.

''मला मार्केटिंगबद्दल आत्मविश्वास वाटत होता, परंतु कच्चा माल विकत घेणं आणि तो वापरून उत्पादन करणं याची थोडी कल्पना मिळणं गरजेचं होतं. त्यामुळे मी 'लोन लायसेन्स' घ्यायचं ठरवलं.''

लोन लायसेन्स हा दोन कंपन्यांमधला, कामकाजाच्या व्यवस्थेबद्दलचा करार असतो.

''समजा तुम्हाला एखादी गोष्ट बनवायची आहे आणि त्या गोष्टीच्या उत्पादनाचा परवानासुद्धा तुमच्यापाशी आहे, परंतु तुमची स्वत:ची फॅक्टरी नाही. अशा वेळेस तुम्ही दुसऱ्या कंपनीला कच्चा माल पुरवून, त्यांच्याकडून ती गोष्ट बनवून घेऊ शकता.''

'मुरलीकृष्ण'नं हैदराबादमधील 'ओशनफार्मा' नावाच्या कंपनीशी अशा प्रकारचा करार केला. 'ओशनफार्मा'ला कच्च्या मालापासून अंतिम माल बनवण्याची फी मिळाली आणि 'मुरलीकृष्ण'नं तो माल आपल्याच नावाखाली बाजारात विक्रीसाठी आणला.

हे धोरण चांगलं होतं, परंतु त्याचे काही अनपेक्षित दुष्परिणाम घडून आले. सत्यानं बँकेकडून कर्ज मागताना 'लोन लायसेन्स कार्यपद्धती' हिशोबात

''आम्ही उत्कृष्ट प्रॉजेक्ट रिपोर्ट बनवतो, ते बँकांना देतो आणि त्यानंतर पैशांच्या ओढाताणीला सामोरं जातो. हे सारं पार पाडणं हे खरोखरच महाकर्मकठीण आहे.''

घेतलेली नव्हती.

''लोन लायसेन्स कार्यपद्धतीतून आम्हाला काहीही नफा सुटत नव्हता. केवळ गाठीशी अनुभव बांधण्यासाठी मी त्या पद्धतीचा अवलंब केला.''

दरम्यान बँकेला कंपनीच्या खात्यात पैशांची आवक होताना दिसू लागली आणि त्यांनी ठरल्या तारखेपूर्वीच कर्जवसुलीचे हप्ते कापून घ्यायला सुरुवात केली. बँकेची ही शाखा ग्रामीण विभागातली होती; कारण सत्याची फॅक्टरी पुण्याजवळच्या शिरूर तालुक्यात उभारली जाणार होती.

''ग्रामीण विभागातील बँक शाखांच्या मॅनेजरना शेतकऱ्यांकडून कर्जवसुली करायची सवय असते. शेतकरी कर्जफेड नियमितपणे करत नसतात. त्यामुळे त्यांच्याबाबतीत बँकेचं धोरण असतं की, त्यांच्या खात्यात पैसे येऊ लागताक्षणी कर्जाचे हप्ते वसूल करायला सुरुवात करायची.''

आणखी एक समस्या अशी उद्‌भवली की, मार्च २००५मध्ये फॅक्टरीतील उत्पादनाला सुरुवात करायची होती; परंतु सारे परवाने मिळेपर्यंत सप्टेंबर २००५ साल उजाडलं.

''या काळात आम्ही अनेक कटु सत्यांचा अनुभव घेतला.''

फॅक्टरी इन्स्पेक्टर्सना जुन्या फॅक्टऱ्यांच्या तपासणीतून लाच खाता येते. त्यामुळे नव्या फॅक्टरीत जाऊन परवाने देण्याऐवजी त्यांना जुन्या फॅक्टऱ्यांमध्येच जात राहण्यात रस वाटत असतो.

''यापूर्वी मला भ्रष्टाचाराला कधीही सामोरं जावं लागलं नव्हतं. माझ्या लक्षातच आलेलं नव्हतं की, प्रकल्पासाठीच्या खर्चाचा अंदाज बांधताना 'काम करून घेण्यासाठी (!)' पैसे बाजूला ठेवावे लागतात.''

या सर्व गोष्टींमुळे, प्रकल्पासंबंधीचे खर्चाचे अंदाज चुकीचे ठरले.

''उत्पादन सुरू होण्यापूर्वीच आम्हाला कडकी जाणवू लागली होती. खरंतर शेवटचे काही महिने तग धरता यावा, म्हणून आम्हाला ८८ लाखांचं वाढीव कर्ज घ्यावं लागलं.''

फॅक्टरीत उत्पादन सुरू होईल या अपेक्षेनं, सत्यानं 'लोन लायसेन्स' करार बंद केला. कर्मचारी नियुक्त केले गेले. विक्री सुरू झाली.

परंतु उद्योग-जगतात कसलीही शाश्वती नसते.

''समुद्राचा तळ कुठे आहे याचा काहीही अंदाज नसताना खोल पाण्यात बुडी

मारण्यासारखाच तो प्रकार असतो. त्यात उडी घेताना तुम्हाला कसलाही अंदाज नसतो. तुम्ही पूर्णपणे अननुभवी असता.''

नवी फॅक्टरी पूर्णपणे कार्यान्वित करणं, हे वेळखाऊ काम आहे. मालाचा नियमित पुरवठा करता येणं केव्हा सुरू होईल, हे सांगता येत नाही.

'''एम. के. फार्मा'नं सर्वप्रथम पाठवलेला माल 'व्हॅलिडेशन'साठी (मालाचा दर्जाची खातरी करून घेण्यासाठी) ग्रीसमधील 'मेडिफार्म' या कंपनीकडे पोचला.''

परंतु तोवर 'मुरलीकृष्ण फार्मा' सर्व आघाड्यांवर झुंझत होती.

''आमच्यापाशी जे थोडेसे पैसे शिल्लक होते, ते वापरून कच्चा माल विकत आणायचा, कर्मचाऱ्यांचे पगार चुकते करायचे की बँकेच्या कर्जावरचं व्याज चुकतं करायचं, हेच आम्हाला कळत नव्हतं.''

अशा वेळेस बँकेचे हप्ते बुडवण्यावाचून तुमच्यापुढे दुसरा पर्यायच खुला नसतो. त्यामुळे बँका प्रचंड नाखूश होतात.

''आम्हाला बँकेच्या अधिकाऱ्यांपाशी बसून त्यांना सारी परिस्थिती समजावून द्यावी लागली. मला त्यावेळेस अर्थव्यवहारांचा फारसा अनुभव नव्हता, त्यामुळे या सर्व गोष्टींसाठी मला फार झगडावं लागलं.''

अधिकृत परवाने मिळवणं हे सर्वांत किचकट आणि डोकेदुखीचं काम होतं. ९०च्या दशकात तुम्हाला साधारणत: नऊ महिन्यांत असे परवाने मिळत. परंतु २००५ सालापर्यंत त्या प्रक्रियेला कमीत कमी दोन वर्षं लागू लागली.

''आणि परवाने मिळाल्यानंतरसुद्धा लांबलचक प्रक्रिया पार पाडावी लागत असे.''

सर्वांत आधी तुमच्याकडून माल विकत घेऊ इच्छिणारं संभाव्य ग्राहक, लॅबोरेटरीत बनवलेलं सॅंपल तपासत असे. त्यानंतर 'व्हॅलिडेशन स्केल'वर बनलेला माल तपासत असे. त्यानंतर पहिल्यांदा फॅक्टरीत बनवला गेलेला 'फर्स्ट एक्झिबिट' बॅचचा माल तपासत असे.

''दरम्यान तुमचा माल वापरून त्यांनी बनवलेलं प्रॉडक्ट टिकाऊ दर्जाचं (stable) आहे की नाही, याची परीक्षा घेतली जात असे. त्यानंतर त्याच्या bio-studies (प्रत्यक्ष वापरानंतरचे परिणाम) केल्या जात. या साऱ्या प्रक्रियांना सरासरी एक वर्ष लागत असे.''

त्यानंतर कंपनी नावनोंदणीसाठी अर्ज करते. त्या परवानगीला आणखी दोन वर्षं लागतात.

''परवाने आणि परवानग्या मिळवायला वेळ लागतो हे मी ऐकून होते; परंतु बाजारात पहिल्यांदा मालाची विक्री करायला पाच वर्षांचा कालावधी जावा लागेल,

''मला अर्थव्यवहारांचा फारसा अनुभव नव्हता. परंतु बॅलन्सशीट (खर्चाचा ताळेबंद) समजून घ्यायला मला शिकावंच लागलं. मला अर्थव्यवस्थापनाची माहिती करून घ्यावी लागली. या क्षेत्रात मला फारशी गती नव्हती.''

याची मला मात्र अजिबातच कल्पना नव्हती.''

नियमबद्ध बाजारपेठेत उतरण्यासाठी आपली फॅक्टरी एका विशिष्ट पद्धतीनं सांभाळावी लागते, हेसुद्धा सत्याला ठाऊक नव्हतं.

''आम्हाला काही नवी मशीन्स बसवून घेण्यासाठी किंवा ग्राहकाच्या मागणीनुसार, उत्पादन प्रक्रिया घडवण्यासाठी तीन वेळा फॅक्टरी तोडून पुन्हा नव्यानं बांधावी लागली.''

या साऱ्या गोष्टींना पर्यायच नसतो. नियमबद्ध बाजारपेठेत उतरण्याचा आणखी एकच वेगळा मार्ग आहे. तो म्हणजे 'जेनेरिक ड्रग' उत्पादनाचा – म्हणजेच मालाच्या पेटंटचा कालावधी संपला की, तो माल बनवण्याच्या परवानगीसाठी अर्ज करण्याचा.

''परंतु यासाठी तुमचा नंबर पहिल्या दहा अर्जदारांमध्ये असायला हवा. तसेच दर्जाबद्दलच्या अनेक कसोट्यांतून तुमचा माल पार पडायला हवा. ही गोष्ट लॉटरीचं तिकीट जिंकण्यासारखीच असते. त्यात नशिबाचा भाग फार मोठा असतो.''

त्याऐवजी 'मुरलीकृष्ण'नं 'प्रोसेस पेटंट'चा मार्ग निवडला. याचा अर्थ असा की, मूळ संशोधकाची उत्पादनकृती न वापरता, तुम्ही स्वत:ची उत्पादनकृती शोधून काढून, त्या पद्धतीनं माल बनवायचा. बरेचदा आपली नवी पद्धत शोधून काढताना, संशोधकाच्या मूळ कृतीपेक्षा अधिक सरस कृती शोधली जाते.

परंतु यासाठी तुमच्यापाशी कुशल संशोधक असलेलं संशोधन खातं, मालाच्या दर्जाची खातरजमा करणारे तज्ज्ञ (Quality Control People) आणि चाचणीसाठीची यंत्रसामग्री असणं आवश्यक असतं. या सर्व खर्चाच्या जोडीला फॅक्टरी उभारण्याचा खर्च आणि फिरतं भांडवल उभं करणं ही सोपी गोष्ट नव्हे!

परंतु सत्याच्या अंगी असलेल्या विक्रीकौशल्याच्या बळावर फॅक्टरीकडे 'व्हॅलिडेशन बॅचेस'साठी भरपूर मागणी येऊ लागली होती. वस्तुत: 'एम. के. फार्मा'ची उलाढाल २००५-२००६साली १ कोटी होती तर २००७-२००८ साली ती ६.७५ कोटींवर पोचली. पहिल्या तीन वर्षांत कंपनीनं अल्पसा नफाही मिळवला.

समस्या उद्‌भवल्या २००८ साली. त्यावर्षी अमेरिकेतील 'कोजेंट्स' या कंपनीच्या

गरजा पूर्ण करण्यासाठी 'एम. के. फार्मा'नं 'महाराष्ट्र बँके'कडून पुन्हा नवं कर्ज घेतलं.

"'कोजेंट्स'नं आमच्याबरोबर करार केला होता आणि आमच्या ओमेझाप्रोल पेलेट्सवर ते आम्हाला उत्तम किंमत देणार होते. त्यांनी अमेरिकेतील 'फेज फाइव्ह' (अंतिम रुग्णांवरची) चाचणीसुद्धा पूर्ण केलेली होती. त्याचा अर्थ असा की, त्यांच्याकडून आलेली मालासाठीची मागणी आता जवळजवळ निश्चित स्वरूपाची होती."

सप्टेंबर, २००८मध्ये सत्यानं त्या कंपनीच्या कॅलिफोर्निआतील मुख्यालयाला भेटही दिली.

दोन महिन्यांत 'कोजेंट्स'नं दिवाळखोरीसाठी अर्ज केला. आर्थिक मंदीमुळे त्यांच्या प्रमुख निवेशकाचं दिवाळं वाजलं होतं.

"आमचे आतापर्यंतचे सारे प्रयत्न वाया गेले. तीन वर्षं घाम गाळला होता, रक्त जाळलं होतं, ते सारं निष्फळ ठरलं."

त्यामुळे २००९-१० मध्ये 'महाराष्ट्र बँके'ला दरवर्षी द्यावं लागणारं व्याज होतं १.५ कोटी, तर उत्पन्न होतं फक्त १०.७५ कोटी.

"बँकेचं दीड कोटी व्याज आणि ६ कोटींचा ठरावीक खर्च सोडला, तर कच्चा माल आणि इतर गोष्टींसाठी पैसा कोठून उभा करणार होतो?"

'एम. के. फार्मा'नं आर्थिकदृष्ट्या तळ गाठला होता.

या काळ्याकुट्ट ढगाला फक्त एकच रूपेरी कड होती. ती म्हणजे 'मायलान'. या आंतरराष्ट्रीय फार्मा कंपनीबरोबरची नोंदणीप्रक्रिया २००८ सालीच सुरू करण्यात आली होती, परंतु मालाच्या अंतिम स्वीकृतीसाठी लागणारी पुढली दोन-तीन वर्षं 'एम. के. फार्मा' कशाच्या बळावर जिवंत राहणार होती?

या टप्प्यावर उपलब्ध असलेला एक पर्याय होता की, कंपनीचे काही शेअर्स विकून एक भागीदार आणण्याचा. 'डेक्सेल फार्मा टेक्नॉलॉजी' नावाची एक कंपनी यासाठी अत्यंत उत्सुक होती.

"वस्तुत: त्यांनी आम्हाला 'लेटर ऑफ इन्टेन्ट' देऊन ३० टक्के भागासाठी उत्तम किंमत देऊ केली होती."

परंतु जानेवारी, २०१०मध्ये सत्याला या सौद्याबद्दल काही संदेह वाटू लागले.

"ते ३० लक्ष डॉलर्स द्यायला तयार होते; परंतु एकदा त्यांना ३० टक्के मालकी मिळाली की, ते आपलाच हेका चालवू लागतील असं मला प्रकर्षानं वाटू लागलं. 'मायलान' हा त्यांचा प्रतिस्पर्धी असल्यामुळे 'मायलान'ला माल विकण्यास ते आडकाठी आणतील असं मला वाटू लागलं."

आणि या गोष्टीला सत्याची तयारी नव्हती.

> *''भारतात कर्जफेड पुढे ढकलण्याचा कायदेशीर अधिकार फारच कमी प्रमाणात उपलब्ध असतो. त्यामुळेच कंपन्या बंद पडतात. विशेषत: उत्पादन क्षेत्रातल्या कंपन्यांना ही झळ जास्त जाणवते, कारण तिथे नफा मिळेपर्यंत निदान तीन वर्षांचा कालावधी जावा लागतो.''*

'''मायलान'नं त्यांचे पैसे आणि वेळ खर्च केलेला असताना, त्यांच्याकडे पाठ फिरवणं मला योग्य वाटत नव्हतं.''

त्यामुळे 'एम. के. फार्मा'ला पैशांची अतिशय गरज असूनही सत्यानं या सौद्याकडे पाठ फिरवली. सप्टेंबर, २०१०पर्यंत पुन्हा आर्थिक चणचण जाणवू लागली होती. यावेळेस इंग्लंडमधली 'सोलेक्स फार्मा' नावाची कंपनी पुढे आली. यावेळेस सत्यानं त्यांच्याकडची गुंतवणूक स्वीकारली.

''आम्ही कमी पैशांवर या कंपनीला जास्त भागीदारी दिली हे मी कबूल करते, परंतु त्यामुळे एक मोठा फायदा झाला. आज मी 'डेक्सेल' आणि 'मायलान' या दोहोंना माल पुरवू शकतेय. त्यात कोणतीही अडचण उभी राहत नाहीये.''

कधीकधी मोकळा श्वास घेता यावा म्हणून तुम्हाला किंमत मोजावी लागते. त्या किमतीचा पुरेपूर मोबदला तुम्हाला मिळतो.

''कुणाला माल विकायचा, याबाबत माझ्यावर कोणतेही निर्बंध नाहीत. त्याबद्दल मला पूर्ण स्वातंत्र्य आहे.''

जानेवारी, २०११मध्ये अखेरीस 'मुरलीकृष्ण'ला चांगले दिवस आले. 'मायलान' कंपनीला माल पुरवण्याच्या करारावर सह्या झाल्या आणि चांगला नफा सुटू लागला.

सत्या हसून म्हणते, ''परंतु यासाठी खूप कष्ट करावे लागले.''

त्या प्रक्रियेत सत्या खूप शिकलीही. ''मला वाटतं की, पहिल्यांदा उद्योग उभारणं सर्वांत कठीण असतं. एक उद्योग उभारलात की, त्यानंतर तुम्ही कितीही उद्योग अगदी सहजपणे उभारू शकता.''

आणि कोणत्याही व्यवस्थापन प्रशालेत (management school) तुम्हाला हा अनुभव घेता येत नाही. हा अनुभव तुमची सत्त्वपरीक्षाच घेत असतो.

''तंत्रज्ञान ही विजयची विशेषता आहे. त्याला त्याच्या क्षेत्रात काम करता येत होतं. परंतु माझी विशेषता मार्केटिंग ही असली, तरी ज्यात मी कुशल नाही अशा अनेक इतर गोष्टीही मला सांभाळाव्या लागल्या.''

मग त्या भीषण कालखंडात नेटानं पुढे जायची स्फूर्ती सत्यानं कुठून मिळवली?

''कोणत्याही व्यवसायात असा एक टप्पा येतो की, तिथून माघारी वळणं शक्य

नसतं. तो टप्पा आला, तेव्हा मी हातपाय गाळले नाहीत; कारण एकदा तुम्ही एखादी गोष्ट सुरू केलीत की, तुम्ही अपयश स्वीकारू शकत नाही आणि त्यामुळेच मी बहुधा नेटानं प्रयत्न करत राहिले!''

आणि तिला त्याखेरीज आप्तमित्रांच्या आधाराचं बळही लाभलं होतं.

''विजय, माझे आई-वडील आणि 'मुरलीकृष्ण'मधील माझे निवेशक, यांची मी आजन्म ऋणी राहीन. या लोकांनी माझ्यावर विश्वास टाकला. मी त्यांना कधीही फसवणार नाही, याबद्दल खातरी बाळगली. मला वाटतं, त्यांच्या विश्वासाच्या बळावरच मी पुढे जात राहिले.''

कौटुंबिक आघाडीवरसुद्धा त्याग आणि तडजोडी कराव्या लागतात. जरी मुलं आता मोठी झाली होती आणि त्यांना पूर्वीएवढी तिची गरज भासत नव्हती, तरी या प्रकल्पात आपली इतकी दमछाक होईल, याची सत्याला अजिबात कल्पना नव्हती.

''त्यावेळेपर्यंत मी जे जे काही मिळवलं होतं, ते सारं मी 'मुरलीकृष्ण फार्मा'मध्ये गुंतवलं. नुसता पैसाच नव्हे; तर माझा वेळ, उत्कटता, माझं आयुष्यच मी या प्रकल्पाला अर्पण केलं होतं,'' सत्या म्हणते.

ही फॅक्टरी मुंबईपासून तीन तासांच्या अंतरावर असल्यामुळे, पहिली दोन वर्षं सत्या सततच मुंबईहून जा-ये करत राहिली.

''मला फक्त फॅक्टरीलाच नव्हे, तर माझ्या बँकेला आणि माझ्या ग्राहकांनासुद्धा भेटावं लागत होतं. त्यामुळे माझी फारच त्रेधा उडत होती.''

ऑक्टोबर, २००४मध्ये सत्यानं शिरूरलाच बस्तान हलवायचं ठरवलं. सोबत आपले आई-वडील आणि धाकटा मुलगा कृष्ण यांना तिनं तिथं न्यायचं ठरवलं. आता कृष्णाला ग्रामीण भागातल्या शाळेत घालावं लागणार होतं.

''या गोष्टीचा माझ्या मुलाला खूपच फायदा झाला. मुंबईला तो ५० टक्के मिळवणारा विद्यार्थी होता. तो हळूहळू ८० ते ९० टक्के गुण मिळवू लागला. आता तो वैद्यकीय शिक्षण घेत आहे.''

मोठा मुलगा अर्जुन मुंबईतच राहिला; कारण तो तेव्हापर्यंत मुंबईतील अथर्व कॉलेज ऑफ इंजिनिअरिंगमध्ये शिकत होता.

ती म्हणते, ''तो अतिशय स्वतंत्र वृत्तीचा आहे.''

तो तिच्या नवऱ्याप्रमाणेच स्वतंत्र वृत्तीचा आहे. सत्याचा नवरा इंजिनिअर आहे आणि नवे प्रकल्प सुरू करणं ही त्याची विशेषता आहे.

''तो साधारणत: ६ ते ७ महिन्यांचे प्रकल्प हाती घेतो आणि प्रकल्प उभारण्याच्या जागीच राहतो. त्यानंतर तो दोन-तीन महिने आरामासाठी भारतात येतो. त्यानंतर दुसरा कोणतातरी प्रकल्प हाती घेतो.''

त्याचे कुटुंबीय त्याच्यासमवेत जाऊ शकत नाहीत, याचं त्याला दु:ख होत नाही?

''आम्ही अगदी लहान वयातच विवाह केला. एकमेकांच्या साथीनंच मोठे आणि परिपक्व झालो. त्यामुळे आम्ही एकमेकांना समजून घेतो.''

ईश्वर त्याच्या स्वत:च्या कामात व्यग्र असतो. सत्याच्या 'मुरलीकृष्ण फार्मा'ची फॅक्टरी तयार होत होती, तेव्हा अल्पकाळ ईश्वरनं त्या कामात लक्ष घातलं होतं.

''कामाच्या बाबतीत आम्ही दोघंही स्वतंत्र आहोत. आमचं एकमेकांवर प्रेम नाही, असं नाही... परंतु आमचं वैवाहिक आयुष्य चारचौघांसारखं नाही.''

उदाहरण द्यायचं तर या घरात जेवणाबद्दल अजिबात चोखंदळपणा नाही.

''मी नेहमीच स्वत: स्वयंपाक करत असे, परंतु तो मुख्यत: सुटसुटीत 'वन डिश मील' प्रकारचा असे.''

'मुरलीकृष्ण फार्मा'साठी तिनं जीव ओतून काम केलं आणि त्यामुळेच ती आज एक जागतिक दर्जाची उत्पादक कंपनी बनली आहे. 'युरोपिअन युनियन' आणि 'वर्ल्ड हेल्थ ऑर्गनायझेशन'तर्फे पेलेट्ससाठी 'गुड मॅन्युफॅक्चुअरिंग प्रॅक्टिसेस' (उत्पादनाची उत्तम पद्धती) म्हणून मंजुरी मिळवणाऱ्या जगभरातील मूठभर कंपन्यांमध्ये 'मुरलीकृष्ण फार्मा'चा समावेश आहे.

''आज जेव्हा लोक आमच्या मालाची, मालाच्या दर्जाची, आमच्या फॅक्टरीची प्रशंसा करतात, तेव्हा आपण काहीतरी साध्य केल्याचं समाधान लाभतं. मला फक्त पैसाच मिळवायचा नव्हता, तर आपल्या कर्तृत्वाचा ठसाही उमटवायचा होता.''

'एम. के. फार्मा'च्या फॅक्टरीत ११० पूर्ण वेळाचे आणि आणखी ४० कंत्राट तत्त्वावर काम करणारे कर्मचारी आहेत. मार्च, २०१२मध्ये संपलेल्या आर्थिक वर्षातली उलाढाल १५.५ कोटी रुपयांची होती. नफा २.१७ कोटी सुटला. सत्या एकटीच मार्केटिंगचं काम सांभाळते. 'एम. के. एक्स्पोर्ट्स'चं काम बघणाऱ्या विपुलकडून तिला काही प्रकारची माहिती मिळते.

''ही कंपनी आकारानं अगदी लहान असली तरी फायदेशीर आहे. या कंपनीबद्दल मी कृतज्ञ आहे, कारण 'एम. के. फार्मा'च्या कठीण काळात 'एम. के. एक्स्पोर्ट्स'मधूनच मला पगार मिळत होता.''

आता जरा घडी स्थिरस्थावर झाल्यावर, सत्याला मोकळा श्वास घेता येतोय. अधूनमधून छोटीशी सुट्टी घेता येतेय.

''पाच वर्षांत पहिल्यांदाच मी विश्रांतीसाठी सुट्टी घेतली. माझ्या धाकट्या मुलानं हंगेरीमधल्या मेडिकल कॉलेजमध्ये प्रवेश घेतलाय. त्याच्याबरोबर मी थोडा वेळ व्यतीत केला. ते अतिशय आनंदाचे, विश्रांतीचे दोन आठवडे होते!''

परंतु काहीही झालं, तरी सत्याचा पिंड स्वस्थ बसून राहण्याचा नव्हे! 'और भी सरहदें हैं, बुलंदियाँ हैं, फासले हैं...' नव्या सीमारेषा, नवी उंची गाठण्यासाठी अंतर पार करायचंय!

महत्त्वाकांक्षेची नवी शिखरं पादाक्रांत करायची आहेत – दृढनिश्चयाच्या, अविचल धैर्याच्या आणि सर्वांत महत्त्वपूर्ण अशा सकारात्मकतेच्या बळावर!

स्त्री-उद्योजिकांसाठी सल्ला

माझ्यामते, प्रत्येक स्त्रीनं कोणतीतरी नोकरी किंवा कोणतातरी व्यवसाय करायला हवा. तुम्ही घराच्या चार भिंतींबाहेर पडून तुमची हुशारी आणि क्षमता कारणी लावायला हवीत.

पुरुषांपेक्षा स्त्रियाच अधिक चांगल्या उद्योजिका बनू शकतील, कारण त्या अधिक सहनशील असतात. एकाच वेळेस त्या अनेक वेगवेगळी कामं पार पाडू शकतात. परंतु तुमची बुद्धी आणि भावना या दोहोंचा कौल घेऊन वागा.

जो काही व्यवसाय निवडाल, तो अशा क्षेत्रातला निवडा की, ज्याचा तुम्हाला प्रदीर्घ काळाचा अनुभव असेल. कुणीतरी सुचवलं म्हणून एखादं क्षेत्र निवडलंत, तर त्यात यश मिळवणं कठीण जाईल.

तुम्हाला आर्थिक बाबींची जाण नसेल, तर तुमच्या वाटेत खूप समस्या उद्भवतील. जमाखर्चाचा ताळेबंद वाचायला शिका.

जरी विश्वासावर काम करावं लागत असलं, तरी कागदपत्रं अगदी काळजीपूर्वक वाचा. कारण शब्दांमागचा हेतू बरेचदा वेगळा असतो.

कर्मचाऱ्यांचा आणि सहकाऱ्यांचा अहंकार सांभाळणं सोपं नसतं. मला मार्दवानं वागणं आवडतं; त्यामुळे लोकांचं सहकार्य मिळवणं सोपं जातं. त्यासाठी खूप प्रयत्न करावे लागले, तरी कालांतरानं त्यामुळे आयुष्य सुखाचं होतं.

शेवटचा सल्ला म्हणजे, जेव्हा प्रकल्पासाठी पैसा उभा कराल, तेव्हा गरजेपेक्षा दुप्पट पैशांची मागणी करा. माझ्यासारखा मूर्खपणा करू नका!

लठ्ठ संधी (!)

शिखा शर्मा

'न्युट्रिहेल्थ सिस्टिम्स'

शिखा शर्माला अमेरिकेत देशांतर करता आलं असतं किंवा इतर कोणत्याही उच्चशिक्षित डॉक्टरसारखं मोठ्या हॉस्पिटलमध्ये काम करता आलं असतं. त्याऐवजी तिनं आपलं वैद्यकीय ज्ञान वजन घटवण्याच्या व्यवसायाकडे वळवलं आणि तिच्या ग्राहकांचं आयुष्य सुखी आणि निरामय बनवलं.

रविवार दुपारचे तीन वाजलेले आहेत. मी क्षमायाचनेच्या स्वरात म्हणते, ''आज तुम्हाला ऑफिसात यायला लावल्याबद्दल माफी मागते.''

शिखा उत्तर देते, ''अहो, मी नेहमीच शनिवारी सुट्टी घेऊन रविवारी काम करते. त्या दिवशी कुणाचे फोन येत नाहीत, नेहमीचं काम करावं लागत नाही. मला शांतपणे विचार करायला आणि योजना आखायला निवांतपणा मिळतो.''

ओ! हे काही आगळंवेगळंच आहे. पण शिखाच्या बाबतीतली प्रत्येक गोष्टच थोडीशी 'हटके' आहे.

प्रशिक्षित डॉक्टर असून तिनं व्यवसायात उडी घेतली. त्या व्यवसायाबद्दल महत्त्वाकांक्षा बाळगून त्यात तिनं स्वत:ला झोकून दिलं; परंतु तरीही नीतिमूल्यांची पायमल्ली केली नाही.

डॉक्टर शिखाच्या क्लिनिकमध्ये मशीन्स नाहीत. गोळ्या दिल्या जात नाहीत. फक्त वैद्यकीय तत्त्वांवरचा आहार, व्यायाम आणि आयुर्वेदीय तत्त्वांचं आचरण शिकवलं जातं. वर्षाकाठी २००० लोकांवर उपचार करणारं तिचं 'न्युट्रिहेल्थ क्लिनिक' हे भारतातलं वेट लॉससाठीचं बहुधा सर्वांत मोठं बहुशाखीय क्लिनिक असावं.

कारण प्रामाणिकपणाला फळ मिळतं.

''दृष्ट न लागो! पण माझा विश्वास आहे की, जो पैसा मिळाला आहे तो दैवकृपेनंच मिळाला आहे. फक्त मीच नव्हे, तर माझ्याकडे गेली चौदा वर्षं काम करणाऱ्या चपराशानंसुद्धा स्वत:चं घर बांधलं आहे.''

सर्वप्रथम स्वास्थ्य, त्यानंतर आनंद, त्यानंतर संपत्ती.

जर आपण सर्व जणच या तत्त्वाला अनुसरून जगू लागलो, तर आपल्याला कोणतंही अवाजवी 'ओझं' वाहावं लागणार नाही(!)

'झीरो साइझ' फक्त देहाचीच राहणार नाही, तर हृदय आणि मनसुद्धा हलकंफुलकं आणि आनंदी राहील!

लठ्ठ संधी (!)

शिखा शर्मा

'न्युट्रिहेल्थ सिस्टिम्स'

शिखा शर्मा ही आंतर्बाह्य 'दिल्लीवाली' आहे.

"मी वसंतविहारमधल्या मॉडर्न हायस्कूलमध्ये शिकले आणि त्यानंतर दिल्लीतल्याच मौलाना आझाद मेडिकल कॉलेजमध्ये मी शिक्षण घेतलं."

शिखा मेहनती विद्यार्थिनी होती. ती कष्टाळूसुद्धा होती.

"मला बुद्धीची नैसर्गिक देणगी नव्हती. मला परिश्रमपूर्वक अभ्यास करावा लागत असे."

शिखाच्या वडिलांच्या मालकीचा पेट्रोलपंप होता, तर तिची आई एक लहानसा कापड-व्यवसाय चालवत होती. या कुटुंबात शिक्षणाला प्राधान्यक्रम दिला जाई.

"मला एक भाऊ आणि एक बहीण होती. माझा भाऊ इंजिनिअर आहे, बहीण आर्किटेक्ट आहे आणि मी डॉक्टर आहे."

खरंतर शिखाला याबाबतीत निवडीची संधीच मिळालेली नव्हती.

कुटुंबात एक डॉक्टर हवाच, असा निर्णयच घेण्यात आला.

"मेडिकल कॉलेजच्या पहिल्या वर्षात मला रॅगिंगचा खूप त्रास झाला." तो त्रास हाताबाहेर गेला तेव्हा शिखानं डीनपुढे तक्रार नेली.

"साऱ्यांनीच माझ्याशी अबोला धरला. ते म्हणाले की, मी कारणावाचून गडबड केली आहे."

परंतु अशा गोष्टी गप्प राहून सहन करणं तिला शक्य झालं नव्हतं. ''मी म्हटलं, 'ते हद्दीबाहेर जात आहेत. ही गोष्ट गप्प राहून सहन करणं मला शक्य होणार नाही.' याबाबतीत मी अगदी निर्भयतेनं वागले. लोक काय म्हणतील, याची मी तेव्हा अजिबातच फिकीर केली नाही.''

कालांतरानं सारे जण ते विसरून गेले. त्यांनी एकमेकांना माफ केलं त्यानंतर कॉलेजात जाणं आणि अभ्यास करणं या दोन्ही गोष्टी मौजेच्या वाटू लागल्या.

''मला ॲनॉटमी (शरीररचनाशास्त्र) आणि बायॉलॉजी (जीवशास्त्र) हे विषय कधीच आवडले नाहीत; परंतु शेवटच्या वर्षात आम्ही जेव्हा मधुमेह, कोलेस्टरॉल इत्यादी गोष्टी शिकू लागलो, तेव्हा मला त्यात रस वाटू लागला. अखेरीस खरंखुरं वैद्यकशास्त्र शिकतोय, असं मला वाटू लागलं.''

शिखानं तिची एम.बी.बी.एस.ची पदवी मिळवली आणि पुढील शिक्षणासाठी परदेशात जावं असं तिला वाटू लागलं. तिनं यू.एस.एम.एल.ई. (यू.एस. मेडिकल लायसेन्सिंग एक्झॅम)साठी अभ्यास करायला सुरुवात केली; परंतु कुटुंबीयांनी तिला जोरदार विरोध केला.

ते म्हणाले, ''आम्ही तुला परदेशात जाऊ देणार नाही. तू आधी लग्न कर!''

शिखा लग्नाला तयार नव्हती.

''मी म्हटलं, 'आता कुठे आयुष्याला सुरुवात होतेय, तेवढ्यात कुणाचीतरी ताबेदारी स्वीकारायची... शक्य नाही!'''

एम.डी.चं शिक्षण सुरू करणं, हा यावरचा तर्कशुद्ध पर्याय होता. परंतु शिखाला त्याची ओढ वाटत नव्हती. मग एका अन्य गोष्टीखेरीज तिच्यापुढे कोणता पर्याय होता?

''मी व्यवसाय सुरू करायचा किंवा एम.बी.ए. करायचा विचार करू लागले.''

यावेळपर्यंत, शिखानं जी. बी. पंत हॉस्पिटलमधील आयसीयूमध्ये एका वर्षाची 'हाउसमनशिप' पूर्ण केली. तेथील अनुभवाचा तिच्या मनावर खोलवर ठसा उमटला.

''प्रत्येक दिवशी मी एका माणसाला मरण पावताना बघत होते... ते इतकं सातत्यानं घडत होतं की, आयुष्य असंच असतं, असं मला वाटू लागलं.''

तुम्ही नशीबवान असाल, तर तुम्ही वेळेवर हॉस्पिटलमध्ये पोहोचता. तुम्हाला चांगला डॉक्टर मिळाला, तर तुम्ही वाचता. मरणोन्मुख माणसाला वाचवणं हे उदात्त कार्य आहे, परंतु माणसाचं जगणं सुसह्य करण्यासाठी, वैद्यकशास्त्राला काही करता येणार नाही का?

''माझ्या लक्षात आलं की, आपल्याकडे प्रतिबंधक स्वास्थ्यसेवा, आजारानंतर प्रकृती पूर्ववत करण्यासाठीची स्वास्थ्यसेवा यांचा संपूर्ण अभाव आहे... त्यामुळे या गोष्टींची प्रचंड गरज आहे!''

डॉक्टर म्हणून एका वेट लॉस क्लिनिकमध्ये काम करण्याचा आगळावेगळा निर्णय चोवीस वर्षांच्या शिखानं घेतला. एम.बी.बी.एस.च्या अभ्यासक्रमात ती याबद्दल शिकलेली नव्हती. त्यामुळे तिनं स्वत:च या विषयाची माहिती करून घ्यायचं ठरवलं.

"मी 'इग्नू'मध्ये (इंदिरा गांधी नॅशनल ओपन युनिव्हर्सिटी) आहारशास्त्राचा एक कोर्स केला; परंतु तो अजिबात व्यवहार्य नसल्याचं माझ्या लक्षात आलं. त्यामुळे मीच पुस्तकं निवडली, ती वाचली आणि स्वत:च या विषयातलं सखोल ज्ञान मिळवलं. त्यानंतर ते उपयुक्त आहे की नाही, हे पाहण्यासाठी, मी ते उपयोगात आणायचं ठरवलं."

वर्षभरानं नॉयडातील एक वेट लॉस क्लिनिक चालवण्याचा प्रस्ताव शिखापुढे ठेवण्यात आला.

"वेट लॉस क्लिनिक चालवायचा तो माझा पहिलाच अनुभव होता. त्यांनी मला खूपच स्वातंत्र्य दिलं होतं; परंतु आम्ही फारसे ग्राहक आकृष्ट करू शकलो नाही."

तो प्रयोग १९९६मध्ये बंद करण्यात आला आणि शिखाच्या जिवाला ते फार लागलं.

"आयुष्यात पहिल्यांदाच मी कोणत्यातरी गोष्टीत अपयशी ठरले होते!"

मागे वळून पाहिल्यावर हा प्रयोग का फसला, हे आता तिच्या लक्षात येतंय.

"त्यावेळेस माझे विचार परिपक्व झालेले नव्हते. माझ्या कामाबद्दल मला पुरेसा आत्मविश्वास वाटत नव्हता. या क्लिनिकमध्ये दुसऱ्या कुणीतरी पैसे गुंतवले असल्यामुळे नवे प्रयोग करून पाहायला मी कचरत होते."

हे क्लिनिक बंद झाल्याचा, शिखाच्या वैयक्तिक आयुष्यावरही परिणाम झाला.

"मी नॉयडात जाऊन काम करावं ही गोष्ट माझ्या कुटुंबीयांना अजिबात पसंत नव्हती. ते त्यांना धोक्याचं वाटत होतं. त्यामुळे मी अखेरीस त्यांना म्हटलं की, मी तिथेच जाऊन राहीन."

ही गोष्ट म्हणजे अनादराचा कळसच मानला गेला. "आम्ही याच गावात राहत असताना तू जाऊन भाड्याच्या घरात राहणार? एकटीनं?"

शिखाला त्यावेळचं आईबरोबरचं संभाषण अजूनही स्पष्टपणे आठवतंय.

"मी तिला म्हणाले, 'हे पाहा, मी काही कुण्या लफंग्याबरोबर पळून चाललेली नाही. मी काम करू पाहतेय आणि त्यासाठी तुम्ही मला स्वातंत्र्य द्यायलाच पाहिजे!"

"ते म्हणाले, 'पण का? तू एखाद्या चांगल्या मुलाबरोबर लग्न करून अमेरिकेला का जात नाहीस? तिथं जाऊन तू काम का करत नाहीस? आमच्यापुढे तू का म्हणून समस्या उभ्या करते आहेस?'"

''स्त्री-उद्योजिकेला आर्थिक स्वातंत्र्य मिळणं आवश्यक असतं. खर्च केलेल्या प्रत्येक पैशाचं तिला समर्थन करावं लागता कामा नये.''

अचानक 'चांगली मुलगी' बंडखोर ठरवण्यात आली. ज्योतिष्यांकडे पत्रिका दाखवण्यात आली आणि राहू, केतू, शनीसारख्या ग्रहांना दोष दिला गेला. परंतु शिखाच्या मनात नवा आत्मविश्वास आणि निर्णयाबद्दलची खातरी निर्माण झालेली होती. त्यामुळे ती खरोखरच नॉयडात राहू लागली.

''हे सेंटर बंद पडलं, तेव्हा तो दुहेरी आघात ठरला. मला घरी परत यावं लागलं आणि प्रत्येक जण म्हणू लागलं, 'बघ! सांगितलं नव्हतं तुला?'''

या प्रश्नातून सुटका होण्यासाठी शिखा शक्य तेवढा वेळ घराबाहेर राहू लागली.

''मी सकाळची नोकरी घेतली. त्यानंतर एक दुपारचीही नोकरी घेतली. शिवाय आणखी एका रात्रीचीही नोकरी घेतली. डॉक्टर म्हणून तुम्ही तीन-तीन नोकऱ्या करू शकता!''

ती घरी येई, थोडी झोप घेई, कपडे बदलून ताजीतवानी होई आणि लगेच घराबाहेर पडत असे.

''माझं अपयश पचवण्याचा तो माझा मार्ग होता.''

जरी दूरचे नातेवाईक कुत्सितपणे हसत होते, तरी शिखाची आई पहाडासारखी तिच्या पाठीशी उभी राहिली. एका ज्येष्ठ सहकाऱ्यानंसुद्धा सहानुभूती दाखवली.

''मी काम करत असलेल्या एका क्लिनिकमधला माझा बॉस डॉक्टर होता आणि त्याने एम.बी.ए.ची पदवीसुद्धा मिळवलेली होती. तो मला संवाद साधण्यायोग्य व्यक्ती वाटला. त्याच्याशी चर्चा करणं, काय चुकलं हे समजून घेणं, प्रश्न विचारणं सोपं वाटत होतं.''

जरी तिला तिच्या साऱ्या प्रश्नांची उत्तरं मिळालेली नव्हती, तरी त्याच्याशी बोलल्यामुळे तिला वस्तुस्थितीचं बऱ्यापैकी आकलन होऊ लागलं.

''माझ्या लक्षात आलं की, अपयश ही बाऊ करण्याजोगी गोष्ट नसते. अपयशाला अवास्तव महत्त्व देऊन वैफल्यग्रस्त होणं गरजेचं नसतं.''

शिखाचा बॉस तिला एम.बी.ए. किंवा रेडिऑलॉजीमधली एम.डी. या पर्यायांचा विचार करण्यासाठी उत्तेजन देऊ लागला.

''तू चांगली विद्यार्थिनी आहेस. तुला ते नक्कीच जमेल!'' तो म्हणत असे.

परंतु दुधानं तोंड पोळलं की, माणूस ताक फुंकून पिऊ लागतो! शिखानं पुन्हा वेट लॉस क्लिनिक चालू करायचं ठरवलं. यावेळेस ती स्वत:च्या जबाबदारीवर ते सुरू करणार होती. १९९८ साली तिनं भाड्यानं जागा घेतली आणि हा व्यवसाय

सुरू केला.

"ही जागा हॉस्पिटलमध्ये होती. त्यामुळे तिथले खूप रुग्ण तिथे येऊ लागले. शिखानं उच्च आर्थिक स्तरातले पाच रुग्ण निवडले आणि त्यांना एका महिन्यासाठी फुकट ट्रीटमेंट देऊ केली."

हे लोक इतके प्रचंड खूश झाले की, त्यांनी त्यांच्या आप्तमित्रांकडे शिखाची शिफारस केली. हे नवे लोक वेट लॉस प्रोग्रॅमसाठी महिन्याला १५०० रुपये द्यायला राजी झाले होते. मग यावेळेस तिनं कोणती गोष्ट योग्य प्रकारे केली?

"मला आधीच एकदा अपयश आलं होतं. त्यामुळे यावेळेस मला अपयशाबद्दल काळजी वाटत नव्हती. मला या उपक्रमात आनंद मिळत होता. मी नवे प्रयोग करून पाहण्याची सर्जनशीलता दाखवत होते. पैसा बुडला तर बुडला... माझाच पैसा बुडेल, असा माझा दृष्टिकोन होता!"

आपलं वैद्यकीय ज्ञान वजन उतरवण्याच्या प्रक्रियेसाठी उपयोगात आणण्याची शिखाची कल्पना अतिशय उपयुक्त ठरली. त्यामुळे या प्रक्रियेला शास्त्रशुद्ध पाया मिळाला.

उदाहरणार्थ, एखादी स्त्री येऊन सांगू लागत असे, "तुम्ही सांगितलेली प्रत्येक गोष्ट मी करतेय. तरीही माझं वजन उतरत नाहीये."

शिखाचं प्राथमिक निदान असे, "तुमचं यकृत नीटपणे काम करत नाहीये. ते अन्नाचं नीटपणे पचन करत नाहीये. त्यामुळे नीटपणे न पचलेल्या अन्नाचं चरबीत रूपांतर होतंय."

ती संपूर्ण वैद्यकीय तपासणी करून घ्यायचा सल्ला देत असे. दहातल्या पाच लोकांच्या बाबतीत खरोखरच यकृत नीटपणे काम करत नसे. त्यामुळे या समस्येबद्दलचं योग्य वैद्यकीय ज्ञान अत्यंत उपयुक्त ठरत असे.

"लोकांच्या लक्षात आलं की, मी सर्व प्रकारच्या समस्यांवर तोडगे सुचवू शकते; फक्त त्यांना उपाशी राहायला सांगत नाही!"

शिखा सर्व प्रक्रिया योग्य प्रकारे पूर्ण करण्याबाबतसुद्धा जागरूक होती.

"चांगल्या कॉलेजमध्ये शिक्षण घेतल्यामुळे या गोष्टी तुमच्या अंगवळणी पडलेल्या असतात. मी त्यांचा सर्व वैद्यकीय तपशील, फॉर्मवर नोंदवून घेत असे. त्यांच्या रक्तदाबाची नोंद ठेवत असे."

या लहानलहान गोष्टींमुळे दर्जेदार व्यावसायिकतेचं दर्शन घडू लागलं. पहिल्या शंभर रुग्णांपैकी पन्नासच रुग्णांना अपेक्षेएवढं वजन उतरवता आलं; वेट लॉस उपक्रमाकडून त्यांच्या ज्या अपेक्षा होत्या, त्या पूर्ण झाल्याबद्दल ते समाधानी होते.

व्यवसाय वाढू लागला, तेव्हा शिखानं एका आहारतज्ज्ञाला नोकरीवर ठेवून डाएट प्लॅन्स लिहून देण्यासारखी कंटाळवाणी कामं तिच्यावर सोपवली.

"कार विकत घेतल्यामुळे मला खूपच स्वातंत्र्य मिळालं आणि माझा आत्मविश्वास वाढला. ही गोष्ट शक्य तेवढ्या लवकर करावी, असा माझा सर्व स्त्रियांना सल्ला आहे."

"मी तिला सूचना देत असे, 'असं कर, तसं कर, ही समस्या दिसतेय, प्रोटीन लेव्हल वाढव किंवा कमी कर वगैरे वगैरे...'"

कारण सुरुवातीपासूनच शिखा जाणून होती की, हे काम तिला एकटीला पेलता येण्याजोगं नव्हे.

"माझ्या बॉसनं मला एक अत्यंत महत्त्वाचा सल्ला दिला होता. तो म्हणाला होता, 'तू एकटीनं काम केलंस तर तुला क्ष रुपये मिळतील. पण तू जास्त लोक नेमलेस तर तुला ५क्ष (पाचपटीनं) पैसे मिळतील. त्यामुळे मदतनिसांचा संघ तयार करण्यावर लक्ष केंद्रित कर!"

मदतनीस ठेवल्यामुळे शिखाला विचार करण्यासाठी फुरसत मिळू लागली. नव्या कल्पना प्रयोगात आणता आल्या. 'होम टीव्ही'वरील हेल्थ शोवर ती सल्लागर म्हणून काम करू शकली. हा चॅनेल 'हिंदुस्तान टाइम्स'नं सुरू केला होता.

"मी या गोष्टी गंमत म्हणून, नवा अनुभव म्हणून केल्या आणि त्यातून थोडाफार पैसाही मिळवला!"

आतापर्यंत शिखानं एक सेकंड हँड कारसुद्धा विकत घेतली होती. "मला वाटतं, तो अत्यंत महत्त्वाचा निर्णय होता... मला आता घरच्या कारवर अवलंबून राहावं लागत नव्हतं. मला स्वतंत्र आणि आत्मनिर्भर वाटत होतं."

आणि पहिल्याच वर्षी यशस्वी ठरलेल्या व्यवसायाच्या दृष्टीनं ही अगदी लहानशीच सवलत होती. दर महिन्याला १५ लोक येत होते आणि क्लिनिकची महिन्याची आमदनी होती ५० हजार रुपये.

"मी डॉक्टरकी करणं पूर्णपणे थांबवून या व्यवसायाकडेच पूर्ण वेळ बघू लागले."

लवकर शिखाला आणखी एक जागा भाड्यानं घ्यावी लागली आणि आणखी एक आहारतज्ज्ञ नेमावा लागला. त्यानंतर 'पंचशील'मधील एका क्लबकडून तिच्याकडे एक प्रस्ताव आला.

ते म्हणाले, "तुम्ही जे करताय, ते काम आम्हाला पसंत आहे. तेव्हा आमच्या जागेत क्लिनिक उघडा!"

त्यांनी मांडलेला प्रस्ताव अगदी साधा होता. शिखाच्या कमाईपैकी २५ टक्के पैसे ते घेणार होते. तिला भाडं द्यावं लागणार नव्हतं; परंतु आतील डागडुजी आणि

गरजेपुरतं फर्निचर तिला बनवून घ्यावं लागणार होतं.

"मी अजिबात घासाघीस न करता हा प्रस्ताव मान्य केला. मी माझ्या आईकडून, परतफेडीच्या हमीवर, ७२ हजार रुपये कर्जाऊ घेऊन तिथे माझा व्यवसाय सुरू केला."

'पंचशील'मधल्या डॉक्टर शिखाच्या वेट लॉस सेंटरचं १६ ऑक्टोबर, १९९८ रोजी अनावरण करण्यात आलं. पहिले तीन महिने व्यवसाय अत्यंत मंदगतीनं सुरू होता.

"दुपारच्या जेवणानंतर आम्ही उपचारांच्या पलंगांवर आडवे पडून अक्षरश: झोपा काढत होतो!" ती हसून सांगते.

फेब्रुवारी महिना उजाडला आणि ही परिस्थिती अचानक पालटली. सांगोवांगी शिफारसीनं आणखी रुग्ण येऊ लागले. कधीकधी तर इतकी गर्दी होत असे की, शिखाला दुपारचं जेवण घ्यायला किंवा बाथरूमला जायलासुद्धा वेळ काढता येत नसे!

"कधीकधी क्षणभर मोकळा श्वास घेता यावा, म्हणून मी फोनचा रिसीव्हर बाजूला काढून ठेवत असे."

शिखानं त्वरेनं आणखी तीन आहारतज्ज्ञांना कामावर ठेवलं आणि ती वेगवेगळे प्रयोगिक आहार आखू लागली.

"आम्ही वजन उतरवण्यासाठी 'ॲटकिन्स डाएट' वापरात आणू लागलो. ते खूप प्रभावी ठरलं."

शिखाला आव्हानात्मक सर्जनशीलता आणि जनसंपर्क मनापासून आवडत होता. विशेषत: या क्लबमध्ये येणाऱ्या मान्यवरांना भेटताना तिला आनंद वाटू लागला.

"ते श्रीमंत किंवा सत्ताधारी होते, म्हणून मला त्यांच्याशी बोलायला आवडत होतं, असं अजिबात नव्हतं. त्यांच्याशी बोलणं उद्‌बोधक असे. त्यातले बरेच लोक स्वत:च्या गुणांमुळे पुढे आलेले होते."

या व्यवसायात तिला इतर अनेक गोष्टी शिकाव्या लागल्या. उदाहरणार्थ, प्लंबर्स, इलेक्ट्रिशिअन्स आणि सुतार यांच्याकडून कामं करून घ्यायला ती शिकली.

"मला टाइल्स बसवणं, सुतारकाम यांसारख्या गोष्टी करून घ्यायची मौज वाटत असे. मला नवनिर्मितीची आवड आहे."

लोकांबरोबर व्यवहार करायला शिकणं, ही त्याहून बरीच अवघड गोष्ट होती. तुम्ही डॉक्टर म्हणून एकटीनं व्यवसाय करता, तेव्हा तुमच्या स्वत:च्या कुवतीवर तुमचं यश अवलंबून असतं. परंतु तुम्ही व्यवसायाच्या प्रमुख नेता म्हणून काम करता, तेव्हा तुमच्या कर्मचाऱ्यांकडून उत्कृष्ट प्रतीचं काम करून घेण्याच्या तुमच्या

> *"तुमचा व्यवसाय लहानसा असेल, तर तुम्हाला त्याची जाहिरात करावी लागत नाही. तुम्ही उत्कृष्ट ग्राहकसेवा पुरवलीत की, तुमची कीर्ती पसरते."*

कुवतीवरच तुमच्या व्यवसायाचा लौकिक अवलंबून असतो.

"लोकांकडून काम करून घेण्याच्या बाबतीत मी कमकुवत ठरते, कारण मी फार चटकन भावनाविवश होते," शिखा प्रांजल कबुली देते.

तिला दहा वर्षांपेक्षाही पूर्वी घडलेली एक घटना आठवतेय. त्यावेळेस रस्त्याच्या पलीकडल्या बाजूलाच असलेल्या प्रतिस्पर्ध्यानं तिचे अनेक कर्मचारी लांबवले होते.

"त्यावेळेस मला सर्वांत जास्त दुःख या गोष्टीचं झालं की, माझी एक आहारतज्ज्ञ मला म्हणाली की, ती लग्न करतेय म्हणून सोडून जातेय; दुसरीनंसुद्धा अशीच एक थाप मारली. त्या माझ्याशी खोटं बोलल्या, म्हणून मला फार वाईट वाटलं!"

शिखाला या गोष्टीचा इतका मनस्ताप झाला की, तिला आम्लपित्ताचा त्रास होऊ लागला.

"काही लोक व्यावसायिक नीतिनियम बेधडकपणे गुंडाळून ठेवत असतात आणि आपण त्याबाबतीत काहीही करू शकत नसतो, हे कटुसत्य स्वीकारायला मला खूप वेळ लागला."

परंतु ज्या गोष्टींमध्ये काहीतरी करणं तिच्या हातात होतं, ते तिनं आवर्जून केलं. कधीकधी तर तिनं ते केवळ अंतर्मनाचा कौल घेऊन केलं.

"मी क्लिनिक चालू केलं, तेव्हा 'पॅसिव्ह वेट लॉस मशीन्स' अतिशय लोकप्रिय होती. अशी काही मशीन्स विकत घेण्यासाठी मी माझ्या निढळाच्या घामाचे पैसे गुंतवले होते."

परंतु वैद्यकीय प्रशिक्षण घेतलेल्या तिच्या मनात त्याबाबत शंका खदखदत होती की, खरोखरच ही मशीन्स उपयुक्त आहेत का?

"माझ्या लक्षात आलं की, ही मशीन्स म्हणजे निव्वळ भोंदूगिरी आहे. या मशीन्सच्या जोडीला तुम्ही जे आहारनियम पाळत असता, त्यांच्यामुळे आणि केवळ त्यांच्याचमुळे तुमचं वजन उतरतं."

शिखानं ती मशीन्स वापरणं बंद केलं.

तिच्या मित्रांनी आणि हितचिंतकांनी तिला तसं न करण्याचा सल्ला दिला. लोकांना ती मशीन्स वापरून मानसिक समाधान लाभत असेल, तर ती वापरायला काय हरकत आहे, असं त्यांचं म्हणणं होतं.

परंतु शिखाचा निश्चय ढळला नाही. ती तिच्या क्लिनिकमध्ये यापुढे इलेक्ट्रॉनिक मसल स्टिम्युलेटरचा वापर पूर्णपणे थांबवणार होती!

"मी ही मशीन्स विकणारसुद्धा नव्हते, कारण इतरांना ती विकणं म्हणजे ही भोंदूगिरी चालू ठेवणं ठरलं असतं. त्यामुळे ही मशीन्स मी माझ्या अडगळीच्या खोलीत टाकून दिली!"

तिनं असं केल्यामुळे काही लोक तिचं क्लिनिक सोडून इतरत्र गेले, परंतु त्यानंतर लगेचच व्यवसाय वाढला. जगभर फिरलेल्या, बहुश्रुत ग्राहकांना शिखाचा हा तर्कशुद्ध दृष्टिकोन खूपच भावला. अशा लोकांच्या झुंडीच्या झुंडी तिच्या क्लिनिकमध्ये येऊ लागल्या.

"ही जणूकाही देवानं दिलेली पावतीच होती की, तुम्ही केलेल्या पुण्यकर्माचं यथायोग्य फळ तुम्हाला नेहमीच लाभतं! माझ्या वैयक्तिक परिपक्वतेच्या कसाचा हा दुसरा टप्पा होता!"

लवकरच तिच्या परिपक्वतेचा आणखी एकदा कस लागणार होता! यावेळेस शिखाला एक अत्यंत अवघड व्यावसायिक निर्णय घ्यावा लागला. तिच्याकडे येणारे लोक महिन्याला प्रत्येकी २२०० रुपये देत होते आणि त्यांपैकी २५ टक्के पैसे क्लबकडे जात होते.

परंतु अचानक एके दिवशी, क्लबच्या मॅनेजरनं शिखाला फोन करून सांगितलं की, यापुढे त्यांना आमदनीपैकी ३३ टक्के पैसे हवे आहेत!

या मागणीला काही अर्थच नव्हता! शिखा आधीच महिना ५ लाख उत्पन्नापैकी २५ टक्के उत्पन्न त्यांना देत होती. त्याऐवजी स्वत:ची जागा भाड्यानं घेणं शहाणपणाचं ठरलं असतं.

"मी नेमकं तेच केलं! २०००च्या मध्याला, मी माझं स्वत:चं क्लिनिक वसंतविहारमध्ये उघडलं; तिथे माझ्या ग्राहकांना सेवा पुरवू लागले."

गमतीची गोष्ट म्हणजे, 'पंचशील क्लब'मधून बाहेर पडणं ही इष्टापत्तीच ठरली! बंधनकारक सुखकोशातून बाहेर पडल्यावर व्यवसायाने वेग घेतला.

"एका वर्षाच्या आत मी 'पंचशील'मध्ये दुसरं क्लिनिक उघडलं."

प्रत्येक क्लिनिकमध्ये महिना सरासरी ५-६ लाखांचा व्यवसाय होऊ लागला. प्रत्येक जागी येणारे ३०० रुग्ण सांभाळण्याचं काम तीन-चार आहारतज्ज्ञ पार पाडू लागले.

दरम्यान 'स्वास्थ्य आणि पोषक आहार' याबाबतचे शिखाचे विचारही अधिक सुस्पष्ट होऊ लागले होते. २००२ साली तिनं तिच्या आहार-सूचीसाठी आयुर्वेदिक तत्त्वांचा वापर करायला प्रारंभ केला.

"आम्ही कोणतीही औषधं वापरत नाही. फक्त चयापचय प्रक्रियेचा वेग वाढवणारे नैसर्गिक अन्नपदार्थ वापरतो. उदाहरणार्थ, आल्याचा रस आणि त्याबरोबर तुळस, आवळा, कोरफड, हिंग, ओवा इत्यादी."

''अनेक स्त्रिया उद्योजिका असल्याचं केवळ ढोंग करत असतात. त्यांना कामाबद्दल कोणतीही आच, उत्कटता किंवा बांधिलकी वाटत नसते!''

प्रत्यक्षात प्रत्येक माणसाच्या शरीरप्रकृतीनुसार त्याला आहार सुचवला जातो. त्याची शरीरप्रकृती 'वात-कफ-पित्त' यांपैकी ज्या प्रकारची असेल, त्याला साजेसा आहार त्याला सुचवला जातो. वजन उतरवण्यासाठीची ही अपारंपरिक पद्धत आहे! आणि बहुधा त्यामुळेच एका अत्यंत विशेष अशा व्यक्तीचं शिखाकडे लक्ष वेधलं गेलं असावं.

''एके दिवशी सकाळी मला एक फोन आला की, सरकारातील एक अत्यंत वरिष्ठ व्यक्ती वेट लॉससाठी मला भेटू इच्छितेय.''

फोन करणाऱ्यानं या व्यक्तीचं नाव सांगितलं नव्हतं; फक्त तिला नेण्यासाठी एक कार येईल, एवढंच सांगितलं होतं.

''त्यामुळे मी थोडीशी काळजीत पडले! मी माझ्या आईला माझ्यापाठोपाठ यायला आणि माझं अपहरण झाल्यास पोलिसांत वर्दी द्यायला सांगितलं!''

पंतप्रधानांच्या ऑफिसाची गाडी तिच्या घरापुढे थांबलेली पाहूनही शिखाची पूर्ण खातरी पटलेली नव्हती!

''जेव्हा मी पंतप्रधानांच्या घरात प्रवेश केला, तेव्हाच माझा त्यावर विश्वास बसला. भारताचे पंतप्रधान माझ्यासारख्या चिमुरडीचा सल्ला घेत होते!''

आयुष्यात प्रथमच शिखाचा जगन्नियंत्यावर विश्वास बसला.

''आजवर मला वाटत होतं की, 'मी' हा व्यवसाय करतेय; परंतु आता मला जाणीव झाली की, मी तर केवळ एक माध्यम आहे आणि कर्ताकरविता आकाशातून सूत्रं हलवून सारं काम माझ्याकरवी करून घेतो आहे!''

तुम्ही फक्त सद्हेतूनं, समर्पिततेनं आणि योग्य प्रकारे काम करत राहायला हवं. शिखाचं लक्ष सतत त्यावरच केंद्रित झालेलं असतं.

२००१ ते २००६च्या दरम्यान डॉ. शिखाच्या वेट लॉस क्लिनिकची दरवर्षी एक नवी शाखा उघडण्यात आली.

''मी कधीही व्यवसायाबद्दल आरखडा आखलेला नव्हता, कोणतंही नियोजन केलेलं नव्हतं. मी फक्त किती ग्राहक येत आहेत, याकडे बघत असे... आणि त्याबाबत कधीही अडचण आली नाही.''

प्रत्येक क्लिनिक ४०० ते ५०० लोकांना सहजपणे सेवा पुरवू शकत असे; परंतु २५ टक्के लोक आजूबाजूच्या भागांमधून येत असत. व्यवसाय सहजपणे वाढू शकत असे. परंतु मागे वळून पाहता, आता असं वाटतंय की, इतक्या भराभरा

व्यवसाय वाढवणं तेवढंसं शहाणपणाचं नव्हतं.

"मला व्यवस्थापनविषयक समस्या जाणवू लागल्या. एकाएकी माझा सारा वेळ वीजबिलं, जागेची भाडी, अंतर्गत राजकारण, नगरपालिकेकडून 'चहापाण्या'चा खर्च अशा कटकटींमध्येच खर्च होऊ लागला."

अनेक नवी क्लिनिक सुरू झाल्यावर कर्मचाऱ्यांचं मनोबल खच्ची होऊ लागलं.

"मला आता माझ्या कर्मचाऱ्यांबरोबर पूर्वीइतका संपर्क राखता येईनासा झाला. त्यामुळे बारीकसारीक कुरबुरी, तक्रारी वाढू लागल्या. यापूर्वी अशा कुरबुरी कधीही उद्‌भवत नव्हत्या, कारण तेव्हा मी स्वत: त्यांना समुपदेशन देऊन मार्गदर्शन करत होते!"

२००६ साली परिस्थिती आटोक्याबाहेर गेली. १५०० ग्राहक आणि दिल्लीत ७ वेगवेगळ्या शाखा असलेला हा व्यवसाय वर्षाला ३ कोटींची आमदनी करत होता; परंतु वर्षामागून अनेक वर्षं १०० टक्क्यांनी वाढणारा हा व्यवसाय अचानक वाढेनासा झाला.

"तुम्ही आकारानं लहान असता, तेव्हा तुमचं अस्तित्व फार लोकांच्या नजरेला खुपत नसतं. त्यामुळे तुमच्यापुढे फारशा समस्याही उद्‌भवत नाहीत. तुमच्या हाताखाली थोडेच कर्मचारी असतात आणि त्यांचं व्यवस्थापन करणं सोपं असतं; परंतु व्यवसाय इतक्या प्रचंड प्रमाणावर वाढल्यावर, मला एकटीला तो पेलवेना."

शिखानं एका सल्लागाराची मदत घेतली आणि विविध समस्यांवर तोडगे शोधायला प्रारंभ केला. एक समस्या होती, कर्मचाऱ्यांना – विशेषत: आहारतज्ज्ञांना टिकवून ठेवण्याची. बहुतेक वेळा मुली नोकरी घेत, एक-दोन वर्षं काम करत, लग्न करून व्यवसाय सोडून देत! कधीकधी सासू-सासऱ्यांना सुनेनं काम करणं पसंत नसे, तर कधीकधी मुलींना स्वत:लाच व्यवसायाबद्दल ओढ वाटत नसे.

"त्यावर उपाय म्हणून मी आयुर्वेदाच्या डॉक्टर मुलींची नेमणूक करून त्यांना आहारशास्त्राचं शिक्षण देऊ लागले. परंतु त्यासुद्धा लग्नानंतर नोकरी सोडून देत!"

आणखी एक त्रास होता एम.सी.डी.चा! (म्युनिसिपल कॉर्पोरेशन ऑफ दिल्ली).

एक डोकेदुखी उद्‌भवली, एका आय.टी.कन्सल्टंटमुळे. त्यानं आगाऊ पैसे घेतले, पण काम पूर्ण करायला नकार दिला!

"मी माल पुरवणाऱ्यांना रोखीनं आधीच पैसे देत असे, कारण माझीही माझ्या ग्राहकांकडून तीच अपेक्षा असे! आपण इतक्या सहजपणे चेक देऊ नयेत, हा धडा मी हे कटुसत्य पचवल्यानंतरच शिकले."

शिखानं सारी सूत्रं आपल्या हाती घ्यायचं ठरवलं. अनेक नवी क्लिनिक्स उघडण्याऐवजी कॉम्प्यूटर आणि स्वत:चं पूर्णवेळाचं कॉलसेंटर यांच्या मदतीनं सल्ला द्यायचं तिनं ठरवलं.

''मी एक-दोन कॉलसेंटर्स प्रत्यक्ष जाऊन बघितली, काही पुस्तकं वाचली आणि माझ्या लक्षात आलं की, इतर कुणाचीही मदत न घेता मला ते करता येईल!''

हा निर्णय सुज्ञपणाचा होता आणि तो यशस्वी झाला. हे कॉलसेंटर दरवर्षी १०० टक्क्यांनी विस्तारत आहे आणि आता ६०० लोकांना सेवा पुरवतं आहे. वस्तुत: प्रत्यक्ष क्लिनिक चालवण्यापेक्षा तेच कितीतरीपटींनी किफायतशीर ठरलं आहे. आणखी एक महत्त्वाची गोष्ट म्हणजे कॉलसेंटरचे ८० टक्के ग्राहक दिल्लीबाहेरचे आहेत.

मार्च, २०११मध्ये 'न्युट्रिहेल्थ सिस्टिम्स'नं (कंपनीचं आताचं नाव) २००० ग्राहकांना सेवा पुरवली आणि ६ कोटी रुपये मिळवले. कंपनीनं ९० कर्मचारी नियुक्त केले आहेत. त्यांपैकी १५ त्यांच्या कॉलसेंटरमध्ये काम करत आहेत. आता पुढे काय?

कंपनी वाढवायचे अनेक मार्ग आहेत. परंतु शिखा निवडीबाबत चोखंदळ आहे.

''मी फ्रँचाइस प्रणालीचा विचार केला. परंतु माझ्या लक्षात आलं की, सेवा पुरवण्याच्या व्यवसायात हा प्रकार उपयुक्त ठरणार नाही. त्यासाठी आम्हाला स्वत:ची वेगळी औषधं किंवा डाएट प्रॉडक्ट्स तयार करावी लागतील. त्यांच्याकरवी या अनावश्यक गोष्टी ग्राहकांच्या गळ्यात बांधाव्या लागतील.''

ही गोष्ट अप्रामाणिकपणाची ठरेल. त्यामुळे शिखा त्या मार्गानं जाऊ इच्छित नाही. त्याचप्रमाणे तिच्यासारखा दृष्टिकोन नसलेले बाहेरचे वित्त-निवेशकसुद्धा तिला नको आहेत.

''माझं मत आहे की, भविष्यकाळात संपूर्ण स्वास्थ्यासाठीचे उपाय गरजेचे ठरणार आहेत. नुसतं बेगडी सौंदर्य देणारे तोडगे उपयुक्त ठरणार नाहीत. ग्राहक जाणून आहेत की, प्रयत्न करत राहिल्याखेरीज, घटलेलं वजन, त्याच पातळीवर ठेवता येत नाही!''

आणि शिखालासुद्धा तसाच सतत प्रयत्न करत राहण्यावाचून पर्याय नाही. फार क्वचित दिसणाऱ्या, हृदयस्पर्शी प्रामाणिकपणानं, शिखा कबुली देते की, वरपांगी यश दिसत असलं, तरी मागलं वर्ष खूप कठीण गेलं.

एक सेंटर म्युनिसिपल कॉर्पोरेशननं बंद करायला लावलं. अनेक कर्मचारी नोकरी सोडून गेले आणि त्यांनी तिच्या क्लिनिकची नक्कल करून स्वत:ची वेगळी क्लिनिक्स चालू केली. प्राप्तीकराबद्दल चौकशी केली गेली.

''जेव्हा एकामागून एक इतक्या समस्यांची रांग लागली, तेव्हा त्याचा माझ्या प्रकृतीवर प्रतिकूल परिणाम झाला.''

कधीकधी एखाद्या चांगल्या डॉक्टरला स्वत:लाच शुश्रूषेची गरज भासते. त्यासाठी शिखा या संपूर्ण व्यवसायाबद्दल, त्याच्या पद्धतीबद्दल पुनर्विचार करणार आहे.

त्याखेरीज ती आणखी तज्ज्ञांची मदत घेणार आहे.

अनेक स्त्री-उद्योजिकांबरोबर त्यांचे कुटुंबीय काम करत असतात. शिखाच्या बाबतीत तसं नाही. ती स्वनिर्णयानं अविवाहित राहिली आहे.

"माझ्या कुटुंबीयांच्या लक्षात आलं की, मी खूप हट्टी-हेकेखोर स्वभावाची आहे; मला आवडलेल्या व्यक्तीशीच मी विवाह करेन. माझी काही जणांशी जवळीक होती, परंतु प्राधान्यक्रमात ते पाचव्या, सहाव्या किंवा सातव्या क्रमांकावर होते. मी नेहमीच माझ्या व्यवसायाला अग्रक्रम दिला आहे... आणि त्याबाबत मी कोणतीही तडजोड करू इच्छित नाही!"

शिखाला अपत्यांबद्दलसुद्धा आस वाटत नाही.

"सर्वांबद्दलच माझ्या मनात मातृत्वभाव असतो. मी सर्वांचीच प्रेमानं देखभाल करते... माझे कर्मचारी हेच माझे कुटुंबीय आहेत! माझ्या बहिणीची मुलं मला अत्यंत प्रिय आहेत आणि माझी आई तर माझा आधारवडच आहे!"

कामाखेरीज शिखा योगासनं, वर्तमानपत्रातील स्तंभलेखन आणि व्यावसायिक चर्चासत्रं यांसाठी वेळ काढते. आजकाल तिचा अध्यात्माकडचा कल वाढतो आहे.

"मी खूपच तापट स्वभावाची होते. मी तसं दर्शवत नसे, परंतु आतल्या आत मला संतापाच्या उकळ्या फुटत असत."

ही चिडखोर मुलगी शांत होत असली, तरी तिच्या ठायीची व्यावसायिक उत्कटता पूर्वीएवढीच जाज्वल्य आहे.

"माझ्यामागून अनेक वर्षं जिवंत राहील... शंभर वर्षांनीसुद्धा जिवंत असेल, अशी कंपनी मला स्थापन करायची आहे."

लठ्ठ स्त्री आनंदानं गाऊ लागेपर्यंत किंवा तिचं शेवटचं हटवादी किलोभर वजन उतरेपर्यंत ही झुंज चालूच राहणार आहे!

स्त्री-उद्योजिकांसाठी सल्ला

जर तुमच्यात व्यवसाय उभारण्याची कुवत असेल आणि तुम्हाला काहीतरी करण्याची इच्छा असेल, तर लोकांना उपयुक्त ठरेल असं उत्पादन बनवा किंवा लोकोपयोगी व्यवसाय करा. लोकांचं शोषण किंवा फसवणूक करणारा व्यवसाय कधीही चालू करू नका. कारण त्यायोगे तुमची कधीही उन्नती किंवा भरभराट होणार नाही!

हिंदू तत्त्वज्ञानाप्रमाणे, सन्मार्गानं मिळवलेला पैसा देवाचे आशीर्वाद मिळवतो. सन्मार्गानं मिळवलेल्या पैशामुळे तुम्हाला आणि तुमच्या प्रियजनांना सुखशांती लाभते. कुमार्गानं पैसा मिळवलात, तर तुमची मुलं वाममार्गाला लागतात, नाती नासतात आणि घरात कलह उद्‌भवतो. त्यामुळे सन्मार्गानं जा आणि सन्मार्गानंच पैसा मिळवा.

दुसरी महत्त्वाची गोष्ट म्हणजे, उद्योजिका बनू इच्छिणाऱ्या स्त्रियांनी स्वत: स्वतंत्र विचार करायला शिकलं पाहिजे. अनेक उद्योजिका घरातल्या पुरुष-माणसांवर विसंबून राहतात. व्यवसाय चालवताना, तुम्हाला तुमच्या स्वत:च्या निर्णयक्षमतेवर विश्वास ठेवून स्वत:चे निर्णय स्वत: घ्यावे लागतात.

तिसरी गोष्ट म्हणजे, कामाच्या बाबतीत प्रामाणिक राहा. तुमच्या मुलांबद्दल, कुटुंबाबद्दल तुम्हाला जी तळमळ वाटते, तशीच तळमळ तुम्हाला तुमच्या व्यवसायाबद्दल वाटायला हवी. जर तुम्ही कोणताही व्यवसाय सुरू केला असेल, तर त्याची संपूर्ण जबाबदारी तुमच्यावर असते आणि वाटेत कितीही अडथळे आले, तरी तुम्हाला ते पार पाडावेच लागतात. तुमच्या व्यवसायाकडे 'धर्म' म्हणून पाहा आणि तसं जमत नसेल, तर त्या फंदात पडू नका; कारण त्यामुळे स्त्रियांचं नाव खराब होण्यापलीकडे कोणताही लाभ होत नसतो.

धर्मनिष्ठ!

दीपा सोमण

'ल्यूमिएर बिझनेस सोल्यूशन्स'

दीपानं 'हिंदुस्तान लीव्हर'मधील नोकरीतून कारकिर्दीला प्रारंभ केला, परंतु अपत्य-संगोपनासाठी तिनं नोकरी सोडून दिली. तिनं 'मार्केट रिसर्च'* करणारी एक कंपनी सुरू केली. या कंपनीचं ध्येय आहे, प्रशिक्षित स्त्रियांना, त्यांच्या सोयीच्या वेळेनुसार कामावर येण्याची सूट देऊन नोकरीवर ठेवण्याचं!

* मार्केट रिसर्च – बाजारपेठेचा अंदाज बांधण्यासाठी संशोधन.

सर्वसाधारण लोकांपेक्षा दीपा सोमण खूपच जास्त काम करते आणि त्याचा आनंद घेते. त्यामुळेच बहुधा ती पूर्ण तयारीनिशी मला भेटत असावी.

''मी अनुभवलेल्या आव्हानांबद्दल तू मला विचारलंस, त्यामुळे मी 'माइंड मॅप' तयार केलाय.''

तिचे हे बोल एम.बी.ए. झालेल्या व्यक्तीला साजेसे आहेत, असंच तुम्हाला वाटेल. परंतु ते खरं नाही; कारण दीपाचे विचार आणि उद्दिष्टं अगदी स्वच्छ, स्पष्ट आणि ठाम असतात. आजच्या जगात ही गोष्ट क्वचितच आढळते.

अन्य अनेक स्त्री-उद्योजिकांप्रमाणे ती अल्पकाळातच जीवघेण्या स्पर्धेतून बाहेर पडली.

त्यातील काही स्त्रियांप्रमाणे तिनं स्वत:चा व्यवसाय सुरू केला. फरक एवढाच आहे की, तिनं त्याची व्याप्ती केवळ 'व्यवसाय' अशी न ठेवता खूपच विस्तृत केली. तिची कंपनी 'मार्केट रिसर्च' करत असली, तरी त्यामागचा प्रमुख हेतू आहे स्त्रियांना सोयीच्या वेळेस काम करण्याची संधी उपलब्ध करून देणं!

''या स्त्रिया काम करतात, कोणत्या गोष्टीपासून समाधान मिळवतात आणि काय बनतात, हे पाहून मला कामासाठी स्फूर्ती लाभते.''

फक्त कॉम्प्यूटरवर आधारित अशी संस्था चालवणं ही सोपी गोष्ट नव्हे. तुम्हाला तंत्रज्ञानात आणि संस्थेच्या सदस्यांमध्ये एकसंधपणा राखण्यासाठीची तत्त्वं आणि कार्यपद्धती तयार करण्यात, खूप कष्ट ओतावे लागतात. असं केलं, तरच स्वातंत्र्याबरोबर शिस्त आणता येते.

''आम्हाला कमी नफ्यावर काम करावं लागतं, कारण अस्थिरता खूप असते. परंतु गेल्या सोळा वर्षांत, वेळेवर काम पुरं करता आलं नाही, असं एकदाही झालं नाही.''

जर 'ल्यूमिएर'ला हे शक्य होतंय, तर इतरांना ते का शक्य होऊ नये? त्यामागचं कारण आहे, त्यासाठी परिश्रम करावे लागतात.

परंतु आपण त्या गोष्टीची मागणी करायला हवी, त्याचा हट्ट धरायला हवा. कारण जगासाठी उपयुक्त गोष्ट करणं हे आपलं कर्तव्य असलं, तरी एकोप्यानं, संतुलितपणे जगणं हा आपला हक्क आहे!

धर्मनिष्ठ!

दीपा सोमण
'ल्यूमिएर बिझनेस सोल्यूशन्स'

मुंबईतील माटुंग्यात दीपा सोमणचा जन्म झाला.

"वाटेत आलेल्या अनेक अडचणींवर मात करून, माझ्या आई-वडिलांनी प्रेमविवाह केलेला होता. सायन कोळीवाड्यातील सरदार नगरमधल्या, स्वयंपाकघर आणि एक खोली असलेल्या घरात मी वाढले."

आर्थिक चणचणीमुळे दीपाच्या आईनं खूप कष्ट केले. आवश्यक त्या परीक्षा दिल्या आणि प्राप्तीकरखात्यात कारकुनाची नोकरी मिळवली. आई आणि वडील दोघेही कामावर जात असल्यामुळे शाळा सुटल्यावर दीपा एका पाळणाघरात थांबत असे. ती लवकरच स्वत: किल्लीनं कुलूप उघडून घरात प्रवेश करण्यात तरबेज झाली.

"मोठी होत असताना मला जाणवत गेलं की, माझी आई व्यावसायिक नीतिमूल्यं जपणारी, महत्त्वाकांक्षी आणि अत्यंत कष्टाळू आहे. ती घरातील सारी कामंसुद्धा सांभाळत असे."

दीपा पाच वर्षांची असताना तिच्या बहिणीचा जन्म झाला. त्यानंतर तिच्या आईला दम्याचा सतत त्रास होऊ लागला. दरवर्षी तिला दम्याचा निदान एकदातरी जोरदार त्रास होत असे. दरवेळेस ती हॉस्पिटलमध्ये गेली की, घरी केव्हा परत येईल, याची काहीही शाश्वती नसे.

"नवव्या वर्षापासून मी स्वयंपाक करायला आणि घर सांभाळायला शिकले.

आईचं दैनंदिन आयुष्य इतकं खडतर होतं की, लहानसहान गोष्टींनी तिला सुख मिळवून द्यायला मी धडपडत असे.''

वैद्यकीय समस्या सुरूच होत्या. दीपाच्या आईच्या वडिलांना पार्किन्सनचा त्रास होऊ लागला, तर तिच्या आजीला कॅन्सर झाला. त्यांच्याजवळ राहून आणि मृत्यूचं इतक्या जवळून दर्शन घेऊन दीपा तिच्या वयापेक्षा खूपच जास्त समंजस झाली. परंतु सारंच आयुष्य काही खिन्न आणि उदास नव्हतं.

''माझे वडील 'टाइम्स ऑफ इंडिया'साठी काम करत असत. या नोकरीचा सर्वांत मोठा फायदा होता फुकटात मिळणारी मासिकं आणि वर्तमानपत्रं!'' दीपा हसून म्हणते.

लेखक आणि कवी बरेचदा त्यांच्या घरी गप्पागोष्टींसाठी येत. दीपा आणि तिची बहीण अमृता यांना सिनेमा पाहून आल्यावर त्याबद्दलचे विचार लिहिण्यासाठी किंवा नूतनवर्षापूर्वीच्या रात्रीविषयी लिहिण्यासाठी उत्तेजन दिलं जात असे.

''मी पत्रकार किंवा लेखक होणार, याबद्दल मला खातरीच वाटत होती!''

दीपा आणि तिचे कुटुंबीय अंधेरीत राहू लागले. तिनं तिथल्या नव्या शाळेत प्रवेश घेतला. यानंतर तिच्या आयुष्याला वेगळं वळण लागलं. तिथे ती कनोसा कान्व्हेंट स्कूलमध्ये आठवीच्या वर्गात दाखल झाली. पैसे जमा करण्याच्या हेतूनं, शाळेच्या पहिल्याच दिवशी प्रत्येक विद्यार्थ्याला घरातली जुनी वर्तमानपत्रं आणायची सूचना देण्यात आलेली होती. ही वर्तमानपत्रं नीटपणे एकावर एक रचून वर्गाच्या दाराजवळ ठेवायची होती.

थोड्या वेळानं शाळेच्या मुख्याध्यापिका शाळेत फेरी मारू लागल्या. दीपाच्या वर्गाबाहेर थांबून त्यांनी तिथल्या ढिगाकडे बोट दाखवलं आणि विचारलं, ''हा गठ्ठा कोणी रचला?''

दीपा घाबरतच पुढे आली.

मुख्याध्यापिका म्हणाल्या, ''सर्वांनी या मुलीकडे नीटपणे बघा. ती आयुष्यात नक्कीच काहीतरी असाधारण करून दाखवेल, याची मला खातरी वाटतेय.''

दीपानं रचलेला गठ्ठा अतिशय नीटनेटका दिसत होता. एकही वर्तमानपत्र गठ्ठ्यातून इकडेतिकडे डोकावत नव्हतं. दीपाची आई तिला जेवणाचं टेबल जसं मनापासून आणि लक्षपूर्वक स्वच्छ करायला लावत असे, तीच एकाग्रता तिनं हा गठ्ठा रचताना दाखवली होती. मुख्याध्यापिकेच्या शब्दांचा तिच्या मनावर खोलवर ठसा उमटला.

''पन्नास मुलांपुढे आपली प्रशंसा होणं ही उमेद वाढवणारी गोष्ट असते. मी अभ्यासाच्या बाबतीत अगदी निष्काळजी होते. आता मी अधिक एकाग्रतेनं आणि जोमानं अभ्यास करायचं ठरवलं.''

असा निश्चय केलेला असूनही प्रिलिम्सच्या वेळेस एका विषयाच्या परीक्षेत दीपाला अजिबात काहीही आठवेना!

''मी भूमिती या विषयाची धास्तीच घेतलेली होती आणि परीक्षेत मला काहीही

लिहिता आलं नाही.''

परंतु या घटनेनंतर, वाइटातून काहीतरी चांगलं निपजलं. दीपाच्या वर्गात रोझ नावाची मुलगी होती. ती वर्गात नेहमी पहिला क्रमांक मिळवत असे. तिला बक्षीस म्हणून 'द पॉवर ऑफ पॉझिटिव्ह थिंकिंग' नावाचं एक पुस्तक मिळालं होतं. दीपानं ते पुस्तक वाचण्यासाठी मागून घेतलं.

''मी सारी रात्र जागी राहून ते पुस्तक वाचून संपवलं. त्यानंतर माझ्या साऱ्या शंकाकुशंका नाहीशा झाल्या. त्या पुस्तकामुळे माझ्यात आमूलाग्र परिवर्तन घडून आलेलं होतं.''

चौदाव्या वर्षी, दीपाला उमगलं की, तीच तिच्या आयुष्याची शिल्पकार आहे; आणि तिच्या विचारांवरही तिचाच स्वत:चा ताबा आहे.

'''चांगल्या गोष्टी मी करूनच दाखवेन,' असा मी मनाशी दृढनिश्चय करू लागले आणि त्याचे सुपरिणाम घडताना दिसूही लागले.''

दीपानं डोक्यात ५६० हा आकडा निश्चित केला आणि तिला एस.एस.सी. बोर्डाच्या परीक्षेत तेवढे गुण मिळालेसुद्धा. त्यानंतर तिनं सेंट झेविअर्स कॉलेजमध्ये प्रवेश घेतला. जरी प्रारंभी दीपाचा कल वैद्यकीय शिक्षण घेण्याकडे होता, तरी आईच्या सल्ल्याला मान देऊन तिनं तो विचार सोडून दिला; त्याऐवजी ती कला शाखेकडे वळली.

''मी अगदी पुस्तकातला किडाच होते. कॉलेजच्या दिवसांची मी खूप मौज लुटली; परंतु ती कँटीनमध्ये नव्हे, तर लायब्ररीत बसून!''

पदवी मिळवल्यावर दीपानं एम.बी.ए.साठी एस. पी. जैन कॉलेजात प्रवेश घेतला. ती अभ्यासाकडे गांभीर्याने पाहू लागली. 'मार्केटिंग' हा विषय तिला विशेष आवडू लागला.

कॅम्पस इंटरव्ह्यूच्या वेळेस दीपानं सर्वांत मोठ्या आणि सर्वोत्कृष्ट कंपनीत नोकरी मिळवण्यावर लक्ष केंद्रित केलं होतं.

मुलाखतीच्या सात फेऱ्यांनंतर तिनं तिच्या पसंतीच्या 'हिंदुस्तान लीव्हर लिमिटेड'मध्ये नोकरी मिळवली. ही नोकरी मिळवल्यानंतर लगेचच दीपा प्रेमात पडली आणि त्याच मुलाबरोबर तिनं काही काळानं विवाहही केला.

''मी मिलिंदला कॅम्पसवर पहिल्यांदा पाहिलं, तेव्हाच मला मनोमन जाणवलं की, याच मुलाबरोबर मला उर्वरित आयुष्य घालवायचं आहे.''

दोघांना ओळखणाऱ्या एका स्नेह्यानं त्यांची ओळख करून दिली आणि त्यांनी एकत्र बसून कॉफी घेतली. परीक्षा संपल्यावर मिलिंदनं दीपाला विचारलं की, ती त्याच्याबरोबर 'बॅक टू द फ्यूचर' हा सिनेमा पाहायला येईल का?'

दीपानं होकार देऊन विचारलं, ''मी माझ्या आईला आणि बहिणीला सोबत घेऊन आले तर चालेल का?''

त्यानं काहीच हरकत घेतली नाही. 'स्टर्लिंग थिएटर'मधे हा सिनेमा पाहिल्यावर

''आर्थिकदृष्ट्या काही फारशी सुबत्ता नव्हती; परंतु वाचनाच्या वेडामुळे मला साऱ्या जगाबद्दल माहिती करून घेता आली.''

ते सारे विठ्ठलची भेळ खायला गेले. दुसऱ्याच दिवशी दीपानं मिलिंदपुढे लग्नाचा प्रस्ताव मांडला आणि त्यानं होकार दिला. तो एस.पी. जैनमध्ये एक वर्ष तिच्या मागे होता, त्यामुळे त्याचं एम.बी.ए. पूर्ण झाल्यावर लग्न करण्याचं त्यांनी ठरवलं.

दरम्यान दीपा 'हिंदुस्थान लीव्हर'मध्ये रुजू झाली.

'लीव्हर'मधील दीपाची कारकिर्द ग्रामीण विभागातील अनुभवानं सुरू झाली. दीपाला आणि मोहिना नावाच्या दुसऱ्या प्रशिक्षणार्थी मुलीला पाच खेड्यांची जबाबदारी उचलावी लागली.

''आम्ही स्वास्थ्य आणि कामधंदा याविषयी काम करू लागलो. काही काळ माझ्या मनात विचार होता की, आपण 'आयएएस' परीक्षेला का बसू नये?'' ती जुनी आठवण सांगते.

कालांतरानं तो विचार तिनं सोडून दिला असला, तरी ध्येयवादाची ऊर्मी मात्र तिला मनाआड करता आली नाही.

जेव्हा नोकरीत कायम होण्याची वेळ आली, तेव्हा दीपानं एक मुलुखावेगळीच गोष्ट केली. तिनं 'ब्रँड मॅनेजमेंट'ऐवजी प्रत्यक्ष विक्री क्षेत्रात उतरण्याची इच्छा प्रदर्शित केली. निर्णय घेणाऱ्या मंडळाला ही मागणी पटवायला तिला ४५ मिनिटं युक्तिवाद करावा लागला; परंतु अखेरीस त्यांनी तिची मागणी कबूल केली. विवाहानंतर मुंबईतच राहण्याची दीपाची इच्छा असल्यामुळे तिनं 'लीव्हर'ची भगिनीसंस्था असलेल्या 'लिप्टन इंडिया'त काम करण्यास होकार दिला.

'लिप्टन'मध्ये सेल्स मॅनेजर म्हणून काम करताना दीपाच्या हाताखाली ४५ वर्षांपेक्षा जास्त वयाचे ४५ विक्रेते काम करत होते. त्यामुळे तिने आपली वेषभूषा आणि वागण्याची पद्धत काळजीपूर्वक निश्चित केली. ती नेहमी साडी, अंबाडा अशा वेषात, शरीर अगदी ताठ ठेवून वावरत असे.

''कुणालाही काही सांगायला यायला भीती वाटू नये, परंतु तरीही व्यावसायिकतेचा दरारा जाणवावा, अशा पद्धतीनं मी वावरत असे. हाताखाली पुरुष कर्मचाऱ्यांना वागवायला आणि त्यांचा आदर मिळवायला मला कोणतीही अडचण आली नाही.''

विक्रीखात्यात अनुभव घेतल्यानंतर दीपाला 'मार्केट रिसर्च' या क्षेत्रात काम करावंसं वाटू लागलं. हा दूरदृष्टीनं घेतलेला निर्णय होता.

''विवाहानंतर तीन वर्षांनी पहिलं अपत्य जन्मावं आणि तिसाव्या वर्षापूर्वी दुसऱ्या अपत्याचा जन्म व्हावा, असं मी ठरवलं होतं. 'मार्केट रिसर्च' क्षेत्रात काम करताना मला मातृत्वासाठी थोडा जास्त मोकळा वेळ काढता येईल, असं मला वाटत होतं.''

परंतु बाळंतपणाची रजा संपल्यावर जेव्हा दीपा नोकरीवर रुजू झाली, तेव्हा तिथे तिचं मन रमेना. 'हिंदुस्तान लीव्हर'मध्ये स्त्री-व्यवस्थापिकांना काही काळ नोकरीतून दूर होण्याची मुभा दिली जाते. दीपानं या सवलतीचा वापर करायचं ठरवलं.

"घरातले सारे जणच अवाक झाले; कारण माझ्या कुटुंबातल्या साऱ्याच स्त्रिया नोकरी करतात. नातेवाईक विचारू लागले, 'बाळाबरोबर घरात बसून तुझा वेळ तू कसा घालवशील?'"

मिलिंदनं एका आय.टी. कंपनीत नोकरी घेतली होती आणि त्याला कामासाठी सततच खूप प्रवास करावा लागत होता. दुसऱ्या देशात काही काळ राहण्याच्या विचारानं दीपाच्या मनाचा ताबा घेतला.

"मला जमैकाचं प्रचंड आकर्षण वाटत होतं. मी मिलिंदला म्हटलं, 'चल, आपण तिथे जाऊ या!'"

त्यामुळे स्वच्छ सूर्यप्रकाश, वाळू आणि फेसाळत्या लाटांच्या ओढीनं सोमण कुटुंबानं किंग्स्टन, जमैका इथे स्थलांतर केलं. भारत सोडण्यापूर्वी, दीपाच्या आईचं निधन झालं; पन्नासाव्या वाढदिवसानंतर अवघ्या दोनच आठवड्यात!

"आम्ही शाळेत होतो, तेव्हा आईनं अगदी जवळून मृत्यूचा अनुभव घेतला होता. ती त्यावेळेस म्हणाली की, तिनं देवाबरोबर सौदा केला आहे, 'माझी मुलं स्थिरावली की मी तुझ्याकडे येईन.'"

ज्या दिवशी दीपाच्या बहिणीला नोकरी मिळाली, त्याच दिवशी तिची आई कोमात गेली. तिनं देवाला दिलेला शब्द पाळला होता.

"मला ते फार अवघड गेलं, कारण आईच माझा आधार आणि स्फूर्तिस्थान होती. इतक्या व्याधी असूनही तिनं आम्हाला अतिशय चांगल्या प्रकारे वाढवलं. त्याबरोबरच तिनं व्यवसायातसुद्धा उच्चपद मिळवलं." (दीपाची आई, गीता सामंत ही प्राप्तीकरखात्यात कारकुनाच्या जागेपासून 'असिस्टंट कमिशनर ऑफ इन्कमटॅक्स' या पदाला पोचली.)

दीपाला अतिशय निराधार आणि दु:खिकष्टी वाटू लागलं.

नव्या देशात स्थलांतर केल्यामुळे हे दु:ख हलकं होण्याऐवजी वाढलंच. लहान बाळाची काळजी घेताना कोणतीही बौद्धिक चालना लाभत नसल्यामुळे दीपाला आपण निरुपयोगी आहोत असं वाटू लागलं. तिनं अर्धवेळाची नोकरी शोधायचं ठरवलं. परंतु एस.पी. जैन कॉलेजमधली पदवी किंवा 'लीव्हर'मधला अनुभव जमैकामध्ये महत्त्वाचा धरला गेला नसता.

"त्या काळात इंटरनेटची सुविधा सुरू झाली नव्हती. त्यामुळे मी 'यलो पेजेस'*

---

* यलो पेजेस – व्यवसायाच्या टेलिफोन नंबर्सची डिरेक्टरी.

'''लिप्टन'मध्ये मी दाखवून दिलं होतं की, तुम्ही सौजन्यानं वागलात तरी खंबीरपणे काम करून घेऊ शकता.''

उघडली.

'मार्केट रिसर्च'च्या मथळ्याखाली तीन कंपन्यांची नोंद करण्यात आलेली होती. दीपानं 'जे. ए. यंग रिसर्च' या कंपनीकडे अर्ज पाठवून दिला, कारण इतर दोन कंपन्यांपेक्षा ती अधिक चांगली असावी, असा तिचा ग्रह झाला.

तीनच दिवसांत त्या कंपनीच्या मॅनेजिंग डायरेक्टरनं स्वत: उत्तर पाठवून उत्तराला लावलेल्या विलंबाबद्दल क्षमा मागितली. जोश ए. यंग यानं 'ब्रिटिश-अमेरिकन टोबॅको' कंपनीत प्रदीर्घ अनुभव घेतल्यानंतर नुकतीच स्वत:ची कंपनी सुरू केलेली होती.

तो म्हणाला, ''मिसेस सोमण, तुम्ही आमच्या कंपनीत काम करू लागलात, तर आम्हाला आनंद होईल.''

अशा प्रकारे दीपाला कामासाठी पहिला प्रकल्प मिळाला. 'जे ए यंग रिसर्च कंपनी'नं कामासाठी परवाना मागितल्यावर तिला आणखी प्रकल्प मिळाले. आता प्रश्न असा उभा राहिला की, तिनं केल्या कामाचं बिल कशा प्रकारे बनवायचं. एका चार्टर्ड अकाउंटंटनं तिला समजावून सांगितलं की, जमैकात व्यक्तिगत प्राप्तीकर ३३ टक्के असतो, तर कंपन्यांना फक्त २५ टक्के प्राप्तीकर भरावा लागतो.

मिस्टर यंगनी दीपाला सल्ला दिला, ''जे ए यंगसाठी काम करणारी एक कंपनी तुम्ही सुरू करा. ते तुम्हाला अधिक फायद्याचं ठरेल.''

आता प्रश्न आला, या कंपनीसाठी नाव शोधण्याचा.

'''ल्यूमिएर'चा अर्थ आहे 'प्रकाश'. माझ्या नावाचाही तोच अर्थ आहे. मला जगभरात स्वीकारलं जाईल, असं नाव हवं होतं.''

अशा प्रकारे १७ फेब्रुवारी, १९९५मध्ये 'ल्यूमिएर कन्सल्टन्सी सर्व्हिसेस'चा जन्म झाला. काम दीपाला आवडेलसं होतं आणि कामाच्या वेळा तिला सोयीनुसार निवडता येत होत्या. ज्या दिवशी तिची मोलकरीण येत नसे, त्या दिवशी दीपा तिच्या लहान मुलाला घेऊन ऑफिसात जात असे.

ती जुनी आठवण सांगते, ''माझं काम पूर्ण होईपर्यंत, राहुल त्याच्या खेळण्यांशी खेळत बसत असे.''

मन कामात गुंतून राहू लागलं आणि मिळणाऱ्या पैशांमुळे तिला आर्थिकदृष्ट्या सुरक्षित वाटू लागलं, त्याबरोबर तिचं मनही प्रसन्न राहू लागलं. तिचा आत्मविश्वास आणि आत्मसन्मान तिनं परत मिळवला होता! अचानक तिला साक्षात्कार झाला, ''किती तरुण आया माझ्याप्रमाणेच भावनिक आवर्तात सापडून स्वत:ला अगतिक,

निरुपयोगी आणि शक्तिहीन समजत असतील?''

व्हरांड्यात उभी राहून मावळत्या सूर्यबिंबाकडे पाहत असताना दीपानं स्वत:शीच एक निश्चय केला –

''मला जर स्वत:चं आयुष्य घडवता आलं, तर माझ्यासारख्या मानसिकतेतून जाणाऱ्या स्त्रियांसाठी मी नक्कीच काहीतरी करू शकेन.''

काही स्त्रियांना दर आठवड्याचं 'मॅनिक्युअर' (नखांची मशागत) जेवढं महत्त्वाचं वाटतं, तेवढीच इतर काही स्त्रियांना व्यावसायिक परिपूर्णता महत्त्वाची वाटते आणि दोन्ही प्रकारच्या स्त्रियांना त्यांची इच्छित गोष्ट मिळायलाच हवी...

दीपाला जमैका आवडू लागलं होतं, तोच आणीबाणीची परिस्थिती उद्‌भवली. मिलिंदच्या वडिलांना हृदयविकाराचा झटका आला आणि त्यांची काळजी घेणारं दुसरं कुणीही नव्हतं. दीपा आणि मिलिंदनं परत जाण्याचा निर्णय घेतला. त्यांनी नेरुळ, नवी मुंबई इथे राहायचं ठरवलं. मिलिंदच्या वडिलांनी (ते भाभा ॲटोमिक रिसर्च कमिशनमध्ये काम करत असत) तिथे दुमजली बंगला बांधला होता.

''आम्ही भारतात परत आलो, तेव्हा माझी मुलगी व्हिआ, फक्त सहा आठवड्यांची होती. मी इथे कसं काय निभावणार, याची मला काहीही कल्पना नव्हती.''

नेरुळ हे दूरचं आणि अविकसित उपनगर होतं. मिलिंदला सतत प्रवास करावा लागत असे, तर मुलं वारंवार हिवताप आणि इतर गोष्टींमुळे आजारी पडत. मदतीला कुणीही नव्हतं. दीपाला दक्षिण मुंबईतील ऑफिसात कामाला जाणं किंवा फिरतीची नोकरी घेणं शक्यच नव्हतं.

''परंतु मी नुसती रिकामीही बसून राहू शकत नव्हते. त्यामुळे मी स्वत:चाच कोणतातरी व्यवसाय सुरू करायचं ठरवलं.''

दीपानं जिम सुरू करण्याबद्दल विचार केला. मुलांसाठी 'प्ले स्कूल' सुरू करण्याची कल्पनासुद्धा तिच्या मनात आली. मग अचानक एके दिवशी जुलै, १९९६मध्ये दीपाला तिच्या 'लीव्हर'मधल्या पूर्वीच्या सहकाऱ्याचा, जयदेवचा फोन आला.

तो म्हणाला, ''आमच्याजवळ कर्मचाऱ्यांचा तुटवडा आहे. तू घरूनच रिसर्च मॅनेजर म्हणून काम करू शकशील का?''

दुरून काम करताना, त्या काळी खूप संयोजन करावं लागत असे. मिलिंदचा ड्रायव्हर 'लीव्हर'च्या बॅक्बे रेक्लमेशनमधील ऑफिसातून कामाचे कागद घेऊन येत असे आणि त्या कागदांची पाहणी करून दीपानं तयार केलेला अहवाल, तोच पुन्हा 'लीव्हर'च्या ऑफिसात नेऊन देत असे. कामाचे पैसे पूर्ण विश्वास ठेवून दिले जात.

''मी कामाला सुरुवात करताना किती वाजले आहेत, याची नोंद करत असे आणि काम केव्हा पूर्ण झालं तो वेळ बघत असे. किती तास काम केलंय, त्यानुसार पैसे दिले जात. कुणीही कोणतीही शंका उपस्थित करत नसे.''

> ***''जेव्हा तुम्ही अंतर्यामी दु:खी असता, व्यावसायिकदृष्ट्या अपूर्ण असण्याची खंत तुम्हाला जाळत असते, तेव्हा तुम्ही चांगली आई, पत्नी किंवा मुलगी बनूच शकत नाही.''***

हे नातं केवळ गरजेवर उभं नव्हतं. ते परस्पर विश्वासाच्या भक्कम पायावर उभं राहिलेलं होतं.

यावेळेस मार्केट रिसर्चमध्ये एक नव्या कार्यपद्धतीचा वापर होऊ लागला होता. त्याला म्हणत असत 'सेक्वेन्शिअल रीसायकलिंग'. या कार्यपद्धतीत नवीन प्रॉडक्ट तयार करताना अगदी सुरुवातीच्या टप्प्यापासून ग्राहकांचं मत विचारात घेतलं जातं. ही पद्धत वापरल्यामुळे कमी खर्चात चांगले परिणाम घडताना दिसून येतात.

''मला 'लीव्हर'साठी 'सीक्वेन्शिअल रीसायकलिंग' पद्धतीनं काम करता आलं आणि अनुभवांनी मी त्यात योग्य असे फेरफार करून सर्व प्रकारच्या प्रॉडक्ट्ससाठी त्याची उपयुक्तता वाढवली.''

जरी हे काम प्रारंभी दीपा एकटीच करत होती, तरी ती जाणून होती की, काम वाढल्यावर तिला समविचारी लोकांच्या मदतीची गरज पडणार आहे. तिला मनोमन वाटलं की, तिला जशी मिळाली, तशीच त्यांनाही घरबसल्या, सोयीच्या वेळेस काम करायची सवलत मिळायला हवी आणि हा प्रयोग यशस्वी होण्यासाठी तिला मदत करणाऱ्या सर्व स्त्रियांचा समान दृष्टिकोन असायला हवा आणि त्यांची उद्दिष्टंसुद्धा समान असायला हवीत.

१५ सप्टेंबर, १९९६ रोजी दीपानं एक अधिकृत दस्तऐवज तयार केला आणि त्यात महत्त्वाच्या बारा नीतिमूल्यांची नोंद केली. ही नीतिमूल्यं होती – कामात स्वत: पुढाकार घेणं, वेळेवर काम पूर्ण करणं, जबाबदारीनं वागणं, इतरांसाठी आत्मीयता आणि काळजी वाटणं वगैरे. या क्षणी 'ल्यूमिएर'मध्ये फक्त एकटी दीपा काम करत होती आणि कंपनीच्या मालकीचं फक्त एक डेस्क, एक कॉम्प्यूटर आणि एक कपाट होतं.

दीपा घरातल्याच एका जास्तीच्या खोलीत बसून काम करत असे. परंतु डोक्यात भविष्याबद्दल नेमक्या कल्पना असल्यामुळे ती जिममध्ये गेली तरी ती तिच्याबरोबर काम करू शकेल अशा तरुण वयाच्या आईचा शोध घेत असे.

काम वाढलं आणि त्याचा ताण वाढला तेव्हा एका स्नेह्यानंच मदत करायला सुरुवात केली. हा स्नेही 'युटीआय' (युनिट ट्रस्ट ऑफ इंडिया)मध्ये जनरल मॅनेजरची जबाबदारी सांभाळत होता. तो वीकएन्डला काही तास मदत करत असे आणि कामानुसार त्याला मोबदला मिळत असे. १९९८ साली 'ल्यूमिएर'नं आपला पहिला कर्मचारी नियुक्त केला.

"जॉइस ही तरुण वयाची एम.बी.ए. पदवीधर होती आणि तिनं 'ल्यूमिएर'मध्ये पूर्ण वेळाची नोकरी स्वीकारली. जवळच राहणारी अतिशय हुशार अशी एक तरुण मुलगी संगीता धर्मराजसुद्धा माझ्यासाठी काम करू लागली."

या दोघींनाही मार्केट रिसर्चचा काहीही अनुभव नव्हता, परंतु दीपाला त्याबद्दल कोणताही प्रत्यवाय वाटत नव्हता. अनुभवी लोक कामावर घेतले की, त्यांच्या मनावरचे कामाचे पूर्वीचे संस्कार आधी पुसून टाकावे लागतात. मग त्यांना पुन्हा नव्याने आपली कामाची पद्धत शिकवावी लागते. त्याऐवजी पहिलीच नोकरी घेणाऱ्या कर्मचाऱ्यांना तुम्हाला हवं तसं प्रशिक्षण देणं अधिक सोपं जातं.

"मी माझ्या मुलींना 'डेटा कलेक्शन' आणि 'मॉडरेशन'सारख्या तांत्रिक बाबी शिकवल्या. मागितल्यापेक्षा अधिकाधिक चांगलं काम करून दाखवावं, नेहमी वेळेत काम पूर्ण करावं आणि कष्ट वाचवण्यासाठी कामात काटछाट करू नये, असं माझं तत्त्व होतं; तीच माझी शिकवण होती."

या गटात आणखी दोन तरुण आयांची भर पडली – लैला सेठना आणि तृप्ती शंकर. त्या घरून काम करू लागल्या. शिल्पा रामचंद्रन, दीपाची प्रवासाची आरक्षणं करून देत असे.

"दरवेळेस मी तिच्याशी बोलले की, मला जाणवत असे की, ती अत्यंत सुव्यवस्थित प्रकारे काम करणारी स्त्री आहे. तिच्याबरोबर काम करायला खूप मजा येईल."

नशिबानं शिल्पाचा विवाह झाल्यावर ती नेरुळलाच आली आणि तिनं 'ल्यूमिएर'साठी काम करायला सुरुवात केली. त्यानंतर थोड्याच दिवसांत दीपानं वाशी रेल्वे स्टेशनच्या परिसरात एक ऑफिस भाड्यानं घेतलं. परंतु त्यामुळे काही कटकटी उद्‌भवल्या.

"तिथली टॉयलेट्स अत्यंत अस्वच्छ होती आणि रात्री उशिरापर्यंत तिथे काम करणं सुरक्षित वाटत नसे."

परंतु या ऑफिससाठी पैसे उभे करताना दीपानं ११ टक्के व्याजानं वैयक्तिक कर्ज काढलं होतं आणि त्यामुळे तिची कामाबद्दलची बांधिलकीही वाढली होती. 'आवडतं काम' या पातळीवरून आता 'ल्यूमिएर' ही एक कंपनी बनली आणि त्या व्यवसायाकडे गांभीर्यानं बघितलं जाऊ लागलं.

त्याचवर्षी, १९९८ साली दीपानं या कंपनीचं 'प्रोप्रायटरशिप'मधून 'प्रायव्हेट लिमिटेड' कंपनीत रूपांतर केलं. "त्यामुळे चांगले लोक आकृष्ट होतील, असं मला वाटलं."

त्या जमान्यात अगदी क्वचितच केली जाणारी आणखी एक गोष्ट 'ल्यूमिएर'नं केली. त्यांनी पैसे खर्च करून, स्वत:ची वेबसाइट बनवून घेतली.

दीपाचा स्नेही आणि गुरू, दामोदर माळी यानं दीपाला सल्ला दिला, "ही

वेबसाइट हे तुझं मुख्यालय आहे असं समज!''

दामोदर 'लीव्हर्स'मध्ये असताना दीपाचा वरिष्ठ होता. नुकताच त्यानं स्वत:चा व्यवसाय सुरू केला होता. दर तीन महिन्यांनी हे दोघे अनौपचारिकपणे भेटत, एकमेकांपुढे आपापल्या कामाचा आढावा घेत आणि नव्या कल्पनांबाबत चर्चा करत.

''स्वत:चा व्यवसाय करत असताना तुम्हाला एकटेपण जाणवू शकतं. त्यामुळे आपल्या कल्पनांबद्दल प्रांजल मत देणारी आणि उत्तेजन देणारी व्यक्ती लाभणं फार मोलाचं असतं.''

१९९९ साली ही नवी कंपनी महिन्याला दोन-तीन प्रकल्प हातावेगळे करत होती. त्यांपैकी ९० टक्के काम एकाच ग्राहकाकडून 'लीव्हर'कडून मिळत होतं. 'लीव्हर्स'कडून सतत काम मिळत गेल्यामुळे, 'ल्यूमिएर'ला खोलात शिरून त्याच्या व्यावसायिक समस्यांचा परामर्ष घेता आला आणि समस्यांचे विविध प्रकार नीटपणे जाणून घेता आले. यामुळे 'ल्यूमिएर' करत असलेल्या मार्केट रिसर्चबद्दल 'लीव्हर'ला वाटणारा विश्वास अनेक पटींनी वाढला.

असे प्रयत्न करत असताना कर्मचाऱ्यांना त्यांच्या आवडीच्या क्षेत्रात काम करू दिल्यामुळे, कामाचा दर्जा अधिकच वाढलेला दिसू लागला. उदाहरणार्थ, लैलाला ह्यूमन रिसोर्स या विषयात विशेष गम्य वाटत होतं. त्यामुळे अनेक नामवंत कंपन्यांची एच.आर. प्रॉजेक्ट्स 'ल्यूमिएर'ला करता आली.

''आम्हाला ग्राहकाच्या भाषेत बोलता येत होतं आणि त्यांच्या गरजा जाणून घेता येत होत्या.''

त्याचप्रमाणे 'लीव्हर'नंच दीपाला सुचवलं की, तिनं शिल्पा म्हात्रे या स्त्रीला कामावर नियुक्त करावं. अपत्यजन्मानंतर तिनं 'लीव्हर'मधली नोकरी सोडून दिली होती. तिला 'लॅक्मे'मधला प्रदीर्घ अनुभव होता आणि प्रसाधनक्षेत्रात काम करण्याची उत्कट ओढ वाटत होती. ''तिच्यामुळेच 'त्वचा आणि सौंदर्य' या विषयातले अनेक प्रकल्प आम्ही मिळवू शकलो.''

असे हरहुन्नरी हुशार लोक आकृष्ट होण्यामागचं मुख्य कारण होतं की, त्यांना घरबसल्या काम करता येत होतं. प्रत्यक्ष ऑफिसात फक्त दीपा आणि शिल्पा रामचंद्रन बसत असत. शिल्पा ही सर्व आघाड्या सांभाळणारी मदतनीस म्हणून काम करत होती.

''ती व्यवस्थापन आणि अकाउंट्स ही खाती सांभाळत होती. गरज पडली तर ती हुबेहूब माझ्यासारख्या आवाजात फोनवर बोलूही शकत असे!'' दीपा हसून सांगते.

२००१मध्ये 'ल्यूमिएर'चे ग्राहक बदलू लागले. 'लीव्हर'मधले मॅनेजर्स अधिक चांगल्या नोकऱ्या घेऊन इतरत्र जाऊ लागले होते; आणि नव्या कंपनीत गेले, तरी ते 'ल्यूमिएर'लाच काम देत राहिले.

''अशा प्रकारे आम्ही 'मॉन्सॅन्टो'कडून काम मिळवलं. त्याप्रकारच्या कंपनीबद्दल

त्यापूर्वी आम्हाला काहीही ठाऊक नव्हतं.''

परंतु दीपाला एक वेगळ्याच प्रकारचा आत्मविश्वास वाटत होता की, तिला वेगळ्या प्रकारचा प्रकल्प मिळाला, तर त्यासाठी योग्य असं माणूसही तिच्याकडे आपल्या पायांनी चालत येई! आणि नेमकं तसंच झालं. दीपाच्या सहकारी कर्मचाऱ्यांची संख्या वाढत गेली. बरीचशी माणसं घरबसल्या कॉम्प्यूटर्सवर काम करत असली, तरी बॅक ऑफिस आणि त्यासाठी काम करणारे महत्त्वाचे कर्मचारीसुद्धा गरजेचे ठरू लागले होते.

''वाशी रेल्वेस्टेशनवरच्या गाळ्यातून बॅक ऑफिस चालवलं जाऊ लागलं, तर रिसर्च टीम दीपाच्या घरातल्या ऑफिसात बसू लागली.''

जी कंपनी बंगल्यातल्या एका खोलीतून सुरू झाली होती, त्याच कंपनीनं सोमण बंगल्यातला संपूर्ण मजला अडवला. 'ल्यूमिएर'ची कर्मचारीसंख्या आणि त्यांचं संशोधनकौशल्य वाढू लागलं, तशी 'ल्यूमिएर'नं स्वास्थ्य, प्रसारमाध्यमं, मनोरंजन आणि टेलिकम्युनिकेशन्स अशा विविध क्षेत्रातली कामं स्वीकारायला प्रारंभ केला. हळूहळू घरबसल्या कॉम्प्यूटर्सवर कामं करणाऱ्या कर्मचाऱ्यांच्या जोरावर, विविध क्षेत्रातली कामं सांभाळणं अधिकाधिक अवघड होऊ लागलं.

''प्रारंभीच्या काळात शिल्पा फोन करून विचारत असे, 'तू आज काय करते आहेस?' परंतु खूप मोठ्या प्रमाणावर काम सुरू झाल्यावर फोननं पाठपुरावा करणं शक्य होईना.''

हळूहळू प्रकल्पाचं काम कशा प्रकारे वाटून द्यायचं, यासाठीची विशिष्ट कार्यप्रणाली आखावी लागली आणि प्रकल्पावरील सर्व संघसदस्यांना ई-मेल पाठवण्याचा प्रघात सुरू करण्यात आला. तरीही अजून कंपनी तशी लहान स्वरूपाची होती आणि तिचं व्यवस्थापन करणं ही अवाक्यातली गोष्ट होती.

''पंधरा लोकांपेक्षा जास्त कर्मचाऱ्यांबरोबर काम करण्याची कल्पना माझ्यानं करवत नव्हती. त्यादृष्टीनं माझाच अडथळा आडवा येऊ लागला होता.''

२००६ साली 'ल्यूमिएर' स्थापन होऊन दहा वर्षं झाली आणि कंपनीनं भवितव्याबद्दलची उद्दिष्टं चर्चेला घेतली. परंतु अकरावं वर्ष मात्र कंपनीसाठी अत्यंत महत्त्वाचं; निर्णायक वर्ष ठरलं. दीपाचा नवरा मिलिंद यानं आपली नोकरी सोडून पूर्ण वेळ 'ल्यूमिएर'मध्ये काम करायचं ठरवलं. यामागची कारणं व्यावसायिक, तशीच वैयक्तिकसुद्धा होती.

गेली अनेक वर्षे मिलिंद 'आयफ्लेक्स' या मुंबई-पुणेस्थित कंपनीसाठी काम करत होता, परंतु तो जागतिक जबाबदारी सांभाळत होता.

२००५ मध्ये 'ओरॅकल'नं 'आयफ्लेक्स' ही कंपनी विकत घेतली. त्यासाठी त्यांनी ९०९ दशलक्ष डॉलर्स मोजले. 'आयफ्लेक्स' या व्यवहारानंतर संस्थापकांनी कंपनीच्या जबाबदारीतून अंग काढून घ्यायला सुरुवात केली. २००६ साल संपता

> ***"काम हाच माझा विरंगुळा आहे आणि मला त्यातून आनंद मिळतो. मला कधीही, अगदी क्षणभरही वाटत नाही की, कामाचं ओझं पेलवत नाहीये."***

संपता मिलिंदनंसुद्धा कंपनी सोडण्याचा निर्णय घेतला.

आदल्याच वर्षी दीपाच्या वडिलांना पक्षाघाताचा झटका आलेला होता आणि त्यांचा मुलगा आता दहावीच्या महत्त्वाच्या वर्गात गेलेला होता.

"व्यवसाय वाढवणं आणि त्याबरोबरच वैयक्तिक जबाबदाऱ्या सांभाळणं कठीण जाऊ लागलं होतं. मिलिंद संचालकमंडळावर आला, म्हणूनच माझं संतुलन टिकून राहू शकलं," दीपा कबूल करते.

मिलिंद या गोष्टीकडे अत्यंत मोठी संधी अशा दृष्टीनं पाहत होता.

"'ल्यूमिएर' वाढतेय; परंतु त्यासाठी इतर अनेक गोष्टी करणं आवश्यक आहे, हे मला दिसत होतं." तो पुस्ती जोडतो.

आय.टी. इंडस्ट्रीत काम केलेलं असल्यामुळे व्यवसाय वाढवण्यासाठी काय काय करणं आवश्यक असतं, याचा मिलिंदला भरपूर अनुभव होता. योग्य तंत्रज्ञान आणि शिस्त यांच्या मदतीनं 'ल्यूमिएर' अनेक पटींनी वाढवता आली असती.

मिलिंदनं व्यवस्थापनाकडे पाहायला सुरुवात केल्याबरोबर, त्यानं व्यवस्थापन (admin) आणि वित्त (finance) यांतील महत्त्वाच्या जबाबदाऱ्या पेलल्या. त्यानं केलेली पहिलीच गोष्ट म्हणजे त्यानं टीसीआय (ट्रॅव्हल कॉर्पोरेशन ऑफ इंडिया) यांना काम देणं बंद केलं आणि त्याऐवजी 'क्लिअर ट्रिप'बरोबर व्यावसायिक संबंध जोडले. केवळ या एकाच गोष्टीमुळे कंपनीचा दरवर्षाचा प्रवासखर्च दहा लाख रुपयांनी कमी झाला!

तो विनोदानं म्हणू लागला, "माझा पहिल्या वर्षाचा पगार मी सुरुवातीलाच मिळवलाय!" वित्त-व्यवस्थापनाबद्दल दीपाला कधीच विशेष गोडी वाटलेली नव्हती.

"मी अधूनमधून आमच्या चार्टर्ड अकाउंटंटजवळ बसत असे; परंतु बिलं पाठवण्यास आणि पैसे वसूल करण्यास नेहमीच विलंब लागत असे. त्याकडे दुर्लक्ष करून मी नेहमीच पुढच्या प्रकल्पावर लक्ष केंद्रित करत असे!"

आता तिला अशा गोष्टींबद्दल विवंचना न करता, फक्त प्रकल्पांवर चित्त केंद्रित करता येऊ लागलं. दरम्यान कॉम्प्यूटरवरून केली जाणारी कामं अधिक चांगल्या प्रकारे आणि आणखी जलद गतीनं केली जावीत म्हणून मिलिंदनं आधुनिक तंत्रज्ञान आणण्यावर लक्ष केंद्रित केलं. 'वेबेक्स', 'गूगलडॉक्स' आणि 'क्लाउड कॉम्प्यूटिंग'चा अगदी सुरुवातीपासून वापर करणाऱ्या कंपन्यांमध्ये 'ल्यूमिएर'चा समावेश होता.

"इन्फर्मेशन टेक्नॉलॉजीतली प्रकल्प-व्यवस्थापनाची काही अत्युत्तम तंत्रं वापरायला

आम्ही सुरुवात केली.'' २००८-०९च्या दरम्यान 'ल्यूमिएर'नं पूर्वीपेक्षा दुप्पट प्रकल्प पूर्ण केले आणि कंपनीची कर्मचारी संख्या तिपटीनं वाढली. आज 'ल्यूमिएर'मध्ये ४० कर्मचारी आणि सल्लागार काम करत आहेत; ते कॉम्प्यूटर किंवा प्रत्यक्ष ऑफिसात उपस्थित राहून काम करत आहेत. त्यांना ठरावीक पगार आणि त्याखेरीज नफ्यातला हिस्सा दिला जातो.

''आम्ही अतिशय काळजीपूर्वक निवड करतो. तीन-चार चाचणी परीक्षा आणि इंटरव्ह्यूनंतर आम्ही माणसं नियुक्त करतो. आमच्या संस्कृतीत चपखलपणे बसतील अशी माणसं शोधून काढण्याची कला आम्हाला आता उत्तम प्रकारे अवगत झाली आहे.''

'ल्यूमिएर' आता 'असोसिएट्स' (सहकारी) सुद्धा नियुक्त करते. हे लोक फ्री-लान्सर्स (स्वतंत्ररीत्या काम करणारे) असतात आणि कोणत्यातरी विषयातले तज्ज्ञ म्हणून किंवा भारतातील विविध शहरांमधले स्थानिक भागीदार म्हणून काम करत असतात. परंतु अजूनही 'ल्यूमिएर'मध्ये ९० टक्के स्त्री-कर्मचारी काम करत आहेत. दीपाला या गोष्टीचा अतिशय अभिमान वाटतो.

''काही काम – विशेषत: बॅक ऑफिसमधली कामं पुरुष-कर्मचारी करत असले, तरी आमची कंपनी प्रामुख्यानं कुशल व्यावसायिक स्त्रियांना, घर आणि व्यवसाय या दोन्ही गोष्टी उपलब्ध करून देते!''

'स्त्रियांना घरबसल्या व्यावसायिक संधी मिळवून देऊन त्यांचं सबलीकरण करणं' हे दीपाचं प्राथमिक उद्दिष्ट आहे. लोक कामावर येतात, काम सोडून निघून जातात. त्यातले काही त्यांच्या कल्पनेपेक्षाही अनेक पटींनी उंच भरारी मारतात.

दीपाची व्यवस्थापन-साहाय्यक शिल्पा आज एक उत्तम संशोधिका बनली आहे. तिचा ड्रायव्हर राजेंद्र सिंग, अकाउंट्सखात्यात काम करतो आहे. वैजयंती तिचं घरकाम करत होती. तिनं टॅली सॉफ्टवेअर वापरायला शिकून घेतलं आणि ती आज बॅक ऑफिसमध्ये काम करते आहे.

दीपा म्हणते, ''प्रत्येक व्यक्तीच्या ठायी अमाप, अपरिमित कुवत असते अशी मला खातरी वाटते.'' दर आठवड्याला ती प्रत्येकाला एक 'हाय मेल' (संपर्क साधण्यासाठीची ई-मेल) पाठवते. त्यात थोडं कामाबद्दल, थोडं वैयक्तिक जिव्हाळ्याचं आणि काहीतरी प्रेरक लिहिलेलं असतं. कारण तुमच्या कर्मचाऱ्यांना बौद्धिक आणि मानसिक प्रेरणा देणं, हेच तर नेत्याचं काम असतं!

परंतु ही उद्योजिका स्वत:साठी ऊर्जा कुठून मिळवते?

''माझा अध्यात्माकडे कल आहे. माझ्या आजेसासूबाईंच्या (सासूबाईंच्या आईच्या) जुन्या परडीत माझ्या बागेतली फुलं गोळा करण्याचा माझा रोज सकाळचा प्रघात मी कधीही चुकवत नाही...''

त्यासाठी वेगळी ठेवलेली सकाळची दहा मिनिटं तिला अतिशय पवित्र वाटतात.

सकाळी उठल्यावर पहिला चहा ती नेहमीच मिलिंदसमवेत घेते... तोसुद्धा तिचा खास वेगळा वेळ असतो. पोहणं, फिरायला जाणं, जिममध्ये व्यायाम करणं... या गोष्टी पतिपत्नींना जवळ आणतात. दर महिन्याला महडच्या अष्टविनायक मंदिरात जोडीनं जाण्याचा प्रघात ते न चुकता पाळतात.

"आम्ही त्यादिवशी सकाळी साडेसहा वाजता घराबाहेर पडतो आणि वाटेत आमच्या खूप विषयांवर गप्पा आणि चर्चा होतात. त्यामुळे माझ्या मनातले विचार सुस्पष्ट व्हायला खूपच मदत झाली आहे."

दीपा मिलिंदच्या आग्रहाखातर आणखी एक नियम कटाक्षानं पाळते. ती स्वयंपाकाचं काम पूर्णपणे स्वयंपाकिणीवर सोपवते. अगदी सुरुवातीपासून, मुलांच्या जन्मापूर्वीपासून, या मुद्द्याबाबत तो अत्यंत आग्रही होता. "तू इच्छा झाली तरच, तसं वाटलं तरच, स्वयंपाक कर. स्वयंपाक करणं हे कटकटीचं नित्यकर्म असता कामा नये!" असा त्याचा सल्ला होता.

घरात स्वयंपाकी असलेल्या घरात मिलिंद वाढला. स्वयंपाकी असल्यामुळे त्याच्या आईला भरपूर मोकळा वेळ मिळत असे आणि त्या वेळेचा सदुपयोग करून ती बेकिंग क्लासेस घेत असे. लहानपणी मजा म्हणून मिलिंद आईला तिच्या व्यवसायात आणि स्वयंपाक्याला स्वयंपाकघरात मदत करत असे.

"माझी आई मला नेहमी सांगत असे, 'जेव्हा लग्न करशील, तेव्हा सुशिक्षित कुटुंबातली सुस्वभावी मुलगी निवड. अशी मुलगी निवड, की जिला स्त्रियांनी व्यवसाय करण्याबद्दल आदर वाटत असेल.'"

दीपाला आई या नात्यानं काय वाटतं? व्यावसायिकतेच्या या प्रवासात तिला कधी मुलांना पुरेसा वेळ देता न आल्याबद्दल खंत वाटली? अपराधीपणाची भावना जाणवली?

"कधीकधी मला प्रश्न पडतो की, मुलांसाठी मी याहून जास्त काही करू शकले असते? परंतु इतर आयांप्रमाणे क्षणोक्षणी त्यांच्याभोवती घुटमळून अगदी बारीकसारीक गोष्टींवर नियंत्रण ठेवण्याचा माझा पिंड नाही!"

तिच्याजवळ तिच्या घरात तिची आई किंवा सासूबाई यांपैकी कुणीच राहत नसल्यामुळे तिला घराकडे आणि मुलांकडे बघण्यासाठी अनेक मदतनीस व आया ठेवाव्या लागल्या. त्यातल्या काही थोडा वेळ काम करत तर काही जणी दिवसभर राहत असत.

"नशिबानं आमचं घर खूप मोठं असल्यामुळे, आम्ही दिवसभराचे मदतनीस ठेवू शकत होतो."

अर्थात गणेश चतुर्थी आणि दिवाळीसारख्या सणांच्या वेळेस, सारेच मदतनीस सुट्टी घेत. मग ती कसंबसं घर, मुलं आणि काम या साऱ्या गोष्टी सांभाळत असे.

"आम्हा पतिपत्नींना एकत्र गोष्टी करणं – वाचन, टेनिस खेळणं, पिआनो वाजवणं खूपच आवडत असे."

सकाळचा नाष्टा आणि रात्रीचं जेवण दीपा न चुकता आपल्या मुलांबरोबर घेत असे. त्यासाठी वेळ बाजूला ठेवूनच ती तिची व्यावसायिक कामं आणि मीटिंग आखत असे. आता दोन्ही मुलं कॉलेजात जाऊ लागली आहेत आणि मिलिंद घरी राहू लागला आहे. त्यामुळे आता समीकरणं बदलली आहेत.

"आम्ही सारे जणच परिपक्व झालो आहोत," दीपा स्मित करून म्हणते.

आता 'ल्यूमिएर'सुद्धा मोठी होतेय. ती आता आर्किटेक्टनं डिझाइन केलेल्या ऑफिसमधून काम करतेय; ग्राहकांना नव्या सेवा-सुविधा पुरवतेय आणि भविष्याची उज्ज्वल स्वप्नं पाहतेय. मार्च, २०१२मध्ये कंपनीचं उत्पन्न ३.५ कोटी रुपये होतं आणि आणखी पाच वर्षांत ते १० कोटींपर्यंत वाढवण्याचं त्यांचं उद्दिष्ट आहे. 'हिंदुस्तान लीव्हर' आजही त्यांचा सर्वांत मोठा ग्राहक आहे, परंतु त्यांच्याकडून आता फक्त २५ टक्के आमदनी होते.

"आम्ही आता अधिकृत संचालकमंडळ नेमलं आहे आणि परदेशातही व्यवसाय सुरू करणार आहोत."

२०१२मध्ये 'सिंगापूर इकॉनॉमिक डेव्हलपमेंट बोर्ड'नं 'ल्यूमिएर'ला सिंगापूरमध्ये ऑफिस उघडण्याचं आमंत्रण दिलं. परदेशात करम करण्याच्या अन्य संधीही विचारात घेतल्या जात आहेत.

परंतु दीपाच्या मनात मात्र संदेह उद्भवला आहे. महत्त्वाकांक्षेपोटी दर्जात तडजोड करून कामात काटछाट करणं गरजेचं असतं? जास्त पैसा कमावणं हेच उद्दिष्ट ठेवलं, तर काम पूर्वीएवढंच थरारक वाटत राहील?

"पैसा हे माझं कधीच उद्दिष्ट नव्हतं. आमच्यापैकी प्रत्येकानं प्रकल्पासाठी जीव ओतून काम करावं हीच माझी तळमळ असते. त्यामुळेच आम्ही अत्यंत प्रामाणिकपणे काम करतो."

दीपा अजूनही कामात व्यग्र असते. परंतु ती आता पूर्वीप्रमाणे १४-१४ तास काम करत नाही. ती आता फक्त ८-१० तास काम करते आणि तिच्यामते ते अगदी आरामात पार पडतं.

"प्रामाणिकपणे सांगायचं तर मला पाय पसरून आराम करणं जमणारच नाही. खूप कष्ट करणंच मी जाणते आणि ते उत्तम प्रकारे करते!"

परंतु ती आता थोडं दमानं घेऊ लागलीय. पूर्वीप्रमाणे ती सतत परिपूर्णतेच्या ध्यासानं पछाडलेली नसते. ती लेखनात, शिकवण्यात, समुपदेशनात अधिक वेळ खर्च करू लागलीये. ती गोल्फ खेळायला शिकतेय. स्पॅनिश भाषा शिकतेय.

कारण एक वेळ अशीही येते की, जेव्हा तुम्हाला सूत्रांवरची पकड ढिली करावी लागते. तुम्ही तेवढं स्वत:चं देणं लागता. नव्या गोष्टी करून पाहणं, वैयक्तिक मुक्तता अनुभवणं, परिपक्व होणं या गोष्टींवर तुमचा हक्क असतो!

स्त्री-उद्योजिकांसाठी सल्ला

तुम्हाला खरोखरच कोणती गोष्ट अतिशय आवडते, ते शोधून काढा; कारण तुम्हाला मनापासून आवडणाऱ्या व्यवसायात तुम्ही पडलात, तरच तुम्ही मनापासून व नीटपणे काम करू शकाल.

जे काम करताय, ते अत्यंत उत्तम प्रकारे करण्यात अभिमान बाळगा, माझ्या मुलांनाही मी हाच सल्ला देते. जर तुम्ही जमिनीवर पाय घट्ट रोवून, खूप कष्ट करायला तयार असाल, तर यश तुमच्याकडे स्वतःच्या पायांनी चालत येईल.

लहानलहान गोष्टींकडे लक्ष देणं महत्त्वाचं असतं.

स्वतःच्या बाबतीतसुद्धा सहनशीलता दाखवा.

तुमचं कुटुंब हा तुमचा मोलाचा ठेवा आहे, तुमचा आधारवड आहे, ही गोष्ट लक्षात ठेवा. तुमच्या मुलांची काळजी घेणारे सासू-सासरे, आई-वडील असले, तर ती गोष्ट भाग्याची आहे. याचा आनंद माना आणि त्यांच्याबद्दल कृतज्ञता व्यक्त करा. तुम्हाला सर्व गोष्टींचं संतुलन राखायचं असतं. तुम्ही अत्यंत आत्मकेंद्री, आत्ममग्न आणि कामात गुरफटलेले राहाल, तर नाती जोपासण्याकडे तुम्ही दुर्लक्ष कराल. तसं होता कामा नये.

व्यावसायिक स्त्री या नात्यानं आपलं घर जबाबदार मदतनिसांच्या हाती सोपवायला शिका. तुमचं घर सांभाळणाऱ्या नोकरांसाठी, तुमचं १० टक्के उत्पन्न खर्च करा. असं केलंत की, तुम्हाला तणावमुक्ती लाभेल.

व्यवसायातसुद्धा नाती जपणं अत्यंत महत्त्वाचं असतं. तुम्ही कशी नाती जोडता, जोपासता, वाढवता यावरच तुमचं व्यावसायिक यश अवलंबून असतं.

तुम्ही स्वतःवरसुद्धा वेळ खर्च करायला हवात. मी स्वतःला शांत ठेवायला, रागावर ताबा मिळवायला, लोकांना दुखावणार नाही असे शब्द काळजीपूर्वक वापरायला शिकले आहे. यातले अनेक गुण मी माझ्या नवऱ्याकडून शिकले आहे. तो उपजतच मृदू स्वभावाचा आणि उदार वृत्तीचा माणूस आहे. जन्मभर नव्यानव्या गोष्टी शिकत राहण्याची वृत्ती ठेवा. तुम्ही तेवढं तुमचं स्वतःचं, तुमच्या व्यवसायाचं देणं लागता. नव्या गोष्टी जाणून घ्या. जिज्ञासू वृत्ती जपा. नव्या गोष्टी वाचत राहा आणि तंत्रज्ञानात अग्रस्थानी राहा.

सर्वांत महत्त्वाची गोष्ट म्हणजे सचोटी राखा आणि सचोटीनं वागा. तसं वागाल तर रात्री शांत झोप मिळेल आणि तुमचा व्यवसायसुद्धा वाढेल.

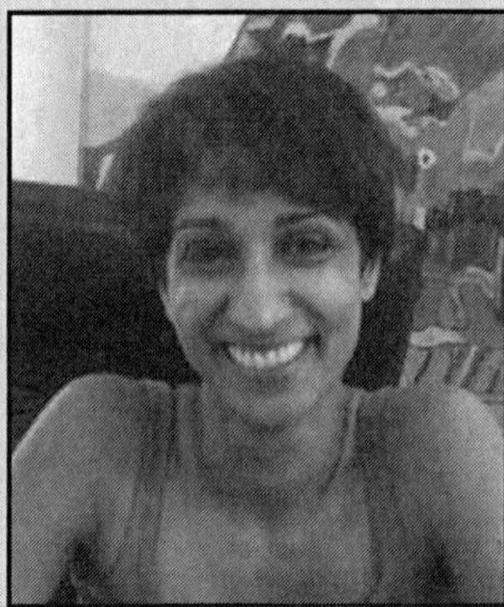

अनुकरणीय आदर्श

ओटारा गुणवर्दने
‘ओडेल’

ओटाराचा पहिला किरकोळ विक्रीचा व्यवसाय तिनं कारच्या डिकीतून सुरू केला. निर्यातीसाठी तयार केलेल्या कपड्यांमधले शिल्लक राहिलेले कपडे कारच्या डिकीत ठेवून विकायला तिनं सुरुवात केली. २०१० साली तिनं श्रीलंकेत इतिहास घडवला. आपली कंपनी ‘पब्लिक’ करणारी (कंपनीचं भागभांडवल शेअरबाजारात विकणारी), ती श्रीलंकेतील पहिली स्त्री-उद्योजिका ठरली!

प्रत्येक स्त्रीलाच एखादी खरेदीत चतुर असणारी मैत्रीण असते. अशी चतुरा, डिझाइनर जीन्सबरोबर रस्त्यावरून विकत घेतलेला स्कार्फ वापरते आणि दोन्ही गोष्टी ती डौलाने वापरते.

ओटारा गुणवर्दने नेमकी अशीच एक व्यक्ती आहे, परंतु तिनं आपली चतुराई केवळ लोकांच्या नजरा खेचून घेण्यासाठी वापरली नाही. ओटारा ही 'ओडेल' या श्रीलंकेतील सुप्रसिद्ध व महत्त्वाच्या डिपार्टमेंट स्टोअरचेनची संस्थापिका आहे.

कोलंबोतील 'ॲलेक्झांड्रा प्लेस'मधील तिच्या सुप्रसिद्ध दुकानात पाय ठेवताक्षणी तुम्हाला त्या दुकानाचा वेगळापणा जाणवतो. त्याहूनही खूप मोठी दुकानं आहेत, परंतु त्यात तुम्हाला कोणतीही विशेषता आढळणार नाही.

'ओडेल'मध्ये तुम्हाला खरेदी करावीशी वाटते, कारण तेथील प्रत्येक गोष्टीत तुम्हाला आस्थेचा स्पर्श जाणवतो.

"मी माझा माल जातीनं निवडते. मला ती गोष्ट सर्वांत जास्त आवडते," ओटारा सांगते.

गालाची उंच हाडं आणि सडपातळ शरीरयष्टी असलेली ओटारा मॉडेल आहे, अशी तुमची समजूत होऊ शकेल.

"नाही, मी मॉडेलिंग अनेक वर्षांपूर्वीच सोडलं." ती मान हलवत म्हणते.

पंचविसाव्या वर्षी तिनं कॅटवॉक, जादुई आकर्षण असलेली दुनिया सोडून दिली आणि उद्योग-जगतात प्रवेश केला. त्या व्यवसायालाच तिने अत्यंत आकर्षक बनवलं. स्त्रीनं संस्थापित केलेली आणि 'पब्लिक' झालेली पहिली कंपनी ठरण्याचा बहुमान ओडेलनं २०१०मध्ये मिळवला आणि त्यानंतर फॅशन-जगतात 'ओडेल'ची नेत्रदीपक घोडदौड सुरूच आहे. इतरांनी अनुकरण करावं, असा तो आदर्श उभा राहिला आहे आणि हेसुद्धा स्वत:च्या पसंतीचा मार्ग चालत असताना!

अनुकरणीय आदर्श

ओटारा गुणवर्दने

'ओडेल'

रमणीय अशा कोलंबो शहरात ओटाराचा जन्म झाला.

"मी ऐशआरामात वाढले; परंतु माझे आई-वडील जन्मत:च श्रीमंत नव्हते. ते स्वत:च्या कष्टांनी वर आले होते."

श्रीलंकेतील अत्यंत नावाजलेली कंपनी 'ऐटकेन स्पेन्स'मध्ये कनिष्ठ व्यवस्थापकाच्या पदापासून ओटाराच्या वडिलांनी नोकरी सुरू केली. स्वकर्तृत्वाच्या बळावर ते 'चेअरमन' या पदापर्यंत पोचले. तिची आईसुद्धा तेवढीच कर्तृत्ववान होती. तिनं विशेष गरजा असलेल्या मुलांसाठी 'चित्रा लेन' ही शाळा सुरू केली.

"सुरुवातीला या शाळेत फक्त दोन मुलं होती. आज त्याच शाळेत चारशेहून अधिक मुलं शिक्षण घेत आहेत."

ओटारानं सी.एम.एस. लेडीज कॉलेजमध्ये शिक्षण घेतलं. परंतु तिला अभ्यासात विशेष गम्य वाटत नव्हतं.

"मला खेळांची खूपच आवड होती. मी अजिबात अभ्यासू वृत्तीची नव्हते. खेळांच्या स्पर्धांमध्ये मी अडथळ्यांच्या शर्यतीत आणि उंच उडीत अनेक पदकं मिळवली होती. मी पोहोण्यातही तरबेज होते."

खेळांखेरीज ओटाराला प्राण्यांविषयी खूप ओढ वाटत असे. तिला पशुवैद्य होण्याची इच्छा वाटत होती. परंतु 'ओ' पातळीवरील परीक्षेत तिला अगदी बेताचे

गुण मिळाले. त्यामुळे तिला विज्ञानशाखेत प्रवेश मिळवता आला नाही.

"मी खाजगीरीत्या 'ए' पातळीवरची परीक्षा दिली आणि त्यानंतर अमेरिकेतील कॉलेजमांध्ये पदवी अभ्यासक्रमासाठी अर्ज केले. मी ओहायो राज्यातील बोलिंग ग्रीन युनिव्हर्सिटी निवडली, कारण यांच्या अभ्यासक्रमात 'मरीन बायॉलॉजी' (सागरी जीवशास्त्र) या विषयाचा समावेश होता."

परंतु ओटाराच्या लवकरच लक्षात आलं की, तिला डायव्हिंगची (समुद्रात पाणबुड्याप्रमाणे संचार करणे) आवड नाही. त्यामुळे तिने अखेरीस बायॉलॉजी या विषयात पदवी मिळवली.

"अमेरिकेत शेवटल्या वर्षी मी थोडं मॉडेलिंग केलं आणि ते मला आवडलं."

१९८६ साली कोलंबोत परत आल्यावर ओटाराने व्यावसायिक मॉडेल म्हणून काम करायला सुरुवात केली. अर्थात अमेरिकेत किंवा भारतातही मॉडेलिंगमध्ये जेवढे प्रचंड प्रमाणात पैसे मिळतात, तसे श्रीलंकेत मिळत नाहीत. तरीसुद्धा ओटाराला मॉडेलिंग करायला आवडत होतं. ओटारा रँपवर कॅटवॉक करत असे. ती टीव्ही आणि मासिकातील जाहिरातींसाठीसुद्धा काम करत असे. परंतु हा काही पूर्णवेळचा व्यवसाय नव्हता.

"मी माझा स्वतःचा व्यवसाय सुरू करावा, असं माझ्या वडिलांनी मला सुचवलं; आणि मीही म्हटलं, काय हरकत आहे?"

'ओडेल' या नावाच्या कंपनीची आधीच नोंद करण्यात आली होती. 'ओ' हे ओटाराचं आद्याक्षर आणि 'डेल' हे तिचं मधलं नाव.

"डॅडींनी त्यांच्या ऑस्ट्रेलियातील एका मित्राला आधीच सांगितलं होतं की, त्यानं मला केशप्रसाधनांचा पुरवठा करावा. त्यामुळे माझा प्रारंभीचा व्यवसाय अशाप्रकारे सुरू झाला."

पाठवलेल्या मालाचे पैसे चुकते करण्यासाठी ओटाराला रोखीनं व्यवहार करणं आवश्यक होतं. तिचे डॅडी तिला हे पैसे अगदी सहजपणे उसने देऊ शकले असते; परंतु तसं न करता त्यांनी तिची एका बँकेत ओळख करून दिली.

"मी त्या बँकेकडून १२०० डॉलर्सचं कर्ज काढलं आणि ते योग्यच केलं असं मला वाटतं."

"वडिलांकडून घेतलेलं कर्ज चुकतं करण्यापेक्षा, बँकेचं कर्ज चुकतं करण्याचं जास्त दडपण येत असतं. त्यामुळे तुमच्या व्यवसायाकडे तुम्ही अधिक गांभीर्याने बघू लागता!"

ओटारा हेअर सलून्समध्ये फिरून तिचा माल खपवायचा प्रयत्न करू लागली. त्याच सुमाराला तिला आणखी एक संधी सापडली. ओटाराचे एक-दोन स्नेही निर्यातीसाठी कपडे बनवून घेत असत. ओटारा त्या मित्राच्या फॅक्टरीत गेली. तेव्हा त्यानं म्हटलं की, त्याच्यापाशी जास्तीचे अनेक कपडे शिल्लक राहिले आहेत.

"हे उरलेले कपडे विकायला तू मला मदत करशील?" त्यानं ओटाराला विचारलं.

ओटारानं आवडलेले काही कपडे उचलले आणि ते तिच्या मित्र-मैत्रिणींना दाखवले. ते लगेचच विकले गेलेले पाहून तिनं आणखी कपडे आणले. हे सारं अगदी अनौपचारिक स्तरावर चाललं होतं. तिचं दुकान होतं तिच्या कारची डिकी!

माझ्याकडे एक स्टेशनवॅगन होती. मी फॅशन शोमध्ये भाग घेत असे, तेव्हा मी माझी गाडी मागील बाजूच्या गेटपाशी पार्क करत असे.

सराव चालू असताना मित्र आणि अन्य लोक तिच्या गाडीपाशी येत आणि आवडलेले कपडे विकत घेत किंवा ते तिच्या घरी येत आणि तिनं गराजजवळच्या खोलीत ठेवलेल्या कपड्यांमधून आवडीचे कपडे निवडत.

"मी कोलंबोमधील काही दुकानांनासुद्धा हे कपडे पुरवायला प्रारंभ केला." 'लोगो' (छापील संदेश) असलेले टी-शर्ट्स पुरवायलासुद्धा तिनं सुरुवात केली. समजा मालाची जाहिरात करताना 'कोका-कोला' कंपनीला असे १००० शर्ट्स लोकांमध्ये वाटायचे असले, तर तो माल ओटारा पुरवू लागली. प्रारंभी तिनं मोठ्या कंपन्यांकडून मालाची मागणी मिळवली आणि स्थानिक फॅक्टऱ्यांमधून तिनं तो माल बनवून घेतला.

"त्यानंतर मी कुणाकडूनतरी तीन शिवणयंत्रं उसनी घेतली आणि मी स्वत:च टी-शर्ट्स बनवून घेऊ लागले."

स्वत:ची अशी वेगळी डिझाइन्स तयार करणं, हेसुद्धा यामागचं तिचं उद्दिष्ट होतं. ओटाराला हत्तींविषयी विशेष प्रेम वाटतं. हा प्राणी श्रीलंकेत अत्यंत महत्त्वाचा समजला जातो आणि लोकांचं त्यावर प्रेम असतं.

"फक्त बावीस वर्षांची असताना मी हे सारे उद्योग सुरू केले. मला त्यातून मौजही मिळवता येत होती आणि पैसासुद्धा मिळत होता. त्यामुळे मी हे काम करत राहिले."

या काळात तिला किती पैसे मिळत होते, हे तिला आता आठवत नाहीये. तिला एवढंच आठवतंय की, मिळालेल्या नफ्याचा काही हिस्सा ती 'वाइल्ड लाइफ ऑर्गनायझेशन्स'ना (वन्य प्राण्यांची देखभाल करणाऱ्या संस्थांना) देत होती आणि उरलेले पैसे व्यवसायात खरेदीसाठी गुंतवत होती.

"मी या व्यवसायात जास्त जास्त व्यग्र राहू लागले, तेव्हा मी मॉडेलिंग करणं पूर्णपणे थांबवलं."

१९८९ साली ओटारानं तिचं पहिलंवहिलं दुकान उघडलं. डिकमन रोडवरचं हे लहानसं ५०० चौरस फुटी दुकान होतं. त्या दुकानासाठी तिनं स्वत:चे ५० डॉलर्स घातले आणि ५० डॉलर्स प्रत्येकी तिच्या आईकडून आणि भावाकडून उसने घेतले.

"मी दुकानाच्या अंतर्गत भागातली सजावट स्वत:च केली; एक मदतनीस नेमला. दुकानावर 'OPEN' अशी पाटी लटकावली."

'ओडेल' कंपनीचं हे पहिलंवहिलं दुकान प्रवाशांचं आवडतं दुकान बनलं.

"कोणत्या गोष्टीचा खूप खप होतोय आणि तो किती प्रमाणात होतोय, हे तुम्हाला कळलं पाहिजे. ते कळलं नाही तर तुम्हाला यश मिळवता येणार नाही!"

श्रीलंकेची आठवण म्हणून नेण्यासाठी, परदेशी प्रवासी 'एलिफंट टी-शर्ट्स'ची जोरदार खरेदी करू लागले.

"मी आणखी वेगवेगळ्या डिझाइन्सचे टी-शर्ट्स बनवून घेतले आणि लवकरच आम्ही २० ते ३० वेगवेगळ्या प्रकारचे 'ओडेल टी-शर्ट्स' दुकानात विक्रीसाठी ठेवू लागलो."

ओटारानं 'सेल'ची प्रथा रूढ केली. 'सेल'च्या वेळेस तिच्या दुकानात इतकी तोबा गर्दी उसळत असे की, विक्रीच्या काउंटरवर मदतीसाठी तिच्या आईला यावं लागत असे.

ओटाराचं चिमुकलं दुकान कोलंबोमधील शेकडो अन्य दुकानांसारखंच होतं. मग लोकांना ते इतकं का आवडू लागलं होतं?

"मला वाटतं, लोकांना ज्या गोष्टी आवडतात, त्या गोष्टी विकत घ्यायची मला जाण आहे."

यामागचं तत्त्व अगदी सोपंसरळ होतं. ज्या गोष्टी तिला स्वत:साठी विकत घ्याव्याशा वाटत असत, त्याच गोष्टी ती इतरांसाठी निवडत असे!

लोकांची मागणी इतकी वाढली की, हे छोटंसं दुकान ओटाराला वाढवावं लागलं. लवकरच त्यात स्त्रियांसाठीचे, पुरुषांसाठीचे आणि मुलांसाठीचे कपडे विक्रीसाठी ठेवले जाऊ लागले आणि एका मजल्यावरच्या दुकानाऐवजी या दुकानानं आता चार मजले व्यापले.

"मी इतर जागीसुद्धा लहानलहान दुकानं उघडायला सुरुवात केली." ही दुकानं 'मॅजेस्टिक सिटी' आणि 'लिबर्टी प्लाझा' यासारख्या शॉपिंग मॉल्समध्ये उघडण्यात आली होती. त्याचप्रमाणे मोठ्या हॉटेल्समध्येसुद्धा तिनं अशी छोटी दुकानं चालू केली. १९९२-९३पर्यंत 'ओडेल'नं कोलंबोत नऊ दुकानं उघडली.

या साऱ्या गडबडीदरम्यानच ओटारानं १९९० साली राजू चंदीरामबरोबर लग्न केलं. तो केवळ तिचा पती न राहता तिचा व्यवसायातला भागीदार बनला. ओटारा योग्य माल विकत घेण्याकडे लक्ष देऊ लागली, तर तो व्यवसायाचं व्यवस्थापन आणि अन्य कामं सांभाळू लागला.

"आम्ही एक घर भाड्यानं घेतलं आणि त्याचं ऑफिस आणि वेअरहाउस (मालाचं गोदाम) यात रूपांतर केलं. मग दुकानात काम करण्यासाठी, कर्मचाऱ्यांवर लक्ष ठेवण्यासाठी आणि हिशोब ठेवण्यासाठी आम्ही योग्य माणसं कामावर नेमली."

आणि ओटाराला हा सारा अनुभव अत्यंत थरारक वाटत होता.

"मला नव्या-नव्या गोष्टी करून पाहण्याची मोठी हौस वाटत असे. मी आमच्या जाहिरातींवर स्वत:च काम करत असे."

ओटारा जाहिरातीचे शब्द स्वत:च लिहीत असे. ती जाहिरात कशी दिसायला हवी, हे चित्र मनात उभं करत असे आणि त्यानंतर ते काम डिझायनरच्या हाती सोपवत असे.

वित्त-व्यवस्थापनासारख्या गोष्टी तिला विशेष आवडत नसत. परंतु अशा गोष्टीसुद्धा ती निग्रहानं शिकून घेत असे.

"सुरुवातीच्या काळात बँकेत ओळख कुठून काढायची, तिथं जाऊन कसं बोलायचं, हे धडे मला माझ्या भावानं दिले. कालांतरानं आम्ही त्यासाठी प्रशिक्षित व्यवस्थापक नेमले."

तुम्हाला प्रत्येक गोष्ट पूर्णपणे समजायची जरूर नसली, तरी तुम्हाला अनेक गोष्टींची जाण असणं आवश्यक असतं. तशी जाण असेल, तरच तुम्ही विचारपूर्वक योग्य असे निर्णय घेऊ शकता.

परंतु अनेक निर्णय केवळ अंतर्मनाचा कौल मानून घ्यावे लागतात. १९९३ साली ओटारानं वर्तमानपत्रात मोठ्या जागेसाठी जाहिरात दिली. या जागेवर ती तिचं प्रचंड मोठं असं प्रमुख दुकान उभं करणार होती.

"ज्याक्षणी मला ही मोडकळीला आलेली, दीडशे वर्षांची जुनी इमारत दिसली. त्याचक्षणी मला जाणवलं की, हीच जागा योग्य आहे."

१८६० साली बांधलेलं हे ब्रिटिश जमान्यातलं भव्य घर होतं. त्याच्या जमिनी लाकडी होत्या; परंतु या घराची नीटपणे डागडुजी केली नसल्यामुळे ते अक्षरश: मोडकळीला आलेलं होतं. परंतु हे कसं दिसू शकेल, याचा अंदाज ओटाराला बांधता येत होता.

"आम्ही घराचं पुरातन सौंदर्य जपलं आणि त्याच्या सभोवताली नवं दुकान उभारलं. हा प्रयोग यशस्वी झाला."

'ओडेल अनलिमिटेड' या नावानं हे दुकान १९९४ साली ॲलेक्झांड्रा प्लेस येथे उघडण्यात आलं आणि ते कल्पनेपलीकडे लोकप्रिय झालं. १०,००० चौरस फुटांच्या या मोठ्या दुकानात अनेक वेगवेगळ्या गोष्टी विक्रीसाठी ठेवण्यात आलेल्या होत्या. दुकानाच्या मालकीचंच रेस्टॉरंट आणि मुलांसाठी खेळण्याची जागा असल्यामुळे इथे खरेदी करणं हा ग्राहकांसाठी आनंदानुभव ठरू लागला.

"परदेशातून कोलंबोत वास्तव्याला आलेल्या लोकांची आणि प्रवाशांची इथे झुंबड उडू लागली, कारण दुकानातल्या वस्तू आणि तेथील वातावरण उठून दिसत होतं."

परंतु वैयक्तिकदृष्ट्या ओटाराला हा काळ खूप अवघड गेला. दुकानाचं बांधकाम अत्यंत जलद गतीनं चालू असतानाच ओटाराचे गर्भारपणाचे दिवस भरत आले होते. परंतु अगदी प्रसूत होईपर्यंत ती तिथे जाऊन कामावर लक्ष पुरवत होती.

"किरणच्या जन्मानंतर फक्त चार दिवसांतच मी कामावर हजर झाले. अर्थात

''सर्वसाधारण माणसं ज्या गोष्टी करत असतात, त्या मी करू शकत नाही. माझी बांधिलकी आहे माझ्या व्यवसायाशी आणि माझ्या कुटुंबाशी!''

मी थोडा थोडा वेळ काम करत असे.''

घर आणि ऑफिस जवळजवळ असल्यामुळे ओटारा येऊन दोन तास काम करत असे. मग घरी जाऊन बाळाला पाजत असे आणि पुन्हा कामावर येत असे. दिवसातून अनेकवेळा ती असं करत असे.

''माझ्या आईचा मला भरभक्कम आधार होता. तरीसुद्धा हा कालखंड खूपच अवघड गेला. तुम्ही जेव्हा रात्रभर जाग्या असता, तेव्हा तुम्ही थकून जाता आणि तुमची चिडचिड होते!''

परंतु हे कठीण दिवससुद्धा पार पडतात, बाळ व व्यवसाय दोन्हीही वाढत जातात; वाढतच जातात आणि प्रत्येक टप्प्यावर, त्यांच्याबरोबर तुमची परिपक्वतासुद्धा वाढणं आवश्यक असतं.

फक्त एकाच वर्षात 'ओडेल'च्या या प्रमुख दुकानाला जागा अपुरी पडू लागली. ओटारानं खिडकीबाहेर नजर टाकली आणि तिला या इमारतीच्या मागच्याच बाजूला असलेली इमारत दिसली. तिनं ती विकत घेण्याचा प्रस्ताव मांडला.

''या दोन इमारती आम्ही एकमेकांशी जोडून घेतल्या. आज ती संयुक्त इमारत तुम्हाला दिसते आहे.''

३३,००० चौरस फूट विस्तृत जागेवरची, अधिक मोठी, अधिक चांगली 'ओडेल अनलिमिटेड' १९९९ साली सुरू झाली. पुढल्याच वर्षी ओटाराच्या धाकट्या मुलाचा, राखिलचा जन्म झाला. त्याच सुमाराला या स्वर्गतुल्य बेटावर अशांतता पसरली.

२००१ साली 'एलटीटीई' (LTTE) नं बंदरनायके आंतरराष्ट्रीय विमानतळावर आत्मघातकी बॉंबहल्ले केले. ही मोठीच आपत्ती ठरली, कारण त्यामुळे श्रीलंकेत पर्यटनासाठी येणाऱ्या प्रवाशांची संख्या खूपच घटली आणि त्याचा संपूर्ण श्रीलंकेच्या अर्थव्यवस्थेवर प्रतिकूल परिणाम झाला. 'ओडेल'वरही त्याचा प्रतिकूल परिणाम झाला.

''अंतर्गत यादवी युद्धामुळे काही वर्षं अशीही गेली की, जेव्हा आमचा व्यवसाय अजिबातच वाढू शकला नाही, परंतु आम्ही कशीबशी दुकानं चालू ठेवली.''

कधीकधी संचारबंदी किंवा बॉंब हल्ल्यांमुळे, तीन-तीन दिवस दुकानं बंद ठेवावी लागली. परंतु एकदाही 'ओडेल'च्या कोणत्याही दुकानाची हानी झाली नाही किंवा 'ओडेल'चा एकही कर्मचारी कधी जखमी झाला नाही.

शांतता पुनश्च प्रस्थापित झाल्यावर पुन्हा दुकानं भरभराटीला आली. २०१० साली 'ओडेल'चं भागभांडवल शेअरबाजारात विक्रीसाठी काढण्यात आलं आणि

कंपनीच्या पुढील विकासासाठी पैसा उभा करण्यात आला. या ‘आयपीओ’ला (इनिशिअल पब्लिक ऑफरिंग) ६३ पटींनी मागणी आली. एका स्त्री-उद्योजिकेनं श्रीलंकेत ‘आयपीओ’ काढण्याची ही पहिलीच घटना होती.

‘‘आम्ही दोन विक्रेत्या असलेल्या एका दुकानापासून सुरुवात केली होती. आता आमची १६ दुकानं आहेत आणि त्यासाठी ८५० लोक काम करत आहेत.’’

ओडेलनं ३१ मार्च, २०१२ रोजी संपलेल्या आर्थिक वर्षात ३८० कोटी[१] श्रीलंकेच्या रुपयांची (भारतीय ०.४२ रुपया म्हणजे १ श्रीलंकेचा रुपया) विक्री केली आणि त्यावर लंकेच्या २६.४ कोटी रुपयांचा नफा मिळवला. जुलै, २०१२मध्ये ‘पार्कसन रिटेल एशिया’ या कंपनीनं ‘ओडेल’चे ४१.८ टक्के शेअर्स विकत घेण्यासाठी श्रीलंकेचे १४२.४ कोटी रुपये मोजले.

परंतु अजूनही ओटाराच्या हातात कंपनीचे २७.८८ टक्के शेअर्स आहेत आणि ती कंपनीची चीफ एक्झिक्युटिव्ह ऑफिसर म्हणून काम करते आहे. आणखी मोठी, अधिक संख्येची आणि परदेशातलीसुद्धा दुकानं उघडण्याचा कंपनीचा मानस आहे. परंतु अजूनही ओटाराला सर्वांत जास्त ओढ आणि अभिमान वाटतो दुकानात ठेवल्या जाणाऱ्या मालाच्या वैविध्याबद्दल!

‘‘जरी माझ्याकडे माल विकत घेणाऱ्यांचा आणि मालाचा पुरवठा करणाऱ्यांचा मोठा संघ उपलब्ध असला, तरी मालाच्या निवडीत मी अजूनही जातीनं लक्ष घालते. तीच गोष्ट मला सर्वांत जास्त आवडते आणि तेच माझे वैशिष्ट्य आहे!’’

‘ओडेल’मध्ये १५०० वेगवेगळ्या गोष्टी विक्रीसाठी ठेवल्या जातात. त्यातल्या बऱ्याचशा गोष्टी स्थानिक उत्पादकांकडून पुरवल्या जातात. १००० पुरवठादार आणि ३००पेक्षा जास्त फॅक्टऱ्यांमधून माल विकत घेताना कोणत्या गोष्टीला उठाव आहे हे लक्षात घेणं अत्यंत महत्त्वाचं ठरतं.

‘‘अगदी सुरुवातीच्या काळात माझी आईच आमची इआरपी (ERP)[२] होती. तीन वर्षांनी आम्हाला जाणवलं की, एवढंच पुरेसं ठरणार नाही आणि आम्ही देशातच बनवलेलं सॉफ्टवेअर विकत घेतलं आणि त्याचा वापर सुरू केला.’’

आता कंपनीनं अद्ययावत ‘इआरपी’यंत्रणा वापरात आणली आहे आणि त्यायोगे अगदी मिनिटभरापूर्वीच्या विक्रीचे आकडेसुद्धा कळू शकत आहेत.

---

१. श्रीलंकेचे ३८० कोटी रुपये म्हणजे भारताचे १६० कोटी रुपये, म्हणजे ३ कोटी अमेरिकन डॉलर्स.

२. ERP (Enterprise Resource Planning) – कंपनीअंतर्गत आणि बाहेरून मिळत असलेल्या माहितीचा, संपूर्ण कंपनीभर, वेगवेगळ्या खात्यांमध्ये (वित्त, उत्पादन, विक्री, ग्राहकसंबंध इत्यादी) सुयोग्य फैलाव व वापर करून घेणे.

''तुमच्या मुलांखातर आपल्या उद्दिष्टांवर पाणी सोडणं ही गोष्ट त्यांच्या दृष्टीनं हिताची नसते आणि तुमच्या स्वत:च्या दृष्टीनंसुद्धा हिताची नसते! कारण तसं केलंत तर तुम्ही स्वत:ही समाधानी नसता आणि तुम्ही मुलांना ही सुखी करू शकत नसता!''

''खरंतर मी अत्यंत उतावळ्या स्वभावाची आहे. मी कोणताही प्रश्न विचारला की, त्याचं उत्तर मला तत्क्षणी हवं असतं. कुणीतरी शेल्फपाशी जाऊन पाहून येणार आणि तीन-चार दिवसांनी मला ते उत्तर मिळणार, हे मी अजिबात सहन करू शकत नाही.''

आणि 'इआरपी'खेरीज 'इएसपी' (ESP)[१] सुद्धा महत्त्वाचं असतं. म्हणजेच, उद्या कोणती गोष्ट अत्यंत लाकेप्रिय ठरणार आहे, हे अंतर्मनानं जाणून घेता येणं ही गोष्ट व्यवसायाच्या दृष्टीनं अत्यंत महत्त्वाची ठरते. ग्राहकाला कोणत्या गोष्टीची गरज आहे आणि कशावर पैसे खर्च करायची त्याची तयारी आहे हे जाणून घेणं, ओळखणं महत्त्वाचं असतं.

''या घटकेला एक अत्यंत मोठं दुकान उघडण्याचा आमचा मानस आहे. त्या संदर्भात आम्ही कितीही माहिती गोळा केली, कितीही संशोधन केलं, तरी अंतिम निर्णय नेहमीच अंतर्मनाच्या कौलावर अवलंबून असतो. 'हो... हा प्रयत्न यशस्वी ठरेल!' असं तुम्हाला मनोमन जाणवणं महत्त्वाचं असतं.''

व्यवसायात लोकांची संघशक्ती उभी करावी लागते. कंपनी आकारानं खूप मोठी झाली, की ही गोष्ट कशी शक्य होते?

''काही वर्षांपूर्वी मी प्रत्येक कर्मचाऱ्याला नावानं ओळखत होते. परंतु आता आमचा आकार इतका मोठा झाला आहे की, ती गोष्ट आता शक्य होत नाहीये.''

परंतु तिच्या महत्त्वाच्या सहकाऱ्यांबरोबर ओटाराचे अत्यंत जवळिकीचे संबंध आहेत आणि ते ओटाराशी केव्हाही, अत्यंत मोकळेपणानं संपर्क संवाद साधू शकतात. तिचं सर्व गोष्टींकडे अगदी बारकाईनं लक्ष असतं आणि ही गोष्ट कदाचित फारशी स्वागतार्ह वाटत नसावी.

''मी फक्त प्रमुखपदी राहून व्यवसायात सहभाग न घेता स्वस्थ बसूच शकणार नाही. मी दैनंदिन निर्णयात आणि बारीकसारीक गोष्टींमध्ये माझ्या कर्मचाऱ्यांचं नेतृत्व करत असते.''

परंतु सूत्रांवरची पकड ढिली करायला ती हळूहळू प्रयत्नपूर्वक शिकत आहे.

समाजाचं ऋण चुकतं करणं, या गोष्टीचा ओटाराला ध्यास आहे. ''ज्या समाजाकडून तुम्ही पैसे मिळवता, त्या समाजाच्या हितासाठी तुम्ही पैसे खर्च करायला हवेत, असं मला अगदी सुरुवातीपासूनच वाटत आलेलं आहे... त्यामुळे मी अनेक संस्थांना मदत करत आले आहे.''

---

१. ESP (Extra Sensory Perception) – अंतर्मनानं जाणून घेता येणं.

२००८ साली ओटारानं तिला अत्यंत महत्त्वाच्या वाटणाऱ्या गोष्टीसाठी प्रयत्न करायचं ठरवलं. प्राण्यांचं कल्याण करण्याचे प्रयत्न तिनं हाती घेतले.

"त्यासाठीच आम्ही 'EMBARK' ही संस्था स्थापन केली आणि श्रीलंकेतील रस्त्यांवरच्या भटक्या कुत्र्यांसाठी मदत करायला प्रारंभ केला."

या प्रयत्नांची सुरुवात तिनं विशेष घोषवाक्य छापलेले टी-शर्ट्स बनवण्यापासून केली. हे टी-शर्ट्स खूपच लोकप्रिय झाले! या ब्रँडचा अग्रणी आहे, 'निको' नावाचा ओटारानं दत्तक घेतलेला भटका कुत्रा. टी-शर्टच्या प्रत्येक बॅचवर 'निको'वर आधारित एक घोषवाक्य असतं. उदा. 'Niko the Flirt' – (प्रणयी निको!)

"टी-शर्ट्सची प्रत्येक नवी बॅच बाजारात आणताना आम्ही एक फॅशन शो आयोजित करतो; हा ब्रँड परदेशात लोकप्रिय करणं हे माझं सध्याचं उद्दिष्ट आहे."

इतक्या साऱ्या गोष्टींसाठी ओटारा वेळ कसा काढू शकते? सकाळी उठल्याबरोबर ती मुलांना शाळेसाठी तयार करते. त्यानंतर ती जिममध्ये जाते. सकाळी नऊ वाजता ती ऑफिसात जाते आणि संध्याकाळी सातपर्यंत कामात व्यग्र असते. त्यानंतर ती घरी परत येते.

"दिवसभरात मला माझ्या मुलांचा विशेष सहवास मिळत नाही, म्हणून मी संध्याकाळचा वेळ आणि वीकएन्ड्स कटाक्षानं त्यांच्यासाठी राखून ठेवते."

२००४ साली ओटारानं आणि राजूनं घटस्फोट घेतला. परंतु अजूनही ते चांगले मित्र आहेत. एकल माता या नात्यानं ओटाराला तिच्या जबाबदाऱ्यांची अधिक तीव्र जाणीव आहे.

"मला अनेक पार्ट्यांसाठी आणि सामाजिक समारंभांसाठी आमंत्रणं येतात. परंतु मी त्यातल्या फारच थोड्या समारंभांना उपस्थित राहते."

घरकामासाठी उत्तम मदत आणि जवळच राहून आधार देणारे आई-वडील, यांच्या मदतीनं ओटारा अपराधी वाटू न घेता, कामावर चित्त केंद्रित करू शकतेय.

"मी काम न करता नुसती घरी बसून राहिले असते, तर मी स्वत: तर दुःखिकष्टी झाले असतेच, पण मुलांनासुद्धा मी अप्रिय झाले असते!"

गेल्या काही वर्षांमध्ये ओटाराचं चित्र परिपूर्ण जीवनशैलीकडे वळलं आहे. ती 'फेंगशुई'चा वापर करते. फक्त होमिओपॅथीची औषधं घेते आणि आध्यात्मिक गुरूंची प्रवचनं ऐकते.

"स्वत:कडे आणि जगाकडे पाहण्याचा एक वेगळाच दृष्टिकोन त्यातून मी मिळवला आहे."

कारण उद्योगात सतत व्यस्त असण्याखेरीज, आतून लाभणाऱ्या मन:शांतीचीसुद्धा अतीव गरज असते. अशी मन:शांती तुम्हाला लाभली आणि टिकवून धरता आली, तर तुम्ही कोणत्याही अडचणींमधून मार्ग काढू शकाल!

स्त्री-उद्योजिकांसाठी सल्ला

तुम्ही जे करता, ते तुम्हाला मनापासून आवडणं अत्यंत महत्त्वाचं असतं... कारण तुम्हाला त्यातून आनंद मिळत नसेल, तर तुम्ही ती गोष्ट यशस्वी करू शकणार नाही किंवा तुम्हाला अपेक्षित अशा उंचीवरही गोष्ट पोचवू शकणार नाही! कारण तुम्ही तुम्हाला न आवडणारी गोष्ट करून मनोमन खंत करत असाल.

मदतीची, आधाराची किंवा नव्या गोष्टी शिकण्यासाठीच्या मदतीची मागणी इतरांकडे करण्याला बिचकू नका. मला वाटतं की, काही जण अशी मागणी करणं टाळतात. कारण त्यामुळे लोक आपल्याला हसतील किंवा मूर्ख समजतील अशी त्यांना भीती वाटत असते. परंतु तुम्हाला एखादी गोष्ट माहीत नसली, तर त्याबद्दल लाज कशासाठी बाळगायची? अनेक लोक तुम्हाला मदत करायला आनंदानं तयार असतात. त्यांचा आधार घेऊन तुम्ही स्वत:चा विकास करून घेऊ शकता!

नव्या नव्या गोष्टी शिकत राहणं अत्यंत महत्त्वाचं असतं. स्वत:चं ज्ञान, स्वत:चं व्यक्तिमत्त्व, स्वत:ची कुवत वाढवण्याचा मी सतत प्रयत्न करत असते.

मी व्यवस्थापनाची पदवी मिळवलेली नाही. मी वित्त किंवा डिझाइन यांचं अधिकृत प्रशिक्षण घेतलेलं नाही. त्यामुळे मी जे जे केलं, ते केवळ अंतर्मनाचा कौल घेऊनच केलं. तसं करता येणं अत्यंत महत्त्वाचं ठरतं.

तुम्ही केवळ आकडेमोडीत अडकून पडत असाल, नियमांनुसार नाकासमोर चालत असाल, व्यवस्थापनावरच्या पुस्तकांचा कित्ता गिरवत असाल तर वेगळेपणानं उठून दिसणं, उंच भरारी मारणं आणि यश मिळवणं खूपच अवघड जाईल... सामान्याकडून असामान्य आणि संस्मरणीय बनण्याकडचा प्रवास करणं तुम्हाला शक्य होणार नाही!

घे भरारी!

नम्रता शर्मा
'क्रेयॉन पिक्चर्स'

दोन मुलांना घेऊन जगभर फिरत राहणाऱ्या नम्रताला पारंपरिक प्रकारचा व्यवसाय करणं शक्यच होणार नव्हतं. त्यामुळे प्रत्येकच गोष्टीतलं थोडं थोडं ज्ञान तिनं मिळवलं; आणि आज ॲनिमेशन (कार्टून्स) चित्रपटांच्या व्यवसायात तिनं या ज्ञानवैविध्याचा उत्तम प्रकारे वापर करून घेतला आहे.

तिचं ऑफिस खूप मोठं आहे आणि तिथे सतत वर्दळ सुरू असते. एक चिमुकल्या आकाराची ही कार्यक्षम स्त्री इथला कारभार शांतपणे चालवत असते.

नम्रता कबूल करते, "इंजिनिअरिंगचा अभ्यासक्रम पूर्ण केल्यानंतर काय करायचंय किंवा कोठे जायचंय, याबद्दल मी काहीही विचार केला नव्हता."

तिला फक्त एकाच गोष्टीबद्दल खातरी वाटत होती की, तिचा व्यावसायिक आलेख सुसूत्र किंवा सरळ रेषेतला असणं केवळ अशक्य आहे! तिला असं वाटत होतं, कारण ती एक अत्यंत सर्जनशील व्यक्ती होती आणि भरीला ती एक स्त्री होती.

"तेवीस वर्षांची असतानाच मी माझी मल्टिमीडिया कंपनी सुरू केली; परंतु त्यानंतर माझा विवाह झाला आणि मी हाँग काँगला स्थलांतर केलं."

तिच्या नवऱ्यानं व्यवसायात विविध उच्च पदं मिळवली, तेव्हा नम्रताला त्याच्याबरोबर जगभरातल्या वेगवेगळ्या शहरांमध्ये जावं लागलं. परंतु बऱ्याच स्त्रियांना जे जमत नाही, ते तिनं करून दाखवलं. ती जिथे जिथे गेली, तिथे तिथे तिनं कोणतंतरी काम मिळवलं.

हे सारं तिनं नवं शिकून घेण्यासाठी, व्यवसायाशी नाळ जोडलेली राहावी म्हणून आणि व्यावसायिक ऊर्जा मिळवण्याच्या हेतूनं केलं. कालांतरानं त्याचा खूपच उपयोग झाला!

"२००४ साली आम्ही पुण्याला आलो आणि आम्ही तिथेच स्थिरावू अशी मला खातरी वाटली. पुण्यात माझ्या मुलांकडे बघण्यासाठी मला भरभक्कम मदत मिळणार होती."

अखेरीस ती योग्य वेळेस, योग्य जागी आणि योग्य संधी मिळेल अशा ठिकाणी पोहोचली होती. नम्रताला वाटलं की, स्वत:चा व्यवसाय सुरू करायला आता ती सिद्ध झालेली आहे.

आज ती 'क्रेयॉन पिक्चर्स' या महत्त्वाच्या थ्री डायमेन्शनल ॲनिमेशन स्टुडिओची प्रमुख आहे. तिच्या हाताखाली १९० सर्जनशील कलावंत काम करत आहेत. या जबाबदारीबरोबरच ती आपले अन्य छंद, मुलांचे गृहपाठ, कराटे क्लास, घरातल्या मोलकरणी आणि ड्रायव्हर्स या साऱ्यांकडे बघते आहे.

दिवसभरात ती या विविध भूमिका वठवते आहे.

विवाह आणि मातृत्व यापायी कुठेही जावं लागलं, तरी तुमचे डोळे सतत तुमच्या महत्त्वाकांक्षेवर खिळवून ठेवणं महत्त्वाचं असतं.

कोणत्या गतीनं आणि कोणत्या दिशेनं जायचं हे एकदा ठरवा आणि त्या दिशेनं वाटचाल करत राहा!

घे भरारी!

नम्रता शर्मा
'क्रेयॉन पिक्चर्स'

नम्रता ही पुण्याची सुकन्या आहे.

''मी पुण्यात जन्मले आणि पाषाणमधल्या सेंट जोसेफ स्कूलमध्ये शिकले. एका अत्यंत प्रेमळ आणि उत्तेजन देणाऱ्या कुटुंबात मी लहानाची मोठी झाले. मला एक धाकटी बहीण आणि एक धाकटा भाऊ आहे.''

अगदी लहान वयापासूनच नम्रताला चित्रकला, पेंटिंग आणि सर्जनात्मक गोष्टींची आवड होती.

''माझी बहीण नेहमीच म्हणत असे, 'चल, काहीतरी करू या!' आणि दुपारी झोपा काढायच्या ऐवजी आम्ही बेडशीटवर किंवा पेपर-टॉवेलवर पेंटिंग करत असू!''

फर्ग्युसन कॉलेजमधून बारावीची परीक्षा उत्तीर्ण झाल्यावर नम्रतानं 'कॉलेज ऑफ इंजिनिअरिंग', पुणे (COEP) येथे प्रवेश घेतला.

''खरंतर मला आर्किटेक्ट बनायचं होतं आणि माझ्या आई-वडिलांचासुद्धा त्याला पूर्ण पाठिंबा होता. ते म्हणाले, 'तुला आवडेल ते कर!' पण 'सीओइपी' हे महाराष्ट्रातील अत्यंत नामवंत कॉलेजपैकी एक आहे...''

त्यामुळे नम्रतानं हा सुरक्षित पर्याय निवडला. परंतु इंजिनिअरिंगचा अभ्यासक्रम पूर्ण करत असताना ती पुस्तकी किडा बनली नाही; तिचा पिंड कलावंताचाच राहिला.

''मला ओळीनं तीन वेळा 'आर्टिस्ट ऑफ द इयर' हा पुरस्कार मिळाला,'' ती हसून म्हणते.

ती कबूल करते की, भविष्याबद्दल तिनं कोणतीही नेमकी योजना आखलेली नव्हती.

''नशिबानं कॅम्पस इंटरव्ह्यूमध्ये माझी 'थरमॅक्स' कंपनीत निवड झाली.''

कंपनीच्या इलेक्ट्रिकल इंजिनिअरिंग खात्यात उमेदवारी करत असताना, नम्रता केबल लेआउटवर काम करत होती, परंतु ती सतत कोणतीतरी सर्जनात्मक गोष्ट करण्याची संधी शोधत असे आणि शोधणाऱ्याला नेहमीच इच्छित गोष्ट प्राप्त होते! कंट्रोल पॅनेल्सची चाचणी घेणं, ही नम्रताच्या जबाबदाऱ्यांपैकी एक जबाबदारी होती. ही पॅनेल्स प्रचंड मोठी आणि बघायला कुरूपशी असत.

एके दिवशी सकाळी तिचा बॉस म्हणाला, ''ही पॅनेल्स अधिक शोभिवंत दिसावीत, म्हणून आपल्याला काहीतरी करता येणार नाही का?''

नम्रतानं 'एलईडी' (LED – लाइट एमिटिंग डायोड) चा वापर करायचं सुचवलं. त्यामुळे ही पॅनेल्स अधिक शोभिवंत दिसली असतीच आणि त्यांचा वापर करणंही सुलभ झालं असतं. सरतेशेवटी नम्रतानंच त्याचं डिझाइन केलं.

''याच सुमाराला मी फोटोशॉप, कोरेल ड्रॉ आणि डीटीपी यावरचा कोर्स केला. या साऱ्या गोष्टी १९९३-९४ साली भारतात अगदी नव्या होत्या.''

नम्रताच्या लगेचच लक्षात आलं की, मल्टिमीडिया हे मुख्यत: सर्जनशीलता आणि तंत्रज्ञानाचंच मिश्रण आहे. या दोहोंतील उत्तम गोष्टींचा तो मिलाफ आहे. फक्त एकाच वर्षाचा अनुभव घेतल्यावर या तरुण इंजिनिअरनं नोकरी सोडून देऊन स्वत:ची कंपनी चालू केली.

तिनं अगदी सोपा व्यावसायिक आराखडा आखला होता.

''माझ्या वडिलांनी मला एक कॉम्प्यूटर विकत घेऊन दिला. मला कॉम्प्यूटर सॉफ्टवेअरचं ज्ञान होतं. मी 'थरमॅक्स' कंपनीकडे गेले आणि त्यांना म्हणाले, 'या या गोष्टी मी तुमच्यासाठी करू शकेन!'''

नम्रतानं 'थरमॅक्स'साठी हाती घेतलेला पहिलाच प्रकल्प होता. कॉम्प्यूटरवर आधारित प्रशिक्षण कार्यक्रम तयार करण्याचा. या प्रकल्पामुळे तिला थोडासा पैसा मिळाला आणि हळूहळू तिनं इतरांचंही सहकार्य मिळवलं. मित्र आणि मित्रांचे मित्र, अभियांत्रिकीबरोबरच सर्जनशीलता ठायी असलेले लोक तिनं आकृष्ट करून घेतले.

''इंजिनिअर्स असल्याचा फायदा आम्हाला स्पष्टपणे कळत होता. आम्ही ग्राहकांशी त्यांच्याच भाषेत बोलू शकत होतो. त्यामुळे तेसुद्धा विश्वासानं त्यांची कामं आमच्या हाती देऊ लागले होते.''

नम्रताच्या संघाला साऱ्याच गोष्टींचं ज्ञान होतं असं नव्हे! परंतु शिकण्याची

त्यांची तयारी होती! त्यासाठी रात्र रात्र जागून पुस्तकं आणि तांत्रिक पुस्तिका वाचायची आणि चुका करत शिकायची त्यांची सिद्धता होती.

''तुम्हाला अशा प्रकारच्या कामाची गोडी लागते आणि तुमच्या लक्षात येतं की, तुम्हाला दररोज काहीतरी नवं करता येतंय!''

नम्रताच्या कंपनीनं कंपन्यांच्या सादरीकरणावर (Corporate presentation) आणि कॉम्प्यूटरवर वास्तुशास्त्रीय दर्शन घडवणं (architectural walk throughs) या दोन महत्त्वाच्या गोष्टींवर चित्त केंद्रित केलं. हे काम अत्यंत जोमानं सुरू होतं. परंतु स्त्री-उद्योजिकेच्या वाटेत नेहमीच येणारं एक वाकडं वळण नम्रतापुढे येऊन ठेपलं!

''मी विवाह केला आणि माझ्या आयुष्यात दोन मोठे बदल घडले,'' नम्रता जुनी आठवण सांगते.

''पहिली गोष्ट म्हणजे ज्योतिषीबुवा म्हणाले की, माझं विवाहापूर्वीच 'अर्चना' हे नाव माझ्या पतीच्या 'पवन' या नावाशी शुभयोग करत नाही. ते म्हणाले की, मी 'न' या अक्षरानं सुरू होणारं नाव स्वीकारलं पाहिजे!''

तिथल्या तिथे काही नावं सुचवण्यात आली आणि तिच्या लक्षात येण्यापूर्वीच 'अर्चना अरोरा'ची ती 'नम्रता शर्मा' बनली. विवाहानंतर लगेचच, नम्रतानं तिच्या पतिसमवेत हाँग काँगला स्थलांतर केलं.

''मी काम करणं पूर्णपणे थांबवलं नाही. हाँग काँगमध्ये राहून मी छोटे-छोटे प्रकल्प करत राहिले. परंतु आता कंपनी माझ्या ताब्यात राहिली नव्हती.''

आणि तरीसुद्धा काम करण्याची, नवं शिकून स्वत:चा विकास करण्याची तिची जिद्द मात्र अजूनही प्रखरच होती आणि लवकरच एक नवी संधी तिच्यापुढे चालत आली.

''माझा नवरा ज्या कंपनीत काम करत होता, ती कंपनी 'डिस्नी'साठी नवं सॉफ्टवेअर विकसित करत होती. त्याच्यामुळे माझी एका सद्गृहस्थाशी ओळख झाली. त्यानं मी केलेलं काम पाहिलं आणि त्याला ते पसंत पडलं.''

नम्रतानं 'डिस्नी स्टुडिओ'साठी फ्री-लान्स काम करायला सुरुवात केली. ती त्यांचे सेट्स आणि त्यामगची दृश्यं यांचं काल्पनिक चित्र उभं करण्याचं काम करू लागली. ती 2D (द्वीपरिमाणित) प्रकारे, हातानं चित्रं काढून आधुनिक सॉफ्टवेअर तंत्रज्ञानाची फारशी मदत न घेता, हे काम करू लागली.

''परंतु इतर लोक काय करत आहेत आणि ॲनिमेशन फिल्म बनवण्यासाठी काय काय करावं लागतं, हे मला समजू लागलं होतं. मला अनेक गोष्टी शिकता आल्या!''

दुर्दैवानं हे काम तिला जेमतेम वर्षभरच करता आलं.

"मी आज जे काही करतेय, त्याचं खूपसं श्रेय माझ्या नवऱ्याकडे जातं. कारण तोच मला सतत उत्तेजन देत असे – तू याहूनही चांगलं काम करू शकशील, याहूनही चांगलं काम करू शकशील, याहूनही चांगलं काम करू शकशील!"

"मला दिवस गेले होते आणि प्रसूतीसाठी मी भारतात परत आले. मी भारतात असतानाच माझ्या नवऱ्याची न्यूझिलंडला बदली झाली. त्यामुळे मी हाँग काँगला परत गेलेच नाही!"

न्यूझिलंडमध्ये नम्रता 'डिपेंडंट व्हीजा'[१]वर गेली होती, त्यामुळे तिला नोकरी करता येणार नव्हती. त्याखेरीज लहानग्या बाळाचं संगोपन करण्याची जबाबदारीसुद्धा तिला पार पाडायची होती. तरीसुद्धा काहीही न करता स्वस्थ बसून राहणं तिला शक्य होत नव्हतं. त्याला नशीब म्हणा किंवा दैवयोग म्हणा – एक नवी आणि थरारक संधी तिचं दार ठोठावत आली.

आणि हे सारं अजब रीतीनं घडून आलं.

"माझे वडील 'लायन्स क्लब'चे सभासद होते. विशीच्या वयात मीसुद्धा 'लिओ क्लब'ची सभासद होते. त्यामुळे मी न्यूझिलंडमधील 'लायन्स क्लब'चं सभासदत्व घेतलं आणि त्या क्लबसाठी खूप काम करू लागले."

लायन्स क्लबमध्ये नम्रताची अनेक नामवंतांशी मैत्री झाली. त्यापैकी एक जण एका प्रचंड मोठ्या 'पोस्ट प्रॉडक्शन स्टुडिओ'[१]साठी काम करत होता.

त्या सुमाराला न्यूझिलंड ही मोठी थरारक जागा होती. पीटर जॅक्सनसारखे दिग्दर्शक तेथे 'लॉर्ड ऑफ द रिंग्ज' या चित्रपटाचं शूटिंग करत होते.

व्हीजाच्या अडचणीमुळे नम्रता एखाद्या स्टुडिओमध्ये अधिकृतपणे काम करू शकत नसली, तरी तेथे तिला प्रशिक्षण घेता येणार होतं.

"यावेळेस प्रॉडक्शनसंबंधित विविध प्रक्रियांचा मी बारकाईनं अभ्यास केला आणि संपूर्ण उत्पादन प्रक्रिया मी शिकून घेतली."

हासुद्धा एक अत्यंत थरारक अनुभव होता. परंतु हा थोड्याच वेळात संपुष्टात आला.

"वर्षाच्या आतच माझ्या नवऱ्याची पुन्हा एकदा हाँग काँगला बदली झाली. त्यामुळे मी पुन्हा नव्यानं काम शोधू लागले!"

---

१. डिपेंडंट व्हीजा – दुसऱ्यावर अवलंबित प्रवेश परवाना.

२. पोस्ट प्रॉडक्शन स्टुडिओ – फिल्म तयार केल्यावर त्यावर अन्य संस्करणं करण्याचं काम करणारा स्टुडिओ.

नम्रतानं 'डिस्नी'मधील तिच्या पूर्वीच्या एका सहकाऱ्याबरोबर संपर्क साधला. त्याच्याकडून तिला बातमी कळली की, 'जॉन्सन अँड जॉन्सन' कंपनी वेबपोर्टल तयार करण्यासाठी माणूस शोधतेय. हा प्रकल्प आवडेलसा होता, परंतु त्यात एक लहानशी अडचण येणार होती.

"मी वेबपोर्टलच्या सर्जनशील बाजूकडे समर्थपणे बघू शकले असते, परंतु त्यातील अन्य तंत्रज्ञानाची मला काहीही माहिती नव्हती."

तिनं तिच्या नवऱ्याचा सल्ला घेतला. तो म्हणाला, "भारतातील अनेक कंपन्या सॉफ्टवेअर्स तयार करत आहेत. त्यांच्यापैकी कुणाशीतरी तू का संपर्क साधत नाहीस?"

नम्रताच्या नवऱ्यानं तिचा श्री. जी.के. राव यांच्याशी संपर्क साधून दिला व ते त्यावेळेस 'मेगासॉफ्ट' या 'सत्यम'च्या उपशाखेचे प्रमुख म्हणून काम बघत होते. अमेरिकेतून भारतात परत येताना, वाटेत हाँग काँगमध्ये थांबून, या प्रकल्पाबाबत चर्चा करायचं श्री. राव यांनी कबूल केलं.

या भेटीदरम्यान तिच्या श्री. राव यांच्याशी विविध विषयांवर गप्पा झाल्या. श्री. राव यांना हाँग काँगमधील (सॉफ्टवेअरच्या) बाजारपेठेबद्दल अधिक माहिती करून घ्यायची होती.

"माझ्या नवऱ्याच्या कामामुळे मला इन्फर्मेशन टेक्नॉलॉजी इंडस्ट्रीबाबत भरपूर ज्ञान मिळालं होतं आणि त्यांच्या बऱ्याचशा प्रश्नांना मी उत्तरं देऊ शकले."

या मुलाखतीनंतर श्री. राव यांनी नम्रताला 'मेगासॉफ्ट' कंपनीत नोकरी घेण्याची विनंती केली आणि हाँग काँगमधील व्यवसाय वाढवण्याची जबाबदारी त्यांनी नम्रतावर सोपवली; तिनं ती स्वीकारली!

"व्यवसाय वाढवण्याचं काम मी यापूर्वी कधीही केलेलं नव्हतं; परंतु त्यावेळेस मला माझ्या नवऱ्याची त्या कामात खूपच मदत झाली. त्यानं मला अगदी प्राथमिक गोष्टींचेसुद्धा धडे दिले. कोणाची भेट घ्यावी, कोणाशी कसं बोलावं, ई-मेल्स कशा प्रकारच्या पाठवाव्यात या साऱ्या गोष्टींमध्ये त्यानं उत्तम मार्गदर्शन केलं..."

वरवर पाहता क्षुल्लक वाटणाऱ्या या गोष्टी, प्रत्यक्षात तुमचं वेगळेपण अधोरेखित करतात आणि उद्दिष्टांकडची तुमची वाटचाल सुकर करून देतात.

"मी मे, १९९९मध्ये या कंपनीतली नोकरी स्वीकारली आणि जुलै, २०००पर्यंत आम्हाला एक ऑफशोअर प्रकल्प मिळवता आला. माझ्याकडून अपेक्षित असलेली उद्दिष्टं मी अवघ्या सहा-सात महिन्यांमध्येच पूर्ण केली होती. त्यामुळे सर्व जण माझ्या कामावर खूश होते."

परंतु तिच्या लहानग्या मुलाकडे कोण पाहत होतं? सुरुवातीला नम्रतानं तिच्या आईला हाँग काँगला येऊन मदत करायची विनंती केली. त्यानंतर तिनं एक चांगली

''कधीकधी मी इतकी नाउमेद किंवा वैफल्यग्रस्त होत असे की, मला नोकरी सोडून द्यावीशी वाटत असे. अशा वेळेस माझा नवरा म्हणत असे, 'ऊठ! ऑफिसात जा!'''

मोलकरीण शोधली.

''तो दोन वर्षांचा झाला होता आणि सकाळी प्ले स्कूलमध्ये जाऊ लागला होता. तो बोलू लागला होता, आपल्या भावना व्यक्त करू शकत होता. मी घरी आले की, त्यानं काय केलं, काय खाल्लं, दिवसभरात काय काय घडलं, हे सारं त्याच्या तोंडून ऐकून माझं समाधान होत असे.''

'मेगासॉफ्ट' कंपनी जोमानं वाढत होती; त्यामुळे हे काम करण्यात उत्साह वाटत होता.

''मी सिंगापूरमधलं, ऑस्ट्रेलियातलं ऑफिस सुरू करायला हाँग काँगमधूनच मदत केली. आम्ही चीनमधील एका संयुक्त प्रकल्पावरही देखरेख करत होतो.''

या साऱ्या गोष्टींचा 'ॲनिमेशन' जगताशी अगदी दूरान्वयेही संबंध नव्हता; परंतु 'मेगासॉफ्ट' कंपनीचे अनेक ग्राहक मीडिया (प्रसारमाध्यम) व्यवसायातले होते. 'स्टार टीव्ही' आणि 'मॅकॅन एरिक्सन'सारख्या कंपन्यांची कामं 'मेगासॉफ्ट'कडे होती.

''हे योगायोगानं घडलं की मीडियाबद्दल मला वाटत असलेल्या अतीव ओढीमुळे घडलं, हे मी सांगू शकत नाही,'' ती हसून म्हणते.

इथे तिला मीडिया व्यवसायाच्या सर्जनशील अंगाबद्दल फारसं शिकता येत नव्हतं; परंतु या सर्जनशील व्यवसायाच्या व्यापारविषयक बाजूबद्दल ती भरपूर ज्ञान मिळवू शकली आणि प्रकल्प-व्यवस्थापनाचासुद्धा तिनं अनुभव मिळवला.

''मी हाँग काँगमध्ये बसून काम करत होते, तर विविध प्रकल्पांवर भारतातील प्रकल्प अधिकारी काम करत होते आणि मला या प्रक्रियेत दुरून सहभाग घ्यावा लागत होता.''

'मेगासॉफ्ट'मध्ये नम्रतानं दोन वर्षं काम केलं. दरम्यान तिला भारतात परत यावं लागलं.

''स्टार टीव्ही भारतात शिरकाव करू इच्छित होता आणि मला त्या प्रकल्पाकडे बघायचं होतं. परंतु नेमकं तेव्हाच ९/११ झालं.''

जगभरातील व्यवसाय मंदीच्या लाटेत सापडू लागला होता आणि नम्रताच्या बॉसची इच्छा होती की, तिनं पुन्हा हाँग काँगमधली जबाबदारी स्वीकारावी! यासाठी खूप प्रवास करावा लागणार होता. चेन्नईच्या मुख्यालयात, हाँग काँगला कधीकधी सलग तीन-चार आठवडे राहावं लागणार होतं.

''या वेळेपर्यंत माझा मुलगा चार वर्षांचा झाला होता आणि नर्सरी स्कूलमध्ये

जाऊ लागला होता. इतर आया आपापल्या मुलांना शाळेतून घरी न्यायला स्वत: तिथं येतात आणि आपली आई कधीच येत नाही, हे त्याला जाणवू लागलं होतं.''

हळूहळू त्याच्या मनात दबलेल्या भावनांचा उद्रेक होऊ लागला. ''सुरुवातीला मी घराबाहेर निघाले की, तो म्हणत असे, 'मला खेळणं आण, मला घड्याळ आण!' हळूहळू त्यानं म्हणायला सुरुवात केली, 'मला काहीही नकोय, पण तू जाऊ नकोस!'''

आणि एक असा दिवस उजाडला की, गोष्टी हाताबाहेर गेल्यासारखं वाटू लागलं. तो शाळेचा ॲन्युअल डे होता आणि मुलांनी काढलेली चित्रं आणि बनवलेले तक्ते शिक्षकांनी भिंतींवर लावले होते. त्यापैकी एक विषय होता, 'मला सर्वांत आनंदी केव्हा वाटतं?'

वर्गात चाळीस मुलं होती आणि त्यांपैकी बऱ्याच मुलांनी लिहिलं होतं, 'जेव्हा बाबा आईसक्रीम आणतात' किंवा 'जेव्हा आम्ही बागेत जातो तेव्हा.'

जनकनं हिंदी भाषेत, अवतरणात लिहिलं होतं, 'जब मेरी मम्मी घर पे होती है.'

''त्या क्षणी मी खरोखरच हादरून गेले. दुसऱ्या दिवशी मी ऑफिसात गेले आणि माझा राजीनामा देऊन टाकला,'' नम्रता भूतकाळातली आठवण सांगते.

ऑफिसात हलकल्लोळ माजला होता. नम्रताच्या नवऱ्यालासुद्धा वाटलं की, ती भावनावश होऊन टोकाचा निर्णय घेते आहे; परंतु आईचं हृदय तिच्या मेंदूवर नेहमीच मात करतं.

''मी माझ्या मुलाचं तेवढं देणं लागत होते, असं मला मनोमन वाटत होतं.''

पुढली दोन वर्षं नम्रता घरीच राहिली, परंतु ती स्वस्थ बसून मात्र राहिली नाही.

''त्या वेळेस मी 3D तंत्रज्ञानाचा सखोल अभ्यास केला. मी 'माया'त गेले आणि सारं तंत्रज्ञान शिकून घेतलं. त्यानंतर मी घरबसल्या वैयक्तिक पातळीवर काही प्रकल्पसुद्धा केले.''

परंतु तिचं चित्त मात्र प्रामुख्याने कुटुंबावर केंद्रित झालेलं होतं.

''मला जनकमध्ये खूप फरक पडलेला जाणवला. त्याच्यातला आत्मविश्वास वाढला. तो इतरांमध्ये अधिक मिसळून वागू लागला आणि मी घरी असले की, तो खूप आनंदात राहू लागला.''

दरम्यान कुटुंबात आणखी एका बाळाचं आगमन झालं. २००३ साली दुसऱ्या मुलाचा जन्म झाला. गालव सात महिन्यांचा होता, तेव्हा नम्रताला पुण्यातील 'केपीआयटी'मधून फोन आला.

त्यांनी विचारलं, ''तुम्हाला पुन्हा काम करू लागायला आवडेल का?''

'मेगासॉफ्ट'मध्ये पूर्वी नम्रताचा सहकारी असलेला माणूसच फोनवर ही विचारणा करत होता. त्यानं नम्रताला पटवून दिलं की, तिनं आता पुन्हा कामाला सुरुवात

> ***''मी कोणतीही गोष्ट सातत्यानं केली नाही. परंतु मला विविध क्षेत्रातला इतका भरपूर अनुभव मिळाला आहे, तेच आता माझं बळ ठरलं आहे. अनुभवातील वैविध्यामुळे मला तर्कशास्त्र आणि सर्जनशीलता यातील समतोल साधता येऊ लागला आहे.''***

करायला हवी.

''तू खूप दिवस घरीच बसलीस, तर तुला त्याचीच सवय होईल आणि त्यानंतर तुला कधीच काम सुरू करावंसं वाटणार नाही!''

या वेळी हे कुटुंब दिल्लीत राहत होतं, परंतु नम्रताला आणि तिच्या नवऱ्याला पुण्याला परत जायची ओढ वाटत होती. तेच त्यांचं मूळ गाव होतं.

''आम्ही दोघांनी मिळून खूप साधकबाधक विचार केला. आम्ही ठरवलं की, मी आधी पुण्याला गेले आणि काही काळानं तो पुण्याला आला, तर बरं पडेल.''

नम्रतानं एका अटीवर ती नोकरी स्वीकारली.

''मी त्यांना सांगितलं की, मला सात महिन्यांचं बाळ घरी ठेवून प्रवास करता येणार नाही.''

नम्रता विक्रीपूर्व तयारी करणाऱ्या खात्यात काम करू लागली. ती ९ ते ५ काम करत असे. घरी भरपूर नातेवाइकांचा आधार मिळत असल्यामुळे तिला ते शक्य होत असे.

''माझ्या सासूबाई, माझी नणंद आणि माझे आई-वडील पुण्यातच असतात. त्यामुळे 'मी माझ्या बाळाकडे दुर्लक्ष करतेय' अशी टोचणी मला कधीही लागली नाही.''

जेव्हा आपल्या बाळाकडे प्रेमानं बघितलं जातं आहे, याबाबत आई आश्वस्त असते, तेव्हा ती काळजी न करता आपली सारी ऊर्जा कामात ओतू शकते. ती इतर व्यावसायिकांप्रमाणेच एकचित्तानं काम करू शकते.

''मी बँकेसंबंधीच्या विक्रीपूर्व तयारीसाठी काम करत होते. हा माझ्या दृष्टीनं नवाच अनुभव होता. हे प्राथमिक तयारीचं काम होतं... तुम्ही लोकांशी संपर्क कसा साधायचा, व्यावसायिक प्रस्ताव कसे मांडायचे, सादरीकरण कशा प्रकारे करायचं.''

हे वित्त-व्यवसायाच्या जगतातलं पदार्पण होतं; परंतु कालांतराने नम्रता पुन्हा विक्रीखात्यात काम करू लागली आणि हे काम तिला आवडत असलं, तरी सर्जनात्मक आव्हानासाठी तिचा जीव तळमळू लागला.

''मला माझ्या आवडीचं काम करावंसं वाटत होतं आणि ते सुद्धा स्वतंत्रपणे! याविषयी काही ढोबळ कल्पना माझ्या मनात असल्या, तरी नेमकं काय करावं हे मला उमगत नव्हतं.''

२००६ साली नम्रता 'ॲनिमेशन आणि गेमिंग' या विषयावरच्या 'नॅसकॉम कॉन्फरन्स'मध्ये उपस्थित राहिली. या क्षेत्रात कोणत्या नव्या गोष्टी घडत आहेत,हे पाहण्याचा त्यामगचा तिचा हेतू होता. तिथं तिची 'Contests 2 win' आणि 'Games 2 win' या कंपन्यांचा संस्थापक-सीईओ, आलोक केजरीवालबरोबर भेट झाली.

''आम्ही गप्पागोष्टी करू लागलो आणि आलोक म्हणाला की, तो फ्लॅश गेम्स विकसित करून देईल, अशा व्यक्तीच्या शोधात आहे.''

यानंतर ते आणखी एक-दोन वेळा चर्चेसाठी भेटले आणि नम्रतानं 'केपीआयटी' सोडून देऊन 'ॲन्ट्रिक्स ॲनिमेशन' ही कंपनी स्थापन करायचा निर्णय घेतला. ही कंपनी 'ऑनलाइन गेम्स' (इंटरनेट गेम्स) विकसित करणार होती.

''आमच्यापाशी एक भरवशाचा ग्राहक होता– 'Contests 2 win' आणि काही काळानं मला इतरही गोष्टी करता येतील याबद्दल मला खातरी वाटत होती.''

नम्रतानं 'केपीआयटी'मधील नोकरी सोडली, तेव्हा ती कंपनीचे सीईओ श्री. किशोर पाटील यांच्यासाठीसुद्धा काम करत होती.

''मी माझी स्वत:ची कंपनी सुरू करण्यासाठी राजीनामा देत आहे, असं मी जेव्हा त्यांना सांगितलं, तेव्हा त्यांनी मला उत्तेजन दिलं आणि शुभेच्छा दिल्या.''

एप्रिल, २००६मध्ये 'ॲन्ट्रिक्स'ची सुरुवात झाली. पगार, आगाऊ पैसे, थोडी यंत्रसामग्री आणि भाड्याचे पैसे, यासाठी १० लाख रुपये उभे करून आणि थोडे कर्मचारी नेमून कंपनी सुरू करण्यात आली. कंपनीला लगेचच 'थरमॅक्स' आणि 'ॲमडॉक्स'सारखे ग्राहक मिळाले. फक्त तीनच महिन्यांत कर्मचाऱ्यांची संख्या दोनवरून बारावर गेली.

काही महिन्यांनी, तिच्या पूर्वीच्या बॉसनी फोन केला.

''त्यांना या व्यवसायाबद्दल जाणून घेण्याची इच्छा होती. मी नेमकं काय करतेय हे त्यांना जाणून घ्यायचं होतं. त्यांनी माझ्या ऑफिसात खूप वेळ चर्चा केली आणि माहिती करून घेतली.''

त्यानंतर अचानक श्री. पाटील यांचा फोन आला.

''एक चित्रपट तयार करण्याची संधी चालून आलीये. तुला ते काम हवं आहे का?'' त्यांनी नम्रताला विचारलं.

ही बातमी ऐकून कंपनीत उत्साहाची लाट पसरली, परंतु सादरीकरण आणि चर्चा यांच्या फैरीमागून फैरी झाडल्या. परदेशातील कंपन्यांकडून काम करून घेणं हा एक सोपा पर्याय होता. परंतु स्वत:च सारं काम अथपासून करण्यात वेगळंच आव्हान होतं.

''आम्ही स्वत:ची IP (इंटलेक्चुअल प्रॉपर्टी) विकसित करायचं ठरवलं. त्यात

धोका जास्त असला, तरी ती गोष्ट साध्य करता आली असती, तर फायदासुद्धा भरपूर प्रमाणात होऊ शकला असता!''

अशा प्रकारे जून, २००७मध्ये 'क्रेयॉन पिक्चर्स' या कंपनीची स्थापना करण्यात आली. त्यांनी हाती घेतलेला पहिलाच प्रकल्प होता, पूर्ण लांबीची 'डेल्ही सफारी' नावाची ॲनिमेशन फिल्म. बॉलिवुड दिग्दर्शक निखिल अडवानी, याच्या संकल्पनेवर आधारित असा हा चित्रपट होता.

''निखिलनं ही कथा श्री. निशित टाकिया (अभिनेत्री आयेशा टाकिया हिचे वडील) यांना सांगितली होती. निशित टाकियांची किशोर पाटील यांच्याशी ओळख होती; किशोर पाटील मला ओळखत होते. अशा प्रकारे आम्ही सारे जण एकत्र आलो.''

किशोर पाटील[१] हे प्रमुख वित्त-निवेशक आणि धोरणं आखणारे आहेत. निशित व्यवसाय वाढवण्याकडे बघत आहेत. नम्रता ही सहसंस्थापक आहे आणि कंपनीच्या कारभाराची संचालिका आहे. त्याचा अर्थ असा की, तिला कामाची पद्धत, उत्पादन यंत्रणा, अन्य पायाभूत गोष्टी या सर्व गोष्टींची जबाबदारी पेलावी लागत आहे. तिच्यावरची सर्वांत महत्त्वाची जबाबदारी आहे योग्य कर्मचारी नियुक्त करण्याची!

''मी सर्वांत वरच्या पातळीला जास्त महत्त्व देते. वरिष्ठ स्थानी योग्य लोक नेमण्यावर माझा कटाक्ष असतो.''

कारण ते सक्षम आणि बांधील असले, तरच ते योग्य साहाय्यक निवडतील आणि सर्जनशील कलावंत अतिशय भावनाप्रधान असतात.

''ॲनिमेशन फिल्म तयार करणाऱ्या कलावंताला योग्य प्रकारचा बॉस आणि गुरू लाभणं अतिशय महत्त्वाचं असतं.''

बाहेरून करवून घेतला जाणारा नव्हे, तर अथपासून स्वत:नंच विकसित केला जाणारा प्रकल्प मिळणं, ही अशा कलावंतांना पर्वणीच वाटत होती; परंतु कुशल कलावंतांना मुंबईहून पुण्याला स्थलांतर करायला लावणं हे अवघड आव्हान होतं.

''सुरुवातीला त्यांच्या मनात पुणे शहराबद्दल आकर्षण निर्माण करणं गरजेचं होतं. परंतु एकदा ते पुण्यात स्थिरावले आणि नव्या जागी रुळले, तसं त्यांना पुणं आवडू लागलं.''

अनेक छोट्या-छोट्या गोष्टींमुळे तुम्हाला तुमची नोकरी आवडू लागते. नव्या जागी तुम्हाला स्थिरावायला मदत करणारी यंत्रणा उपलब्ध असली, तर त्याचा खूप फायदा होतो. परंतु अशी यंत्रणा सुरू करताना, लोकांच्या अडचणी जाणून घेण्याची

---

१. श्री. किशोर पाटील यांचा हा वैयक्तिक पातळीवरला वित्तनिवेश आहे. त्याचा त्यांच्या 'केपीआयटी'मधील 'सीईओ'पदाशी काहीही संबंध नाही.

कुवत असलेली व्यक्ती मिळणं गरजेचं असतं. अशा व्यक्तीला इतरांच्या अडचणी दूर करण्याची तळमळ वाटणं त्याहूनही गरजेचं असतं.

तुम्हाला स्पष्टपणे दिसेल की, नम्रता अगदी अशीच व्यक्ती आहे.

"अनेक कंटाळवाण्या कामांमधून कलावंताची सुटका होणं आवश्यक असतं. कलावंताला अशा कंटाळवाण्या गोष्टींपासून मुक्ती मिळावी म्हणून आम्ही विशेष यंत्रणा सुरू केली आहे."

उदाहरण घ्या, चित्रपटासाठी रूपांतरित केल्या जाणाऱ्या कथेचं! जेव्हा वेगवेगळी खाती या एकाच प्रकल्पावर काम करत असतात, तेव्हा गोंधळ आणि गुंतागुंत होण्याची शक्यता असते.

"हे काम सुलभ आणि सुकर करण्यासाठी बाजारात तयार सॉफ्टवेअर उपलब्ध होतं; परंतु आम्ही स्वत: सॉफ्टवेअर बनवलं. ते अधिक स्वस्त आणि जास्त उपयुक्त ठरलं."

ॲनिमेशन व्यवसायात खूप खर्च करावा लागतो. हॉलिवुडमधील ॲनिमेशन फिल्म निर्मितीचा खर्च, 'फाइंडिंग नेमो' किंवा 'डेस्पिकेबल मी' यांसारख्या चित्रपटांच्या वेळेस, सात ते दहा कोटी डॉलर्स एवढा होता आणि हे चित्रपट पूर्ण करायला सात वर्षांचा प्रदीर्घ कालावधी लागला.

"हॉलिवुडमध्ये पहिली २ ते ३ वर्षं फक्त संशोधन आणि विकसन (R&D) यात खर्च केली जातात. ते पात्र कसं चालतं, कसं बोलतं हे तुम्ही पाहता आणि प्रत्यक्षात तसंच आयुष्य जगता. त्यामुळे डिझायनिंग आणि निर्मितीपूर्वीची जुळवाजुळव यात खूप वेळ आणि पैसा खर्च होतो."

दर्जासंबंधीचे निकष इतके उच्च प्रकारचे असतात की, ॲनिमेशन कलावंत दिवसाकाठी अर्ध्या सेकंदाहूनही कमी वेळाच्या फिल्मिंगवर काम करू शकतो. भारतीय बाजारपेठेत असं करणं शक्य नाही.

"आमचं जास्तीत जास्त मोठं अंदाजपत्रक असतं, फक्त तीस ते पन्नास लाख डॉलर्सचं. आमचे १५० कलावंत दिवसाकाठी दीड सेकंदांचं फिल्मिंग करत असतात," उसासा टाकत नम्रता सांगते.

त्यामुळे दर्जाबाबत थोडीशी तडजोड करावीच लागते; परंतु नम्रताला खातरी वाटतेय की, 'क्रेयॉन स्टुडिओ'नं बनवलेल्या ॲनिमेशन फिल्म्स उठून दिसतील; कारण त्या मनापासून आणि निष्ठापूर्वक बनवल्या गेल्या आहेत. त्या भारतीय प्रेक्षकांसाठी बनवल्या गेल्या आहेत.

"'डेल्ही सफारी' हा १०० टक्के बॉलिवुड चित्रपट आहे. तो अत्यंत मनोरंजक असला, तरी एक संदेशही देतो आहे."

जवळजवळ सर्व कार्टून-चित्रपट वेगवेगळ्या प्राण्यांवर बेतलेले असतात. हा

चित्रपटसुद्धा तसाच आहे. फक्त फरक एवढाच, की या चित्रपटातले प्राणी मुंबईतील बोरिवली नॅशनल पार्कमध्ये राहणारे दाखवले आहेत.

''आशिया खंडातील शहरांतर्गत राष्ट्रीय उद्यानांपैकी हे सर्वांत मोठं राष्ट्रीय उद्यान आहे आणि दिवसागणिक ते आकारानं लहान होत चाललं आहे; हा चित्रपट , या समस्येकडे, तेथे राहणाऱ्या प्राण्यांच्या दृष्टिकोनातून पाहतो.''

एक चित्ता त्याच्या चिमुकल्या छाव्याला जंगलातील नीतिनियम समजावून सांगतोय. ते वाट चुकतात आणि दगडाच्या खाणीपाशी पोचतात. तिथे चित्त्यावर गोळी झाडली जाते आणि तो मृत्युमुखी पडतो. आता आणीबाणीची परिस्थिती उद्‌भवते. इतर प्राण्यांनी याच राष्ट्रीय उद्यानात राहावं की नवी जागा शोधावी?

''या सिनेमात वेगवेगळी पात्रं आहेत. एक माकड आहे आणि ते अतिशय बंडखोर स्वभावाचं आहे. ते म्हणतं, 'चला, आपण जाऊ या आणि त्या साऱ्यांना – साऱ्या माणसांना ठार करू या!'''

परंतु ही पात्रं आणि त्यांचे स्वभावविशेष कोणत्या प्रकारे दाखवायचे?

''याची सुरुवात अशी झाली. एकदा निखिलच्या डोक्यात कथेनं आकार घेतल्यावर, त्यानं आम्हाला प्रत्येक प्राण्याचे स्वभावधर्म सांगितले. जसं माकड बंडखोर स्वभावाचं आहे.''

त्यामुळे माकड तसंच दिसलं आणि वागलं पाहिजे. त्यानं खूप उड्या, कोलांट्या उड्या मारत राहिलं पाहिजे आणि त्याच्या स्वभावातील उतावळेपणा, चंचलता त्यायोगे व्यक्त केली पाहिजे. माकडाला गोविंदानं स्वत:चा आवाज उसना दिलाय आणि अस्सल मुंबईच्या ढंगानं ते माकड बोलताना दाखवलंय.

या चित्रपटातील आणखी एक पात्र आहे, रागावर नियंत्रण ठेवायला शिकवणाऱ्या गुरूचं. त्याला बोमन इराणीनं आपला आवाज दिला आहे, तर अॅलेक्स नावाचा बडबड्या पोपट अक्षय खन्नाच्या आवाजात बोलतोय.

''निखिल अडवानीनं या साऱ्या अभिनेत्यांना एकत्र आणलं आणि त्यानं चित्रपटाचं दिग्दर्शनसुद्धा केलं. या चित्रपटाला शंकर-एहसान-लॉय यांनी संगीत दिलंय.''

'टाटा एल्क्सी'नं बनवलेल्या 'रोड साइड रोमिओ' या अॅनिमेशन फिल्मचा अपवाद वगळता भारतात बनवले गेलेले बरेचसे इतर अॅनिमेशन चित्रपट पौराणिक कथांवर आधारित आहेत आणि त्यांनी फारसा गल्ला जमा केलेला नाही! त्यामुळे अॅनिमेशन फिल्म्ससाठी वितरक शोधणं ही मोठीच डोकेदुखी होऊन बसते.

नम्रता म्हणते, ''हा चित्रपट पूर्ण करायला तब्बल तीन वर्षं लागली, तर तो वितरित करायला आणखी दोन वर्षं लागली.''

'डेल्ही सफारी'ची हिंदी भाषेतील आवृत्ती भारतातील आणि यूएसएमधील चित्रपटगृहात १९ ऑक्टोबर, २०१२ रोजी प्रसारित झाली. टीकाकारांनी या

चित्रपटाला साडेतीन स्टार्स दिले. परंतु केलेला खर्च भरून काढायला चित्रपट असमर्थ ठरला. परंतु त्याबाबत नम्रता अगदी शांत आहे.

"इंग्रजीतील आणि इतर भाषांतील चित्रपटाची रूपांतरं यूएसए, चीन, रशिया आणि सौदी अरेबियात प्रसारित केली गेली, की आमचे पैसे वसूल होतील असं आम्हाला वाटतं."

आणखी एक आनंदाची गोष्ट म्हणजे मार्च, २०१३च्या ऑस्कर नामांकनासाठी स्पर्धा करणाऱ्या सर्वोत्कृष्ट २१ ॲनिमेशन चित्रपटांमध्ये 'डेल्ही सफारी'चा समावेश करण्यात आलेला आहे.

"भारतीय ॲनिमेशन चित्रपटाला एका नव्या उंचीवर पोचवण्यात आम्ही यशस्वी झालो आहोत, असं मला वाटतंय!"

'क्रेयॉन' आता दोन नव्या ॲनिमेशन फिल्म्सवर काम करतेय 'कम्लू' (उडू इच्छिणाऱ्या उंटाची कथा) आणि 'औली' (चुकून पृथ्वीवर येऊन पोचलेला स्वर्गातला हत्ती).

"आम्ही इतर कंपन्यांसाठीसुद्धा काही कामं करून देतोय," नम्रता म्हणते, "आमच्या चित्रपटांवर ते प्रसारित करण्यापूर्वी खूप वर्षं काम करावं लागतं. त्या काळात इतरांसाठी काही कामं करून दिली की, आर्थिक चणचण जाणवत नाही."

रोख पैसा हे व्यवसायातलं चलनी नाणं असतं, तर जगण्यासाठी ऊर्जा अत्यावश्यक असते. नोकरी करणाऱ्या आईला ऊर्जेची आत्यंतिक गरज असते.

"मला स्वत:चा व्यवसाय सुरू करावासा वाटला, कारण माझी समजूत होती की, त्यासाठी मी माझ्या सोयीनुसार काम करू शकेन आणि कुटुंबासाठी जास्त वेळ देऊ शकेन; परंतु माझ्या लगेचच लक्षात आलं की, स्वत:चा व्यवसाय सुरू केल्यावर मी त्यात नोकरीपेक्षाही जास्त वेळ व्यस्त राहते आहे."

पहिल्या तीन वर्षांत आणीबाणीचे असंख्य प्रसंग उद्भवले. कॉम्प्यूटर क्रॅश होत असे आणि त्यामागे नम्रताला रात्री खूप वेळ खर्च करावा लागत असे. बरेचदा तिची मुलं ऑफिसात येत, त्यांचा गृहपाठ पूर्ण करत आणि कधीकधी तिथंच झोपी जात.

"मला वाटतं माझ्यापेक्षा त्यांनीच जास्त कष्ट केले... परंतु त्या कष्टांमध्येसुद्धा वेगळीच मौज होती."

"कधीकधी चालू असलेल्या कामाकडे माझ्या मुलांचं लक्ष वेधलं जात असे आणि ती काही मौलिक सूचनासुद्धा करत असत."

ती म्हणते, "आता गोष्टी खूपच स्थिरावल्या आहेत आणि यंत्रणा बरीचशी आपली आपण सुसूत्रपणे चालू लागली आहे."

नम्रताचा दिवस लवकरच सुरू होतो. ती मुलांना शाळेत सोडून साडेआठपर्यंत ऑफिसात पोचते.

"मी साडेचार-पाचपर्यंत परत निघायचा प्रयत्न करते, कारण घरी जाऊन मुलांना त्यांच्या गृहपाठात, प्रॉजेक्ट्समध्ये आणि अभ्यासबाह्य उपक्रमांमध्ये मदत करायची मला ओढ वाटत असते."

खरंतर बहुतेक वेळा मुलं शाळेतून थेट नम्रताच्या ऑफिसात येतात आणि ते सारे जण एकत्रच घरी परततात.

"मी कामात गुंतलेली असले, तर ते कोणत्यातरी आजी-आजोबांच्या घरी जाऊन थांबतात. दोन्ही घरं माझ्या ऑफिसजवळच आहेत. त्यामुळे मला त्यांच्याबद्दल काळजी करावी लागत नाही."

परंतु ही सारी गुंतागुंतीची समीकरणं आहेत.

"माझ्या ऑफिसजवळच्याच एका कराटे क्लासला माझा थोरला मुलगा जनक जाऊ लागला. त्यामुळे त्याला तिथे सोडून मी ऑफिसात त्याचा क्लास संपेपर्यंत काम करू शकत होते."

सुरुवातीच्या काळात तिला तसं जास्तीचं काम करावं लागत असे.

"हळूहळू जनकनं कराटेत खूप प्रगती केली. त्यानं 'ब्लॅक बेल्ट' मिळवला आणि आंतरराष्ट्रीय स्पर्धांमध्ये भाग घेऊन त्यानं अनेक पदकं मिळवली."[१]

आता नम्रताच्या कंपनीचं ऑफिस दुसरीकडे हललं आहे आणि त्यामुळे जनकच्या कराटे क्लापासून ते आता दूर गेलं आहे. तरीही नम्रतानं जनकला त्याच क्लासमध्ये ठेवलं आहे, कारण तिथे त्यांची उत्तम प्रगती होतेय आणि तिथले एक 'सर' त्याला खूपच जवळचे वाटतात.

याबाबतीत आईच्या कोमल अंत:करणानं तिच्या तार्किक मेंदूवर कुरघोडी केली आहे.

"स्वयंपाकासारख्या गोष्टी मी बिनदिक्कत दुसऱ्यांवर सोपवते आणि 'मुलं जेवली असतील का?', 'त्यांनी कपडे बदलले असतील ना?' अशा गोष्टींबाबत मी अजिबात चिंता करत नाही."

अशा गोष्टींकडे कुटुंबीय आणि घरातले नोकर पाहू शकतात. नम्रताला काळजी वाटते ती, त्यांच्या अभ्यासाबद्दल आणि सर्वांगीण विकासाबद्दल.

"मी त्यांना शिकवणीवर्गात पाठवू लागले, तेव्हा मला वाटलं की, आता त्यांची नक्कीच प्रगती होईल; परंतु प्रत्यक्षात जनकचे मार्क तर खूपच घसरले."

त्याचं कारण विचारल्यावर तो फक्त एवढंच म्हणाला, "मला शिकवणीसाठी

---

१. जपानमधील स्पर्धेत स्पीडबॉलमध्ये जनकनं भारताला पहिलं आंतरराष्ट्रीय पदक मिळवून दिलं. गालवसुद्धा या खेळातला राष्ट्रीय सुवर्णपदक विजेता खेळाडू आहे.

जायचं नाहीये. तूच माझा अभ्यास घे!''

"त्याचाच अर्थ असा की, मी फक्त त्याच्याजवळ बसून राहिलं की, त्याचा तो अभ्यास करणार...'' नम्रता म्हणते.

अभ्यासाखेरीजचे अन्य उपक्रम आणि स्पर्धा यांच्याबाबतीत तीच गोष्ट घडते. तुम्ही त्यासाठी उपस्थित राहिला नाहीत, तरी चालून जाण्यासारखं असतं. परंतु तुम्ही तिथे गेलात, तर त्यांना बरं वाटतं.

"कधीकधी तर काहीही न करता मी तिथे नुसती बसून असते. कारण मुलं स्पर्धेत भाग घेत असतात आणि आईनं तिथे उपस्थित राहावं असं त्यांना वाटत असतं. आई म्हणून तुम्हाला तेवढं करावंच लागतं!''

तिचा पती पवन हा तिचा आधारस्तंभ असला, तरी या गोष्टींमध्ये नम्रताला दुप्पट जबाबदारी पेलावी लागते.

"पवन हा फार मोठ्या पदावरचा आय.टी. व्यावसायिक आहे. तो आठवडाभर कामात अत्यंत व्यस्त असतो.''

वस्तुत: पवन मध्यरात्रीनंतरच घरी परत येतो. तोवर मुलं झोपी जाऊन अनेक तास लोटलेले असतात.

"जेव्हा मुलं सकाळी उठतात आणि शाळेसाठी तयार होतात, तेव्हा पवन झोपेतच असतो.'' नम्रता म्हणते.

परंतु वीकएन्डचा वेळ मात्र कुटुंबासाठी राखून ठेवलेला असतो.

"मी तशी अत्यंत गरज असली, तरच शनिवारी काम करते. पवनही तसंच करतो. वीकएन्डचा वेळ आम्ही मुलांसाठी राखून ठेवतो.''

त्यांच्याबरोबर वेगवेगळे खेळ खेळणं, टीव्ही बघणं, गप्पागोष्टी, थोडे मैदानी खेळ, थोडा शाळेचा अभ्यास असा वीकएन्डला उपक्रम असतो.

आणि त्या क्षणी तुम्हाला जाणवतं की, या साऱ्या गोष्टींची सांगड घालणं हे सोपं काम नव्हे. परंतु तुमचा दृढनिश्चय झालेला असेल, तुमच्याअंगी तेवढं धाडस असेल आणि कष्ट करायची तुमची तयारी असेल, तर तुम्हाला व्यवसाय आणि संसार यांची उत्तम प्रकारे सांगड घालता येईल.

नम्रता म्हणते, "अलीकडेच मी उस्ताद झुनैन खान यांच्याकडून सतार शिकू लागलेय.''

कारण आयुष्य हा एक विविध स्वरांनी गुंफलेला सुरेल रागच आहे. आपला देह हे एक वाद्य आहे आणि आपलं मन ते वाद्य झंकारण्याचं काम करत असतं.

आपण धडपड करतो, कष्ट करतो, सहन करतो आणि स्वरांवर काबू मिळवतो. त्यायोगे आपण स्वर्गीय आणि शाश्वत अशा तालावर झुलू शकतो.

स्त्री-उद्योजिकांसाठी सल्ला

तुम्हाला जर स्वत:चा उद्योग चालू करायचा असेल, तर तुम्हाला प्रत्येक गोष्टीतली थोडी थोडी माहिती असणं आवश्यक आहे. त्यामुळे उद्दिष्टाकडे पोचण्याचा सरळ सोपा मार्ग कधीच असत नाही.

मी जर एक कलावंत म्हणून काम करत राहिले असते, तर मी अखेरीस एका गटाची प्रमुखा किंवा पर्यवेक्षिका झाले असते. परंतु त्या पलीकडे जाऊ शकले नसते. ॲनिमेशन स्टुडिओमधील पर्यवेक्षकाला विक्री-अंगाबद्दल, प्राथमिक पायाभूत सुविधा उपलब्ध करून देण्याबद्दल किंवा आर्थिक बाबींबद्दल काहीही माहिती नसते. वेगवेगळ्या तऱ्हेचे अनुभव घेऊनच तुम्ही या सर्व गोष्टी शिकू शकता.

त्यामुळे सरधोपट मार्ग सोडून बिकट वाट घेतल्याशिवाय, सुरक्षित कोशातून बाहेर पडल्याशिवाय, तुम्हाला हे सारं शिकता येणं शक्यच नाही.

मला वाटतं प्रत्येक स्त्रीच्या ठायी, जन्मत:च चिकाटी आणि सहनशीलता हे दोन महत्त्वाचे गुण असतात. आत्मविश्वासानं पुढे जा. तुमच्या उद्दिष्टांबाबत ठाम राहा आणि उत्कटतेनं उद्दिष्टाकडची वाटचाल सुरू ठेवा.

प्रत्येकालाच कामाचा तणाव जाणवत असतो. स्वत:ची कंपनी काढलीत, तरी त्याबाबतीत काहीही फरक नसतो. घर आणि व्यवसाय या दोहोंची सांगड घालता घालता स्त्रिया, विशेषत: भारतीय स्त्रिया, शिणून जातात.

परंतु मी ते केलेलं आहे आणि तुम्हालासुद्धा ते जमेल असं मला वाटतं.

मी आज जे काही करू शकलेय, त्यासाठी मी माझ्या आईची आणि सासूबाईंची अत्यंत ऋणी आहे. डोळ्यांपुढे स्वप्न ठेवणाऱ्या प्रत्येक स्त्रीला मी सल्ला देईन की, या दोन अत्यंत महत्त्वाच्या स्त्रिया तुमच्या पाठीशी उभ्या राहिल्या, तर तुमच्यासाठी कोणतीही गोष्ट असाध्य राहणार नाही!

आदिवासी ताल

नीति ताह
'३६ रंग'

छत्तीसगढ राज्यातील तिच्या मूळ गावी परत येऊन काहीतरी आगळंवेगळं करण्याच्या तीव्र इच्छेमुळे, नीतिनं जाहिरातक्षेत्रातील तिच्या यशस्वी व्यवसायाला रामराम ठोकला. सर्जनशीलतेची व्यावसायिक वित्तीय धोरणाशी सांगड घालून ती आदिवासींची पारंपरिक कौशल्यं आधुनिक जगापुढे प्रकाशात आणते आहे.

सव्विसाव्या वर्षी नीतिनं सारं काही मिळवलं होतं.

बहुराष्ट्रीय जाहिरात एजन्सीमधली नोकरी, मोठ्या शहरातलं सुखकर वास्तव्य.

मित्रपरिवार, मौजमस्ती आणि अगदी थोडक्या जबाबदाऱ्या.

परंतु हे सारं तिनं सहजपणे बाजूला सारलं; कारण तिला बिलासपूरला परत जायचं होतं. हे तिचं जन्मगाव होतं; परंतु ती तिथे कधीही राहिली नव्हती. हे सारं तिनं तिच्या डोळ्यांपुढल्या अस्पष्ट आणि धूसर स्वप्नाचा पाठपुरावा करण्यासाठी केलं.

''दिल्लीत माझ्यापाशी पैसा होता, प्रतिष्ठा होती; परंतु काहीतरी आव्हानात्मक आणि सर्जनशील करून दाखवण्याचा मला ध्यास लागला होता.''

'ते काहीतरी' परिवर्तित झालंय '३६ रंग'मध्ये! छत्तीसगढमधील आदिवासींच्या ठायी असलेलं आणि आजवर जगापुढे न आलेलं कलाकौशल्य प्रकाशात आणण्यासाठी '३६ रंग'नं व्यासपीठ मिळवून दिलंय.

शहरी गजबजाटापासून अगदी दूरच्या भागात असलेल्या आणि मातीच्या पायवाटांनी एकमेकांना जोडलेल्या खेड्यांमध्ये नीतिला ही लपलेली रत्नं सापडली. तिनं त्यांच्या पारंपरिक हस्तकलांना नवी झिलई दिली आणि त्यांना आधुनिक जीवनशैलीशी साजेसं रूप मिळवून दिलं, बाजारपेठेतली त्यांची किंमत वाढवली.

आणि अशा प्रकारे '३६ रंग' अस्तित्वात आली.

हा व्यवसाय अजून अगदी कोवळ्या वयाचा आहे. त्या व्यवसायाच्या संस्थापिकेसारखाच. हा म्हटलं तर छंद आहे, म्हटलं तर ही समाजसेवा आहे. तरुण उद्योजकांना ज्या समस्यांचा सामना करावा लागतो, तशाच समस्यांना या व्यवसायालासुद्धा तोंड द्यावं लागत आहे. हस्तकलांशी निगडित व्यवसायांना अशा समस्यांचा मोठ्या प्रमाणात सामना करावा लागतो.

मोठ्या प्रमाणावर उत्पादन करावं की प्रत्येक वस्तू वेगळी आणि नावीन्यपूर्ण बनवावी? व्यापारी दृष्टिकोन राखावा की केवळ 'समाजसेवा' एवढंच ध्येय ठेवावं? आदर्शवादी दृष्टिकोन ठेवला, तर या दोहोंची सांगड घालणं योग्य ठरेल. '३६ रंग' अजूनही पाय रोवू पाहतंय. आपला आवाज जगाच्या कानी पडावा म्हणून धडपडतंय. पण एक गोष्ट मात्र अगदी स्पष्टपणे दिसतेय.

तुमच्या आधी अनेकांनी हे काम हाती घेतलं असलं, तरी या क्षेत्रात अजून खूप काही करणं गरजेचं आहे.

आपल्या देशाच्या कलेचा आणि संस्कृतीचा वारसा पुढे नेण्यासाठी तरुण खांद्यांची गरज आहे.

या सौंदर्याच्या आणि दिव्यत्वाच्या जगतात पदार्पण करा.

त्याचा आनंद अनुभवा, तो आनंद इतरांना मिळवून द्या!

आदिवासी ताल

नीति ताह
'३६ रंग'

नीति ही चिमुकल्या गावाची सुकन्या आहे.

"छत्तीसगढमधल्या बिलासपूर गावात माझा जन्म झाला. माझे वडील स्थावर आणि बांधकाम व्यवसायात होते."

नीति चौथीपासून बारावीपर्यंत लव्हडेल, ऊटी येथील लॉरेन्स स्कूलमध्ये शिकली. ती म्हणते, "तो माझ्या आयुष्यातला सर्वांत सुखद कालखंड होता."

शालेय शिक्षण घेत असताना, नीतिनं पेंटिंगच्या अनेक स्पर्धांमध्ये भाग घेतला, पारितोषिकं मिळवली. त्यामुळे व्यवसायाची निवड करताना तिनं 'ललितकला' व्यवसाय निवडला.

"मला सर्वसाधारण अशी बी.ए.ची पदवी मिळवण्यास गम्य वाटत नव्हतं. मला कोणतातरी सर्जनशील व्यावसायिक अभ्यासक्रम करावासा वाटत होता."

दिल्लीच्या सैनिक फार्म्समधील 'नॅशनल इन्स्टिट्यूट ऑफ ॲडव्हर्टायझिंग' येथे नीतिनं प्रवेश घेतला. तिथे तिने 'डिझाइन' (ग्रॅज्युएट डिप्लोमा इन डिझाइन) या विषयाच्या अभ्यासक्रमात नाव नोंदवलं. ही संस्था तशी नवीच असली तरी तेथील प्राध्यापक पदवीधर होते.

"अशा प्राध्यापकांच्या हाताखाली शिकणं, हे माझं सुदैवच होतं. मी आज जे काही करू शकतेय किंवा डिझाइन या विषयातलं जे काही जाणतेय, त्याबद्दल मी

त्यांची ऋणी आहे.''

२००५ साली अभ्यासक्रम पूर्ण करून पदविका मिळवल्यानंतर, नीतिनं जाहिरात क्षेत्रात काम करायचं ठरवलं. अभ्यासक्रमातील उत्तम गुणवत्ता आणि उत्तम अनुभव व शिफारस या बळावर, दिल्लीतील 'जे. वॉल्टर थॉम्पसन' या जाहिरात एजन्सीत तिला प्रशिक्षणार्थी म्हणून प्रवेश करता आला. त्यासाठी तिला दरमहा आठ हजार रुपये छात्रवृत्ती दिली जात होती.

''प्रशिक्षणाचा कालखंड सहा महिन्यांचा होता. त्यानंतर तुमचं काम पसंत पडलं, तर ते तुम्हाला कायमस्वरूपी नोकरी देत असत.''

२००७ साली नीतिला 'ज्यूनिअर आर्ट डायरेक्टर' या पदावर कंपनीनं कायमस्वरूपी नोकरी दिली आणि सर्व गोष्टी धरून तिला दरमहा २१ हजार रुपये मिळू लागले. पुढल्याच वर्षी ती 'आर्ट डायरेक्टर' बनली आणि तिचा पगार ४० टक्क्यांनी वाढला!

''तरुण वयात मला खूपच जबाबदारीचं काम मिळालं. अनेक नामवंत ग्राहकांसाठी मी जबाबदारीची सर्व कामं करत होते.''

एका संकल्पनेचं डिझाइनमध्ये रूपांतर करणं, ती जाहिरात बनवणं आणि तिला अंतिम स्वरूप देणं या सर्व गोष्टींच्या मधोमध अनेक टप्पे असतात. जाहिरात तयार करण्याची प्रक्रिया खूप मोठी असते आणि ते सोपं काम नसतं.

''मी खूप प्रवास करत असे. विशेषत: शूटिंग, मीटिंग्ज आणि निर्मितीनंतरच्या कामांसाठी मला मुंबईला वारंवार जावं लागत असे.''

नीतिनं ज्या जाहिरात-मोहिमा हाती घेतल्या त्यात 'युनिटेक', 'हीरो होंडा', 'कार्गिल' आणि 'ई.एस.पी.एन.' यांचा समावेश होता.

''मला एक-दोन बॉलिवुड स्टार्सबरोबर काम करण्याचीसुद्धा संधी मिळाली. तो अनुभव छान होता.''

दिल्लीत भावंडांबरोबर राहता येणं हा आणखी एक सुखद अनुभव होता. नीतिची थोरली बहीण सिव्हिल सर्व्हिसेस एक्झॅमिनेशनसाठी तयारी करत होती, तर तिच्या धाकट्या भावानं त्याचं शालेय शिक्षण पूर्ण करून श्री. वेंकटेश्वरा कॉलेजमध्ये प्रवेश घेतला होता. एकटं आणि तेसुद्धा घरासारख्या वातावरणात राहता येणं ही एक पर्वणीच होती!

आणि तरीसुद्धा नीति अत्यंत अस्वस्थ होती. २००९ साली नीतिला एक बढती मिळाली. त्यानंतर अवघ्या तीनच महिन्यांमध्ये तिने नोकरी सोडायचा निर्णय घेतला.

''मला नेहमीच स्वत:चं काहीतरी, काहीतरी सर्जनशील असं करायची ओढ वाटत असे. मी ठरवलं की, हीच वेळ त्यासाठी योग्य आहे.''

परंतु तिनं नेमकं काय करायला सुरुवात करावी याबद्दल मात्र नीतिच्या मनात

कोणतीही ठोस कल्पना नव्हती. ती बिलासपूरला स्वत:च्या घरी परत गेली आणि तीन महिने काहीही न करता ती स्वस्थ बसून राहिली. दिल्लीला परत जाऊन जाहिरातक्षेत्रातली दुसरी नोकरी शोधण्याचा मोह अनावर होत असूनही नीतिनं निग्रहानं तो मोह टाळला.

कारण ती जाणून होती की, ती एक पळवाट ठरेल.

आणि नेमकी त्याचवेळेस नीतिच्या मनात कल्पना आली की, तिनं वन्यजमातींच्या पारंपरिक हस्तकौशल्यांबाबत कोणतंतरी काम हाती घ्यावं. छत्तीसगढ राज्याची स्वत:ची अशी विशेष कला, जी बाहेरच्या जगाला फारशी माहीत नसेल, त्या संदर्भात काहीतरी करावं असं तिला वाटलं.

''लोकांनी फार फार तर 'बस्तर'बद्दल ऐकलेलं असतं. परंतु त्याखेरीज इतर अनेक कलाप्रकार आहेत आणि अनेक कुशल कारागीर आहेत.''

हे कौशल्य जगापुढे दाखवून त्याला बाजारपेठ मिळवून देण्यासाठी व्यासपीठ तयार करता येईल का? हे जाणून घेण्यासाठी नीतिनं संपूर्ण छत्तीसगढचा दौरा काढायचं आणि अगदी खेडोपाडी जाऊन तिथल्या स्थानिक कलाकौशल्यांचा शोध घ्यायचं ठरवलं.

''मी एका खेड्यातून दुसऱ्या खेड्यात जाण्यात सहा महिने खर्च केले. तेथील कलावंतांचा शोध घेतला, त्यांच्याशी संवाद साधला आणि त्यांचं काम बघितलं.''

नीतिला कलेचा आणि कलावंतांचा मोठा खजिनाच सापडला! बाहेरच्या जगाला त्यांच्याबद्दल काही ठाऊक नव्हतं. 'भित्तिचित्र' नावाचा एक कलाप्रकार, सोनाबाई राजावर नावाच्या एका वन्यजमातीतल्या स्त्रीनं पुढे आणला होता. अशिक्षित असलेल्या आणि नवऱ्याकडून वाईट वागणूक मिळत असलेल्या सोनाबाईनं आपल्या वैराण आयुष्याचं या कलेद्वारा सोनं केलं.

तिनं केलेलं नाजूक जाळीकाम आणि मातीच्या सुंदर मूर्ती, १९८३ साली 'भारतभवन'च्या अधिकाऱ्यांच्या दृष्टीस पडल्या. 'भारतभवन' हे भोपाळमध्ये नव्यानं स्थापन झालेलं वस्तुसंग्रहालय आणि सांस्कृतिक केंद्र होतं. स्टीफन ह्यूलर नावाचा अमेरिकी मानववंशशास्त्रज्ञ आणि लेखक होता. अचानकच तिचं काम त्याच्या दृष्टीस पडलं आणि तो मंत्रमुग्ध झाला. त्यानं सोनाबाईवर एक पुस्तक लिहिलं आणि तिच्या आयुष्याबद्दल आणि कामाबद्दल एक माहितीपट बनवला.

''खेड्यातले लोक तिच्याशी आदरानं वागू लागले आणि ती त्यांची अक्षरश:

''व्यवसायात एक गोष्ट मला उमगलीय. ती म्हणजे कुटुंबीयांसमवेत काम करणं फायद्याचं असतं. कारण तुमचा एकमेकांवर संपूर्ण विश्वास असतो.''

> ***"तुरुंगातल्या कैद्यांना इतकं सुंदर आणि सफाईदार कलाकुसरीचं काम करता येतंय, हा इतर लोकांना सुखद धक्काच असतो!"***

देवीच बनली," नीति म्हणते.

सोनाबाई २००७ साली निवर्तली, परंतु तिनं शिकवून तयार केलेले अनेक गावकरी आणि तिचा स्वतःचा मुलगा यांनी तिच्या कलेचा वारसा जपला आहे; पुढे नेला आहे.

"'मधुबनी' हा कलाप्रकार जगभरात सुप्रसिद्ध आहे आणि मला वाटलं की 'भित्तिचित्र' हा कलाप्रकारसुद्धा आपली वेगळी ओळख तयार करू शकेल," नीति म्हणते.

परंतु त्यासाठी या कलाप्रकाराला आधुनिक काळाला साजेसं रूप देऊन त्यासाठी बाजारपेठ शोधणं गरजेचं होतं.

"या कलाप्रकाराबाबतची एक समस्या अशी आहे की, मातीपासून घडवलेल्या गोष्टी खूप जड असतात. त्यामुळे त्यांची वाहतूक करणं, विशेषतः निर्यातीसाठी वाहतूक करणं खूप अवघड जातं."

परंतु समस्येवर तोडगा शोधून त्यातून नवी संधी उपलब्ध करून घेता आली असती. वेगळा हलक्या वजनाचा कच्चा माल वापरून, त्याच्या वस्तू बनवता आल्या नसत्या?

"कागदाचा लगदा वापरून 'भित्तिचित्र' कलाप्रकाराच्या गोष्टी बनवायची कल्पना आमच्या डोक्यात आली. परंतु आम्ही नमुन्यादाखल काही गोष्टी बनवून पाहिल्या, तेव्हा त्यांना काही काळानं तडे गेले."

वाटते तेवढी कोणतीही गोष्ट सोपी नसते. दिल्लीतल्या स्नेह्यांकडून एका 'पॅपेई मॅशेइ' (कागदाच्या लगद्यापासून वस्तू बनवणाऱ्या) तज्ज्ञाचा, नीतिला पत्ता मिळाला.

"मला तुमची फी देता येणं शक्य नाही, पण तुम्ही कृपया मला मदत कराल?" नीतिनं त्यांना विनंती केली.

त्या तज्ज्ञानं छत्तीसगढला येऊन 'भित्तिचित्र' कारागिरांसाठी एक शिबिर घ्यायचं कबूल केलं. तो अंबिकापूर नावाच्या खेड्यात दोन दिवस राहिला आणि त्यानं कागदाच्या लगद्याचं मिश्रण नेमकं कसं करायचं, हे त्यांना शिकवलं. अशा प्रकारे मिश्रण करून वस्तू बनवल्यावर, त्यांना तडे गेले नाहीत.

"आम्ही २०-२५ गोष्टींची पेटी, स्टीफन ह्यूलरकरवी, जहाजानं अमेरिकेला धाडू लागलो."

परंतु नीतिच्या लगेचच लक्षात आलं की, भारतातील बाजारपेठ निराळी आहे. मोठ्या नाजूक जाळीकामाऐवजी भारतात लहान आकाराच्या कलाकुसरी वस्तूंना

अधिक मागणी आहे.

''माझ्या मित्रमंडळींबरोबर मी खूप विचारविनिमय केला आणि आधुनिक अशा शोभेच्या कोणत्या वस्तू खपतील याचा शोध घेतला.''

या ऊहापोहातून निष्कर्ष निघाला की, भित्तिचित्र अलंकार, लॅम्पशेड्स आणि ग्रामीण जमातींचं आयुष्य चित्रित करणारी वॉल-हँगिंग्ज यांसारख्या गोष्टींना भारतात मागणी येऊ शकेल, या सर्वत्र आढळणाऱ्या गोष्टी खास छत्तीसगढ धाटणीनं बनवल्या, तर त्या आकर्षक दिसतील.

''मला काही वन्यजमातींमधल्या स्त्रियासुद्धा भेटल्या. त्या अंगावर केलेल्या गोंदणाच्या आकृत्यांचं पेंटिंग, हातानं, कापडावर करू शकत होत्या. या कलाप्रकाराला 'गोडना' म्हणतात.''

हे कलाकार उत्स्फूर्ततेनं सर्जनशील कलाकृती करू शकत असले, तरी त्यांचं संयोजन आणि उत्पादनकौशल्य तोकडं पडत होतं. नीतिनं बिलासपूरमध्ये या लोकांचं शिबिर घेतलं आणि त्याचं फलित म्हणून त्यांना 'गोडना' कलेचा वापर करून १०० स्टोल्स (अरुंद शाली) बनवता आल्या.

'भित्तिचित्र' आणि 'गोडना' यांसारखे इतरही आगळेवेगळे कलाप्रकार छत्तीसगढची खासियत आहेत. उदा. धातुकाम करून बनवलेल्या 'ढोक्रा' कलावस्तू, कुंभारकाम आणि सुतारकाम करून बनवलेल्या खास अशा कलावस्तू. परंतु खरं आव्हान तर वेगळंच होतं. भारताला स्वातंत्र्य मिळाल्यापासून, छत्तीसगढ हा मध्यप्रदेशाचाच एक भाग होता. २००० साली छत्तीसगढ हे वेगळं राज्य बनलं आणि त्यानंतरच त्याची स्वतंत्र ओळख निर्माण झाली.

''छत्तीसगढची स्वत:ची अशी कोणतीही खासियत नव्हती. कोणताही कलाप्रकार खास छत्तीसगढी समजला जात नव्हता. त्यामुळे राज्य सरकारनं त्याबद्दल पावलं उचलायचं ठरवलं.''

भरतकामाचा 'माखाही' हा कलाप्रकार छत्तीसगढची खासियत म्हणून निवडला गेला. राज्यभरातील शेकडो स्त्री-पुरुषांना भरतकामाच्या या विशेष प्रकाराचं प्रशिक्षण देण्यात आलं. या कामात तत्कालीन राज्यमंत्री अजित जोगी यांच्या पत्नी डॉ. रेणु जोगी यांनी विशेष पुढाकार घेतला. सुरुवातीच्या काळात या भरतकामासाठी 'फॅब इंडिया'कडून मागणी मिळवण्यात आली. परंतु काही काळानं या गोष्टीचा कुणीही पाठपुरावा केला नाही. नवं सरकार निवडून आलं आणि त्यांनी स्वत:च्या वेगळ्या योजना आखल्या.

कलाकुसरीत निष्णात बनलेली बोटं निरुद्योगी राहू लागली. नीति म्हणाली, ''या लोकांकडून मला काम करून घेता येईल, ही गोष्ट माझ्या लक्षात आली.''

परंतु याचा प्रारंभ कोठून आणि कसा करायचा? योग्य कारागीर कसे शोधून

> ***''स्थानिक कलाकारांच्या कलाकृतींमुळे अस्तित्वात आलेल्या '३६ रंग'ला जागतिक ओळख मिळावी, अशी माझी इच्छा आहे.''***

काढायचे? नीतिनं डॉ. रेणु जोगी यांची मदत आणि मार्गदर्शन घ्यायचं ठरवलं.

"रेणुआंटीनं मला पुढे जायला खूपच उत्तेजन दिलं. त्यांच्या पाठिंब्याशिवाय मला इतकी मजल मारता आली नसती."

डॉ. रेणु जोगी म्हणाल्या की, सरकारी धोरणानुसार संपूर्ण छत्तीसगढ राज्यातल्या तुरुंगांतील कैद्यांना भरतकामाचं प्रशिक्षण देण्यात आलं होतं. त्यामुळे नीति बिलासपूरमधील मध्यवर्ती तुरुंगाच्या अधिक्षकाकडे गेली आणि तिनं या कैद्यांना काम देण्याची तयारी दर्शवली. दहा कैदी असं भरतकाम करून देण्यासाठी उत्साहानं पुढे आले. परंतु हे काम तेवढं सोपं नव्हतं. "मी त्यांना टी-शर्ट्सवर खास अशा ग्रामीण पद्धतीच्या आकृत्या भरायल्या सांगितल्या. असं भरतकाम त्यांनी यापूर्वी कधीही केलेलं नव्हतं!"

हे कैदी उत्साही असले, तरी त्यांना नव्यानं प्रशिक्षण द्यावं लागलं; आणि त्यांना फार जलद गतीनं काम करणं शक्य होत नव्हतं.

"पहिले ५०० टी-शर्ट्स पूर्ण करायला त्यांना दहा महिने लागले. हा त्यांच्या दृष्टीनं आणि माझ्या दृष्टीनं एक शैक्षणिक अनुभवच ठरला."

दरम्यान नीतिनं काही ब्लॉक प्रिंटर्स शोधून काढले आणि ग्रामीण पद्धतीच्या आकृत्या वीस साड्यांवर आणि काही दुपट्ट्यांवर तिनं छापून घेतल्या. पुरेशा कलाकुसरीच्या वस्तू आणि कपडे तयार झाल्यावर नीतिनं या गोष्टी विक्रीसाठी न्यायचं ठरवलं.

"मी माझं पहिलं प्रदर्शन २३ ऑक्टोबर, २०१० रोजी गुरगावमध्ये 'कन्सर्न इंडिया फाउंडेशन'च्या मदतीनं भरवलं."

साड्यांची विक्री प्रत्येकी ८ हजार रुपये दरानं झटपट झाली. 'छत्तीसगढ'मधील आदिवासी जमातीतल्या लोकांनी स्वहस्ते भरलेले,' असं लेबल लावलेले, आकर्षक रंगाचे टी-शर्ट्ससुद्धा लोकांना खूपच आवडले.

"'३६ रंग' आणि आमचा पारंपरिक हस्तकौशल्यांना उत्तेजन देण्याचा उद्देश, यांची भरपूर जाहिरात झाली!"

आपल्या उत्पादनांबद्दल नीतिच्या मनात विश्वास निर्माण झाल्यावर, तिनं आणखी प्रदर्शनांमध्ये स्टॉल घेऊन आपला माल विक्रीसाठी ठेवला. दरम्यान 'लूज एन्ड्स' आणि 'ब्लिस' यांसारख्या मुंबईतल्या एक-दोन दुकानांनी आणि बंगळुरूमधल्या 'यलो बटन' नावाच्या दुकानानं '३६ रंग'चे टी-शर्ट्स विक्रीसाठी ठेवण्यास संमती

दिली. परंतु किरकोळीनं व्यवसाय करण्यात वेगळ्या समस्यांना तोंड द्यावं लागतं.

"दुकानं विक्रीसाठी पाठवलेला माल विकला गेल्यानंतरच पैसे चुकते करतात. कधीकधी पैसे मिळायला सहा महिन्यांएवढा प्रदीर्घ वेळसुद्धा लागू शकतो. आमच्यासारख्या लोकांच्या दृष्टीनं ही गोष्ट अवघड ठरते."

इंटरनेटवरून मालाची विक्री करण्याच्या पर्यायाचा '३६ रंग' विचार करत आहे. याबाबतीतसुद्धा काही मोठ्या वेबसाइट्सच्या स्वत:च्या अशा वेगळ्या अटी असतात – उदाहरणार्थ, प्रत्येक डिझाइनचे कमीत कमी दहा टी-शर्ट्स तरी ठेवले जावेत.

"आम्ही घाऊक प्रमाणात माल बनवत नाही. विशेषत: माझ्या साड्यांच्या बाबतीत आम्ही एका डिझाइनची फक्त एकच साडी बनवतो."

हस्तव्यवसायाच्या क्षेत्रात काम करणाऱ्या प्रत्येक उद्योजकाला अशा समस्यांचा सामना करावा लागतो. विशेषत: जे उद्योजक, कलावंतांना मदत करण्याच्या हेतूनं व्यवसाय चालवत असतात, त्यांच्या दृष्टीनं अशा समस्या अधिकच बिकट ठरतात. जरी घाऊक प्रमाणावर उत्पादन करणं फायद्याचं असलं, तरी ते व्यवहार्य नसतं. ग्रामीण भागातले कलाकार घड्याळाच्या काट्यानुसार काम करत नसतात.

"त्यांच्या आणि माझ्या सोयीनुसार कामाला वेळ दिला जातो!"

अनिश्चिततेमुळे तणाव निर्माण होतो. त्यामुळे सारा माल हातात जमा होईपर्यंत नीति तो विक्रीसाठी काढत नाही. पहिल्या वर्षी तिनं ५०० टी-शर्ट्स बनवून घेतले. दुसऱ्या वर्षी हा आकडा ७००वर गेला. 'एकच डिझाइन पुन्हापुन्हा वापरायचं नाही,' हे तिचं तत्त्व आहे.

कारण कलेतून मिळणारा आनंद तिला व्यापाराइतकाच मोलाचा वाटतो.

"जेव्हा लोक आमच्या स्टॉलला भेट देतात, आमच्या टी-शर्ट्सचा दर्जा, डिझाइन आणि कलाकुसर पाहून 'वा!' असा आश्चर्योद्गार काढतात, तेव्हा जाणवणारा थरार अपूर्व असतो!"

पसंतीच्या 'वा!' या उद्गारामुळेच, पहिल्याच वर्षी '३६ रंग'ने १२ लाख रुपयांचा माल विकला आणि झालेला सारा खर्च भरून काढला. कलाकारांना काम मिळतंय, खर्च वळता होतोय; परंतु अजूनही फारसा नफा सुटत नाहीये.

"आमचं सुदैवच की, ही संकल्पना मला सुरू ठेवता येतेय. आम्हाला जो नफा मिळतो, तो सारा नफा आम्ही पुन्हा व्यवसायात गुंतवतो. आमचा व्यवसाय स्वत:च्या पायावर उभा राहू शकतोय."

स्वत: नीतिसुद्धा स्वत:च्या पायांवर, न डगमगता, ठामपणे उभी आहे. ती प्रत्येक गोष्टीकडे स्वत: लक्ष पुरवते. कच्चा माल मिळवणं, मालाचं उत्पादन करणं, मालाचं डिझाइन तयार करणं आणि हिशोब ठेवणं ही सारी कामं ती एकटीच पार पाडतेय. दिल्ली युनिव्हर्सिटीतून नुकतीच पदवी मिळवून बाहेर पडलेला,

''मला त्या आश्चर्योद्गाराची गरज वाटते. तो ऐकून मला समाधान वाटतं की, मी खरोखरच काहीतरी वेगळं करून दाखवलंय.''

नीतिचा भाऊ नीरव, तिला जमेल तशी मदत करतोय.

''मी ज्या ज्या प्रदर्शनांमध्ये माल ठेवते, त्या सर्व ठिकाणी नीरव माझ्याबरोबर येतो. त्याची मला खूपच मदत होते आणि तो व्यवसायातसुद्धा तरबेज होऊ लागलाय.''

नीरव '३६ रंग'चं विपणन आणि ग्राहकसंबंध ही दोन अंगं सांभाळतोय आणि प्रदर्शनाच्या ठिकाणी आवश्यक अशा शारीरिक कष्टांच्या कामाचाही तो भार पेलतोय. हा त्याच्या आयुष्यातला केवळ एक टप्पा आहे की तो दीर्घकाळपर्यंत या व्यवसायात सहभागी राहणार आहे, ही गोष्ट सध्या निश्चितपणे सांगता येणार नाही.

व्यावसायिक आधारएवढाच नैतिक आधारसुद्धा महत्त्वाचा असतो. आणि हे नैतिक पाठबळ नीतिला तिचं संपूर्ण कुटुंब – तिचे वडील, तिची बहीण आणि तिचे मेहुणे पुरवत आहेत.

''दुर्दैवानं २००७ साली माझी आई वारली; परंतु आजही ती माझ्याकडे प्रेमाने बघतेय हे मला आतून जाणवतं...''

या सर्वांच्या आशीर्वादाच्या बळावर हा प्रकल्प धिम्या गतीनं का होईना, पण पुढे सरकतोय.

'३६ रंग'नं 'मारवाही' पद्धतीच्या भरतकामासाठी एक ग्रामीणकेंद्र उघडलं आहे. बिलासपूरमध्ये राहणारे दोन कर्मचारी त्या केंद्रांची देखरेख करत आहेत. परंतु कोणत्याही इतर लहानशा व्यवसायाप्रमाणे '३६ रंग'लासुद्धा निष्ठावान कर्मचारी मिळवण्यात अडचण जाणवतेय.

'''नॅशनल इन्स्टिट्यूट ऑफ फॅशन टेक्नॉलॉजी'मधून शिक्षण घेतलेली एक मुलगी माझ्याबरोबर आठ महिने काम करत होती. त्यानंतर तिला दुसरी कोणतीतरी नोकरी मिळाली. असं तर घडतच असतं!''

२०११ साली नीतिनं परदेशात व्यावसायिक पदार्पण केलं. तिनं 'युनायटेड अरब एमिरेट्स'मध्ये प्रदर्शन भरवलं. तिथे तिला उत्तम प्रतिसाद मिळाल्यामुळे काही महिन्यांनी तिनं दुबईमधील 'ग्लोबल व्हिलेज'मध्ये एक स्टॉल उघडला. त्यापाठोपाठ तिनं क्वालालंपूर, मॉरिशस आणि सिंगापूरमधील प्रदर्शनांमध्ये भाग घेतला.

सर्वांत जास्त लोकप्रियता लाभते साड्यांना आणि त्याखालोखाल भरतकाम केलेल्या कुर्त्यांना आणि टी-शर्ट्सना. पारंपरिक छत्तीसगढी 'ढोक्रा'(गनमेटलच्या) वस्तूंना प्रचंड मागणी येते.

''मी काही लहान मागण्यांसाठी थोड्या ढोक्रा कलाकारांबरोबर काम करतेय.

ग्राहकाला काय हवंय, याची मला चांगली कल्पना असते. त्यामुळे मी त्यांच्या मालाला जास्त किंमत मिळवून देऊ शकते.''

किरकोळ विक्रीसाठी रायपूरमध्ये एक दुकान उघडण्याचा तिचा विचार आहे. मालाची इंटरनेटवरून विक्री करणं आणि आणखी आंतरराष्ट्रीय प्रदर्शनांमध्ये भाग घेणं या गोष्टीसुद्धा विचारात घेतल्या जात आहेत. परंतु घाईघाईनं व्यवसाय वाढवून खूप जबाबदाऱ्या पदरी घेण्याची मात्र नीतिची अजितबात तयारी नाही.

''मला आयुष्यात मुख्यत्वे संतुलन गरजेचं वाटतं.''

विवाह आणि त्याअनुषंगानं येणाऱ्या सर्व जबाबदाऱ्यांमुळे हे संतुलन ढळणार तर नाही? नीतिला विश्वास वाटतोय की, अशी वेळ आल्यावर ती सारं नीटपणे सांभाळू शकेल.

''जो कोणी माझा पती होईल, त्याच्याजवळ बसून मी त्याला स्पष्टपणे सांगेन की, मी जे काही करतेय ते मला अतिशय आवडतंय आणि मी ते थांबवणार नाहीये.''

तिचा स्वत:चा समाजसेवेचा पिंड नसूनही, कलाकारांना मदत करता आल्यामुळे तिला शांती आणि समाधान लाभतंय. ती त्यांना पैशांबरोबरच मान्यतासुद्धा मिळवून देतेय.

''जेव्हा एका ट्रॅव्हल मॅगझिननं माझी मुलाखत घेतली, तेव्हा मी त्यांना आत्मादासबद्दल सांगितलं. भित्तिचित्रात पारंगत असा आमचा तो सर्वोत्कृष्ट कलाकार आहे. मी मासिकातला हा लेख त्याला दाखवेन, तेव्हा त्याचा चेहरा स्मितानं कसा उजळून निघेल, हे पाहण्याची मी आतुरतेनं वाट बघतेय.''

तुम्ही जे काही करताय, ज्या प्रकारची व्यक्ती आहात, त्याबद्दल समाधानी राहण्याचं उद्दिष्ट ठेवा. तुम्ही ते नक्कीच साध्य करू शकाल. अशा उद्दिष्टाचा पाठपुरावा करणं त्वरित सुरू करा. ते उद्यावर ढकलू नका!

स्त्री-उद्योजिकांसाठी सल्ला

स्वत:वर विश्वास ठेवा. स्वत:च्या स्वप्नावर विश्वास ठेवा. उद्दिष्टावर चित्त एकाग्र करा आणि वाटेत कितीही अडथळे आले, तरी ते उद्दिष्ट साध्य करा.

कोणतीही गोष्ट अशक्य कोटीतली नसते. वाटेत काही अडथळे आले, तर हिंमत हारू नका... पुढे जात राहा. फक्त पुढे जात राहा.

कुटुंबाचा पाठिंबा अत्यंत मोलाचा असतो. तो तुम्हाला आपलं भविष्य घडवण्यासाठी बळ पुरवतो.

मोठी होत असताना मला भरपूर स्वातंत्र्य मिळालं. त्यामुळे माझ्या महत्त्वाकांक्षेला पंख फुटले. स्वत:चा स्वतंत्र विचार करायला आणि स्वत:ची जबाबदारी समर्थपणे पेलायला शिकवल्याबद्दल, मी माझ्या आई-वडिलांची ऋणी आहे. सारेच आई-वडील आपल्या मुलींना ही मोलाची देणगी देवोत, अशी मी प्रार्थना करते!

धूलिकेची सुकन्या

ए. अमीना
'पीजेपी इंडस्ट्रीज'

लाकडाची भुकटी करण्याच्या आगळ्यावेगळ्या व्यवसायातली ही बुरखाधारी स्त्री अवजड यंत्रं सहजपणे हाताळते. तिचं साहस आणि दृढनिश्चय यांचं फलित म्हणजे तिची 'गोदरेज कंपनी'बरोबरची भागीदारी! त्या भागीदारीमुळेच तिला व्यवसायाच्या विकासाची पुढली संधी मिळवता आली आहे.

आम्ही एका अजस्त्र मशीनपुढे उभ्या आहोत.

सगळीकडे लाकडाच्या भुकटीची धूळ पसरलेली आहे. ही केवळ कोणत्याही अपघातामुळे पसरलेली नाही.

मोठ्या अभिमानानं, अमीना ही भुकटी बोटांच्या फटींमधून भुरुभुरु खाली सोडतेय.

"आम्ही अगदी सूक्ष्मकणांची – ८५ मेश[१]ची भुकटी बनवतो.

अमीना ही 'पीजेपी इंडस्ट्रीज'ची मालकीण आणि यंत्रचालक उत्पादिका आहे. तिची कंपनी अतिसूक्ष्म अशी लाकडाची भुकटी तयार करून, सर्व उत्पादित माल 'गोदरेज कन्झ्यूमर प्रॉडक्ट्स लिमिटेड' या एकाच कंपनीला पुरवते.

स्त्रियांना सहजपणे करता येईल, असा हा व्यवसाय नाही. त्यात वंगण, दळणं-भरडणं करणारं अजस्त्र यंत्र आणि त्या यंत्राची ११५ हॉर्सपॉवरची मोटर या सर्वांवर नियंत्रण ठेवावं लागतं. परंतु तीन मुलांची आई असलेली ही चिमुकली बुरखाधारी स्त्री हे सारं अगदी सहजतेनं पार पाडते.

"माझा नवरा सौदीत काम करतो. त्यामुळे माझा बराचसा वेळ मी माझ्या फॅक्टरीतच काढते. मी पैशांसाठी काम करत नाही. स्त्री-उद्योजिका बनण्याच्या ध्येयापोटी मी काम करतेय."

या व्यवसायात जीवघेणी स्पर्धा होती. व्यवसायाचं स्वरूप खूप कष्टप्रद व अवघड होतं; परंतु अमीनानं त्यातून मार्ग काढला. तिनं आपली व्यावसायिक गुणवत्ता सिद्ध केली आणि सारा माल फक्त गोदरेज कंपनीलाच विकायचं कंत्राट मिळवलं. कालांतरानं 'गोदरेज'नंच तिला उत्पादन वाढवण्यासाठी आर्थिक आणि तांत्रिक मदत पुरवली.

"मी अतिशय निष्ठेनं सारी कामं करते," हे ती इतक्या मृदू आवाजात बोलते की, तिचे शब्द ऐकायला प्रयास पडतात.

सकाळच्या शांत वातावरणात कुजबुजता स्वर ऐकू यावा, स्वच्छ उन्हाळी आकाशात एखादा ढग दिसावा, तसंच अमीनाचं हे महत्कृत्य असाधारण आहे.

शब्दांविणाच तिचं कार्य खूप काही शिकवून जातं!

---

१. भुकटीचा आणि कणरूपी गोष्टींचा आकार मापायचं साधन म्हणजे 'मेश' किंवा चाळणी. ५ मेश म्हणजे ३.३५ मिलिमीटरची भोकं असलेल्या चाळणीतून ही भुकटी खाली जाऊ शकते. ८५ मेश म्हणजे चाळणीची भोकं अतिसूक्ष्म (०.१७८ मि.मी.) आकाराची असतात.

धूलिकेची सुकन्या

ए. अमीना

'पीजेपी इंडस्ट्रीज'

अमीनाचा जन्म तमिळनाडूमधील विल्लुपुरम येथे झालेला असला, तरी ती स्वत:ला पाँडीचेरीची कन्या समजते.

"मी माझं शालेय शिक्षण १९८३ साली पूर्ण केल्यावर १९८५ साली हायर सेकंडरीची परीक्षा उत्तीर्ण झाले. त्याचवर्षी सतरा वर्षांची असताना माझा विवाह झाला. माझा नवरा माझा दूरचा नातेवाईकच होता; तो गल्फमध्ये नोकरी करत होता."

अमीना गृहिणी बनली; दोन गोजिरवाण्या मुलींची आई बनली; परंतु तरीही ती इतर गृहिणींपेक्षा वेगळी होती. तिनं विवाहानंतर पदवी मिळवली, पदव्युत्तर अभ्यासक्रमसुद्धा पूर्ण केला. मुलांच्या जन्मानंतर तिनं हे सारं केलं.

"मला नेहमीच आणखी शिकत राहण्याची ओढ वाटत असे."

एम.ए.नंतर अमीनानं सरकारनं चालवलेल्या, पाँडीचेरीमधील 'स्मॉल इंडस्ट्रीज सर्व्हिस इन्स्टिट्यूट'मध्ये प्रवेश घेतला. तिला आयुष्यात काहीतरी वेगळं करायचं होतं. कोणत्यातरी व्यवसायात शिरायचं होतं. परंतु कोणत्या व्यवसायात, ते तिला ठाऊक नव्हतं.

"माझ्या वडिलांचा आणि भावांचा कारखाना होता. 'अमीन केमिकल्स' नावाचा. ते म्हणाले की, मी त्यांना त्यांच्या व्यवसायात मदत करावी."

"पाँडीचेरीत सरकारनं वाहन-कर जारी केल्यामुळे, तीस वर्षं यशस्वीपणे चाललेला

हा व्यवसाय डबघाईला आला होता. वाहन-करामुळे खर्च खूप वाढला होता आणि स्पर्धेत टिकाव धरणं अवघड होऊन बसलं होतं. अमीनानं १९९१ साली या कंपनीत प्रवेश केला. ती व्यवस्थापनाची जबाबदारी सांभाळू लागली. तिनं तिथे सात वर्षं काम करून व्यवसायाचा संपूर्ण अनुभव जमा केला.

''व्यवसाय कसा चालवावा लागतो, उद्योजकांपुढे कोणत्या समस्या उभ्या राहू शकतात या सर्व गोष्टींचा मी अनुभव घेतला. हे सारं शिकून घेतल्यामुळे मी डबघाईला आलेला हा व्यवसाय पुन्हा मार्गी लावू शकले.

हळूहळू पण सातत्यानं 'अमीन केमिकल्स' ही कंपनी पुन्हा रुळावर येऊ लागली. उलाढाल वर्षाला एक कोटीपेक्षाही जास्त होऊ लागली आणि त्यांनी दोन नव्या कंपन्या चालू केल्या – 'ए.आर.इंडस्ट्रीज' आणि 'ए.एस.इंडस्ट्रीज'. या कंपन्या लोकांची कामं कंत्राटतत्त्वावर करून देऊ लागल्या. या साऱ्या गोष्टी करताना अमीनाला क्षणाचीही उसंत लाभेनाशी झाली.

''मी पूर्णवेळ काम करत होते. सकाळपासून मध्यरात्रीपर्यंत मी कामातच गुंतलेली असे; मधल्या वेळात मी स्कूटरवरून घरी जात असे आणि मुलं घरी येण्यापूर्वी स्वयंपाक करून मुलांकडे बघत असे.''

त्यावेळेस अमीनाच्या घरी इतर कुणीही मदतनीस नव्हती. परंतु हा सर्व व्याप तर ती सांभाळत होतीच, पण तिला आणखी जबाबदाऱ्या पेलण्याची ओढ वाटत होती.

''मी माझ्या वडिलांना म्हणाले की, मी व्यवसायाबद्दलचं सारं काही शिकून घेतलंय आणि आता मी स्वत:चा व्यवसाय सुरू करणार आहे. तोच व्यवसाय आज 'पीजेपी इंडस्ट्रीज' नावानं ओळखला जातोय.''

परंतु आणखी मोठ्या जबाबदारीची नवी डोकेदुखी तिनं का ओढवून घेतली?

''मला काहीतरी वेगळी गोष्ट करून दाखवायची होती. नवं उद्दिष्ट साध्य करून घ्यायचं होतं. त्यानंतरच मी माझा स्वत:चा व्यवसाय सुरू केला. स्वतंत्र निर्णय घेऊन मला इतरांना नोकरीवर ठेवायचं होतं.''

'पीजेपी इंडस्ट्रीज' १९९८मध्ये प्रोप्रायटरशिप स्वरूपात सुरू झाली. 'अमीन केमिकल्स'मध्ये अमीनानं पदार्थांचं चूर्ण तयार करण्याचा अनुभव घेतला होता. अमीनानं त्याच प्रकारचा व्यवसाय सुरू करयायचं ठरवलं; परंतु फॅक्टरी उघडण्यासाठीचे परवाने मिळवणं ही मोठीच डाकेदुखी ठरली.

''मी (परवान्यासाठी) पाँडिचेरी म्युनिसिपालिटीत गेले, तेव्हा त्यांनी माझ्या अर्जाकडे गांभीर्याने पाहिलंच नाही.''

कच्च्या मालाचं चूर्ण बनवायचं काम एका बुरखाधारी स्त्रीला नीटपणे करता येईल यावर कुणाचाच विश्वास बसेना!

''त्यांनी मला अनेक महिने ताटकळत ठेवून वाट पाहायला लावली.''

मशीनला १७ लाख रुपये लागले. अमीनानं कौटुंबिक शिलकीतले पैसे वापरून ते मशीन विकत घेतलं. पहिली चार वर्षं तिनं वेगवेगळ्या कंपन्यांची कामं कंत्राटतत्त्वावर करून दिली. तिनं 'हिंदुस्तान लीव्हर'साठीसुद्धा असं काम केलं. हे काम मुख्यत्वे स्टार्च आणि ॲल्युमिनियम सल्फेटची भुकटी करून देण्याचं होतं.

कंपनीनं पहिल्याच वर्षीपासून नफा मिळवायला सुरुवात केली. सुरुवातीच्या काळात कंपनीची उलाढाल बेताचीच होती – वर्षाला २५ लाख रुपयांची.

२००२ साली अमीनानं लाकडाची भुकटी करण्याचा व्यवसाय हाती घेतला.

'आउटलूक' या व्यावसायविषयक मासिकाच्या अंदाजानुसार वर्षाकाठी ५० हजार टन लाकडाच्या भुकटीची (४० कोटी किमतीच्या) गरज पडते आणि भुकटी बनवण्यासाठी पुरेसा कच्चा माल मिळवणं ही मोठीच समस्या ठरते.

''लाकडाची बारीक भुकटी बनवण्यासाठी आपल्याला लाकडाचे बारीक तुकडे लागतात. ते लाकडाचे ओंडके कापणाऱ्या कारखान्यातूनच मिळवावे लागतात.''

तमिळनाडू आणि केरळच्या सीमेवरचं पोल्लाची हे गाव लाकडाचे ओंडके बनवण्याच्या व्यवसायासाठी सुप्रसिद्ध आहे. अनेक वर्षांपूर्वी अमीना मुद्दाम पोल्लाची गावात गेली. तिनं लाकडाचे तुकडे पुरवेल असा पुरवठादार शोधला. कोणतीही आपत्ती कोसळली, तरी हा पुरवठादार नित्यनेमाने अमीनाकडे माल पाठवत राहतो.

''आमच्यात उत्तम सामंजस्य आणि सहकार्याची भावना आहे.''

ही गोष्ट सोपी नव्हे, कारण या व्यवसायात जीवघेणी स्पर्धा आहे. त्यासाठी लोक कोणत्याही थराला जायला तयार असतात.

''एक माणूस दुसऱ्यावर कुरघोडी करायला धडपडत असतो... एकमेकांवर कुरघोडी करायचे त्यांचे प्रयत्न सतत चालू असतात. माझा कच्चा माल ढापण्याचा, मी बनवलेला माल नाकाम ठरवण्याचा त्यांचा प्रयत्न हरप्रकारे चालू असतो.''

असं असूनही अमीनाचा पुरवठादार तिला निष्ठेनं माल पुरवत असतो; कारण ती त्याचं एक उत्तम ग्राहक आहे. ती वेळेवर पैसे चुकते करते, दिलेला शब्द पाळते. सचोटी हा दुर्मीळ गुण आहे आणि त्याला फळ मिळतं.

पुढली समस्या आहे मालाच्या दर्जाबाबतची. '५ मेश' आणि '१० मेश'ची जाडीभरडी भुकटी अगदी बारीक करून '५ मेश'ची भुकटी तयार करावी लागते. हे काम सोपं नाही आणि भुकटीचा पोत (लाकडाच्या पोतानुसार) वेगवेगळा असतो.

''आम्ही मालाच्या दर्जात सातत्य राखू शकतो, कारण मी वापरत असलेलं मशीन अत्युत्तम दर्जाचं आहे. ते नीटपणे कसं वापरायचं, हे मी स्वत: शोधून काढलेलं गुपित आहे. त्यामुळेच आम्ही मालाच्या उत्कृष्ट दर्जात सातत्य राखू शकतोय.''

तिच्या कामाच्या दर्जामुळे आणि या अवघड व्यवसायात एक स्त्री उत्तमप्रकारे

''मी जेव्हा जेव्हा कोणतंही काम हाती घेते, तेव्हा ते नेहमीच फायदेशीर ठरतं. मला कधीही तोटा सोसावा लागत नाही!''

काम करत असल्यामुळे, 'गोदरेज कंपनी' स्वत:हून अमीनाकडे चालत आली. डासांना दूर ठेवण्यासाठीची 'मॉस्क्विटो कॉइल' तयार करण्यासाठी लाकडाच्या भुकटीची आवश्यकता असते. गोदरेज कंपनी अशा कॉइल्स[१] तयार करते आणि 'गुड नाइट' आणि 'जेट' ब्रँडनेमखाली विकते.

२००८ साली तिचा सर्व माल फक्त गोदरेज कंपनीला विकण्याच्या करारावर अमीनानं सही केली आणि तेव्हापासून तिची व्यावसायिक घोडदौड अखंडपणे सुरूच आहे.

''मी ज्या कोणत्या व्यवसायात हात घालेन, त्या व्यवसायात नफाच होतो. मला कधीही तोटा सहन करावा लागत नाही.''

२००२ साली २५ लाखांची उलाढाल करणाऱ्या 'पीजेपी इंडस्ट्रीज'नं मार्च, २०१०मध्ये वर्षाला ८५ लाखांची उलाढाल करून दाखवली आहे. स्वत: अमीनाखेरीज या फॅक्टरीत १२ कर्मचारी काम करत आहेत. त्यातले बरेचसे मजूर आहेत.

''व्यवस्थापन, उत्पादन आणि अन्य साऱ्या गोष्टी मी एकटीच सांभाळते.''

अमीना स्वत: इंजिनिअर नाही आणि ती २० टन कुवतीचा 'पल्व्हरायझर' (चूर्ण करणारं अजस्र यंत्र) चालवते. हे काम ती केवळ निरीक्षण आणि जिद्द या गुणांच्या बळावरच पार पाडू शकतेय.

''मी माझ्या वडिलांच्या कारखान्यात अनुभव घेतलाय. मला माझ्या मशीनबद्दल संपूर्ण माहिती आहे. या मशीनची व्यवस्थित डागडुजी करून ते मशीन सुव्यवस्थित ठेवू शकणारा माणूसच या व्यवसायात यशस्वी होऊ शकेल!''

अमीना तिच्या मशीनच्या डागडुजीकडे जातीनं लक्ष पुरवते. त्या गोष्टीसाठी तिला भोंदू लोकांवर अवलंबून राहावं लागत नाही. इतका आत्मविश्वास असताना तिनं व्यवसाय आणखी वाढवला नसता, तरच ते नवल ठरलं असतं. २०१० साली अमीनानं पाँडीचेरीपासून १८ किलोमीटर अंतरावरच्या बहोउरमध्ये आणखी एक कारखाना सुरू केला.

''माझ्या पहिल्या कारखान्यात दर महिन्याला १५० टन माल तयार होऊ शकत होता. दुसऱ्या कारखान्यात दर महिन्याला ५००टन[२] माल तयार होऊ शकतो.''

---

१. अशा कॉसल्सचा ६० टक्के भाग म्हणजे लाकडाची भुकटी असते.
२. 'गोदरेज'ला दरमहा १५०० टन लाकडाची भुकटी लागते. त्यांपैकी ६५० टन भुकटी अमीना पुरवते.

मोठी मशीन्स असलेल्या तिच्या नव्या फॅक्टरीचं ६ नोव्हेंबर, २०१२ रोजी उद्घाटन करण्यात आलं. 'गोदरेज'नं या साहसाला सुरुवातीपासून पूर्ण पाठिंबा दिला. या प्रकल्पात त्यांनी स्वत:चे ४० लाख रुपये गुंतवले आहेत आणि तिथे तयार झालेला सर्व माल विकत घेण्याची हमी दिली आहे.

''गोदरेजचे लोक माझ्या कामाचे चाहते आहेत आणि ते मला माझ्या कुटुंबीयांएवढेच जवळचे वाटतात.''

अमीनानं या कारखान्यात, स्वत:च्या व्यावसायिक उत्पन्नातले ३० लाख रुपये गुंतवले आहेत आणि 'इंडियन बँके'कडून १ कोटी रुपयांचं कर्जही घेतलं आहे.

नव्या कारखान्यात २० कर्मचारी काम करत आहेत आणि स्वत: अमीना दोन्ही कारखान्यांमध्ये जातीनं लक्ष पुरवते आहे.

''मी दुचाकी आणि चारचाकी वाहन चालवू शकते. त्यामुळे दोन्हीकडे जा-ये करण्यात कोणतीही अडचण येत नाही.''

अमीनाचा नवरा, सौदी अरेबियात १९९२ सालापासून २००३ सालापर्यंत घर चालवणारा व्यवस्थापक म्हणून काम करत होता. गेली तीन वर्षं तो अमीनाला व्यवसायात मदत करतोय. परंतु तिनं जे काही साध्य केलंय, त्याचं सारं श्रेय तो अमीनालाच देतो.

''या व्यवसायाच्या विकासाची ९९ टक्के जबाबदारी माझ्या पत्नीनंच पेलली. मी तिला केवळ थोडीशी मदत करतोय.''

अमीना कबूल करते की, हे सारं धाडस काही आगळंवेगळंच आहे.

''माझ्या जातीतल्या ९९ टक्के मुली गृहिणीच आहेत; परंतु माझ्या वडिलांच्या आणि सासऱ्यांच्या कुटुंबाचा मला पूर्ण पाठिंबा आहे.''

अमीनाचा पती बराचसा काळ भारताबाहेरच होता. त्यामुळे त्याला तिची अनुपस्थिती जाणवण्याचा प्रश्न उद्भवला नाही. परंतु तिच्या मुलांचं काय?

''कधीकधी त्यांची समजूत पटत नसे. परंतु आता त्यांना जाणवू लागलंय की, आपली आई कोणतंतरी चांगलं काम करतेय आणि आपण तिला त्रास देऊ नये.''

अमीनाचं अगदी लहान वयात लग्न झालेलं असलं, तरी तिच्या मुलींनी आधी शिक्षण पूर्ण करावं आणि त्यानंतरच विवाह करावा याबाबतीत तिचा आग्रह होता. तिच्या मोठ्या मुलीनं, मन्सुरानं बायोटेक्नॉलॉजीचं पदव्युत्तर शिक्षण घेतलं आहे, तर तिची मधली मुलगी, नझीरा हिनं अण्णा युनिव्हर्सिटीतून इन्फर्मेशन टेक्नॉलॉजीच्या विषयात बी.टेक. ही पदवी मिळवली आहे.

अमीनाच्या सर्वांत धाकट्या मुलीचा हविय्याचा जन्म २००६ साली झाला. फक्त सतरा दिवसांच्या विश्रांतीनंतर अमीना उठून उभी राहिली आणि पुन्हा दररोज कारखान्यात जाऊ लागली; नेहमीप्रमाणे व्यवसायाचा व्याप सांभाळू लागली.

"एवढाच एक फरक झालाय की, आता मी स्वयंपाकासाठी एक स्वयंपाकीण नेमलीय."

दरम्यान लाकडाच्या भुकटीपलीकडली क्षितिजं तिला खुणावू लागली आहेत. मॉस्क्विटो कॉइल्ससाठीची, सर्व गोष्टींचं मिश्रण असलेली भुकटी बनवण्याचा प्रकल्प सुरू करायचा तिचा मानस आहे. तिच्यासारख्या दुर्दम्य चिकाटी असलेल्या स्त्रीसाठी ही काही असाध्य गोष्ट नव्हे!

संयत असा ठाम विश्वास ही मोठीच शक्ती असते.

"जेव्हा मी खूप संतापते, तेव्हा त्याचे परिणाम चांगले घडत नसतात. अशा वेळेस मी विचार करू लागते की, रागावर काबू कशाप्रकारे मिळवावा. राग येऊ नये, यासाठी काय करावं... हो, त्यासाठी मी खूप वेळ प्रार्थनेसाठीसुद्धा खर्च करते."

प्रार्थना विश्वव्यापी आहे आणि देवही सर्वव्यापी आहे.

त्या विश्वापुढे नतमस्तक व्हा आणि देवसुद्धा तुमचं म्हणणं ऐकेल.

स्त्री-उद्योजिकांसाठी सल्ला

खूप कष्ट घ्या. व्यवसायातलं यश त्यावरच अवलंबून असतं.

तुम्ही एक स्त्री असता. तुम्ही तुमच्या कुटुंबाची रीत जाणून घेऊन कुटुंबीयांना सुखी ठेवण्यासाठी झटलं पाहिजेत. आपल्या मुलामुलींना शिस्त लावली पाहिजेत. ही गोष्ट माझ्या यशासाठी अत्यंत महत्त्वाची अशी दुर्मीळ गोष्ट ठरली आहे.

पूर्ण प्रयत्नांनिशी, आस्थेनं, जीव ओतून काम केलं, तरच स्त्री-उद्योजिका यशस्वी होऊ शकेल.

श्री. अब्दुल वहाब (अमीनाचे पती)

ती अतिशय हुशार आहे.

मी परदेशात काम करत होतो, तेव्हा ती तमिळनाडू युनिव्हर्सिटीत पत्रव्यवहार माध्यमातून शिक्षण घेत होती. उठल्यावर सर्वांत आधी ती देवाची प्रार्थना करते, त्यानंतर कुटुंबीयांची देखभाल करते आणि त्यानंतरच व्यवसायाकडे वळते.

आई-वडील किंवा इतर कोणी गरीब लोक आले, तर ती त्यांना मदत करते.

आमच्या लग्नाला पंचवीस वर्षं झाली. या काळात आम्ही एकदासुद्धा थिएटरमध्ये जाऊन सिनेमा पाहिलेला नाही, हा एक विक्रमच म्हटला पाहिजे.

सुरुवातीला ती घरातलं स्वयंपाकपाणी करून इतर कंपन्यांची कंत्राटावरची कामं करून देत असे. पाँडिचेरीमधली अशी कामं करून देणं ही अत्यंत जिकिरीची जबाबदारी होती. अशी कामं मिळवण्यासाठी तेव्हा जीवघेणी स्पर्धा होती. परंतु आता 'गोदरेज'साठी माल बनवणं खूप सुखाचं वाटतंय.

पाँडीचेरीमधील सरकारचा पूर्ण पाठिंबा मिळतोय. मी अभिमानानं म्हणतो की, पाँडीचेरीतली ती पहिलीच यशस्वी स्त्री-उद्योजिका आहे.

ती अत्यंत समर्पिततेनं काम करत असते. सकाळी सहा वाजता उठून सर्वप्रथम ती प्रार्थना करते. त्यानंतर कंपनीच्या भल्याबद्दल विचार करते. कधी काही समस्या उद्भवली तर किंवा कामाला सुरुवात करण्यापूर्वी ती प्रार्थना करते. असं केलं की, तिला नेहमीच यश मिळतं. कधीही अपयशाला सामोरं जावं लागत नाही.

९९ टक्के काम माझी पत्नीच करते. एक टक्का मदत मी मार्केटिंगसाठी किंवा तिला गरज पडली तरच करतो.